நூலாசிரியர் **ஸ்காட் கார்னி,** ஏறக்குறைய பத்தாண்டுகள் இந்தியாவில் வாழ்ந்து ஆய்வு செய்த, அனுபவமுள்ள புலனாய்வுப் பத்திரிகையாளர்; *வயர்ட்* இதழுக்கு பங்களிக்கும் ஆசிரியர்களில் ஒருவர். அவருடைய செய்தித் தொகுப்புகள் *என்பீஆர், சிபிசி, பிபிசி, நேஷனல் ஜியாக்ரஃபிக் டீவி* ஆகியவற்றிலும் *மதர் ஜோன்ஸ், ஃபாஸ்ட் கம்பெனி, டிஸ்கவர், ஃபாரின் பாலிசி* ஆகிய இதழ்களிலும் வந்துள்ளன. தற்போது அமெரிக்காவில், கலிஃபோர்னியா மாநிலத்திலுள்ள லாங் பீச்சில் வசிக்கிறார்.

மொழிபெயர்ப்பாளர் **செ. பாபு ராஜேந்திரன்** நாமக்கல் அரசுக் கல்லூரியில் பணியாற்றி ஓய்வுபெற்ற ஆங்கிலத்துறைப் பேராசிரியர். *கலைக் கோட்பாடு: மிகச்சுருக்கமான அறிமுகம், எவ்வளவு இளமை இவ்வளவு சோகம் அதனால் கேளுங்கள், உங்களுடன் ஓர் அந்நியன், சுற்றுப்புறச் சுகாதாரக் கையேடு* உட்பட பல நூல்களைத் தமிழில் மொழிபெயர்த்துள்ளார். தற்போது கன்னியாகுமரி மாவட்டத்திலுள்ள குளச்சலில் வசிக்கிறார்.

இந்த நூலைப் பற்றி

கார்னி, கதை சொல்லும் உற்சாகத்தோடு தாம் நேரில் பார்த்த பெருந்துயரங்களை உணர்ச்சிப் பெருக்கோடும் ஆழ்ந்த உள்ளுணர்வுகள் கொண்ட விவரங்களோடும் மனத்தில் நன்கு பதியுமாறு எழுதுகிறார்.

– *மிசிகோ ககூடனி, த நியூ யார்க் டைம்ஸ்*

மறக்க முடியாத, புனைகதையல்லாத ஒரு பரபரப்பூட்டும் படைப்பு. நிபுணத்துவத்தோடு தொகுத்துக் கூறப்பட்டுள்ளது.

– *மைக்கேல் லார்கோ, ஃபைனல் எக்சிட் நூலின் ஆசிரியர்*

சிவப்புச் சந்தை அறிவியலால் மட்டுமே தீர்க்க முடியாத சில பிரச்சினைகள் உள்ளன என்பதற்கான ஒரு நினைவூட்டுதல்.

– *நேச்சர்*

புரிந்துகொள்வதற்கு எளிதான அச்சமூட்டும் நூல்... ஒரு கதையை எப்படிச் சொல்ல வேண்டும் என்பது கார்னிக்குத் தெரிந்திருக்கிறது; ஆழமாகவும் தோண்டுகிறார்.

– *வால் ஸ்ட்ரீட் ஜர்னல்*

வாதத்தைத் தூண்டும் புதிய வகை பொழுதுபோக்கு நூல். கார்னி நம்ப வைப்பவராகவும் மன அமைதியைக் குலைப்பவராகவும் இருக்கிறார்.

– *பாஸ்டன் குளோப்*

சிவப்புச் சந்தை

உலகிலுள்ள உடலுறுப்புத் தரகர்கள்,
எலும்புத் திருடர்கள், இரத்தப் பண்ணை நடத்துவோர்,
குழந்தைகளைக் கடத்துவோர் போன்றோரின் செல்தடத்தில்

ஸ்காட் கார்னி

தமிழில்
செ. பாபு ராஜேந்திரன்

அடையாளம்

முதல் பதிப்பு 2015
மீளச்சு 2017, 2019

© ஸ்காட் கார்னி

© தமிழ் மொழிபெயர்ப்பு: அடையாளம்
வெளியீடு: அடையாளம், 1205/1 கருப்பூர் சாலை, புத்தாநத்தம் 621310,
திருச்சி மாவட்டம், இந்தியா, தொலைபேசி: 04332 273444

நூல் வடிவம்: த பாபிரஸ், அச்சாக்கம்: அடையாளம் பிரஸ், இந்தியா
ISBN 978 81 7720 214 4
விலை: ₹ 300

sivappu santhai is the Tamil translation of *The Red Market* in English by Scott Carney, Translated by S. Babu rajendran Published by Adaiyaalam, 1205/1 Karupur Road, Puthanatham 621310, Thiruchirappalli District, Tamilnadu, India, email: info@adaiyaalam.net

என் பெற்றோர்
லிண்டா ஹாஸ் கார்னி,
வில்ஃப்ரெட் இக்னேஷியஸ் கார்னி ஜூனியர்
ஆகியோருக்கு

உயிர்வாழும் ஒரு மனிதத்திசு என்ற வகையில் இரத்தம் மேலும் மேலும் அதிகமாக, ஒரு வணிகப் பொருளாக வாங்கி விற்கப்படுகிறது. இந்த வணிகப் பரிமாற்றத்திலிருந்து ஆதாயம் கிடைக்கிறதென்றால் அதைத் தொடர்ந்து, இறுதியில், வணிகத்தின் சட்டங்கள் வெற்றிபெற்றாக வேண்டும்.

— ரிச்சட் டிட்மஸ், த கிஃப்ட் ரிலேஷன்ஷிப்

இந்தியாவின் பிற பகுதிகளில் மக்கள் தாங்கள் மலேசியாவுக்கோ ஐக்கிய அமெரிக்காவுக்கோ போவதாக கண்களில் நம்பிக்கை ஒளியோடு கூறுகிறார்கள். அதைப்போல சுனாமி நகரில் மக்கள் தங்களுடைய சிறுநீரகங்களை விற்பது பற்றியும் பேசுகிறார்கள்.

— மரிய செல்வம், ஆர்வலர், இந்தியா

பொருளடக்கம்

	முன்னுரை: முட்டுச்சந்து	xi
	அறிமுகம்: மனிதனுக்கு எதிராக இறைச்சி	1
1	உடல் இரசவாதம்	23
2	எலும்புத் தொழிற்சாலை	43
3	சிறுநீரகத் தேடல்	67
4	பெற்றோரைச் சந்தியுங்கள்	101
5	களங்கமற்றக் கருத்தரிப்பு	123
6	குழந்தை பெற்றுக்கொடுத்தவுடன் காசு	153
7	இரத்தப் பணம்	175
8	பரிசோதனைப் பிராணிகளின் மருத்துவ ஆய்வுசார் உழைப்பு	199
9	அழியாத வாக்குறுதிகள்	223
10	கருப்புத் தங்கம்	249
	பின்னுரை: லொரெட்டா ஹாடெஸ்டிக்கு ஒரு வாழ்த்துப்பா	261
	நன்றியுரை	270
	உசாத்துணை	273
	சுட்டி	277

இந்திய-பூட்டான் எல்லை நகரான ஜெய்கோனில் மீட்கப்பட்ட பை இது. இதில், முழங்காலுக்குக் கீழுள்ள எலும்புகள் நிறைந்திருந்தன. சான்றாதாரங்கள் வைக்கப்பட்டிருந்த அலமாரியில் நூறுக்கும் அதிகமான மண்டையோடுகள் இருந்தன. அவை வாரணாசியின் முஸ்லிம் கல்லறைத் தோட்டங்களிலிருந்து கொள்ளையடிக்கப்பட்டதற்கான வாய்ப்பு அதிகம். அமெரிக்க மருத்துவக் கல்விக்காக அனுப்பப்படவிருந்த உடலியல் மாதிரிகளைக் காணலாம் என எதிர்பார்த்துதான் நான் இங்கு வந்தேன். ஆனால் இங்கு வந்தபிறகுதான் இந்த மூலப்பொருட்கள் புல்லாங்குழல்களாக மாற்றுருவாக்கம் செய்யப்பட்டு பூட்டானிலுள்ள திபெத்திய புத்தர்களுக்கு விற்கப்படும் என்று நான் அறிந்தேன்.

முன்னுரை

முட்டுச்சந்து

அந்த உதவி ஆய்வாளர் தேய்ந்துகொண்டிருந்த சிகரெட்டை கடைசியாக ஒரு இழு இழுத்துவிட்டு, சன்னல் வழியாக அதைச் சுண்டி வீசுகிறார். அந்த அடித்துண்டு அந்நிய மண்ணில் போய் விழுகிறது. அவர் தலைமை தாங்கும் அந்தத் தாழ்ந்து பரந்த காவல் நிலையம், எல்லையை மிகவும் ஒட்டி இருப்பதால் அறையைக் கடந்து நடப்பதுகூட அவரை மற்றொரு நாட்டின் சட்டவரம்புக்குள் கொண்டு சென்றுவிடும். உலகின் மிகப் பெரிய மக்களாட்சி நாட்டுக்கும் உலகின் கடைசி முழு முடியாட்சி நாட்டுக்கும் இடையில் தங்கு தடையின்றி நடக்கும் கள்ளக்கடத்தலைக் கவனிக்கும் பொறுப்பில் அந்த அதிகாரி இருந்தார், செய்தித்தாள்களை வாசிப்பதிலும் தமக்கும் டெல்லிக்கும் இடையிலுள்ள மிகை எதார்த்த தூரத்தைக் கணக்கிடுவதிலும் அவர் தன் நேரத்தைச் செலவிடுகிறார். மற்றொரு தம்முக்காகத் தம் சட்டைப் பைக்குள் தேடுகிறார். ஆனால் சிகரெட் பெட்டி காலியாக இருக்கிறது. மேசையின் எதிர்பக்கத்தை வெறுப்போடு பார்த்துக்கொண்டே என்னுடைய வேண்டுகோளைப் பற்றிச் சிந்திக்கிறார்:

'அப்போ, நீங்க எலும்புக்கூடுகளைப் பார்க்க விரும்புறீங்க.'

அது ஒரு கேள்வியா அல்லது அறிவிப்பா என்பது எனக்குப் புரிய வில்லை. மர முக்காலியின் மேல் என் உடல் எடையை மற்றொரு பக்கத்துக்கு மாற்றுகிறேன். முக்காலியைச் சற்று முன்னோக்கி இழுக்கும் போது அது கிறீச்சிடுகிறது. நான் தலையாட்டுகிறேன்.

எலும்புத் தொழிற்சாலைகள் என்று அழைக்கப்படுபவை குறித்த செய்திகளைப் புலனாய்வு செய்யும் பணி எனக்கு அளிக்கப்பட்டிருக் கிறது. அது தொடர்பாக மேற்குவங்க மாநிலத்தை இரு வாரங்களாகச் சல்லடை போட்டுத் தேடிக்கொண்டிருக்கிறேன். ஒரு நூற்றாண்டுக்கும் மேலாக இந்தியா முழுவதிலும் உள்ள கிராமப்புறங்களில், கல்லறைகள் காலியாவது கண்டுபிடிக்கப்பட்டுள்ளது. அந்த உடல்கள் உடலியல்சார் எலும்புக் கூடுகளாக வெளிநாடுகளில் விற்கப்பட்டன. அண்மைக்

காலம்வரை அமெரிக்காவின் எல்லா வகுப்பறைகளிலும் இருந்த எலும்புக்கூடுகளும் இந்தியாவிலிருந்து வந்தவை என்று கூறுமளவுக்கு இந்த வணிகம் பரவலாக நடந்தது. 1985இல் இந்திய அரசு உடலுறுப்புகளின் ஏற்றுமதியைத் தடைசெய்ததால் பல எலும்பு வணிகர்கள் அந்த வியாபாரத்தை விட்டு வெளியேற வேண்டியதாயிற்று. சிவப்புச் சந்தையின் மற்ற வியாபாரங்களைப் போலவே சிலர் இந்தத் தொழிலை இரகசியமாய் நடத்திச் செழித்து வளர்ந்தனர்.

மேலை நாட்டு நிறுவனங்களோடு இப்போதும் தொடர்பு வைத்திருப்பதாகக் கூறப்படும் ஒரு வெறுக்கத்தக்க உடலியலாளரின் விநியோகத் தொடரை, ஆவணப்படுத்துவதற்காக நான் இந்தியா-பூடான் எல்லைக்கு வந்திருக்கிறேன். இந்த வணிகம் எவ்வளவுதான் இலாபமாக இருந்தாலும் எலும்புகள் பதனம் செய்யப்படும் இடங்கள் உண்மையில் பார்ப்பதற்குச் சிறப்பாக இருக்காது. எளிதில் கண்டுபிடிக்க முடியாத எலும்புத் தொழிற்சாலைகள் உண்மையில் நதிக்கரைகளில் இருக்கும் சிறு தார்பாய் கொட்டகைகள்தாம். இங்கு தொடர்ந்து வந்துகொண்டிருக்கும் சடலங்கள் அவற்றின் மிகவும் அடிப்படை உறுப்புகளாகப் பிரிக்கப்படுகின்றன. எலும்பு வணிகர்கள் கல்லறைத் திருடர்களையும் சுயமாகப் பயிற்சி பெற்ற உடலியலாளர்களையும் பணிக்கு அமர்த்தி உடல்களிலிருந்து சதையை அகற்றி மீதமிருக்கும் எலும்புகளைச் சுண்ணாம்பு வெண்மையாக ஒளிருமாறு மெருகிடுகின்றனர். பிறகு, மற்ற இடங்களுக்கு அனுப்புவதற்கேற்ப அவற்றைச் சிப்பங்களாக்குகின்றனர். இந்தக் கோரமான வியாபாரத்தை உள்ளூர்வாசிகளும் காவல்துறையினரும் விரும்பவில்லை. எனவே வியாபாரிகள் பிறர் பார்வையில் படாத இடங்களில் தொழில் செய்கிறார்கள். ஒரு துப்பு கிடைப்பதற்கு எனக்கு முழுமையாக மூன்று வாரங்கள் ஆனது.

ஒரு புறக்காவல் நிலையக் காவலர்களால் ஒரு திடீர் சோதனையின் போது அதிர்ஷ்டவசமாக மண்டையோடுகளும் எலும்புகளும் அடங்கிய குவியல் கைப்பற்றப்பட்டது. அது குறித்த செய்திக் கட்டுரையை ஒரு செய்தித்தாள் வெளியிட்டபோது, எனக்கு ஒரு நல்ல வாய்ப்பு கிடைத்தது. நாள்தோறும் ஆயிரக்கணக்கானவர்கள் வந்துபோகும் எல்லை நகரான ஜெய்கோன் எல்லை கடக்கும் இடத்துக்கு நடந்து சென்றேன். ஆனால் அந்த இடம் விருந்தோம்பலுக்குப் புகழ்பெற்றதல்ல.

'அப்போ உங்களுக்கு மண்டையோடுகளைப் பார்க்கணும்' – அந்த அதிகாரி நமுட்டுச் சிரிப்பு சிரிக்கிறார். 'அது ஒண்ணும் பிரச்சினையில்லை.'

அவர் தமது மேசையிலிருந்து எழுகிறார். அவரைத் தொடர்ந்தேன், திறந்திருந்த சன்னலுக்கு வருமாறு சைகை காட்டுகிறார். சன்னலின்

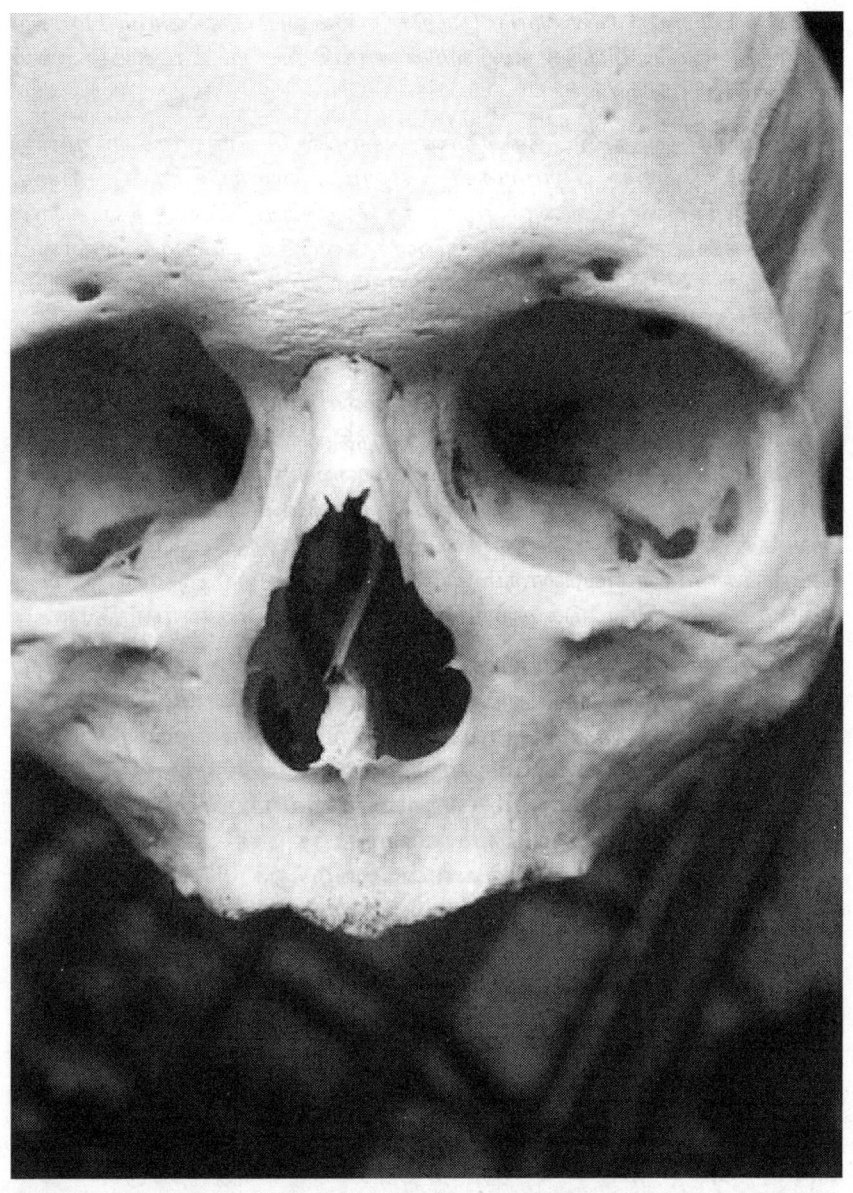

இந்தியாவிலுள்ள கல்கத்தா நகருக்கு வெளியே காவல்துறையினரால் கைப்பற்றப்பட்ட மனித உறுப்புக் குவியலின் ஒரு பகுதிதான் இந்த மண்டையோடு. இதன் பற்கள் விழுந்திருப்பதால் சேதமடையாத மண்டையோட்டைவிட இந்த மண்டையோட்டின் மதிப்பு மிகவும் குறைவு. இதில் சற்று வறுத்த கோழிக்கறியின் வாடை இருந்தது.

அழுக்கு படர்ந்த கண்ணாடி இந்திய எல்லைப் பகுதியைப் பார்த்து இருந்தது. ஒட்டியிருந்த தாழ்வான காங்கிரீட் கட்டடத்தை அவர் சுட்டிக் காட்டுகிறார்.

'அவர்கள் இந்த இடத்தில்தான் தொழில் செய்கிறார்கள். மூன்று அறைகள் நிறைய எலும்புகள்.' எலும்பு வியாபாரிகள் எல்லை பாதுகாப்புப் படையினரைச் சமாளிக்க வேண்டியதில்லை. அவர்களால் கள்ளச்சந்தை சரக்கு மூட்டைகளைச் சுவருக்கு மேலாக அண்டை நாட்டுக்குள் வீசிவிட முடியும். இருந்தாலும் காவல் நிலையத்தை ஒட்டி தொழில் நடத்தியது ஒரு மோசமான திட்டம்தான்.

'உண்மையைச் சொல்வதென்றால் இது பெரிய பிரச்சினை ஒன்றும் இல்லை' அவர் கூறுகிறார். 'இவையெல்லாம் கொலை செய்யப்பட்ட வர்களின் மண்டையோடுகளாக இருந்திருக்கலாம் என்று நாங்கள் கவலைப்பட்டோம். இந்த நாட்டில் கல்லறைத் திருடர்களுக்கு எதிரான குறிப்பிட்ட சட்டம் ஏதும் இருப்பதாக நான் நினைக்கவில்லை. அதனால் அவர்கள் ஒருவேளை விடுவிக்கப்படலாம்.' அந்த எலும்புகளுக்குச் சொந்தக்காரர்கள் எல்லோரும் இப்போது இறந்துவிட்டதால் எலும்புத் திருடர்கள்மீது திருட்டுக் குற்றம் சாட்டுவதுகூட சிக்கலானதுதான்.

அவர்கள் கைது செய்யப்பட்ட பிறகு காவல்துறையினர் எலும்பு களைச் சான்றாதாரமாக, அதிகாரப்பூர்வமாகப் பதிவு செய்தனர். அது இந்தக் குற்றச்சாட்டுகளை ஏதாவது நீதிமன்றம் விசாரிக்க முடிவுசெய்தால் தேவைப்படும். விசாரணை அறையாகவும் சான்றாதாரங்களைப் பாதுகாக்கும் அறையாகவும் இருவகைகளில் பயன்படுத்தப்பட்ட, கைதிகளைப் பூட்டி வைக்கும் கறைபடிந்த தனி அறைக்கு, அந்த அதிகாரியின் உதவியாளர் என்னை அழைத்துச் செல்கிறார். அவர் நைலானால் நெய்யப்பட்ட அரை டசன் பழைய சிமெண்ட் பைகளை வெளியே இழுத்தெடுக்கிறார். அதில் ஒன்றைத் தரையில் போடுகிறார். உள்ளேயிருந்த காய்ந்த எலும்புகள் உரத்த ஒலி எழுப்புகின்றன. அவர் தட்டுத் தடுமாறி முடிச்சை அவிழ்த்து உள்ளிருப்பவற்றைத் தெளிவாகக் காட்டும் பிளாஸ்டிக்கை வெளிப்படுத்துகிறார்.

முதல் பை நிறைய கால் எலும்புகள் இருக்கின்றன. அவற்றிலிருந்து மண்வாசனை வீசுகிறது. அவற்றை விடாமல் ஒட்டிக்கொண்டிருந்த அழுக்கு அவை நீண்ட காலமாகத் தரையிலேயே இருந்திருக்கின்றன என்பதை எனக்குச் சொல்கின்றன. காலின் கீழ்ப்பகுதி எலும்புகள் சிலவற்றில் ரம்பத்தின் அடையாளங்கள் இருக்கின்றன. அவற்றின் குமிழ் போன்ற முனைகளைப் புல்லாங்குழலின் வாயால் ஊதும் இடத்தைப் போலத் தோன்றுமாறு பணியாளர்கள் வெட்டியெடுத்திருக்கிறார்கள்.

இரண்டாவது பையை மூடுவதற்காகக் கட்டப்பட்டிருந்த சணல்நூலை இழுத்து, அவிழ்த்து அந்தப்பை நிறைய மண்டை ஓடுகள் இருப்பதைப் பணியாளர் காட்டுகிறார். உச்சந்தலைக்குக் கீழ் உள்ள பகுதியை அகற்றி வீசுவதற்கு ஏற்ப ஒவ்வொரு மண்டையோடும் பல துண்டுகளாக ரம்பத்தால் அறுக்கப்பட்டிருந்தது. மீதமிருந்ததெல்லாம் உத்தேசமாக நூறு மூளை ஓடுகள் மட்டுமே.

அவற்றைப் பார்த்து நான் முகம் சுளிக்கிறேன். இவை நான் தேடிவந்த மண்டையோடுகள் அல்ல. அவை மிகவும் பழையதாகவும் அதிகப் பதப்படுத்தப்பட்டும் இருந்தன. நல்ல உடலியல் ரீதியிலான ஓர் எலும்புக்கூடு, பயனுடையதாக இருப்பதற்கு உடனடியாக ஆயத்தம் செய்யப்படுவதோடு, எலும்புகள் முறைப்படி சுத்தம் செய்யப்படவும் வேண்டும். அவை நீண்டகாலம் மண்ணுக்கடியில் இருந்துவிட்டால் ஒரு முனைப்பான மருத்துவர் அதை ஆய்வுக்குப் பயனுடையதாகக் காண வாய்ப்பில்லை. தவிரவும் அதே எலும்புக் கூட்டின் மீதமுள்ள பகுதி களைப் பார்க்க எந்த மருத்துவர்தான் விரும்பமாட்டார்? நான் தவறான எலும்பு வியாபாரிகளைக் கண்டுபிடித்திருக்கிறேன் என்பது எனக்குப் புலப்படுகிறது. இவற்றைத் திருடியவர்களுக்கு வேறு விதமான வியாபாரத் திட்டம் இருந்தது. அவர்கள் மருத்துவர்களிடம் சந்தைப் படுத்தவில்லை. அவர்கள் புத்தத் துறவிகளிடம் சந்தைப்படுத்திக் கொண்டிருக்கின்றனர்.

பூட்டான் நாட்டுப் புத்தமதத்தின் சில குறிப்பிட்ட பிரிவுகள் தனித் தன்மையுடையன. மரணத்தைப் புரிந்துகொள்வதற்கான ஓரே வழி பிணங்களுக்கு அருகில் அமர்ந்து ஆழ்ந்து சிந்திப்பதில் நேரத்தைச் செலவிடுவதுதான் என்று அவை போதிக்கின்றன. இதற்காக அநேகமாக ஒவ்வொரு குடும்பத்துக்கும் முனைப்பாக புத்தமதத்தைக் கடைப் பிடிப்பவருக்கும் மனித எலும்புகளிலிருந்து உருவாக்கப்பட்டு கவனமாக தயாரிக்கப்பட்ட சடங்குப் பயன்பாட்டுப் பொருட்கள் தேவைப்படு கின்றன. பெரும்பாலும் இவற்றில் காலின் கீழ்ப்பகுதி எலும்பிலிருந்து செதுக்கப்பட்ட புல்லாங்குழல்களும் மண்டையோடுகளின் உச்சந்தலையி லிருந்து வெட்டியெடுக்கப்பட்ட பிரார்த்தனைக் கிண்ணங்களும் அடங்கும். அதனால்தான் அந்தப் பைகள் இந்தப் பொருட்களால் நிறைந்திருந்தன.

நான் முட்டுச்சந்துகளுக்குப் பழக்கப்பட்டவன்தான். இருப்பினும் நான் மிகுந்த ஆச்சரியத்துக்குள்ளாகிறேன். திருடப்பட்ட ஓர் எலும்புக் கூட்டை விற்பதற்குப் பல வழிகள் இருக்க முடியும் என்பதை நான் எதிர்பார்க்கவில்லை. நான் சில நிழற்படங்களை எடுத்துவிட்டு

எனக்காகத் தங்களுடைய நேரத்தைச் செலவழித்த காவலர்களுக்கு நன்றி கூறுகிறேன். அங்குச் சென்று சேர்வதற்கு எடுத்துக்கொண்ட ஒன்றரை நாட்களை நான் வீணடித்திருந்தேன்.

என் ஓட்டுநர் காரை இயக்கத் தொடங்குகிறார். காவல் நிலையச் சாலையைவிட்டு வெளியே செல்லும் கார் எங்களுக்குப் பின்புறத்தில் இளஞ்சிவப்பு தூசு மேகத்தைக் கிளப்புகிறது. உலுக்கி எடுக்கும் மேடு பள்ளமான சாலைகளில், மற்றொரு முடிவற்ற பயணத்துக்கும் எதிர்வரும் வாகனங்களோடு நேருக்கு நேராக மோதுவதைத் தவிர்க்க கோழிக் குஞ்சுகளைப் போல ஓடுவதற்கும் நாங்கள் எங்களை ஆயத்தப்படுத்திக் கொள்கிறோம். நெருங்கிக்கொண்டிருக்கும் மரணத்தை அலட்சியப் படுத்திவிட்டு, இந்தியாவின் நாட்டுப்புறத்தில் உடல்களுக்காகப் போட்டியிடும் எலும்புத்திருடர்களின் இரண்டு குழுக்கள் இருப்பது சாத்தியமா என்பது குறித்து யோசிக்கிறேன். உடலுறுப்புகளுக்கான சந்தைகள் பன்னாட்டு வணிகத்தின் விளிம்புகளில் மட்டுமே இருக்கும் ஏதோ ஒன்றுதான். ஒரு மனித உடலை விற்பதற்கு எத்தனை வழி முறைகள் இருக்க முடியும்?

இந்தக் கோளில் உள்ள இந்த ஒதுக்குப்புற மூலையில் மனிதர்கள், உடல்களுக்காகச் சண்டையிட்டு இறந்த மனிதர்களின் உடல்களை ஏற்றுமதி செய்துகொண்டிருக்கிறார்கள். அப்படியானால் உலகின் பிற பகுதிகளிலும்கூட பிற மனிதர்கள் உடல்களால் ஆதாயம் அடைந்து கொண்டிருக்கிறார்கள் என்பதை ஓரளவு உறுதியாகப் புரிந்து கொள்ளலாம். எலும்புகள், தசைநார்கள், விழிவெண்படலங்கள், இதயங்கள், இரத்தம் ஆகியவற்றில் தொடங்கி முழுமனிதர்கள்வரை நமது உடலுறுப்புகள் ஒவ்வொன்றும் ஒருவேளை அன்றாடம் கைமாறிக் கொண்டிருக்கலாம்.

எனக்கு இதுவரை அதுபற்றித் தெரியாது. ஆனால் இது உலகின் சிவப்புச் சந்தைகளுக்குள் என் புலனாய்வின் தொடக்கம் மட்டுமே. மனித உடல் பகுதிகளைச் சட்டப்படியாகவும் சட்டத்துக்குப் புறம் பாகவும் வாங்கி, விற்று வணிகம் செய்யும் தொழிற்சாலைகளைக் கண்டுபிடிப்பதற்கு நான் இந்தியா, ஐரோப்பா, ஆப்பிரிக்கா, ஐக்கிய அமெரிக்கா ஆகிய நாடுகளின் ஒரு பக்கத்திலிருந்து மறுபக்கம்வரை பயணம் செய்வேன்.

உடல் சந்தை நான் கற்பனை செய்திருந்ததை விட மிகப் பெரியது.

சிவப்புச் சந்தை

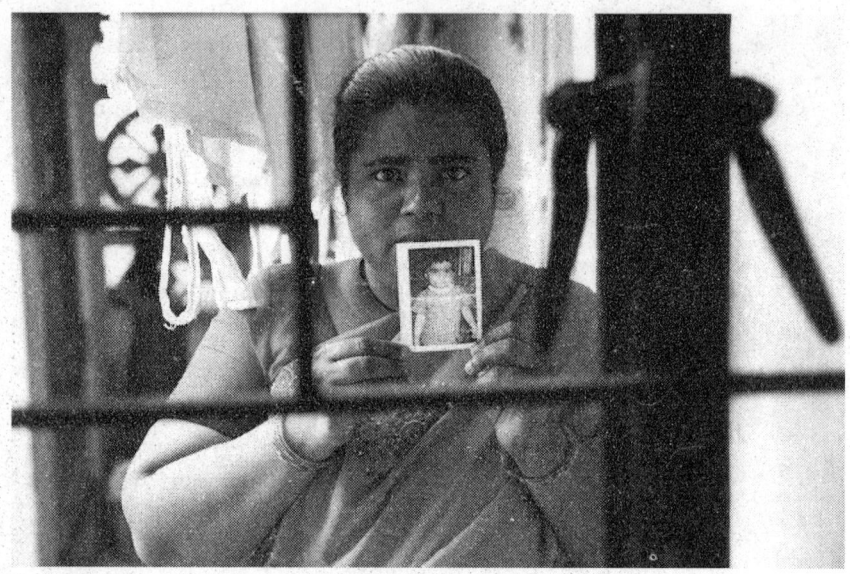

பாத்திமா தன் மகள் ஸபீனைக் கிட்டத்தட்ட ஒன்பது ஆண்டுகளாகத் தேடிக் கொண்டிருக்கிறார். குழந்தை கடத்தப்பட்டதைக் குறித்த புலன்விசாரணைக்குச் செலவு செய்தே அவர்களுடைய குடும்பம் நொடித்துப் போய்விட்டது. அவர்கள் இப்போது இந்தியாவிலுள்ள நகரமான சென்னை வண்ணாரப்பேட்டையில் ஒரு கட்டடத்தின் மேல் தளத்திலிருக்கும் ஒரு சிறு காங்கிரீட் குடிசையில் வசிக்கிறார்கள். ஸபீன் ஆஸ்திரேலியாவுக்கு அனுப்பப்பட்டுவிட்டதாக நீதிமன்ற ஆவணங்கள் காட்டின. அவர்கள் மீண்டும் ஒன்றுசேர்வதற்கு ஏற்பாடு செய்வதில் ஆர்வலர்கள் பல ஆண்டுகளாக ஈடுபட்டுக் கொண்டிருக்கின்றனர்.

அறிமுகம்
மனிதனுக்கு எதிராக இறைச்சி

நான் 90 கிலோவுக்குச் சற்றுக் குறைவான எடையோடும், பழுப்பு நிற முடியோடும், நீலநிறக் கண்களோடும், முழுமையான பல வரிசையோடும் இருக்கிறேன். எனக்குத் தெரிந்தவரை என் தைராய்டு சுரப்பி தமனி களிலும் (இதய நாளங்களிலும்) சிரைகளிலும் சுழன்று கொண்டிருக்கும் 5.7 லிட்டர் இரத்தத்துக்குள் சரியான அகச்சுரப்புக்களைச் (ஹார்மோன்) செலுத்துகிறது. ஆறு அடி இரண்டு அங்குல உயரமுள்ள எனக்கு உறுதியான இணைப்புத் திசுக்களுடன் கூடிய நீண்ட தொடை எலும்புகளும் முன்காலெலும்புகளும் உள்ளன. என் சிறுநீரகங்கள் இரண்டும் சரியாகச் செயல்படுகின்றன. என் இதயம் நிமிடத்துக்கு எண்பத்து ஏழு முறை துடித்து சீராக இயங்குகிறது. மொத்தத்தில் என்னுடைய மதிப்பு ஏறத்தாழ 1.5 கோடி ரூபாய் இருக்கும் என்று மதிப்பிடுகிறேன்.

என்னுடைய இரத்தம் (பிளாஸ்மா) ஊனீராகவும் இரத்த சிவப்பணுக் களாகவும் இரத்தத் தட்டணுக்களாகவும் (பிளேட்லெட்ஸ்) உறைகாரணி யாகவும் நேர்த்தியாகத் தனித்தனியாகப் பிரிகிறது. அது அறுவை சிகிச்சை மேசைமேல் கிடக்கும் ஒருவரின் உயிரைக் காப்பாற்ற முடியும்; அல்லது ஹீமோஃபிலியாவால் (காயக் குருதிப் பெருக்கத்தால்) பாதிக்கப் பட்டவருக்கு கட்டுப்பாடின்றிச் சிந்தும் இரத்தத்தைத் தடுத்து நிறுத்த முடியும். என்னை ஒன்றிணைத்து வைத்திருக்கும் தசைநார்களை என்னுடைய எலும்புகளிலிருந்து சுரண்டி எடுத்து ஒலிம்பிக் தடகள விளையாட்டு வீரர் ஒருவரின் காயமடைந்த முழங்காலில் பொருத்த முடியும். என்னுடைய தலையிலிருக்கும் முடியை மயிர்க் கவிகையாக (விக்) உருவாக்க முடியும்; அல்லது அவற்றை அமினோ அமிலங்களாக்கி அடுமனை (பேக்கரி) உணவுப் பொருட்களுக்கான நொதிக்க வைக்கும் காரணியாக விற்கப்படலாம். என்னுடைய எலும்புக்கூடு ஏதாவது ஓர் உயிரியல் வகுப்பறையில் கருத்தைக் கவருகின்ற ஒரு கூட்டுப்பொருளாக இருக்கலாம். என்னுடைய மிக முக்கிய உடலுறுப்புகளான இதயம், கல்லீரல், சிறுநீரகம் ஆகியவை உடலுறுப்புச் செயலிழந்தவர்களின் வாழ்நாளை நீடிக்க உதவலாம். என் விழிவெண்படலங்கள் பார்வை

இழந்தவர்களின் பார்வையை மீட்பதற்காக சீவி எடுக்கப்படலாம். என் மரணத்துக்குப் பிறகும் ஒரு மன உறுதிமிக்க நோய்க்குறியியல் மருத்துவர் *(பேதோலாஜிஸ்ட்)* என்னுடைய விந்தை அறுவடை செய்து, ஒரு பெண்ணைக் கருத்தரிக்கப் பயன்படுத்த முடியும். அந்தப் பெண்ணின் குழந்தைக்கும் அதற்கே உரிய விலைமதிப்பு உண்டு.

நான் அமெரிக்கனாக இருப்பதால் என்னுடைய உடலுறுப்புகள் அதிக விலைக்கு விற்கும். இதுவே நான் சீனாவில் பிறந்திருந்தால் என் மதிப்பு மிகமிகக் குறைவாகவே இருந்திருக்கும். மருத்துவர்களுக்கும் தரகர்களுக்கும் எந்த நாடென்பது பொருட்டல்ல, என் உடல்பகுதி களைச் சந்தைகள் வழியாக நகர்த்தி, ஒரு விற்பனையாளன் என்ற முறையில் நான் சம்பாதிக்க முடிந்ததைவிட, பெருந்தொகையை தங்களுடைய சேவைகளுக்காகச் சம்பாதிக்கும் நிலையில் அவர்கள் இருக்கிறார்கள். தேவைக்கும் வழங்குநிலைக்கும் ஏற்ப உலகளாவிய விதிகள் ஷூக்களுக்கும் மின்னணுப் பொருட்களுக்கும் உள்ளது போலவே உடலுறுப்புச் சந்தைகளிலும் வரையறை செய்யப்பட்டுள்ளன.

ஓர் எந்திரத்தை மீண்டும் ஓட வைப்பதற்காக அதைப் பழுது பார்க்கும் ஒருவர் தேய்ந்துபோன கார் உதிரி பாகங்களுக்குப் பதிலாகப் புதியவற்றை மாற்றி, கிரீச்சிடும் இணைப்புகளில் எண்ணெய் போடுவது போலவே ஓர் அறுவைசிகிச்சை மருத்துவர், உடைந்த பகுதிகளுக்குப் பதிலாகப் புதியவற்றைப் பரிமாற்றம் செய்து ஒருவருடைய் வாழ்நாளை நீட்டிக்க முடியும். ஒவ்வொரு ஆண்டும் தொழில்நுட்பத் தடைகள் குறைந்து வருவதோடு செயல்முறைச் செலவும் குறைகிறது. ஆனால், பயன் படுத்தப்பட்ட தரமான மனித உடல்பகுதிகளை வாங்கி விற்கும் காயலான் கடை எதுவும் கிடையாது. செயற்கை இதயம், சிறுநீரகங்கள், இரத்தம் ஆகியவற்றை உருவாக்குவதற்கான முயற்சிகள் உண்மையான பொருட்களோடு ஒப்பிடும்போது அவற்றுக்கு நிகராவ தில்லை. மனித உடல் சற்று அதிக சிக்கலானதுதான். இத்தருணத்தில் உடலை ஒரு தொழிற்சாலையிலோ ஆய்வுக் கூடத்திலோ துல்லியமாகப் படியெடுக்க முடியாது. இதன் பொருள் என்னவென்றால் மனித உடல் பகுதிகளுக் கான தேவையைப் பூர்த்தி செய்வதற்கான ஒரேவழி மூலப்பொருட் களுக்கான ஆதாரங்களை உயிரோடிருக்கும் மக்கள் திரளிடமிருந்தும் அண்மையில் மரணமடைந்தவர்களிடமிருந்தும் கண்டெடுப்பதுதான்.

வருங்கால மருத்துவர்கள் மனித உடலியல் குறித்த உறுதியான புரிதலைப் பெற வேண்டுமானால் மருத்துவக் கல்லூரிகளுக்கு சடலங்கள் வேண்டும். சடலங்களை அளிப்பதற்குப் பெருமளவில் மனித உடல் என்னும் பொருட்கள் தேவைப்படுகின்றன. அமெரிக்கக் குடும்ப அலகுகளில் இருக்கும் இடைவெளிகளை நிரப்புவதற்கு, தத்தெடுக்கும்

2 ❃ சிவப்புச் சந்தை

முகமைகள் (ஏஜென்சீஸ்) மூன்றாம் உலக நாடுகளிலிருந்து ஆயிரக்கணக்கான குழந்தைகளை முதல் உலகுக்கு அனுப்புகின்றன. அடுத்த தலைமுறை உயர்சிறப்பு மருந்துகளைச் சோதித்துப் பார்ப்பதற்காக, மருந்து தயாரிப்பு நிறுவனங்களுக்கு உயிரோடு உள்ள மனிதர்கள் தேவைப்படுகிறார்கள். புதுவித சிகையலங்காரங்களுக்கான இடைவிடாத தேவையைத் தணிக்க அழகுசாதனத் தொழில்துறை ஒவ்வொரு ஆண்டும் பல மில்லியன் கிலோ மனித முடியைக் கையாளுகிறது. வெப்பமண்டலத் தீவுகளில் புல்லாடைகளை அணிந்த மனிதர்களைத் தின்ற மனிதர்கள் வாழ்ந்த நாட்களை மறந்துவிடுங்கள். வரலாற்றின் எந்தக் காலத்திலும் இருந்ததைவிட அதிகமாக மனிதச் சதைக்கான நம்முடைய பசி இப்போது அதிகமாகியிருக்கிறது.

ஒரு மனித உடலைத் திறந்தவெளிச் சந்தையில் பரிமாற்றம் செய்ய முடியும் என்று நாம் முடிவெடுக்கும் நேரத்தில், விசித்திரமான இரசவாதம் ஒன்று நிகழ்கிறது. நமக்குப் பருண்மையை வழங்கும் மின்னணுக்கள் (எலெக்ட்ரான்), மீநுண் அணுத்துகள்கள் (குவார்க்) ஆகியன தொடங்கி நம்முடைய ஒவ்வொரு மூச்சையும் நிலைத்திருக்கச் செய்யும் சிக்கலான உயிரியல் அமைப்புகள் வரையிலான, நம்முடைய உடல்ரீதியான இருத்தலுக்கும் அப்பாற்பட்ட ஒன்று மனிதர்களை உயர் தனிச்சிறப்புக்கு உரியவர்களாக ஆக்குகிறது; இதைப் பெரும்பாலானவர்கள் உள்ளுணர்வால் அறிந்திருக்கிறார்கள். உயிரோடு மட்டுமே இணைந்துவரும் ஓர் இருத்தலில் உணர்வும் இருக்கிறது. இந்த நூலின் நோக்கத்துக்காகவும் நான் எழுதும்போது அதைப் புரிய வைப்பதற்காகவும் மனித உடலில் ஆன்மா[1] இருப்பதற்கான வாய்ப்பை நான் ஏற்றுக்கொள்கிறேன். அந்த ஆன்மாவை இழப்பது ஓர் உடலை இயற்பொருட்களின் சிக்கலான பருப்பொருட்களாக ஆக்கிவிடுகிறது.

நமது உடல்களைப் புனிதமானவை என்றும், புரிந்துகொள்வதற்குக் கடினமான சந்தையின் தர்க்கவியலைவிட உயர்வானவை என்றும் நாம் சிந்திக்க விரும்பினாலும் மனித உடலுறுப்புகளின் விற்பனை பெருகிக் கொண்டிருக்கிறது. ஒவ்வொரு ஆண்டும் பல நூறு கோடி டாலர் மதிப்புள்ள மனித இனம் கைமாறிக்கொண்டே இருக்கிறது. உலகில் உத்தேசமாக அறுநூறு கோடி மக்கள் இருப்பதால், கையிருப்பு குறிப்பிடத்

[1] ஆன்மாவின் இருத்தல் அல்லது இல்லாமலிருத்தல் குறித்த நீண்ட குழப்பமான தத்துவ-இறையியல் மரபு ஒன்று உள்ளது. அதுகுறித்து விவாதிக்க நான் விரும்பவில்லை. உயிர்த் துடிப்புடைய மனிதர்களின் சிறப்பியல்புகளுக்கும் நம்மை உருவாக்கும் எளிய பருப் பொருட்களுக்கும் இடையிலுள்ள வேறுபாடுகளைப் பகுப்பாய்வு செய்வதற்கு ஆன்மா என்ற கருத்துரு பயனுடையதாக இருக்கிறது. உயிருள்ளவர்களுக்கும் உயிரற்றவர்களுக்கும் இடையில் தெளிவான வேறுபாடு உள்ளது. அது எதுவாக இருந்தாலும் அந்தத் தனிச்சிறப்பு எனும் பாறையின் மேல்தான் நான் இந்த நூலைக் கட்டியெழுப்பியுள்ளேன்.

தக்க அளவு உள்ளது. உலகில் அறுநூறு கோடிக்கும் சற்றுக் குறைவான உதிரி சிறுநீரகங்களும் (அல்லது நீங்கள் சிறிதும் கருணையற்றவராக இருந்தால் ஆயிரத்து இருநூறு கோடி) உத்தேசமாக ஆறாயிரம் கோடி லிட்டர் இரத்தமும் உலகளாவிய அளவில் இருப்பில் உள்ளன. ஒரு கால்பந்து மைதானத்தை நிரப்பப் போதுமான அளவுக்கு விழிவெண் படலங்களும் உள்ளன. வணிக நிறுவனங்கள் சாத்தியமான ஆதாயங் களையெல்லாம் கைப்பற்றிக்கொள்வதைத் தடுத்து நிறுத்துவது இந்த வளங்களை எடுப்பதற்கான உரிமைகள் மட்டுமே.

எடுத்துக்காட்டாக, தத்தெடுக்கப்படும் குழந்தைகளுக்கான சந்தையை எடுத்துக்கொள்ளுங்கள். வெளிநாடு ஒன்றிலிருந்து ஏழ்மை நிலையி லுள்ள ஒரு குழந்தையைத் தங்கள் நாட்டுக்குக் கொண்டுவர ஒரு குடும்பம் முடிவெடுக்கும் அத்தருணத்தில், அந்தக் குழந்தையின் அடையாளம் குறித்து ஓர் அருவமான கருத்து மட்டுமே இருக்கும். முழு நிறைவு கொடுக்கும் குழந்தைக்கான தேடலின்போது, கிடைக்க வாய்ப்புள்ள, நிலவும் குழந்தைச் சந்தையின் அடிப்படையில் அவர்கள் தங்கள் எதிர்பார்ப்புகளைச் செம்மைப்படுத்துகிறார்கள். பன்னாட்டுத் தத்துக் கொடுக்கும் முகமைகளால் வெளியிடப்படும் இணையதள விருப்பத் தேர்வுப் பட்டியல்களைப் பின்தொடர்கிறார்கள். அநாதை இல்லங்களில் இருக்கும் நம்பிக்கையிழந்த குழந்தைகளைப் பற்றிய கட்டுரைகளைச் செய்தித்தாள்களில் படிக்கிறார்கள். அத்துடன் எந்தக் குறிப்பிட்ட தனித்தன்மைகளின் சேர்க்கை, தத்தெடுக்கும் முடிவைத் தூண்டுகிறது என்பதுபற்றியும் கடினமான முடிவுகளை எடுக்கிறார்கள்.

ஏதோ ஒரு தருணத்தில் குழந்தை அந்தக் குடும்பத்தில் ஓர் உறுப்பின ராகும் என்பது நிச்சயம். ஆனால் உண்மையில் ஒரு குழந்தையை அடைவதற்கு அவர்கள் பெரும்பாலும் சட்டத்துக்குப் புறம்பான தரகர் களின் விநியோகச் சங்கிலித் தொடரோடும், ஊழல் அரசு அதிகாரி களோடும் தொடர்புகொள்ள வேண்டியதாகிறது. அவர்களில் பலர் குழந்தைகளை உடல்கள் என்பதைத் தவிர உயர்வாகப் பார்ப்பதில்லை. அந்தக் குழந்தையைத் தங்கள் வீட்டுக்குக் கொண்டுவந்த பிறகு மட்டுமே அந்தக் குழந்தை ஓர் அருபக் கருத்திலிருந்து மெய்யான ஒருவராக உருமாறுகிறது.

இந்த விஷயம் குறித்த நம்முடைய அறம்சார் நிலை எதுவாக இருந்தாலும், உடல்கள் கேள்விக்கிடமின்றி வணிகப்பொருட்களே. இருப்பினும் அவை சங்கட உணர்வை ஏற்படுத்தக்கூடியவை. ஒரு தயாரிப்பு என்ற வகையில் உடல்கள் தொற்றுநீக்கம் செய்யப்பட்ட ஆடையணிந்த தொழிலாளர்கள் நிறைந்த தொழிற்சாலைகளில் புதியனவாக பல பகுதிகளை ஒன்று சேர்த்து உருவாக்கப்பட்டவை

அல்ல. துல்லியமாகக் கூறுவதென்றால் அவை பயன்படுத்தப்பட்ட பொருட்கள்; காயலான் கடைச் சந்தைகளில் பழைய கார்களைப்போல அறுவடை[2] செய்யப்படுகின்றன. நீங்கள் ஒரு காசோலையை எழுதி மனிதத் திசுவைக் கையில் எடுப்பதற்குமுன் மனித குலத்தின் அந்தச் சின்னஞ்சிறு துண்டை சந்தை மதிப்புள்ள பொருளாக யாராவது ஒருவர் மாற்றம் செய்ய வேண்டிய தேவை உள்ளது. பழைய, பயன்படுத்தப்பட்ட பொருட்களைப் போல, மனித உடல் டாலர் அடிப்படையில் மட்டும் அளவிடப்படுவதில்லை. அது இரத்தத்தாலும், வார்த்தைகளால் சொல்ல முடியாத அளவுக்கு மதிப்புமிக்க காப்பாற்றப் பட்ட உயிர்களாலும், இழக்கப்பட்ட உயிர்களாலும் அளவிடப்படுகிறது. நாம் ஓர் உடல் பகுதியை வாங்கும்போது அறவியல் ரீதியாகவும் முந்தைய உரிமை யாளரின் உயிரியல், வரலாற்று அடிப்படையிலும் அதனால் வரும் இடர்பாடுகளையும் சேர்த்துதான் வாங்குகிறோம். அது உண்மையில் ஒருபோதும் முடிவுறாத வணிகப் பரிமாற்றம்.

***

சட்டமும் பொருளாதாரமும் மூன்று வகையான சந்தைகளை ஒப்புக் கொள்கின்றன: வெள்ளை *(வைட்)*, சாம்பல் *(கிரே)*, கருப்பு *(பிளாக்)*. கருப்புச் சந்தைகள் சட்டத்துக்குப் புறம்பான பொருட்களையும் துப்பாக்கிகள், போதைப் பொருட்கள் கடத்தல் போன்ற சேவைகளையும் பரிமாற்றம் செய்கின்றன. திருட்டு டிவிடிக்களும் வரி செலுத்தப்படாத வருமானமும் சிக்கலான சட்ட வரன்முறைக்குள் வராத பகுதியான சாம்பல் சந்தைக்கு வருகின்றன. தெருமுனையில் இருக்கும் ஒரு கடையிலிருந்து வாங்கப்படும் பலசரக்குச் சாமான்களிலிருந்து கடமை உணர்வோடு ஒவ்வொரு ஆண்டும் செலுத்தப்படும் வருமானவரிவரை சட்டப்படியாகவும், நேர்மையாகவும் நடக்கும் எல்லாமே வெள்ளைச் சந்தைகளுக்குரிய பரப்பாக இருக்கிறது.

இந்த மூன்று சந்தைகளுக்கும் இரு பொதுவான அம்சங்கள் உண்டு: வணிகம் செய்யப்படும் எல்லாப் பொருட்களுக்கும் ரூபாய், பைசா கணக்கில் எளிதாகக் கூறமுடிந்த நிஜ உலக மதிப்பீடுகள் உண்டு; பணம் கைமாறும் நிமிடத்தில் பரிமாற்றங்கள் முடிந்துவிடும். மனித உடலுறுப்புச் சந்தைகள் இவற்றிலிருந்து மாறுபட்டவை. ஏனென்றால், அவற்றின்

[2] அறுவடை – இரத்தம், சிறுநீரகம், விழிவெண்படலம், மனிதச் சினைமுட்டை, தோல், முடி போன்ற மீண்டும் பயன்படுத்த முடிந்த மனித உடல் பகுதிகள் மற்றொருவரின் பயன்பாட்டிற்காக அகற்றப்படுவதைக் குறிக்க நூலாசிரியர் 'harvest' என்ற சொல்லைப் பயன்படுத்துகிறார். இந்த மொழிபெயர்ப்பில் நிகர்ச்சொல்லாக 'அறுவடை' என்ற சொல் பயன்படுத்தப்பட்டிருக்கிறது.ற (மொ-ர்)

வாடிக்கையாளர்கள் தங்கள் உயிர்கள், குடும்ப உறவுகளால் இந்த விநியோகத் தொடருக்குக் கடன்பட்டிருக்கிறார்கள்.

சிவப்புச் சந்தைக்கு உங்களை வரவேற்கிறேன்.

நீண்ட மகிழ்ச்சியான வாழ்க்கை வாழ்வதற்கான தனிமனித ஆசை, மனித உடலைச் சூழ்ந்திருக்கும் சமூகத் தடைகளோடு மோதும்போது எழும் முரண்பாடுகளின் விளைவுதான் சிவப்புச் சந்தை. பயன்பாட்டுப் பொருட்களின் சந்தையை *(கொமாடிடீ மார்கெட்)* இயற்கணிதத்தால் *(அல்ஜீப்ரா)* புரிந்துகொள்ள முடியுமென்றால் சிவப்புச் சந்தைகளைப் புரிந்துகொள்ள நுண்கணிதம் *(கால்குலஸ்)* தேவைப்படும். ஒவ்வொரு சமன்பாடும் ஒரு பூஜியத்தையும் ஒரு முடிவற்ற பேரெண்ணையும் *(இன்ஃபினிடி)* கொண்டுள்ளது. சிவப்புச் சந்தைகள் ஒரு விற்பவர் அல்லது வாங்குபவருக்கு அவர்தம் வாழ்க்கையைத் தலைகீழாக மாற்றும் பெரும் நிகழ்வுகளின் சந்திப்பின்போது ஏற்படுகின்றன. உடல் பகுதிகளை வாங்குபவர் ஏற்றுக்கொண்டாலும் இல்லா விட்டாலும் சதை விற்பனை செய்தவரிடம் வாழ்நாள் கடப்பாட்டை உருவாக்குகிறது.

இந்தப் பிணைப்பாலும், உடல்களைக் குறித்துப் பேசும்போது நாம் வணிக மொழியை நிராகரிக்க விரும்புவதாலும், எல்லா சிவப்புச் சந்தை களும் வணிகப் பரிமாற்றத்தின்போது தொடக்கம் முதல் இறுதி வரை ஒரு விசித்திரமான 'பிறர்நலம்' பற்றிய மொழியையும் பகிர்ந்து கொள்கின்றன. சிறுநீரகங்களும், இரத்தமும், மனிதச் சினைமுட்டை களும் 'தானமளிக்கப்படுகின்றன' – விற்கப்படுவதில்லை. தத்தெடுக்கும் பெற்றோர் உதவி தேவைப்படும் குழந்தைகளை உடன்வாழ அழைக் கிறார்கள். அவர்கள் தங்கள் குடும்பத்தினரின் எண்ணிக்கையை அதிகமாக்குவதில்லை.

இருப்பினும், தொடர்புகள் இருந்தும்கூட மனித உடல்கள், உடல்பகுதிகள் ஆகியவற்றின் டாலர்விலை நன்கு நிறுவப்பட்டுள்ளது. மேலும் அவை கிடைக்கும் வாய்ப்பு, வரம்பற்ற அளவில் இருப்பதற்கு உலகின் ஏழ்மைநிலையில் உள்ள பகுதிகளில் வேகமாகப் பெருகும் மக்கள் தொகையும் ஒரு காரணம்.

எகிப்து, இந்தியா, பாகிஸ்தான், பிலிப்பைன்ஸ் ஆகிய நாடுகளில் சில முழுக் கிராமங்களுமே உடலுறுப்புகளை விற்கின்றன; கருப்பைகளை வாடகைக்குக் கொடுக்கின்றன. மரணத்துக்குப் பிறகு தங்களுடைய உடல்மீதுள்ள உரிமைகளைக் கையெழுத்திட்டுக் கொடுத்து விடுகின்றன – இதை அவர்கள் அழுத்தம் காரணமாக மட்டுமல்ல, இருவரின் சம்மதத்தின் பேரிலான பரிமாற்றங்கள் மூலமாகவும் செய்கிறார்கள்.

உடற்பகுதிகளை வணிகம் செய்யும் தரகர்கள் – பெரும்பாலும் மருத்துவமனைகளும் அரசு நிறுவனங்களும், ஆனால் சில நேரங்களில் சிறிதுகூட மனசாட்சி யற்ற குற்றவாளிகளும் – வாங்குபவர்களிடம் உடற்பகுதிகள் நேர்மையான ஆதாரத்திலிருந்து வருவதாக உறுதி யளிக்கும் அதேவேளையில், அவற்றை முடிந்த அளவு குறைந்த விலைக்கு வாங்குகிறார்கள். உடல் பகுதிகளைத் தேடிக் கண்டுபிடிப்பது சில நேரங்களில் அருவருக்கத் தக்கதாக இருந்தாலும், இறுதி விற்பனை பெரும்பாலும் சட்டப்படி நடக்கிறது. அது வழக்கமாக மனித உயிர்களைக் காப்பாற்றுவது என்ற உள்ளார்ந்த அறப் பரிமாணத்தால் அனுமதிக்கப்படுகிறது. இக்குற்றங்கள் பிறர்நல இலட்சியம் என்ற திரையால் மறைக்கப்படுகின்றன.

நமது வாழ்க்கையில் நாம் செய்ய வாய்ப்புள்ள வேறு எந்தவகை வணிகப் பரிமாற்றத்தையும் போலன்றி சிவப்புச் சந்தையில் வாங்குவது நம்மை உடலுறுப்புகளின் ஆதாரத்துக்கும் இறுதி விளைவுக்கும் இடையில் உள்ள எல்லாக் கண்ணிகளுக்கும் கடன்பட்டவர்களாக்கி விடுகிறது. மற்றவர்களின் உடல்பகுதிகளை வாங்கும்போது அறவியல் சிவப்புக்கொடி உடனே உயர்த்தப்படுகிறது. இதுபோன்ற வேறு வணிகப் பரிமாற்றங்கள் மிகச் சிலவே. ‘அறவழியிலான ஆதாரம்’ எது என்ற கேள்வியை சிவப்புச் சந்தையில் பயனடைய விரும்பும் ஒவ்வொருவரும் ஆழ்ந்த கவனம்கொள்ள வேண்டும்.

நாம் உயிர் வாழ்வதற்கு நம் உடல் நமக்குத் தேவையென்றால் அதில் எந்த ஒரு பகுதியையும் எப்படி வேறொருவருக்குக் கொடுக்க முடியும்? உயிருள்ள உடலுறுப்பு தான நிகழ்வில் நோயாளி ஒருவர் எப்படி ஆரோக்கியமான ஒருவரின் உடலுறுப்புகளைப் பெறத் தகுதி பெறுகிறார்? ஒரு குழந்தையை மூன்றாம் உலக நாடுகளிலிருந்து முதல் உலகுக்குக் கொண்டு செல்ல எந்த அடிப்படை விதிகள் கடைப் பிடிக்கப்பட வேண்டும்? சிவப்புச் சந்தைகள் சமூக வகுப்புகள் வழியாக, சதையை[3] மேல்நோக்கி – ஒருபோதும் கீழ்நோக்கி அல்ல – நகர்த்தும் சமூகக் கேடான பக்கவிளைவு ஏற்படுத்துவதைத் தவிர்க்க வியலாது. குற்றவியல் கூறு எதுவும் இல்லாமலும் கட்டுப்படுத்தப்படாத சுதந்திரமான சந்தைகள் சேரிகளில் வாழும் தானமளிக்கும் ஏழைகளின் உடல்நலத்தையும் வலுவையும் உறிஞ்சி, அவர்களுடைய உடல் பகுதிகளை செல்வந்தர்களுக்கு அனுப்பிவைத்து இரத்தக் காட்டேரி களாகச் செயல்படுகின்றன.

[3] சதை – திசுக்கள், உடல் பகுதிகள், சதை ஆகிய சொற்கள் இம்மொழிபெயர்ப்பில் ஒரே பொருளிலேயே பயன்படுத்தப்பட்டுள்ளன. (மொ-ர்)

தங்களுடைய திசுக்களை சுயவிருப்போடு விற்பவர்கள் அவ்வணிகப் பரிமாற்றத்தால் பயனடைகிறார்கள் என்று கட்டுப்பாடற்ற சிவப்புச் சந்தைகளை ஆதரிப்பவர்கள் அடிக்கடி குறிப்பிடுகிறார்கள். அந்தப் பணம் கடுமையான வறுமையிலிருந்து உயர்ந்த சமூக நிலைக்கு அவர்களைத் தூக்கிவிடும் என்பது பலருடைய ஊகம். நமக்குச் சொந்தமான உடல்களுக்கு என்ன நிகழ்கிறது என்பது குறித்த முடிவுகளை நாமே எடுக்க வேண்டும், அல்லவா? மனிதத் திசு ஓர் இறுதிக்கட்ட சமூகப் பாதுகாப்பு வலை என்றும் அவ்வாறு விற்கப்படும்போது அது இக்கட்டான சூழலிலிருக்கும் ஒருவரைத் தூக்கிவிடக்கூடிய உயிர் ஆதாரமாகச் செயல்பட முடியும் என்பதும் பொருத்தமான வாதமாக இருக்கலாம். உடல்களையும் உடல் பகுதிகளையும் விற்பவர்கள் தங்கள் வாழ்க்கை மேம்படுவதை அரிதாகத்தான் பார்க்க முடிகிறது என்பதுதான் உண்மை. இது ஒரு கற்பனை நிகழ்வு என்பதைச் சமூகவியலாளர்கள் நீண்ட காலமாக அறிந்திருக்கிறார்கள்.[4] உங்களுடைய உடலின் பகுதிகளை விற்பதில் நீண்டகாலப் பயன்கள் எதுவுமே இல்லை. ஆபத்துகள் மட்டுமே உள்ளன.

ஒருவரின் சமூகநிலை ஓர் உடலுறுப்பின் விலை உயரும் அதே வேகத்தில் உயர ஒரே ஒரு சூழல்தான் உள்ளது. அது ஒரே நேரத்தில் முழு உடலும் விற்கப்படும்போது மட்டுமே நிகழ்கிறது: குழந்தைகள் பன்னாட்டுத் தத்தெடுப்புச் சந்தையில் நுழையும்போது.

உலகில் கோடிக்கணக்கான அநாதைகள் இருக்கும் நிலையில் தத்தெடுப்பு ஒரு முக்கிய சமூகப் பிரச்சினையை மட்டுப்படுத்துவது போலத் தோன்றுகிறது. தவிர்க்கமுடியாதவாறு சமூகத்தின் விளிம்புகளில் பாதுகாப்பற்ற நிலையிலிருக்கும் குழந்தைகள், நிலையான நிதிவசதியுடன் இருக்கும் அன்புகாட்டிப் பேணும் இல்லங்களுக்கு நகர்கிறார்கள். ஆனால் மற்றெந்தச் சந்தையையும் போல தத்தெடுத்தலும் பற்றாக்குறையால் ஏற்படும் நெருக்கடிகளுக்கு உட்பட்டது. பெரும்பான்மையான பன்னாட்டுத் தத்தெடுப்புகளுக்குக் காரணமான மேலை நாடுகள்

[4] சிறுநீரகங்களை விற்பதால் ஏற்படும் பக்கவிளைவுகள் குறித்த அறிவுப்புலம் சார்ந்த எழுத்துகள் ஏராளமாக உள்ளன. உடலுறுப்புச் சந்தைகளின் முனைப்பான ஆதரவாளர்கள் பலர் இருக்கும்போது, அந்தக் கட்டுரைகள் பெரும்பாலும் பொருளியல் வல்லுநர்களாலும் அறுவை சிகிச்சை மருத்துவர்களாலும் எழுதப்பட்டவை. ஆய்வுகளின் மாதிரி எடுத்துக்காட்டுகள் சிலவற்றுக்கு 1999இல் *டெ டாலஸ்* இதழ் ஒன்றில் வெளிவந்த 'Where It Hurts' (*'எங்கு வலிக்கும்'*) என்ற கட்டுரையைப் பார்க்கலாம். அல்லது மாதவ் கோயல் மற்றும் பலரால் எழுதப்பட்ட 'Economic and Health Consequences of Selling a Kidney in India' (*இந்தியாவில் சிறுநீரகம் விற்கப்படுவதால் ஏற்படும் பொருளாதார, உடல்நலத் தொடர்விளைவுகள்*) எனும் எளிய தலைப்பில் 2002 அக்டோபர் *ஜாமா* இதழில் வெளிவந்த கட்டுரையையும் இந்நூலின் இறுதியில் கொடுக்கப்பட்டுள்ள உசாத்துணையையும் பார்க்க.

இளநிறத் தோலுள்ள குழந்தைகளை வற்புறுத்திக் கேட்பதால், அநாதை இல்லங்கள் இன அடிப்படையில் ஒருதலைச் சார்பாக இருக்குமாறு விடப்படுகின்றன. உள்நாட்டளவில், அநாதை இல்லங்கள் அமெரிக்க இனரீதியான அரசியலுக்குள் பார்க்கும் அதிர்ஷ்டமற்ற லென்ஸாகி விடுகின்றன. வெள்ளையர் இன அநாதைகள் ஆர்வமுள்ள பெற்றோரால் ஓரளவு உடனடியாகவே தத்தெடுக்கப்படும் போக்குள்ளது. அதே வேளையில் கருப்பின அநாதைகள் பெரும்பாலும் வளர்த்துப் பேணும் *(ஃபாஸ்டர் கேர்)* அமைப்பிலேயே வளர்கின்றனர்.

பிற நாடுகளில் இந்தப் பிரச்சினை இன்னும் மோசமாக உள்ளது. அங்கு தேர்வுக்கு முதன்மையானது இனம் அல்ல; மாறாக குழந்தையின் உடல்நலமே. இந்தியா, சீனா, சமோவா, ஸாம்பியா, குவாட்டிமலா, ருமேனியா, கொரியா போன்ற நாடுகளில், தேவையான வளம் குறைவாக உள்ள அநாதை இல்லங்கள் குழந்தையின் வளர்ச்சியைக் குன்றச் செய்வதாக அறியப்பட்டிருக்கிறது. இது கேட்பதற்குப் பயங்கரமாக இருந்தாலும், இந்த இடங்களில் – மூன்றாம் உலகின் பெரும் பகுதி களிலும் – தத்தெடுப்பில் கடைப்பிடிக்கப்படும் வணிகமுறை வாழைப் பழச் சந்தையோடு மிகவும் ஒத்திருக்கிறது. ஒரு குழந்தையோ, பழமோ கிடங்கில் அதிக காலம் இருந்தால் சந்தையில் அதற்கு அதிக மதிப்பில்லை. நிறுவனங்களுக்குள் குறுகியகாலம் இருந்த குழந்தைகளுக்கு மட்டுமே ஓர் இல்லத்தைக் கண்டடைவதற்கான வாய்ப்பு உள்ளது. ஒவ்வொரு பன்னாட்டுத் தத்தெடுப்புக்கும், அநாதை இல்லங்கள் பெரும்பாலும் அதிக வருவாய் தரும் தத்தெடுப்புக் கட்டணத்தை வசூலிக்கின்றன. தத்தெடுக்கப்படுவதன் மூலம் குழந்தைகள் சமூகநிலையில் மேல்நோக்கி நகர்கின்றன; அதேவேளையில் கிடங்கில் இருப்பிலிருக்கும் காலத்துக்கும் விற்பனை இரசீதுக்கும் இடையில் வேறுபாடு உண்டு. அதன் பொருள் என்னவென்றால் தத்துமுகமைகளுக்கு ஒன்று அதிக விற்பனை அளவு தேவைப்படும் அல்லது குறுகியகால முன்னறிவிப்பில் குழந்தைகளை அடைவதற்குப் புதுமையான வழிமுறைகள் தேவைப்படும். இந்தப் பிரச்சினைகளுக்கு சட்டப்படியாகவும் சட்டத்துக்குப் புறம்பாகவும் தீர்வுகள் உள்ளன.

உலகம் 1970கள்வரை உடல் பகுதிகளின் வெளிப்படையான வணிக முறையைக்கொண்டு பரிசோதித்துப் பார்த்தது. சதை, சட்டத்துக்கு உட்பட்டிருக்க வேண்டுமா அல்லது புறம்பாக இருக்கவேண்டுமா என்பது குறித்த சண்டைகள் முதலில் ஏற்பட்டன. இறுதியில் இரத்தம் குறித்தும் நிகழ்த்தப்பட்டது. **1901**இல் வியன்னாவைச் சார்ந்த அறிவியல் அறிஞர் கார்ல் லேண்ட்ஸ்டெய்னர் நான்கு வெவ்வேறு வகை இரத்தம்

உண்டு என்பதைக் கண்டுபிடித்துப் பாதுகாப்பாக மாற்று இரத்தம் செலுத்தும் சகாப்தத்தைத் தொடங்க உதவினார். அதற்கு முன்பு மாற்று இரத்தம் பெறுவது ரஷிய ரூலட்[5] விளையாடுவதைப் போன்றிருந்தது. பொருத்தமற்ற இரத்த வகை உறைந்ததால் அறுவை சிகிச்சை மருத்துவர்கள் தங்கள் தலைகளைச் சொறிந்துகொண்டிருந்த நேரத்தில் நீங்கள் உயிரோடும் இருக்கலாம் அல்லது அறுவை சிகிச்சை மேசையில் வேதனையோடும் சாகலாம். லேன்ட்ஸ்டெய்னரின் கண்டுபிடிப்பு சரியான தருணத்தில் கிடைத்த ஒன்று: முதலாம் உலகப் போரின்போது நேரடியாக, 'ஒருவரிடமிருந்து மற்றொருவருக்கு' இரத்தத்தைச் செலுத்துதல் போர்க்களத்தில் இலட்சக்கணக்கான இராணுவ வீரர்களை உயிரோடு வைத்திருக்க உதவியது.

இரண்டாம் உலகப்போர் நடைபெறுவதற்குள் இரத்த வங்கிகளில் இருப்பளவு, இரத்தத்தை இன்றியமையாத போர் ஆயுதமாக, இராணுவ வீரர்களை உயிரோடிருக்கச் செய்து, மற்றொரு நாள் போரிட வைக்கும் அளவிற்கு இருந்தது. இரத்த சேகரிப்பு மருத்துவ மையங்கள் அதிகரிக்கும் தேவையை எதிர்கொள்ள ஒரு பைண்ட் *(473 மிலி)* இரத்தம் கொடுக்க விரும்பிய எவருக்கும் பணத்தைக் கொடுத்தது. எப்போதும் கிடைக்கத் தயாராக இருந்த இரத்தத்தின் உடனடி பயன் மருத்துவர்கள் அதற்குமுன் அவர்கள் செய்திருக்க முடியாத, மிகவும் விரிவான அறுவை சிகிச்சை களைச் செய்ய முடிந்தது. இரத்த இழப்பு அறுவை சிகிச்சைக்கு ஒரு தடையாக இருக்கவில்லை. இந்த வளர்ச்சி மருத்துவத் துறைகள் அனைத்தும் முன்னேற்றமடைய வழிவகுத்தது.

இதனால் இரத்த சேகரிப்பு மையங்கள் பெரும் வணிக நிறுவனங் களாக வளர்ந்தன. 1956க்குள் ஐக்கிய அமெரிக்க நாட்டில் இருந்த மருத்துவ மையங்கள் ஐம்பது இலட்சம் பைண்டுக்கும் அதிகமான இரத்தத்தை ஆண்டுதோறும் விலை கொடுத்து வாங்கின. பத்து ஆண்டுகளுக்குப் பின்னர் உபரிக் கையிருப்பு அறுபது இலட்சம் பைண்டைத் தாண்டியது. ஒவ்வொரு முக்கிய நகரிலும் குடிசைப் பகுதிகளிலுள்ள வரிசைக் கடைகளிலும் இரத்த சேகரிப்புக் கடைகள் முளைத்தன. இன்று அதே பகுதிகளில் இருக்கும் காசோலையைக் காசாக்கும் கடைகள், அடகுக் கடைகள் ஆகியன போன்று அவையும் சாதாரணமாயின. இந்தியாவில் தேசிய சங்கங்கள் இரத்தத்தின் விலை நிர்ணயம் குறித்து அரசாங்கத்தோடு பேச்சுவார்த்தை நடத்தின; விரைவில் இந்தியத் துணைக்கண்டத்தின்

5 இது ஒரு விபரீத விளையாட்டு. கைத்துப்பாக்கியின் சிலிண்டரில் இருக்கும் அறைகள் ஒன்றில் ஒருமுறை மட்டுமே சுடுவதற்கான ஒரு ரவையைப் போட்டு, சிலிண்டரைச் சுற்றிவிட்டு, துப்பாக்கியின் முனையை தலையில் வைத்துச் சுடுவது. ஆறு அறைகள் இருந்தால் ஒருவர் சுடப்படுவதற்கான வாய்ப்பு ஆறில் ஒன்று. (மொ-ர்)

ஒவ்வொரு முக்கிய நகரத்திலும் தொழில் முறை இரத்ததானம் செய்வோர் தங்களுடைய தொழிலை நடத்தினர்.

இரத்த வணிகம் உயிர்களைக் காத்துக்கொண்டிருந்ததால் இந்த விநியோகத் தொடரின் அறவியலைக் குறித்து சிலர் மட்டும் கவலைப் பட்டனர். ரிச்சட் டிட்மஸ் என்ற ஆங்கிலேய சமூக மானிடவியலாளர் மருத்துவத்துறையின் முன்னேற்றங்கள், சமச்சீரற்ற அளவில் கிடைக்கும் நிலையை உடல்சந்தைகள் உருவாக்கிக்கொண்டிருந்தது குறித்த தன் கவலையை வெளிப்படுத்த 1970வரை ஆனது. இப்பிரச்சினையில் தன் நாட்டின் அறவியல் நிலைப்பாடு, டிட்மஸ்மீது தாக்கத்தை ஏற்படுத்தி இருந்தது. இரண்டாம் உலகப் போரின்போது இங்கிலாந்து, இரத்தம் பெறுவதற்கான செயல்திட்டத்தைக் கண்டுபிடித்தது. போர் முயற்சிக்கு உதவுவதற்காகப் பல இலட்ச மக்கள் பணத்தை எதிர்பார்க்காமலேயே இரத்ததானம் செய்தனர். போருக்குப் பின்னரும்கூட மருத்துவமனைகள் இரத்தத்துக்காகப் பொதுவாகப் பணம் கொடுக்கவில்லை. சரியாகக் கூறுவதானால் பிரிட்டிஷ் மக்கள் இரத்தம் வழங்குவதைத் தங்கள் நாட்டுக்குச் செய்யும் கடமையாகப் பார்த்தனர். டிட்மஸ் தம் *த கிஃப்ட் ரிலேஷன்சிப் (பரிசு உறவு)* என்னும் நூலில் அமெரிக்க ஐக்கிய நாட்டின் வணிகமுறையை இங்கிலாந்தின் தன்னலமற்ற முறையோடு ஒப்பிட்டு இரு முக்கியமான வாதங்களை முன்வைத்தார்.

இரத்தத்தை வாங்குவது இரத்த வழங்குதலில் கல்லீரல் அழற்சி நிகழ்வு களை அதிகரித்தது என்பதையும், மனித இரத்தத்தின் இருப்பளவை அதிகரிப்பதற்காக மருத்துவமனைகளும், இரத்த வங்கிகளும் கட்டாயப் படுத்தும் நடவடிக்கைகளை மேலும் மேலும் நம்பியிருக்கத் தள்ளப் பட்டார்கள் என்பதையும் அவர் முதலில் காட்டுகிறார். வாங்கப்பட்ட இரத்தம் ஆபத்தானது; அது சுரண்டலும்கூட. வணிகரீதியிலான இரத்தச் சேகரிப்பு நாட்டை மிகவும் மலிவான ஆதாரங்களைத் தேட வழிவகுத்தது. இரத்ததானம் பெற கைதிகளை நோக்கிச் செல்ல ஆரம்பித்தனர். இச்சூழலை அவர் அடிமைத்தனத்தின் ஒரு நவீனகால வடிவத்தோடு ஒப்பிடுகிறார். இத்தகைய சுரண்டல் பிற மனிதத் திசுச் சந்தைகளிலும் தோன்ற வாய்ப்பு இருக்கிறது என்று அவர் கூறுகிறார்.

இரண்டாவதாக, தன்னலமற்ற தானத்தை மட்டுமே அடிப்படை யாகக்கொண்ட வழிமுறையை உருவாக்குவதே இப்பிரச்சினையைத் தீர்க்க ஒரே வழி என்று டிட்மஸ் வாதிட்டார். இரத்ததான முறை உயிர்களைக் காப்பது, மருத்துவமனைக்கு அதிக இலாபத்தை ஈட்டித் தருவது போன்றவற்றைவிட வேறு பலவற்றையும் செய்ய முடியும். அவை சமுதாயங்களைக்கூட கட்டமைக்க முடியும் என்று நினைத்தார். ‘சமூகத்தின் உறுப்பினர்கள் என்ற முறையில் அந்நியர்களுக்குக்

கொடுப்பவர்கள் இறுதியாக சமூக உறுப்பினர்கள் என்ற முறையில் அவர்களும் (அல்லது அவர்களுடைய குடும்பத்தினரும்) பயனடை வார்கள்' என்று அவர் எழுதினார். டிட்மஸைப் பொறுத்தவரை உடல்களும் உடல் பகுதிகளும் பரிசுகளாக மட்டுமே பரிமாற்றம் செய்யப்பட வேண்டும்; அதை இரத்த சமத்துவம் என்று எண்ணிக் கொள்ளுங்கள் என்பதே.

வியப்பூட்டும் வகையில் வணிகமுறை இரத்த விற்பனை ஆதரவாளர் களின் கடும் எதிர்ப்பையும் தாண்டி மக்கள் இக்கருத்தை கவனமாகக் கேட்டனர். தானே முன்வந்து தானம் செய்வதை அமெரிக்கா பொது விதியாக்கிச் சட்டங்களை இயற்றியது. எவ்வகை இரத்தத்துக்கும் பணம் கொடுப்பது இப்போது கட்டாயப்படுத்தல் என்று கருதப்பட்டு கடுந்தண்டனையைப் பெற்றுத் தந்தது. (இருப்பினும் இரத்தத்தின் எல்லாக் கூறுகளும் சமமாகப் படைக்கப்படவில்லை என்பதைக் குறிப்பிட்டாக வேண்டும். உடலால் எளிதாக மறுஉற்பத்தி செய்ய முடிந்த ஊனீருக்கு – பிளாஸ்மாவுக்கு – அவர்கள் விதிவிலக்களித்தனர். இது அமெரிக்காவில் பலருக்கும் அவ்வப்போது உபரி வருமானத்துக் கான ஆதாரமாகத் தொடர்ந்துகொண்டிருக்கிறது.) இப்போக்கு பிற அனைத்து மனிதத் திசுச் சந்தைகளுக்கும் பரவியது.

1984இல் எல்லாவிதமான மனிதச் சதைக்கும் பணம் கொடுப்பதைத் தடை செய்த, தேசியச் சட்டத்தை நிறைவேற்ற உதவியபோது அல்கோர் அமெரிக்க செனட்டில் (ஆட்சிப் பேரவையில்) புகழ்பெறும் வகையில், 'உடல் வெறும் உதிரிப் பாகங்களின் கூட்டுச் சேர்க்கையாக இருக்கக் கூடாது' என்று அறிவித்தார். அரசின் அவைகளில் டிட்மஸின் கருத்துகளை நினைவுபடுத்தியபின் செனட், தேசிய உடலுறுப்பு மாற்று அறுவை சிகிச்சை சட்டத்துக்கு ஆதரவாக வாக்களித்து மனித உடலுறுப்புகளையும் திசுக்களையும் விற்பதை வெளிப்படையாகத் தடைசெய்தது. உலகும் அதைப் பின்பற்றியது. இன்று, குறிப்பிடத்தக்க சில நாடுகள் தவிர எல்லா நாடுகளிலும் இரத்தத்தை விற்பதும் சிறுநீரகத்தை வாங்குவதும் தத்தெடுக்க குழந்தைகளை வாங்குவதும், மரணத்துக்கு முன்பாகவே உங்களுடைய எலும்புக்கூட்டை விற்பதும் சட்டத்துக்குப் புறம்பானவை. மாறாக, தன்விருப்பத்துடன் அறுவடைக்குச் சம்மதிக்க நமக்குச் சிக்கலான வழிமுறைகள் ஏற்படுத்தப்பட்டுள்ளன. நாம் நம் இரத்தத்தை இரத்த வங்கிகளில் தானம் செய்கிறோம். உடலுறுப்பு தான அட்டைகளில் கையெழுத்திடுகிறோம். மரணத்துக்குப் பிறகு நம் உடல்களை அறிவியல் ஆய்வு நிறுவனங்களுக்குக் கொடுக்க உயில் எழுதுகிறோம் – இவையெல்லாம் இலவசமாகவே. கோட்பாட்டு அளவில் உடல் பகுதிக்காகப் பணம் பெற்றுக்கொள்ளும் எவரையும்

சிறையில் அடைக்க முடியும். சட்டம் ஐயத்துக்கிடமின்றி இருக்கிறது: உடல்களை விலைக்கு வாங்குவது தீயசெயல்.

வாய்ப்புக்கேடாக உடல் வணிகத்தில் இலாபம் உறிஞ்சப்படுவதைத் தடுக்கப் போதிய சட்டங்கள் இல்லை. டிட்மஸ் கோடிட்டுக் காட்டிய, உலகின் பிற நாடுகள் ஏற்றுக்கொண்ட விதிமுறைகளில் தீய விளைவு களை உருவாக்கும் இரு குறைபாடுகள் இருந்தன. முதலாவது, தனி மனிதர்கள் உடல்களை நேரடியாக வாங்கவோ விற்கவோ முடியாத போதும் மருத்துவர்கள், செவிலியர், நோயாளிகளை ஏற்றிச் செல்லும் ஊர்தி ஓட்டுநர்கள், வழக்கறிஞர்கள், நிர்வாகிகள் போன்ற எல்லோரும் தங்களுடைய சேவைகளுக்கு, சந்தை நிலவரப்படியான ஊதியத்தைக் கேட்க முடியும். நீங்கள் ஒரு இதயத்துக்காகப் பணம் கொடுக்காமல் இருக்கலாம். ஆனால் இதய மாற்றுச் சிகிச்சைக்காக நீங்கள் நிச்சயமாகப் பணம் கொடுக்கிறீர்கள். இதன் விளைவாக ஓர் இதயத்தின் விலை அதைப் பெறுவதற்குத் தேவையான, சேவைகளுக்குரிய செலவோடு சேர்ந்து விடுகிறது. மருத்துவமனைகளும் மருத்துவ நிறுவனங்களும் உடலுறுப்பு மாற்றுச் சிகிச்சைகள் மூலம் மேன்மேலும் அதிக இலாபம் பெறுகின்றன. சில நிறுவனங்கள் பங்குதாரார்களுக்கு இலாபத்தில் பங்கைக்கூடக் கொடுக்கின்றன. உடலுறுப்பு வழங்கும் சங்கிலித் தொடரில் உண்மையாக தானம் செய்தவரைத் தவிர எல்லோரும் பணம் ஈட்டுகிறார்கள். உடல் உடலுறுப்புகளை விலைக்கு வாங்குவதற்கான தடை, மருத்துவமனைகள் அவற்றை இலவசமாகப் பெற்றுக்கொள்வதை அனுமதித்தது.

ஒரு வாடிக்கையாளரின் பார்வையில் அமெரிக்காவின் உடலுறுப்பு மாற்று வணிகம் ஜில்லெட் நிறுவனத்தின் புகழ்பெற்ற வணிகமுறையை ஒத்திருக்கிறது. ஜில்லெட் சவரக்கருவியின் கைப்பிடிக்கு கூடுமான வரை எந்த விலையும் கேட்பதில்லை. ஆனால் பிளேடுக்கு ஒரு கையையும் காலையும் விலையாகக் கேட்கிறார்கள். சிறுநீரகங்களும் இதைப்போலவே. நிச்சயமாக நீங்கள் ஒரு சிறுநீரகத்தை விலைக்கு வாங்க முடியாது; ஆனால் ஒரு பயன்படுத்திய, சான்றளிக்கப்பட்ட சிறுநீரகம் ஒன்றைப் பொருத்துவதற்காகும் செலவு அரை மில்லியன்[6] டாலரை நெருங்கும்.

எந்த ஒரு பொருளாதார அமைப்பிலும், மூலப்பொருட்கள் தாராளமாகக் கிடைப்பது அவற்றைப் பயன்படுத்த புதுவழிகளைக் கண்டுபிடிப்பதற்கான அழைப்பாகும். உடலுறுப்பு மாற்று அறுவை

[6] அரை மில்லியன் டாலர் – ஐந்து இலட்சம் டாலர். இன்றைய மதிப்புப்படி இந்திய ரூபாயில் மூன்று கோடி ரூபாய்க்கும் சற்று அதிகம். (மொ-ர்)

சிகிச்சைக்குரிய சதைக்கான தேவை நிலையான ஒன்று – சிறுநீரகச் செயலிழப்பு போன்ற குறிப்பிட்ட எண்ணிக்கையிலான அவசர நிலைகளோடு கட்டுண்டது – என்பதை அமெரிக்காவில் மக்கள் பொதுவாக கேள்விக்கு உள்ளாக்குவதில்லை. ஐந்து ஆண்டுகால காத்திருப்போர் பட்டியல் இருப்பது, உடலுறுப்புகளுக்கான தேவை, அவை கிடைப்பதை விட அதிகமாக இருக்கிறது என்பதற்கான நம்பகமான சான்று போலத் தோன்றுகிறது. ஆனால் அது அவ்வாறில்லாமலும் இருக்கலாம்.

நாற்பது ஆண்டுகளாக, யுனைடைட் நெட்வொர்க் ஃபார் ஆர்கன் ஷேரிங் (உடலுறுப்புகளைப் பகிர்ந்துகொள்வதற்கான ஒன்றிணைந்த வலையமைப்பு) என்னும் அமெரிக்க அமைப்பு, சடலங்களைத் தானமளிப்போரின் எண்ணிக்கையை நிலையாக விரிவடைய வைத்திருக்கிறது. இருப்பினும் புது உடலுறுப்புகளுக்கான தேவையை அவர்களால் ஒருபோதும் பூர்த்தி செய்ய முடியவில்லை. மாறாக, காத்திருப்போர் பட்டியல் நீண்டுகொண்டே செல்ல வைத்திருக்கிறது. அதிக அளவில் உடலுறுப்புகள் கிடைக்கும்போது மருத்துவர்கள், முன்பு உடலுறுப்பு மாற்று அறுவை சிகிச்சைக்குத் தகுதியற்றவர்கள் என்று கருதப்பட்ட புதியவர்களையும் அப்பட்டியலில் சேர்க்கின்றனர். உறுப்புமாற்று அறுவை சிகிச்சை மருத்துவ நுட்பங்களும் நோயாளிகளுக்குக் கிடைக்கும் பயன்களும் எப்போதும் மேம்பட்டுக் கொண்டிருக்கின்றன. ஆதலால், தானமளிக்கப்பட்ட உடல் பொருட்களால் மேலும் பெரும் எண்ணிக்கையிலானவர்களுக்கு உதவ முடியும் என்பதை அறுவை சிகிச்சை வல்லுநர்கள் கண்டுபிடிக்கிறார்கள். உடலுறுப்புகளுக்கு நிரந்தரத் தேவையில்லை என்ற உண்மையை மாற்றுறுப்பு அறுவை சிகிச்சைக்கான பட்டியல் மறைத்துவிடுகிறது. பட்டியல் நீள்வது, கிடைக்க வாய்ப்புள்ள உடலுறுப்புகளின் ஒட்டுமொத்த அளவின் விளைவுதான். தேவை என்பது வழங்கப்படுதலின் அளவைப் பொறுத்ததே. நல்ல செய்தி என்னவென்றால் பலருடைய வாழ்நாள் இவ்வழியில் நீட்டிக்கப்படுகிறது. இருப்பினும் விரிவாக்கத்துக்கான எல்லையற்ற வாய்ப்பு உள்ளது. இதன் பொருள், உடலுறுப்புகளின் பயன்பாட்டை மட்டுமே காண்பதற்குப் பதிலாக, உடலுறுப்புகளைச் சேகரிக்கும் வழிமுறை எவ்வாறு பெரிதாகவும் கட்டாயப்படுத்துவதாகவும் ஆகிவிட்டது என்பதுபற்றி நாம் கவலையும் விழிப்புணர்வும்கொள்ள வேண்டும் என்பதுதான்.

ஓர் ஒப்புமையைப் பயன்படுத்திச் சொன்னால், உலகில் எண்ணெய்ப் பொருட்களுக்கு ஓரளவு எல்லையற்ற தேவை இருப்பதுபோலத் தோன்றுகிறது. பெட்ரோலிய ஆற்றலால் ஏற்பட்டுள்ள புதுசெயல் முறைகள், முன்னறிவிக்கப்படாத பொருளாதார, தொழில்நுட்ப, சமூகப் பயன்களுக்கு வழிவகுத்துள்ளன. கார்களின் பயன்பாட்டால்

தொலைவுகள் சுருங்கியுள்ளன. இரவில் ஒளி கிடைக்கிறது. குளிர் காலத்தில் வெப்பம் கிடைக்கிறது. ஆயினும் இப்பொருள்களுக்காக, அவை அழிந்துவிடும் அளவுக்கு ஆழ்துளைகள் இடுவதும் எரிப்பதும் மனித குலத்துக்குச் சிறப்பான பயனளிக்கும் செயல்களாக இருக்கும் என்பது பொருளல்ல.

டிட்மஸின் திட்டத்தில் இருந்த இரண்டாவது குறைபாடு, மருத்துவ அந்தரங்கத்தின் அடிப்படைத் தரநிலை குறித்து விளக்கமளிக்க அவரால் இயலவில்லை என்பதே. அதிகாரிகள் தங்களிடமுள்ள ஆவணங்கள் மூலம் தானம் வழங்கிய ஒருவரைக் கண்டுபிடிக்க முடியும். ஆயினும் அவை எவ்விதப் பொதுமக்கள் ஆய்விலிருந்தும் மறைக்கப்படுகின்றன. மருத்துவமனைக்கு வெளியே உள்ள ஒருவர், அறுவை சிகிச்சையில் ஓர் உயிரைக் காப்பாற்ற இரத்ததானம் செய்தவர் யார் என்பதைக் கண்டுபிடிப்பதற்கான வாய்ப்பே இல்லை. இரத்தத்திலிருந்து அதன் சொந்தக்காரரின் அடையாளம் நீக்கப்படுகிறது. பட்டைக் கோட்டுக் குறியீடுகளால் அடையாளமிடப்படுகிறது. காற்றுப் புகாவண்ணம் சீல் வைக்கப்பட்ட பிளாஸ்டிக் பைகளில் ஊற்றப்படுகிறது. நாம் சில யூனிட் கணக்கில் இரத்தத்தை வாங்குகிறோம். மனிதர்களின் உடல் பகுதிகளை அல்ல. தற்பொழுது நிலவும் மருத்துவத் தர்க்கவாதம் எதுவென்றால், தானம் கொடுத்தவருக்கும் பெற்றுக்கொண்டவருக்கும் இடையில் உள்ள புள்ளியை இணைப்பது முழு அமைப்பையும் ஆபத்தான நிலைக்குத் தள்ளிவிடும்; அது ஒருவேளை மக்கள் திசுக் களைத் தானம் செய்வதையே நிறுத்திவிடும் என்பதே.

இரத்தத்தைப் பெற்றுக்கொள்ளும் ஒருவர் தானம் கொடுத்த தனிமனிதருக்கு நன்றிக்கடன்பட்டதாக உணர்வதில்லை. ஆனால் பொதுவாக இரத்ததான அமைப்புக்கும் குறிப்பாக சேவை வழங்கிய மருத்துவருக்கும் நன்றிக்கடன்பட்டவராக உணர்கிறார். ஒரு சிறுநீரகத்தைப் பெறும் ஒருவர் அதை உயிரோடிருக்கும் கொடை யாளரிடமிருந்து பெற்றாலும், மரணமடைந்த ஒருவரிடமிருந்து பெற்றாலும் அந்த உறுப்பைக் கொடுத்த மனிதரைத் தெரிந்திருப்பது அரிதே. பெயர் அறியப்படாத நிலை தானம் வழங்கியவரின் நலனைப் பாதுகாப்பதற்காக என்று சொல்லப்பட்டாலும் அது விநியோகச் சங்கிலித்தொடரை மறைக்கவும் செய்கிறது. முதலாவதாக, திசு எவ்வாறு கொள்முதல் செய்யப்படுகிறது என்பது குறித்துக் கவலைப்படத் தேவை யில்லாமலே திசுவைப் பெற்றுக்கொள்பவர்கள் அதை வாங்குகிறார்கள். இவ்விதமான அந்தரங்கம்தான் மனிதச் சதையைச் சந்தைப் பொருளாக மாற்றும் இரசவாதத்தின் கடைசித் துணுக்கு.

எந்த ஒரு சந்தையிலும் மூலப்பொருளின் ஆதாரத்தை மறைத்து வைப்பது எப்போதுமே ஒரு மோசமான கருத்துதான். ஒரு எண்ணெய் நிறுவனம் அதன் எண்ணெய் துரப்பண மேடைகள் இருக்கும் இடங்களை மறைப்பதையும் அல்லது அது தன் சுற்றுச்சூழல் கொள்கைகளை வெளிப்படுத்தாமல் இருப்பதையும் நாம் ஒருபோதும் அனுமதிக்க மாட்டோம். ஓர் எண்ணெய் துரப்பண மேடை செயலிழந்து இலட்சக் கணக்கான பீப்பாய் பெட்ரோலியத்தைக் கடலில் கசியவிடும்போது நாம் அந்நிறுவனத்தைப் பொறுப்பேற்கக் கோருகிறோம். முதலாளித் துவத்தின் அடிப்படைப் பாதுகாப்பு அம்சமே அதன் வெளிப்படைத் தன்மைதான்.

ஒரு குற்றத் தொழில்முனைவரின் பார்வையில் திசுச் சேகரிப்பின் தற்போதைய அமைப்புமுறை, கட்டற்றுப் பரவும், மட்டுப்படுத்த முடியாத சுரண்டலுக்குப் பொருத்தமான பெரும் வாய்ப்பாகும். தானமாக மட்டும் என்ற கொள்கைகள் திசுவுக்குப் பணம் கொடுப்பதை சட்டத்துக்குப் புறம்பானதாக்குகின்றன. எண்ணெய் நிறுவனங்கள் துரப்பண மேடைகளில் முதலீடு செய்வதைப் போல நிறுவனங்கள் உடலுறுப்பு மாற்றுச் சிகிச்சைக்கான கட்டமைப்பு வசதிகளில் பெரும் பணத்தை முதலீடு செய்யும் வாய்ப்புள்ளது; அதே வேளையில் மூலாதாரப் பொருட்களின் உண்மையான விலை பெரும்பாலும் பூஜியம்தான். அதே நேரத்தில் அந்தரங்கம் குறித்த பகட்டுப் பேச்சு உடல்களும், உடல் பகுதிகளும் சந்தைக்குச் செல்லும் பாதையை மறைக்கிறது. அநாமதேயம் (பெயரற்றது) என்றால் உடலுறுப்புகளை வாங்குபவர்கள் மனித சதை எங்கிருந்து வருகிறது என்ற கவலையே இல்லாமல் அதை வாங்க முடியும் என்று பொருள். எவரும் கேள்விகள் கேட்கப்போவதில்லை. உடலுறுப்புகளின் அளிப்பை அறவியல் என்னும் திரை மறைவில் தானம் வழங்கும் கட்டமைப்பு எதிர்ப்புகளைச் சிறப்பாகக் கவனித்துக்கொள்கிறது. அனாமதேயம் (பெயரற்றது), தானம் என்ற இரட்டைத் தாக்குதல்களின் பொருள் ஆதாயம் சம்பாதிக்கும் தரகர்கள் முழு விநியோகச் சங்கிலித் தொடரையும் கட்டுப்படுத்துகிறார்கள் என்பதும், ஓர் உறுப்பை வாங்குவது ஒரு காசோலையை எழுதும் அளவுக்கு எளிதானது என்பதுமே.

ஒரு வகையில் இந்நூல், திசு அறுவடையிலும் உடல் கொள்முதலிலும் மேற்கொள்ளப்படும் இப்போதைய முறையில் என்ன தவறு நிகழ்ந்துள்ளது என்பதன் புலனாய்வே. இப்போது, வரலாற்றில் முன் எப்பொழுதும் இல்லாத அளவுக்கு சிவப்புச் சந்தைகள் பெரிதாகவும், விரிவடைந்தும், அதிக ஆதாயம் கொடுப்பதாகவும் உள்ளன. டிட்மஸ் தன் புத்தகத்தை வெளியிட்டு நாற்பது ஆண்டு காலம் கடந்த பின்னர், உலகமயமாக்கல்

இச்சந்தைகளின் வேகத்தையும் சிக்கலையும் திகைப்பூட்டுமளவுக்கு ஆக்கியுள்ளது. இது வணிகமயமாக்கம் குறித்த முழுமையான குற்றச் சாட்டோ, ஏற்போ அல்ல. நாம் சிவப்புச் சந்தைக்குள் வாழ்கிறோம். மனிதத் தசையைச் சுற்றிக் கட்டப்பட்ட ஒரு பொருளாதாரம் உள்ளது என்ற கருத்தை நாம் நிராகரிப்பதால் மட்டுமே அது தானாக மறைந்து விடாது. நாம் விரும்பினாலும் இல்லாவிட்டாலும் மனித உடல் இரகசியமாகவும் வெளிப்படையாகவும் உலகின் மதிப்பிற்குரிய பல நிறுவனங்களால் வாங்கப்படுகின்றன; விற்கப்படுகின்றன. அது எப்படி நடக்கிறது என்பதே கேள்வி.

மொத்தத்தில், ஒவ்வொரு நாளும் நடக்கும் பல இலட்சக்கணக்கான சிவப்புச் சந்தைப் பரிமாற்றங்களில் நான் என் கவனத்தைக் குவிக்க வில்லை. உடலுறுப்புமாற்று அறுவை சிகிச்சைத் தொழில்நுட்பமும், இரத்த சேகரிப்பும், தத்தெடுப்புத் திட்டங்களும் இல்லையென்றால் பெரும் மனித வீழ்ச்சி ஏற்படும் என்பதில் சந்தேகமே இல்லை. சிவப்புச் சந்தையில் வாங்கிய ஏதோ ஒன்றால் மக்கள் மகிழ்ச்சியாக வாழ்கிறார்கள் என்பது போன்ற கதைகளை நாம் கவனிக்கத் தேவையில்லை. அது திசுக்களுக்கான தேவை பற்றிய கதை. திசு எவ்வாறு பயன்படுத்தப்படுகிறது என்பதைவிட அது எவ்வாறு சந்தையை வந்தடைகிறது என்பதைப் புரிந்து கொள்வது மிகவும் முக்கியமானது. இந்நூல் பொருளாதாரச் சமன் பாட்டின் வழங்குதல் (அளிப்பு, விநியோகம்) பகுதியைப் பற்றிய ஆய்வு. வழங்குதலைப் (டிமாண்ட்) புரிந்துகொள்ளாமல் சிவப்புச் சந்தைகள் எவ்வளவு விரைவாக உலகளாவிய குற்ற வணிகத் தொழில்களை வளரச் செய்ய முடியும் என்பதை நாம் ஒருபோதும் புரிந்துகொள்ள முடியாது.

பிறர் நலத்துக்கும் அந்தரங்கத்துக்கும் இடையிலான மோதல் அவை பாதுகாக்கப்பட வேண்டுமென கருதப்படும் உயர்ந்த குறிக்கோள் களை அழித்துவிடுகிறது. சிவப்புச் சந்தையின் விநியோகச் சங்கிலித் தொடர் நெடுகிலும் எடுத்துவைக்கும் ஒவ்வோர் அடியும் மனிதர்களை இறைச்சியாக மாற்ற உதவுகிறது. உடல்களை வாங்கவும் விற்கவும் செய்யும் தரகர்கள் கசாப்புக்காரரைப் போலவே உயிரோடிருக்கும் ஒரு மனிதனை அவனுடைய உடல் பகுதிகளின் 'மொத்தத் தொகையாக' அன்றி வேறு எதுவாகவும் பார்ப்பதில்லை.

இவை அனைத்தும் எவ்வாறு தொடங்கின

2006 முதல் 2009வரை, இலங்கைக்கும் வடக்கே சில நூறு மைல் தொலைவிலேயே உள்ள, தென்னிந்தியாவில் விரைந்து வளர்ந்து கொண்டிருக்கும் கடற்கரை நகரமான சென்னையில் வசித்தேன். அதற்குமுன் நான் நாட்டுப்புறவியலையும் மொழியையும் பாலைவன

மாநிலமான ராஜஸ்தானிலுள்ள பல்கலைக்கழகச் செயல்திட்டங்களிலும் தலாய்லாமா நாடுகடந்து வாழும் தர்மசாலாவுக்கு அருகிலும் படித்துக் கொண்டு இந்தியாவில் பல ஆண்டுகள் செலவழித்திருந்தேன். நான் அதிக காலத்தைத் தெற்கு ஆசியாவில் செலவழிக்க விரும்பியது எனக்குத் தெரியும். ஆனால் நான் ஒரு பத்திரிகையாளராக ஆவேனா என்பதில் நான் தொடக்கத்தில் உறுதியாக இல்லை. விஸ்கான்ஸின்-மேடிசன் பல்கலைக் கழகத்தில் மானிடவியல் பட்டப்படிப்பை முடித்தவுடன் வெளிநாடான இந்தியாவில் அமெரிக்க மாணவர்களுக்கு ஒரு செமஸ்டர் (பருவம்) கற்பிக்கும் குறுகியகால தொழில்முறை கல்விப் பணியைத் தொடங்கினேன்.

டெல்லியிலிருந்து புனித நகரான வாரணாசிக்கும், புனிதப் பயண மையமான புத்தகயாவுக்கும் நாங்கள் பயணித்தபோது நான் பன்னிரண்டு மாணவர்களுக்குப் பொறுப்பாசிரியராக இருந்தேன். எங்களுடைய பயணத்தின் இறுதிக் கட்டத்தில் என்னுடைய மாணவி ஒருத்தி மரணமடைந்தாள். அந்த மாணவியின் உடலை அமெரிக்காவில் இருந்த அவளுடைய குடும்பத்தினருக்குத் திருப்பியனுப்பும் பொறுப்பு என்னிடமும் மற்றொரு இயக்குநரிடமும் ஒப்படைக்கப்பட்டது. தவிர்க்க முடியாத, உடல் சிதைவுறும் நிலையைத் தாமதிக்கச் செய்து கொண்டே அவளுடைய உடலோடு மூன்று நாட்களைக் கழித்தேன். நான் அதற்கு முன் எப்போதும் இருந்திராதபடி ஓர் உடலுக்கு அருகில் இருந்தேன். அவள் உடல் குளிர்ச்சியடைந்து நிறம் மாறியபோது இறப்பின் உடல்சார்ந்த தன்மையை எதிர்கொண்டேன்.

வேறு எதையும்விட அதிகமாக, ஒவ்வொரு பிணத்துக்கும் ஓர் உரிமையாளர் உண்டு என்பதை அவளுடைய மரணம் எனக்குக் கற்றுக் கொடுத்தது. அவள் ஒரு நபராக இருந்து ஒரு பொருளாக மாறியபோது, எஞ்சியிருந்த அவளுடைய பொருள்சார் சுயத்தின்மீது கோரிக்கைகள் வைப்பதற்காகப் பலர் மறைவிலிருந்து வந்துகொண்டிருந்தது போலத் தோன்றியது. காவல்துறையினரோடும், காப்பீட்டு நிறுவனங்களோடும், இறுதிச் சடங்கு செய்பவர்களோடும், குடும்ப உறுப்பினர்களோடும், அவளைப் புதைப்பதற்காகச் சொந்த நாட்டுக்குக் கொண்டு வருவதற் காக விமானப் போக்குவரத்து நிறுவனங்களோடும் பேச்சுவார்த்தை நடத்திக்கொண்டே அப்போது அதிக நேரத்தைச் செலவழித்தேன்.

மனித உடல்களுக்கான பன்னாட்டுச் சந்தை குறித்த என் புரிதலின் தொடக்கம் இதுதான். ஒரு விதத்தில் பெரும்பாலும் என் கட்டுப் பாட்டிற்கு அப்பாற்பட்ட நிகழ்வுகளால் இந்த ஆய்வுக்குள் நான் திணிக்கப்பட்டேன். இந்நூலின் முதல்பகுதி அந்நிகழ்வுபற்றி நேரடி யாகப் பேசுகிறது. சில வாசகர்கள் அது தங்களுடைய மன அமைதியைக் குலைப்பதாக உணரலாம்.

அவள் இறந்தபிறகு என்னால் ஆசிரியப் பணியில் தொடர முடியாது என்பதை உணர்ந்தேன். இறுதியாக நான் சென்னையை மையமாகக் கொண்டு வயர்ட், மதர் ஜோன்ஸ் ஆகிய இதழ்களுக்கும் தொலைக்காட்சி நிலையங்களுக்கும், வானொலி நிலையங்களுக்கும் எழுதத் தொடங்கினேன். என்னுடைய ஆக்கங்கள் தென் ஆசியாவெங்கும் சிறுநீரக வணிகர்கள், எலும்புக் கூடுத் திருடர்கள், இரத்தக் கொள்ளையர்கள், குழந்தை கடத்தல்காரர்கள் ஆகியோரின் வியாபார செயல்முறைகளை உள்ளடக்கியிருந்தன. பின்னர் மிகவும் மோசமான நிகழ்வுகளைத் தொகுத்துப் பட்டியலிட்டுக்கொண்டே ஐரோப்பா மற்றும் அமெரிக்கா நெடுகிலும் பயணித்தேன். ஒவ்வொரு நிகழ்விலும், ஒரு மனிதனிடமிருந்து ஒவ்வொரு பகுதியை வாங்கும் பெரும்பாலானவர்களுக்கு அப்பகுதியைக் கிடைக்கச் செய்வதற்கு என்னென்ன தொடர் நிகழ்வுகள் நடக்க வேண்டும் என்பது குறித்து எதுவுமே தெரியவில்லை என்பதைக் கண்டறிந்தபோது நான் ஆச்சரியப்பட்டேன்.

சிவப்புச் சந்தைகள் தனித்தன்மையுடையன. அவை ஒழுங்கான பொருளாதார அமைப்புக்கு அப்பாற்பட்டவை என்ற கருத்து இந்தியாவிலுள்ள எலும்பு வியாபாரிகள், சிறுநீரகத் திருடர்கள் ஆகியோர் பற்றிய என்னுடைய புலனாய்வுகளோடு தொடங்கியது. ஆனால் அந்தக் கருத்துரு உதிரிப் பாகங்களாகப் பயன்படுத்தப்பட்டுக் கொண்டிருக்கும் உடல்கள் மட்டுமின்றி மேலும் பலவற்றை உள்ளடக்கியது. தவறானவர்களுக்குக் காட்டப்படும் பிறர்நலம், அந்தரங்கம் ஆகியவற்றின் கலப்பு, பிணங்களைப் புதைத்தல், குழந்தைகளைத் தத்தெடுத்தல் ஆகிய இரு தொழில்துறையிலும் தீவிர விளைவுகளை ஏற்படுத்திக்கொண்டிருக்கின்றன. மனித உடல்களைப் பொறுத்தவரை விநியோகச் சங்கிலித் தொடர் எப்போதும் அச்சமூட்டுமளவுக்கு ஒரே விதமாகவே இருக்கிறது.

என்னுடைய ஆய்வு முழுவதையும் ஒரே புத்தகத்தில் சேர்ப்பதுபற்றி நான் சிந்திக்கத் தொடங்கியபோது, ஒரே புத்தகத்தில் என்னால் அடக்க முடியும் என்று நம்பவே முடியாத அளவுக்கு, அதிகமான குற்றப் பின்னணியுள்ள சிவப்புச் சந்தைகள் இருந்ததை நான் உணர்ந்தேன். அமெரிக்காவெங்கும் ஈமச்சடங்கு சேவை மையங்கள் தங்களிடம் பாதுகாப்பதற்கு ஒப்படைக்கப்பட்ட உடல்களைத் திருடி, திசு விற்பனை நிறுவனங்களுக்கு விற்பனை செய்தன. பிணவறைத் திருட்டுகள் குறித்த முக்கியமான வழக்குகளை நான் சேர்க்காமல் விட்டுவிட்டேன். அவமதிக்கப்பட்ட பிணங்கள் அறுவை சிகிச்சையில் பொருத்தப்படும் பகுதிகளாகவும் பதிலிகளாக வைக்கத்தக்க தசைநார்களாகவும் செதுக்கப்பட்டன. மரண தண்டனை நிறைவேற்றப்பட்ட கைதிகளின் பதனம் செய்யப்பட்ட உடல்கள் நடமாடும் அருங்காட்சியகத்தில்

பார்வைக்கு வைக்கப்பட்டிருந்தன. அந்த அருங்காட்சியகங்களைச் சூழ்ந்திருந்த அவதூறுகளை நான் பொருட்படுத்தாது விட்டுவிட்டேன். அதே போன்று இங்கிலாந்தில் மனித வளர்ச்சி ஹார்மோன் தயாரிப்பதற்காக ஒரு இலட்சத்துக்கும் அதிகமான பிட்யூட்டரி சுரப்பிகள் திருடப்பட்டது குறித்த அறிக்கையை நான் மிகச் சுருக்கமாக மட்டுமே குறிப்பிட்டுள்ளேன். விலையுயர்ந்த உயர்தர முகக் களிம்புகளைத் தயாரிக்கும் ஐரோப்பிய அழகு சாதனப் பொருட்கள் விநியோக நிறுவனங்களுக்கு, தங்களால் கொலை செய்யப்பட்டவர்களின் கொழுப்பை விற்பனை செய்த, பொலிவிய நாட்டுத் தொடர் கொலையாளிகள் குறித்த அண்மைக்காலத்து அறிக்கைகளைப் பற்றி நான் குறிப்பிடவே இல்லை. ஒவ்வொரு நாளும் இந்தப் பட்டியல் வளர்ந்துகொண்டே இருக்கிறது. 1990களின் மத்தியிலிருந்து 2000வரை இஸ்ரேலிய இராணுவம், போரில் கொல்லப்பட்ட பாலஸ்தீனப் போராளிகளின் விழிவெண்படலங்களை அறுவடை செய்தது. வரலாற்றை இன்னும் ஆழமாகப் பார்த்தால் 19ஆம் நூற்றாண்டின் தொடக்கத்தில் ஐரோப்பிய வற்றிப்போன[7] தலைகளுக்கான சந்தையின் வளர்ச்சி தென் அமெரிக்காவில் இனக்குழுக்களுக்கிடையே போர்களைத் தூண்டியது. எல்லா சிவப்புச் சந்தைகளைப் பற்றியும் விரிவான தகவல்களை அளிப்பது என்னுடைய சக்திக்கு அப்பாற்பட்டது.

மாறாக, இந்நூல் மனித உடல்களுக்கான சந்தைகளைப் பார்ப்பதற்கான ஒரு புதுவழிமுறையை வழங்குகிறது என்று நான் நம்புகிறேன். இச்சந்தைகளின் பொதுத்தன்மைகளைப் பார்ப்பதன் மூலம் திசுப் பொருளாதாரத்தின் சிக்கல்களுக்கு நாம் தீர்வுகளைக் கண்டுபிடிக்க முடியலாம். நம் பொருளாதார உலகின் மிகவும் இருண்ட மூலைகளில் குற்றவாளிகள் செயல்படுகிறார்கள். இருப்பினும் நாம் அனுமதிப்பதால் மட்டுமே அவர்கள் இருக்கிறார்கள். நான் சந்தித்த தரகர்களுக்கு அவர்கள் மனிதப் பொருட்களை எவ்வாறு அடைகிறார்கள் என்பது குறித்த எந்தக் குற்ற உணர்வும் இருக்கவில்லை. அவர்கள் எளிய மூலதனப் பொருளாதாரக் கோட்பாட்டால் உந்தப்படுகிறார்கள்: குறைந்த விலையில் வாங்கு; அதிக விலையில் விற்றுவிடு. தரகர்கள் விநியோகச் சங்கிலித் தொடரை, அதை அறிய முயல்பவர்களின் பார்வையிலிருந்து விலக்கி வைத்திருக்கிறார்கள்.

உரிமையாளர்களுக்கிடையில் திசுக்களையும் உடல்களையும் கொண்டு செல்வதில் பெரும்பாலான நேரங்களில் பயன்கள் கிடைக்கும்; அதே வேளையில் இடைத்தரகர்கள் ஆபத்தான முறைகேடுகளுக்கு வழி

[7] பதனம்செய்யப்பட்ட தலைகள்; வெற்றிச் சின்னங்களாகப் பாதுகாக்கப்பட்டன. (மொ-ர்)

வகுக்கிறார்கள். அவர்களை ஒழிப்பதற்கு ஒரே வழி தொடக்கத்திலிருந்து இறுதிவரை முழு விநியோகச் சங்கிலித் தொடரையும் வெளிச்சத்திற்குக் கொண்டுவருவதுதான். ஒவ்வொரு இரத்தப் பையும் அதன் மூலக் கொடையாளரைக் கண்டுபிடிக்கும்படி இருக்க வேண்டும்; ஒவ்வொரு சிறுநீரகமும் ஒரு பெயரை இணைத்துக்கொண்டே வரவேண்டும்; ஒவ்வொரு வாடகை கருப்பையும் கண்டுபிடிக்கக்கூடியதாய் இருக்க வேண்டும்; ஒவ்வொரு தத்தெடுப்பும் வெளிப்படையாக இருக்க வேண்டும். இந்நூலின் ஒவ்வொரு இயலும் மனிதப் பொருட்களுக்கான வெவ்வேறு சிவப்புச் சந்தையைக் கையாளுகிறது. ஒவ்வொன்றும் நான் கண்டறிய முடிந்த, மிக முக்கியத்துவமுடைய இலாபகரமான அல்லது மன அமைதியைக் குலைக்கும் நிகழ்வுகளின் ஆய்வு. இவை அனைத்தும் ஒன்றுசேர்ந்து உலகெங்கிலுமுள்ள சிவப்புச் சந்தைகள் குறித்த பறவைப் பார்வையைக் கொடுக்கின்றன.

தற்பொழுது விநியோகச் சங்கிலித்தொடர் வழியாக மனிதப் பொருட்கள் செல்வதைப் பின்தொடர்ந்து சென்று கண்டுபிடிக்கும் அதிகாரம் நிர்வாக முகமைகளின் கைகளில் இருக்கிறது. பொதுவாக இந்த முகமைகள் போதுமான நிதி ஒதுக்கீடு இல்லாமல் இருப்பதோடு அவை கண்காணிக்க வேண்டிய மருத்துவமனைகளோடும் தரகர் களோடும் இணைந்து செயல்படுகின்றன. பன்னாட்டுப் பரிமாற்றங் களுக்குப் பெரும்பாலும் எவ்விதக் கண்காணிப்பும் கிடையாது. அம்முகமைகளின் தோல்விகள் நான் இப்புத்தகத்தில் உள்ளடக்கியுள்ள எல்லாச் சந்தைகளிலும் நன்கு ஆவணப்படுத்தப்பட்டுள்ளன. மனித உடல்கள் வணிகப் பொருட்களாக மாற்றம் செய்யப்படும் செயல்முறை யைப் பாதுகாப்பான முறையில் மேலாண்மை செய்வதற்கு அவற்றைக் குருட்டுத்தனமாக நம்புவதற்குப் பதிலாக ஆவணங்கள் பொதுமக்களுக்கு வெளிப்படுத்தப்பட வேண்டும் என்று நான் நினைக்கிறேன்.

தீவிர வெளிப்படைத்தன்மை, வெவ்வேறு விதமான பல பிரச்சினை களைத் தொடங்கி வைத்து, உடல்களின் மொத்த விநியோகத்தையும் குறைத்துவிடவும் செய்யலாம். எடுத்துக்காட்டாக, ஐக்கிய இராச்சியத்தில் சினைமுட்டை தானம் செய்பவர்கள் குறித்து பதிவுகளை வெளிப்படை யாக்கும் ஒரு புது முயற்சி மேற்கொள்ளப்பட்டது. இதன் விளைவு கருத்தரிக்க இயலாத தம்பதியினருக்கு தானமாக சினைமுட்டைகள் கிடைப்பதைக் கிட்டத்தட்ட முடிவுக்குக் கொண்டு வந்தது. இப்போது பிரிட்டிஷ் பெண்கள் சினைமுட்டைகள் வாங்குவதற்காக ஸ்பெயினுக்கும் சைப்ரஸுக்கும் பயணம் செய்கிறார்கள்.

எவ்வாறாயினும், வெளிப்படைத்தன்மை என்ற பண்பாடு மனித உடல்களை வாங்குவதற்கு எதையும் செய்யத் தயாராக இருக்கும்

தரகர்களின் வாய்ப்புகளை அழிக்கிறது. ஒரு சிறுநீரகத்தை வாங்கிய ஒருவர், ஒரு நன்றிக்குறிப்பு அனுப்புவதற்கு, அதற்கு ஆதாரமான குடும்பத்தைத் தேடிக் கண்டுபிடிக்க முடியுமென்றால் அவனுடைய அல்லது அவளுடைய சிறுநீரகத்துக்காக யாரும் கொல்லப்படவோ கடத்தப்படவோ முடியாது. எல்லாத் தத்தெடுப்புகளும் வெளிப்படையாக இருந்ததென்றால் எந்தக் குழந்தையும் தன் பெற்றோரிடமிருந்து கடத்தப்படமாட்டாது. உள்ளூர் இரத்த விநியோகத்தில் ஒரு சிறு அளவு அதிகரிப்பை உருவாக்குவதற்கு இரத்தம் விற்கும் எவரும் தொடர்ந்து பல ஆண்டுகள் ஓர் அறையில் பூட்டி வைக்கப்படமாட்டார்கள்.

சிவப்புச் சந்தைகளை அலட்சியப்படுத்துவதை நிறுத்துவதற்கும் அவற்றுக்கான பொறுப்பை ஏற்றுக்கொள்ளத் தொடங்குவதற்குமான காலம் வந்துவிட்டது.

எமிலி இறந்து ஓராண்டிற்குப்பின் காவல்துறைக் கண்காணிப்பாளர் மிஸ்ராவும் (வலது) ஸ்காட் கார்னியும் (இடது). அதன் பின்பு மிஸ்ரா பதவி உயர்வு வழங்கப்பட்டு இயந்திரத் துப்பாக்கி ஏந்திய காலாட்படை வீரர்கள் நிறைந்த இரண்டு ஜீப்களின் பாதுகாப்புத் துணையோடு பயணம் செய்கிறார்.

1

உடல் இரசவாதம்

எமிலி[1] ஒரு சிறுகணம் எடையிழந்து, தன்னுடைய கைகால்களின் மேனோக்கிய இயக்கம் புவிஈர்ப்பு விசைக்கு வழிவிடப் போகும் தருணத்துக்கு இடையில் தொங்கிக் கொண்டிருக்கிறாள். இங்கே, அவளுடைய மேல்நோக்கிய நகர்வின் உச்சப் புள்ளியில் இயற்பியல் விதிகள், அவளுடைய விதியை முடிவுக்குக் கொண்டு வந்திருந்தன – ஆனால், அவளுடைய உடல் இப்போதும் அவளுடையதுதான். இன்னும் சில நொடிகளில் இத்தாக்கம் தொடர் நிகழ்வுகளைத் தொடக்கி வைக்கும்; அதில் எமிலி என்ற நபர் உயிர் வாழ்வது முடிவடைந்து விடுவதே அவருடைய பூத உடலின் விதி மற்றவர்களின் தோள்கள்மீது அமரும். இருப்பினும் இப்போதைக்கு மேலே செல்வதற்கும் கீழே வருவதற்கும் இடையிலுள்ள அறுதியான புள்ளியில் அவர் மாற்றத்துக்கு அப்பாற்பட்டவர். ஒருவேளை அவர் அழகானவராகவும் இருக்கலாம். அவர் வீழும்போது அவருடைய முடியை பின்னோக்கித் தள்ளும் காற்று அதிக வலுவடையத் தொடங்குகிறது.

அவர் காங்கிரீட்டில் மோதியது அத்துறவியர் மடத்தின் முற்றமெங்கும் எதிரொலித்தது. ஆனால் அக்காலை நேரத்தில் மூன்று மணிக்கு, அப்போதும் விழித்திருந்த சில மாணவர்கள் எதிர்வினையாற்றவில்லை. அந்த இரவின் தொடக்கத்தில் எமிலி அவர்களோடு அமர்ந்திருந்தார். அப்போது அவர் அதிகமாக எதையும் கூறியிருக்கவில்லை. அவர் அமர்க்களமின்றி அவ்விடத்தைவிட்டுச் சென்றார். எமிலி தங்களுடன் இல்லாததை முற்றத்தில் கேட்ட சத்தத்தோடு எவரும் தொடர்புபடுத்த வில்லை. இந்தியாவில் இதுபோன்ற கூச்சல்கள் மிகவும் சாதாரணம். அதனால் அவர்கள் என்ன நடந்ததென்று ஆராயவில்லை; எனவே அவருடைய உடல் மங்கலான நீல நிலவொளியில் அசைவின்றி

---

[1] இங்கும் இந்நூலின் பிற இடங்களிலும் எனது தகவல்களுக்கு ஆதாரமானவர்களின் வேண்டுகோளின்படி அல்லது பழிவாங்கும் நடவடிக்கைகளிலிருந்து அவர்களைப் பாதுகாப்பதற்காக பெயர்களை மாற்றியுள்ளேன்.

அமைதியாகக் கிடக்கிறது. இந்தியாவில் சுமார் மூவாயிரம் ஆண்டு களுக்கு முன்பு புத்தர் அறிவொளி பெற்ற அதே இடத்தில் தியானம் செய்ய முடிந்ததை அந்த மாணவர்கள் நற்பேறாகக் கருதுகிறார்கள். அவருக்கு மதிப்பளிக்கும் விதமாக அந்நகருக்கு புத்தகயா என்று பெயர் சூட்டப்பட்டுள்ளது. அப்பெயரை ‘புத்தர் சென்ற இடம்’ என்று நேரடியாக மொழிபெயர்க்கலாம். கடந்த பத்து நாட்களாக அவர்கள் பேச்சின்றி தங்கத்தாலான புத்தர் சிலைக்குமுன் மௌன தியானத்தில் அமர்ந்திருந்தார்கள். பேசுவதற்கு எதிரான கடுமையான தடை அவர்களை நிம்மதி இல்லாதவர்களாக்கி விட்டது. இறுதியாக, அவர்கள் நாவுகளை மீண்டும் பேச அனுமதிக்கப்பட்டவுடன் கோடைகால முகாமின் இறுதி நாளன்று, இரவு வெகுநேரம் விழித்திருந்து குழந்தை களைப் போல் உரையாடிக்கொண்டிருந்தார்கள்.

அவருடைய உடலிலிருந்து வெறும் பத்தடி தூரத்தில் ஒரு வெண்ணிற கொசுவலைக்குள், வீட்டிற்கு என் மனைவியிடம் திரும்பிச் செல்வது பற்றி அமைதியாகக் கனவு கண்டபடி ஒரு மணிநேரம் நான் ஆழ்ந்து தூங்குகிறேன். அப்போது யாரோ என் தோளை வலுவாகத் தட்டு கிறார்கள். நியூயார்க்கைச் சேர்ந்த, முகத்தில் தாடி வளர்த்திருந்த என்னுடைய ஒரு மாணவனைப் பார்த்தபடி கண்களைத் திறக்கிறேன். அவன் பீதியில் இருக்கிறான். ‘எமிலி தரையில் விழுந்து கிடக்கிறார், அவர் மூச்சுவிடவில்லை.’ உள்ளுணர்வால் மட்டுமே உந்தப்பட்டு நான் வாரிச்சுருட்டி எழுந்து ஒரு நீலநிற ஜீன்ஸையும் வெளிறிய சட்டையையும் போட்டுக்கொண்டு முற்றத்தை நோக்கி ஓடுகிறேன்.

பல்கலைக்கழகச் செயல்திட்டத்தின் மற்றொரு இயக்குநரான ஸ்டெஃபானி உடலை ஓர் ஆரஞ்சுநிற முகாம் மெத்தையின் மேல் புரட்டிக்கொண்டிருக்கிறார். எமிலியின் வலது கண் காயமடைந்து கருமையாகவும் அவருடைய முடி இரத்தம் தோய்ந்து சிக்குப்பிடித்தும் இருக்கிறது. நான் அங்கிருந்ததை கவனிக்கக்கூட முடியாத அளவுக்கு அதிர்ச்சியில் இருந்த ஸ்டெஃபானி எமிலியை மீண்டும் உயிர்ப்பிக்கும் முயற்சியிலேயே தன் முழுக் கவனத்தையும் குவித்திருக்கிறார். எமிலி யின் சிவப்பு லினென் சட்டை வழியாக அவர் நெஞ்சைப் பலமுறை அமுக்குகிறார். ஒரு மருத்துவ சாதனப் பைக்குள் இருந்த ஊசியுடன் கூடிய குழல்கள், புண்கட்டும் துணிகள் போன்ற பொருட்கள் பனித்துளி நனைந்த புல்தரையில் அங்குமிங்கும் தாறுமாறாகச் சிதறிக் கிடக்கின்றன. எமிலியின் மார்பெலும்புகளை ஒவ்வொருமுறை அமுக்கும்போதும் அவருடைய வாயில் இரத்தத்தின் தடயம் லேசாக வெளிப்படுவதைப் பார்த்ததும் ஸ்டெஃபானி முகம் சுளிக்கிறார். எமிலிக்கு நாடித் துடிப்பு இல்லை.

இதற்குள் மடாலயத்திலிருந்த எல்லோரும் எழுந்துவந்து அவ்விடத்தைக் கும்பலாகச் சுற்றி நின்றுகொண்டிருக்கிறார்கள். நீண்ட பழுப்புநிற முடியும் ஆஸ்திரிய நாட்டு உச்சரிப்பையும் கொண்ட ஒரு பெண் இரத்தத்தைக் கண்டு மயக்கமடைகிறார். அமெரிக்காவிலிருக்கும் இச்செயல்திட்டத்தின் அமைப்பாளர்களுக்கு இச்செய்தியைத் தெரிவிக்க அவர்களுடைய எண்களை என்னுடைய அலைபேசியில் அழுத்துகிறேன்.

நான் பேசி முடித்தபிறகு குறிப்புகள் எடுத்துக்கொண்டு அவருடைய குடும்பத்தினரைத் தொலைபேசியில் அழைக்கத் திட்டமிடுகிறேன். அதே நேரத்தில் நாட்டுப்புறக் கிராமங்களுக்கு மருத்துவ சேவை வழங்குவதற்காக மடாலயம் வைத்திருந்த துருப்பிடித்த ஆம்புலன்ஸில் எமிலியின் உடலை ஏற்ற மூன்று மாணவர்கள் உதவுகிறார்கள். இந்த இரவில், அது வறண்ட விவசாய நிலப்பரப்பையும் ஆரவாரமான இராணுவ முகாமையும் தாண்டி அங்குள்ள ஒரே மருத்துவமனை இருந்த திசையில் அவருடைய உடலை எடுத்துச் செல்கிறது. **2006,** மார்ச் **12,** அதிகாலை **4.26** மணிக்கு கயா மருத்துவக் கல்லூரியை அடைந்த உடனேயே எமிலி மரணமடைந்துவிட்டதாக அறிவிக்கப்படுகிறது.

முற்பகல் **10.26**க்குள் எனக்கு ஒரு வயது அதிகரித்ததுபோலாகி விட்டது. எமிலி அவருடைய அறைக்கு வெளியே இருந்த பால்கனியில் விட்டுச்சென்ற நாட்குறிப்பு, படிமங்களால் நிறைந்திருந்தது. இது அவர் தற்கொலை செய்ததாக என்னைச் சந்தேகப்பட வைத்தது. பத்து நாட்கள் தொடர்ந்த மௌன தியானத்துடன் வீட்டிலிருந்து அரை உலக தூரத்திலிருந்த ஒரு நாட்டுக்கு வந்தது, அதனால் ஏற்பட்ட பொதுவான பண்பாட்டு அதிர்ச்சியும் ஒன்றுசேர்ந்தது அவருக்கு ஒத்துவந்திருக்கவில்லை. ஆனால் அவருடைய மரணத்துக்கான காரணம் என் முன்னால் இருந்த பொறுப்புகளின் கடுமையான அளவுக்கு முக்கியமானதாகத் தோன்றவில்லை. அவருடைய சொந்த நகரான நியூ ஆர்லியன்ஸ், எட்டாயிரத்து ஐந்நூறு மைல் தொலைவில் இருக்கிறது. பயணத்தின் முதல்கட்டமாக கிராமப்புற இந்தியாவின் வறண்ட தரிசு நிலங்களைக் கடந்து செல்ல வேண்டும். முந்தைய நாள் இரவு, புனித நகரான வாரணாசியிலுள்ள தொடர்வண்டி நிலையத்துக்கு அருகில் நடந்த ஒரு விபத்து கயாவுக்குச் செல்லும் தொடர்வண்டிப் பாதைகளைத் துண்டித்திருந்தது. உள்ளூர் விமானநிலையம் ஒரு பிணத்தை விமானத்தில் ஏற்றி அனுப்ப வசதிபடுத்துவதற்கு ஆர்வமில்லாமலிருப்பது போலக் காணப்படுகிறது.

அடிவானத்துக்கு மேலே சிவப்புச் சூரியன் எட்டிப் பார்க்கும் வேளையில், பச்சை காக்கிச் சீருடையுடன் தமது இடுப்பில் அரை

தானியங்கித் துப்பாக்கிகளையும் முறுக்கு மீசைகளையும் கொண்ட இரு காவல்துறை அதிகாரிகள் ஏற்கனவே மருத்துவமனையில் பிணத்தைப் பார்த்துவிட்டு பல கேள்விகளுடன் வந்திருந்தனர்.

'அவருக்கு எதிரிகள் யாராவது இருந்தாங்களா? பொறாமை கொண்டவர்கள் யாராவது இருந்தார்களா?' அழுத்தமான நிழலுருவை உருவாக்கும் ஆறடிக்கு மேல் உயரம்கொண்ட கண்காணிப்பாளர் மிஸ்ரா கேட்டார். அவருடைய சீருடையின் தோள்பட்டி இரு நன்மதிப்பு வெள்ளி நட்சத்திரங்களைக் கொண்டிருக்கின்றன. அவர் அது கொலையாக இருக்கும் என்று சந்தேகிக்கிறார்.

'எனக்குத் தெரிந்து அவ்வாறு இல்லை' – அவருடைய குரலில் இருந்த சந்தேகத்தால் உறைந்தபடி நான் பதிலளிக்கிறேன்.

'அவருடைய காயங்கள்...' தம் ஆங்கிலத்தைப் பற்றிய நம்பிக்கை இல்லாமல் நிறுத்தி, 'பெருமளவிலானவை' என்கிறார்.

அவர் விழுந்த இடத்தையும் அவரை உயிர்ப்பிக்க நாங்கள் செய்த தோல்வியடைந்த முயற்சியின்போது ஆங்காங்கே எஞ்சிக் கிடந்த பலவித மருத்துவப் பொருட்களையும் அவசரத்தின்போது பயன்படுத்திய சாதனங்களின் கிழிந்த துண்டுகளையும் நான் அவருக்குக் காட்டுகிறேன். அவர் குறிப்பேட்டில் எதையோ எழுதுகிறார். ஆனால் விசாரணையைத் தொடரவில்லை. மாறாக, என்னை மருத்துவமனைக்கு வருமாறு அழைக்கிறார். ஏதோ ஒன்றைச் செய்ய அவருக்கு நான் தேவைப்படுகிறேன்.

சில நிமிடங்களுக்குள் நான் மிஸ்ராவோடும், இரண்டாம் உலகப் போர் காலத்து இலகுரக துப்பாக்கிகளைக் கையில் வைத்திருந்த, வளரிளம் பருவத்தைக்கூட முழுமையாகத் தாண்டாத, மூன்று இளம் பாதுகாவலர்களோடும் ஒரு காவல்துறை ஜீப்பின் பின்பகுதியில் அமர்ந்திருக்கிறேன். ஒரு துப்பாக்கியின் தேய்ந்த வெள்ளிக் குழல் நாங்கள் சாலையில் குலுங்கிக்கொண்டே பயணம் செய்தபோது என் வயிற்றை நோக்கி இருக்கிறது. அது எந்த நேரத்திலும் சுட்டுவிடலாம் என்று நான் கலக்கமடைகிறேன். ஆனால் நான் எதையும் பேசவில்லை.

மிஸ்ரா பயணியர் இருக்கையில் இருந்தபடி திரும்பிப் பார்த்து புன்னகைக்கிறார். ஓர் அமெரிக்கருக்கு உதவிக்கொண்டிருப்பதற்காக அவர் மகிழ்ச்சியடைவது போலத் தோன்றுகிறது. அது வழக்கமான காவல்துறைப் பணியை முடிவுக்குக் கொண்டுவந்த ஒரு புதுமை. 'அமெரிக்காவில் காவல்துறை எவ்வாறு செயல்படுகிறது? தொலைக் காட்சியில் வருவது போலவா?' என்று கேட்கிறார்.

நான் என் தோள்களைக் குலுக்குகிறேன். உண்மையில் எனக்குத் தெரியாது.

சாலையின் எதிர்புறத்திலிருந்து வேகமாக வந்த மற்றொரு வாகனத்தைப் பார்க்கிறேன். புழுதிபடிந்த முன்கண்ணாடி வழியாகப் பழுப்புநிற முடியுடைய வெள்ளைக்காரப் பெண்ணொருத்தியின் நிழல்போன்ற உருவத்தை என்னால் பார்க்க முடிகிறது. அது ஸ்டெஃபானி. ஜீப்புகள் ஒன்றையொன்று கடந்து செல்லும்போது எங்கள் விழிகள் சந்தித்துக் கொள்கின்றன. அவர் சோர்வடைந்து இருப்பதுபோலத் தோன்றுகிறது.

சில நிமிடங்களுக்குப் பிறகு நாங்கள் கயாவின் மக்கள்கூட்டம் நிறைந்த குண்டும் குழியுமான தெருக்களைச் சென்றடைகிறோம். அது பீகார் மாநிலத்தின் பெரிய நகரங்களில் ஒன்றாக இருந்தாலும், வளர்ச்சியென்பது தொலைதூரக் கனவாகவே இருக்கிறது. நடுவண் அரசின் மிகச்சிறந்த முயற்சிகளுக்குப் பின்பும் இப்போதும் நிலப்பிரபுத்துவமே இங்கு அலுவல்களை நெறிப்படுத்தும் கொள்கையாக இருக்கிறது. இப்போது இந்நகரத்தைக் கட்டுப்பாட்டில் வைத்திருப்பவர்கள் பேரரசர்களின் காலத்தில் தொடங்கிய அமைப்புமுறையை மரபுரிமையாகப் பெற்றவர்கள். கரும் சேறு பூசப்பட்ட பெரும் பன்றிகள் கழிவுப் பொருட்களை சலித்துக்கொண்டும், தங்கள் பாதையில் வரும் பாதசாரிகளை உறுமி விரட்டியபடியும் தெருவில் அலைந்துகொண்டிருக்கின்றன. சில பன்றிகள் ஓர் இறைச்சிக் கடைக்கு அருகில் விருந்தை எதிர்பார்த்து நின்றுகொண்டிருக்கின்றன. நாங்கள் அதை வேகமாகக் கடந்து செல்லும்போது இறைச்சி விற்பவர் ஒரு தோலுரிக்கப்பட்ட ஆட்டின் தலையை இரண்டாகப் பிளக்கிறார். கழிவுகளைப் பன்றிகளுக்கு வீசுகிறார். வீசப்பட்டதில் உள்ள ஒரு குடலை ஒரு பன்றி ஒரு இடியாப்ப இழையைப் போல உறிஞ்சுகிறது.

மூன்று திருப்பங்களுக்குப் பிறகு ஜீப் கயா மருத்துவக் கல்லூரி வளாகத்துக்குள் நுழைந்து ஒரு காங்கிரீட் கட்டடத்தின் முன் நிற்கிறது. சன்னலின் மேல்பகுதியில் வண்ணத்தால் எழுதப்பட்ட கரும் சிவப்பு நிற பெரிய எழுத்துகள் அவசர சிகிச்சைப்பிரிவு என்பதை அறிவிக்கின்றன. இந்திய மருத்துவ நிறுவனங்களின் படிநிலையில் இக்கல்லூரி ஒருவித பின்யோசனையால் தொடங்கப்பட்டது போல இருந்தது: நாட்டின் மிகவும் சராசரி திறமையுள்ளவர்களை மட்டும் கவரும் ஒரு மாறாட்டம் – பிறழ்ச்சி. அது காலனியாதிக்கக் காலத்தில் ஆங்கிலேய அதிகாரிகள் தலைக் கவசங்களுக்கும் வெங்குருக்களுக்கும் அடியில் இருந்துகொண்டு நாட்டை ஆட்சிசெய்த காலத்தில் நிறுவப்பட்டது என்றாலும், இன்று கல்லூரி, ஆங்கிலப் பேரரசுக் கட்டடக்கலையின் எந்தச் சுவடையும் கொண்டிருக்கவில்லை. மாறாக, அரசின் குறைந்த

செலவுத்திட்ட மதிப்பீட்டில் கட்டப்பட்ட உயரம் குறைந்த காங்கிரீட் கட்டடங்கள் வளாகத்தில் பரவியிருக்கின்றன. இந்தியாவின் பெரும் பகுதி தகவல் தொடர்பு தொழில்நுட்ப விண்கலப் பயணத்தில் முன்னேறியிருக்கும் போதும் பீகார் மாநிலம் இப்போதும் விண்கலம் செலுத்துமிடத்துக்கு அருகிலுள்ள பார்வையாளர் அரங்கில் அமர்ந்து கொண்டிருக்கிறது.

நான் ஜீப்பைவிட்டு வெளியே குதிக்கிறேன்; மிஸ்ரா என்னை மருத்துவமனைப் பிரிவுக்குள் அழைத்துச் செல்கிறார். ஃப்ளாரன்ஸ் நைட்டிங்கேல் போல் வெண் சீருடையும் தொப்பியும் அணிந்திருந்த செவிலி ஒருவர் துயரத்திற்குப் பழக்கப்பட்ட ஒளியிழந்த விழிகளோடு என்னை வரவேற்கிறார். அவருக்கு எதிரில் ஒரு காங்கிரீட் திட்டின் மேல் எமிலியின் பிணம் அந்துப்பூச்சிகளால் அரிக்கப்பட்ட கம்பள விரிப்பின் கீழ் குளிர்ந்துகொண்டிருக்கிறது. இரவில் எப்போதோ அச்செவிலி வேடிக்கை பார்க்க வருபவர்களை விலக்கி வைப்பதற்காக சில வலுவற்ற தடுப்புகளைக் கொண்டு வந்தார். மடாலய மருத்துவ மனையில் தன்னார்வத் தொண்டு செய்யும் அமெரிக்கரான ரிக் இருட்டிய திலிருந்தே அவரின் உடல் அருகிலேயே இருந்து கொண்டிருக்கிறார்.

எமிலியை ஈக்களிடமிருந்து பாதுகாத்துக் கொண்டிருந்த பிணப் போர்வையை திறந்து மிஸ்ரா அவருடைய உருக்குலைந்த உடலைக் காட்டுகிறார். அவர் தரையில் விழுந்த நேரத்திலிருந்து இதுவரை அவருடைய பிணத்தின் தட்பவெப்ப அளவு ஒரு டசன் டிகிரி குறைந் திருக்கிறது. குளிர்ச்சி அவருடைய காயங்களை மிகைப்படுத்தியிருக் கிறது. ஓர் இரத்தக் கரும்பூச்சு, அவருடைய கண்ணுக்குக் கீழேயுள்ள தோலைக் கறைபடுத்துகிறது; அவருடைய கழுத்தின் அடிப்பகுதியில் இருந்த வீக்கம் அவர் விழுந்தபோது கழுத்து உடைந்தது போலத் தோற்றமளிக்கிறது. ஸ்டெஃபானி அவருடைய இதயத்தை மீண்டும் செயல்படச் செய்ய முயற்சி செய்து கொண்டிருந்தபோது பார்வையில் படாமலிருந்த அவருடைய கையில் இருந்த குறிகள் இப்போது இராணுவ உருமறைப்பு போல தெளிவாகவும் துல்லியமாகவும் தெரிந்தன.

நான் பார்ப்பவற்றை அவரிடம் சொல்லுமாறும் எமிலியுடைய உடைமைகளைக் காவல்துறை அறிக்கைக்காகப் பட்டியலிடுமாறும் மிஸ்ரா என்னைக் கேட்கிறார். எமிலியுடைய உடலின் சட்டரீதியான பொறுப்பு காவல்துறையினரிடம் உள்ளதால், ஏதாவது காணாமல் போனால் அவரே பொறுப்பு. எமிலி டெல்லி சுற்றுலாப் பயணியர் சந்தையில் வாங்கிய லினென் சட்டையும் நீண்ட பாவாடையும் அணிந்திருக்கிறார். அவருடைய வலதுகை மணிக்கட்டைச் சுற்றி மரமணிகளாலான சரம் ஒன்று இருக்கிறது.

‘என்ன நிறம்?’ மீண்டும் தம் ஆங்கிலம் குறித்த உள்ளுணர்வோடு அவர் கேட்கிறார்.

‘சட்டை சிவப்பு நிறம், பாவாடை நீல நிறம்’ என்று நான் கூறுகிறேன். குறிப்பேட்டில் உருள்முனைப் பேனாவால் எழுத்துகளை அவர் கிறுக்குகிறார். எமிலியின் உடைகள் காயங்களுக்குப் பொருத்த மானவையாக இருக்கின்றன.

நிறங்களின் விசித்திரமான சேர்க்கை பற்றி அவர் சிந்தனையில் ஆழ்ந்திருந்தார். எனினும், அவர் நீண்ட நேரத்துக்கு அவ்வாறு இருக்க வில்லை. காரின் ரப்பர் சக்கரங்கள் சரளைக் கற்களை நொறுக்கும் சத்தம் புதிய வரவை அறிவித்து அவருடைய சிந்தனையைத் தடுத்து நிறுத்தியது.

வெளியே செய்தியாளர்கள் இரு சிறிய ஆம்னி வேன்களில் வந்திருக்கிறார்கள். சர்க்கஸ் கோமாளிகளைப் போல ஒழுங்கற்ற முறையில் ஒலிக்கருவிகளோடும் இரண்டாந்தர ஒலி-ஒளிக் காட்சிப் பதிவுகளோடும் வாகனங்களை நிறுத்தும் இடத்தில் அவர்கள் சிதறிச் செல்கிறார்கள். செய்தியாளர்களின் நிலை, மருத்துவக் கல்லூரியின் நிலையைப்போல, விளிம்புநிலையாக்கத்திற்கான சாட்சியாகும். நாட்டின் பிற பகுதிகளில், செய்தித் தொலைக்காட்சி நிறுவனங்கள் பரபரப்பான செய்திகளுக்காகப் போட்டியிடுகின்றன. ஆனால் இங்கு செய்தி அறிவித்தல் ஒரு குழு விளையாட்டு. இன்றைய செய்தி அறிக்கைக்காக அவர்கள் போக்குவரத்தைக்கூடப் பகிர்ந்துகொள் கிறார்கள். பதினாறுபேர் காலி வேனைச் சுற்றி ஒழுங்கின்றி நிற்க, இரு தயாரிப்பாளர்கள் ஒலிவாங்கிகளிலிருந்த ஒற்றை நிறச் சின்னங்களை வைத்துப் பொருத்தம் பார்த்து, அதற்கொத்த நிழற்படக் கருவிகளோடு பணித்தளவாடங்களை வகைப்படுத்தினர்.

அவர்களுடைய செயல்பாட்டின் முன்னேற்றத்தைத் தடுப்பதற் காகவோ, ஒருவேளை அவருடைய பழைய நண்பர்களைச் சந்திப்பதற் காகவோ மிஸ்ரா வெளியே செல்கிறார். மருத்துவப் பிரிவின் உள்ளே நான் நின்றிருந்த இடத்திலிருந்து உரத்த குரலில் அவர்கள் பேசுவதைப் புரிந்துகொள்ள முடியவில்லை. ஆனால் அடுத்ததாக என்ன நடக்கப் போகிறது என்பது எனக்குத் தெரியும். நான் இரும்பால் செய்யப்பட்ட வாயிற்கதவு வழியாக எட்டிப் பார்த்து, ஒரு செய்தி தயாரிப்பு அலுவலர், கண்காணிப்பாளர் மிஸ்ராவின் திறந்த கைக்குள் ஒரு மஞ்சள்நிற ரூபாய் நோட்டை மறைத்துக் கொடுப்பதை அத்தருணத்திலேயே நேரடியாகப் பார்க்க முயல்கிறேன். அப்பரி மாற்றத்தை நான் பார்க்க வில்லை. ஆனால், ஒரு நேர்காணலுக்குத் தயாராக எனக்கு இன்னும்

சில வினாடிகளே உள்ளன என்பது எனக்குத் தெரியும்.

நான் மருத்துவமனைக் கம்பளத்தை மீண்டும் எமிலியின் முகத்தின் மேல் போர்த்திவிட்டு அறையின் முன்பக்கத்துக்கு நடக்கிறேன். அரை டசன் நிழற்படக் கருவிகளின் பளிச்சிடும் ஒளி சில கணங்கள் என் பார்வையை இழக்கச் செய்கிறது. ஒரு காணொளிப் பணியாளர்க் குழு வெப்பம் நிறைந்த மஞ்சள் நிற ஒளியை என் நெற்றியின் மீது பாய்ச்சுகிறது. செய்தியாளர்கள் ஏராளமான ஒலிவாங்கிகளை என் முகத்தின்முன் நீட்டியபடி கேள்விக் கணைகளைத் தொடுக்கின்றனர்.

'அவர் எப்படி இறந்தார்?'

'அவர் கொலை செய்யப்பட்டாரா?'

'அது தற்கொலையா?'

அதன்பின் ஒரு பின்யோசனையாக,

'நீங்கள் யார்?'

கேள்விகள் அறிவார்ந்தவைதாம். ஆனால் நான் பதிலளிக்கவில்லை. கடந்த ஆறு மணி நேரமாக அமெரிக்காவிலிருந்த என் மேலதிகாரியும் எமிலியின் பெற்றோரோடு தொடர்புகொள்ள முயன்று கொண்டிருக்கிறார். ஆனால் அவர்கள் இத்தகவலைத் தெரிந்துகொண்டார்களா என்பது இன்னும் எனக்குத் தெரியவில்லை. அவர்களைக் கண்டுபிடிப்பதற்கு முன்னரே ஏதாவது அமெரிக்க செய்தித் தொலைக்காட்சியில் இச்செய்தி வருவதற்கான வாய்ப்பு உண்டு. இதற்குள் எமிலி என்ற நபருக்குப் பதிலாக அவருடைய உடல் பிரதிநிதித்துவப்படுத்தும் பிரச்சினைகள் வந்துள்ளன. அவருடைய உயிரைக் காக்க நாங்கள் முயன்றுகொண்டிருந்தபோது இருந்த அவசரம் இப்போது இல்லை. இப்போது இருப்பதெல்லாம் மரணத்தால் தவிர்க்க இயலாதவை மட்டுமே. அவரில் எஞ்சியிருந்தது பாதுகாப்பற்றது, அழியக்கூடியது. எவ்வாறோ அவருடைய உயிர் பிரிந்த உடலின் மீது ஏராளமானோருக்குப் பங்கு இருக்கிறது.

'எதையும் கூற விரும்பவில்லை' – இடைவிடாமல் கண்களைக் கூசவைத்த நிழற்படக் கருவிகளின் பளிச்சிடும் வெளிச்சத்தால் கண்களைக் குறுக்கியபடி சொல்கிறேன். கேள்விகள் தொடர்ந்து வருகின்றன. ஆனால் செய்தியாளர்களின் குரல்களில் இருந்த அவசரம் குறைகிறது. ஒரு நிழற்படக்காரரின் கண்களில் மின்னிய ஒளி எமிலியின் உடலை நிழற்படம் எடுப்பதற்காகத் தூண்டில் போடுகிறார்கள் என்பதை எனக்குச் சொல்கிறது. என் கைகளை அவருடைய லென்ஸின் முன் தூக்கி மறைக்கிறேன். ஆனால் சிவப்பு போலோ

சட்டையணிந்த ஒருவர் என் கையைப் பிடித்து அப்பால் தள்ளிவிட முயல்கிறார். நான் அவரைப் பிடித்து இழுக்கிறேன். ஆனால் என் முயற்சி தோல்வியடைந்துவிட்டது. அவர் பிடியைத் தளர்த்தி, என்னை விட்டுவிடுகிறார்; நான் கட்டுப்பாடிழந்து சுற்றுகிறேன். ஒரு நொடிக்குள் அவர்கள் என்னைத் தாண்டிச் சென்று எமிலியின் முகத்தை மூடிக்கொண்டிருந்த துணியை உருவியெடுத்து விடுகிறார்கள்.

விளக்கின் கண்ணைப் பறிக்கும் ஒளியில் அவர் கண்ணுக்குக் கீழிருந்த இரத்தம் கருமையாகவும் ஊதா நிறத்திலும் பளிச்சென்று தெரிகிறது. காயம் அவருடைய மண்டையோட்டிலிருந்த பிளவு வழியாக மீண்டும் அவருடைய மூளையைச் சென்றடைகிறது. இந்தியத் தொலைக்காட்சிகளில் வைரம் ஜொலிக்கும் பாலிவுட் பிரபலங்களுக்கு அடுத்தபடியாக மரணத்துக்கு ஒரு நட்சத்திரப் பங்கு இருக்கிறது. மூடப் பட்ட உடல்கள், கால்விரல்களில் கட்டப்பட்ட விவரச்சீட்டு ஆகிய வற்றின் நேர்த்தியான நிழற்படங்கள் அமெரிக்க செய்தித்தாள்களுக்கு உரியன. மாறாக, இந்தியச் செய்திகளில் இறந்தவர்களின் முகங்கள் ஒன்றன்பின் ஒன்றாக ஒரு தனிமனிதத் துயர நிகழ்வின் முடிவில்லா நிழற்படத் தொகுப்பாக விரசமாகக் காணக் கிடைக்கின்றன. இந்தியாவின் மரணமடைந்தோர் நிழற்படக் கருவிகளைப் பார்த்து நாணமடைபவர்களல்ல. எமிலியைப் பாதுகாப்பது என்னுடைய கடமையென்றால் நான் அதில் தோல்வியடைந்துவிட்டேன்.

இன்று மாலை நாடெங்குமுள்ள ஊடகங்களின் முக்கிய அண்மைச் செய்திகள் வாசிக்க இவ்வாறிருக்கும்:

புத்தகயா தியான மையத்தில் அமெரிக்க மாணவி மரணம் – கொலையா தற்கொலையா என காவல்துறை சந்தேகம்.

அமெரிக்கர்கள் இந்தியாவில் அன்றாடம் மரணமடைவதில்லை. எமிலி உயிருள்ள ஆளாக இருந்ததைவிட அதிகமாக இன்று ஒரு பிணமாக இருப்பதால் பிரபலமடைவார். ஒரு செய்தி வேறொன்றாக உருமாற்றுவதற்கான நேரத்துக்குள் நாட்டின் கவனம் இந்த இடத்தில் இருக்கும். அவருடைய உயிரற்ற முகத்தை நூறு கோடி மக்கள் பார்ப்பதற்கான வாய்ப்பு கிடைக்கும்.

வழியில் இருந்தவர்களை விலக்கித் தள்ளியபடி நான் மீண்டும் நிழற்படக் கருவிகளுக்கு (கேமரா) முன் செல்கிறேன். ஆனால் செய்தியாளர்கள் ஏற்கனவே வந்த வேலையை முடித்து கிளம்பத் தொடங்கிவிட்டார்கள். அவர்களுக்குத் தேவையானது கிடைத்து விட்டது.

காவல்துறை அதிகாரி மிஸ்ரா தம் இடது கையில் ஒரு வலுவான பிரம்பை ஒரு பக்கமாகச் சாய்த்துவிடாமல் சமநிலையில் வைத்துக் கொண்டிருக்கிறார். அவருடைய முகம் பலவித தோற்றங்களின் கெலிடோஸ்கோப்பாக இருக்கிறது. அது ஒரு சமயத்தில் கூறுகிறது: 'உங்களுடைய ஐந்நூறு ரூபாய் தீர்ந்துவிட்டது', 'இவர்கள் எப்படி என்னைக் கடந்துபோனார்கள் என்று தெரியவில்லை' என. ஏற்கனவே வரிசையாக வெளியேறி காத்திருந்த வேன்களுக்குள் நுழைந்த செய்தியாளர்களுக்கு இது ஒரு பொருட்டல்ல. ஓட்டுநர்கள் இயந்திரங்களை இயக்கி குற்றம் நடந்த இடத்தைக் காண தியான மையத்துக்கு விரைந்து செல்கிறார்கள்.

ஒரு நிமிடத்திற்கு முன் சர்க்கஸ் நடக்கும் இடத்தைப் போல இருந்த அறை இப்போது ஒரு கல்லறையைப் போல அமைதியாக இருக்கிறது. எனக்குத் தொடர்ந்து கண் விழித்திருப்பதைத் தவிர வேறு வேலையும் இல்லை. மிஸ்ரா என்னைப் பார்த்து ஒரு புன்னகைத்து, தோளை அசைத்தபடி வெளியே தம் பணியிடத்துக்கு மீண்டும் செல்கிறார். மீண்டும் எமிலியின் பிணத்தோடு தனியே இருக்கையில் ஒரு புதிய எதார்த்தம் என்னுள் இடம்பெறத் தொடங்குகிறது. என்னுடைய மாணவி ஒருத்தி துயரத்தை ஏற்படுத்தும் விதத்தில் இந்தியாவின் மிக ஒதுக்கமான பகுதிகள் ஒன்றில் இறந்தது மட்டுமல்ல; இப்போது எனக்கு அவருடைய உடலைத் தாய்நாட்டுக்குத் திரும்பக் கொண்டு செல்ல வேண்டிய தேவையும் உள்ளது. அவருடைய மரணத்துக்கு ஆறு மணி நேரத்துக்குப் பின்பு அவர் விட்டுச் சென்ற காலியான புறத்தோலை, மோசமாக சிப்பம் கட்டப்பட்ட இறைச்சித் துண்டிலிருந்து வித்தியாசப்படுத்த எதுவும் பெரிதாக இல்லை. நண்பகலுக்குள் வெப்பம் 100 டிகிரியை எட்ட அச்சுறுத்திக் கொண்டிருந்ததால் உடல் அழுகத் தொடங்குவதை நிறுத்துவதற்கு அதிக நேரமில்லை.

மருத்துவமனையின் வரவேற்புப் பகுதியில் ஃப்ளாரன்ஸ் நைட்டிங்கேல் சீருடையில் அமர்ந்து இருந்த செவிலி என்னிடம் மருத்துவமனையில் பனிக்கட்டி தயாரிக்கும் எந்திரம் இல்லை என்று கூறுகிறார். அதுமட்டுமல்ல, அரசு விதிப்படி பிரேதப் பரிசோதனை நடப்பதற்கு முன் எமிலியின் உடலை என் பொறுப்பில் எடுத்துக் கொள்ளக்கூட இயலாது. மருத்துவர்கள் வரும்வரை பிணத்தோடு அமர்ந்திருக்குமாறு எனக்கு அறிவுறுத்துகிறார்.

நான் காத்திருக்கிறேன்.

இறுதியாக செய்தியாளர்கள் பயன்படுத்திய அதே நிறுவனத்தின் அதே மாதிரி தயாரிக்கப்பட்ட வேன் போன்ற சிறிய ஆம்புலன்ஸ் ஒன்று

மருத்துவப் பிரிவுக்கு வெளியே வந்து நிற்கிறது. இரு வாகனங்களுக்கு இடையிலான ஒரே வித்தியாசம், இந்த வாகனத்தின் பின் இருக்கைகள் உடல்நலக்குறைவு உள்ளவர்களுக்காக சக்கரப்படுக்கை ஒன்றை வைப்பதற்காக அகற்றப்பட்டிருந்ததுதான். மரபாகத் தைக்கப்பட்ட அலங்கோலமான சட்டையும் நைந்துபோன பேண்டும் அணிந்த இரண்டுபேர் வந்து உடலைப் பிரேதப் பரிசோதனைக்காக எடுத்துச் செல்ல வந்துள்ளதாகக் கூறுகிறார்கள்.

அவர்கள் எமிலியின் வேனின் பின்புறத்தில் 'தொம்' என்று தூக்கிப் போட்டுவிட்டு, புழுதிச் சாலையில் அரை மைல் தூரம் பயணம் செய்கிறார்கள். நான் பின்புறத்தில் அந்த உடலோடு அமர்ந்திருக்கிறேன். அப்போது அவர்கள் வளாகத்தின் மறுபக்கத்துக்கான பாதையில் செல்கின்றனர். பெரிய ஓட்டைகள் இருந்த அலுமினியக் கூரையுடைய பழைய, பழுதடைந்த சிறிய அரசாங்கக் கட்டடத்துக்கு வெளியே வந்து நிற்கின்றனர். கதவின் மேலிருந்த இந்தியில் எழுதப்பட்ட அறிவிப்பு 'பிரேதப் பரிசோதனை வகுப்பறை' என்று தெரிவிக்கிறது. அந்த அறை பல ஆண்டுகளாகப் பயன்படுத்தப்படாதது போலத் தோன்றுகிறது. உடலை அறுத்துப் பரிசோதனை செய்வதை மாணவர்கள் நன்கு பார்ப்பதற்கு வசதியாக இருப்பது போல, உயர்ந்த தளங்களில் பல வரிசை இருக்கைகள் இருக்கின்றன. நடுவரிசையில் சில இருக்கைகள் தலைகீழாகக் கிடக்கின்றன. தூசும் புறா எச்சங்களும் அந்த இடத்தை நிறைத்திருக்கின்றன. வகுப்பின் முன்பகுதியில் ஒரு கரும்பலகையும், தொடுவதற்குக் குளிர்ச்சியான பெரிய கல் மேசை ஒன்றும் உள்ளன. அவர்கள் எமிலியின் பிணத்தை மேசையின் மேல் போட்டுவிட்டு கதவை அடைத்துப் பூட்டுகிறார்கள்.

'மருத்துவர்கள் சீக்கிரம் இங்கு வருவார்கள்' என்று கூறிவிட்டுப் பீடி புகைப்பதற்காக ஒரு மூலையில் ஒதுங்குகிறார்கள். தூக்கியெறியப் பட்ட துணிகளும் பல பெரிய முடிக்கொத்துகளும் கட்டடத்துக்கு வெளியே கிடப்பதை நான் கவனிக்கிறேன். அவை முன்னர் நடந்த பிரேதப் பரிசோதனைகளின் போது விட்டுச் செல்லப்பட்ட தேவை யற்ற துணுக்குகளாக இருக்க வேண்டும்.

பீடிகளைப் புகைத்த பின், அவர்களில் ஒருவர் என்னை அண்மை யிலுள்ள கட்டடம் ஒன்றுக்கு அழைத்து வருகிறார். அது பிரேதப் பரிசோதனை வகுப்பறையைவிட மிகப் பெரிதாக இருக்கிறது. இங்கு மருத்துவக் கல்லூரிக் கண்காணிப்பாளர் என்னைச் சந்திப்பதற்காகக் காத்திருப்பார் என்று அவர்கள் கூறுகிறார்கள். நான் அங்கு சென்ற போது மருத்துவர் தாஸ் ஏராளமான ஆவணங்களின் மேல் கைகளைப்

பிசைந்துகொண்டிருக்கிறார். அவருடைய கருமையான விக் (பொய் முடி) சற்று சரியாக பொருந்தாமல் இருக்கிறது.

கல்லூரியின் அன்றாடப் பணிகளுடன், காவல்துறைக்கான பிரேதப் பரிசோதனைகள் நடத்தியும் அந்த மருத்துவர் இரட்டைப் பணி செய்கிறார். வகுப்புகள் நடக்கும்போது அங்கு வரும் மாணவர்களுக்குத் தடயவியல் பகுப்பாய்வு குறித்த அனைத்தையும் அவர் கற்பிக்கிறார். அதற்காக அவருடைய பிணவறைக்கு வரும் அநாதைப் பிணங்கள் மீது மீண்டும் மீண்டும் காயப்படுத்திக் காட்ட வேண்டிவரும். அது ஒரு பிரபலமான கல்விப் பயிற்சி. அங்கு நான்கு இழுப்பறைப்பெட்டிகளில் (கேபினெட்ஸ்) கொடிய நஞ்சுகளும் வாள்கள், வெட்டுக்கத்திகள் முதல் திருப்புளிகள், ஆணிகள் அடிக்கப்பட்ட கிரிக்கெட் மட்டைகள் வரையிலான கொலை செய்யப் பயன்படுத்தக்கூடிய எல்லாவிதமான ஆயுதங்களும் நிறைந்திருந்தன. இழுப்பறைப்பெட்டிகளின் கீழ்த்தட்டில் குற்றம் நடந்த இடங்களின் நிழற்படங்கள் கட்டு ஒன்று கிடந்தது. அந்நிழற்படங்களில் வெவ்வேறு அழுகு நிலைகளில் பிணங்கள் காணப்பட்டன. நாங்கள் பேசிக்கொண்டிருக்கும்போது அவர் அப்போது சன்னலில் தொங்கிக்கொண்டிருந்த மருத்துவ எலும்புக் கூட்டை உற்றுப் பார்க்கிறார்.

'இது ஒரு தனிச்சிறப்புடைய நிகழ்வு' என்று தொடங்குகிறார். 'இந்நகரில் வெளிநாட்டவர் அதிகம் மரணமடைவதில்லை. எனவே எவ்வாறு தொடர்ந்து செயல்படுவது என்பதில் நாங்கள் மிகவும் கவனமாக இருக்க வேண்டும். பலர் இதைக் கவனித்துக்கொண்டிருக் கிறார்கள்.'

ஒரு மாணவி என்ற முறையில் இந்திய உடையணிந்து ஒரு ஆன்மிகப் பயணத்தில் புனிதத் தலங்களைக் கருத்தூன்றிப் பார்த்த சில இளம் அமெரிக்கப் பெண்களில் எமிலியும் ஒருத்திதான். மரணம் அடைந்த பின் அவர், காவல்துறை நிர்வாகங்கள், தூதரகக் கட்டடங்கள், அவர் உடலை அவருடைய நாட்டுக்குத் திருப்பி அனுப்புவதற்காக ஆயிரக்கணக்கான டாலரைச் செலவு செய்யும் பொறுப்பு அளிக்கப் பட்டுள்ள காப்பீட்டு நிறுவனங்கள் ஆகியவற்றில் எதிரொலித்துக் கொண்டு, பூதாகரமாகிக் கொண்டிருக்கும் ஒரு பன்னாட்டு நிகழ்வு.

மேலும் அவருடைய மரணம் குறித்த மருத்துவர் தாஸின் அறிக்கை யைப் பொறுத்துதான் எல்லாமும் இருக்கின்றன என்பது எனக்குத் தெரிய வருகிறது. எமிலியின் உடலில் உள்ள காயங்கள் கொலை செய்யப்பட்டதற்கான வாய்ப்பைச் சுட்டிக் காட்டுவதாக அவர் முடிவுக்கு வந்தால், நிர்வாக விதிகளின்படி எமிலியின் உடல் புலன்

விசாரணை முடியும்வரை காவல்துறையின் பாதுகாப்பில் இருக்க வேண்டியதிருக்கும். இருப்பினும், சில நாட்களுக்கு மேல் ஓர் உடலை அழியாமல் பாதுகாத்து வைக்கும் வசதி அம்மருத்துவக் கல்லூரியில் இல்லை. ஆதலால் எமிலியின் உடலை இங்கேயே வைத்திருந்தால் விமானப்போக்குவரத்து நிறுவனங்கள் நாட்டைவிட்டு வெளியே விமானத்தில் எடுத்துச்செல்ல மறுக்கும் அளவுக்கு அழுகிவிடும்.

மாறாக, அவருடைய மரணம் ஒரு தற்கொலை என்று மருத்துவர் அறிவித்தால் காவல்துறை வழக்கை விரைவில் முடிக்கலாம். ஆனால் அவருடைய மரணத்தைப் பற்றி இந்நேரம் அறிந்திருக்கும் கத்தோலிக்கர் களான அவருடைய குடும்பத்தினர், அவர் தற்கொலை செய்து கொண்டால் நிரந்தரமாக நரகத்தில் எரிய வேண்டியிருக்கும் என்பதால், அதை ஏற்றுக்கொள்ள மாட்டார்கள் என்று அவர் விளக்குகிறார். உண்மையில் மரணத்துக்கான வேறொரு காரணத்தை நிரூபிப்பதற்காக அவர்கள் மேலும் ஒரு புலன்விசாரணை கேட்பதற்கு வாய்ப்புண்டு. அவருடைய தலையை மெதுவாக ஆட்டிக் கொண்டு,

'இது ஒரு இக்கட்டான நிலை என்பது உங்களுக்குப் புரியும்' - என்று அவர் வருத்தத்துடன் கூறுகிறார்.

'எமிலி இறக்காமலே இருந்திருந்தால் எளிதாக இருந்திருக்கும்.'

உயிருள்ள சதையை உயிரற்றதிலிருந்து வேறுபடுத்திக் காட்டும் நுட்ப மான மெல்லிய கோடு ஒன்று உண்டு. மரணிப்பதில் உள்ள பிரச்சினை என்னவென்றால் அந்தக் கோட்டை ஒருமுறை தாண்டிவிட்டால், நாம் ஒருவருடைய உயிரற்ற (பூத) உடலை எவ்வாறு கையாளுகிறோம் என்பது தொடர்பான எல்லா விதிகளும் மாறுகின்றன. மருத்துவர் தாஸ் பெருமூச்சு விட்டபடி அறையின் மறுபக்கம் இரண்டு ஜாடிகளை வைத்துக்கொண்டிருந்த பணியாளரைப் பார்க்கிறார்.

'நாம் தொடங்குவதற்கு நேரமாகிவிட்டது.' அவர் மேசையில் தம் உள்ளங்கைகளைக் கொண்டு அழுத்தி, தம் கனமான உடலை எழுந்து நிற்க வைக்கிறார். ஒரு கருப்பு மருத்துவப் பையை வேகமாக எடுத்துக் கொண்டு, விசித்திரமான மருத்துவப் பொருட்கள் நிறைந்த இழுப்பறைப் பெட்டிகளோடு என்னைத் தனியாக விட்டுவிட்டு, அவர் முகப்புக் கூடத்துக்குள் செல்கிறார்.

நான் அவரைப் பின்தொடரவில்லை. அதற்குப் பதிலாக அவருடைய அச்சமூட்டும் புத்தக அலமாரிகளில் ஒன்றின் உள்ளே தொங்கிக் கொண்டிருந்த, மறுபக்கம்வரை அடித்து செலுத்தப்பட்ட துருப்பிடித்த ஆணியுடன் உள்ள கிரிக்கெட் மட்டையைப் பார்க்கிறேன். ஆணியின்

உடல் இரசவாதம் ❋ 35

முனை வளைந்திருக்கிறது. காய்ந்த இரத்தம் ஒரு வளையமாக லேசாக அம்மரத்தில் ஒட்டியிருக்கிறது. யாரும் உரிமை கோராத பிணத்தின் மீது மருத்துவர் தாஸ் ஏற்படுத்திய காயத்தைப் பற்றி நினைக்கவே எனக்கு நடுக்கமாக இருக்கிறது. அப்போது என் தொலைபேசி இருப்பதையே நான் மறந்திருப்பேன் என்பது போல, அது என் சட்டைப்பையில் அதிரத் தொடங்குகிறது.

அரை உலகத் தொலைவிலிருந்து பலவித ரீங்கார, படபடக்கும் ஒலிகள் வழியாக, இணைப்பின் மறுமுனையிலிருந்து நியூயார்க்கில் இருந்த செயல்திட்ட இயக்குநரின் குரல் வருகிறது: 'ஸ்காட்?, நீங்கள் ஓர் உதவி செய்ய வேண்டும்.'

இரண்டு நாட்களுக்குப் பிறகு, தாழ்ந்த மட்டத்திலிருந்த ஆரஞ்சு நிற சூரியன், மெல்ல மெல்ல கங்கைச் சமவெளிக்கு மேல் தோன்றி, மெதுவாக வானத்தின் குறுக்காகத் தன் ஏற்றத்தைத் தொடங்குகிறது. அது அதிகாலை, ஆனால் நான் தூங்கவில்லை.

சோர்வால் என்னுடைய கண்கள் சிவந்திருந்தன. எமிலியின் உடலைக் குளிரூட்டி வைப்பதற்காக, பனிக்கட்டி தொடர்ந்து கிடைப்பதற்குரிய இடத்தை நகரத்தில் தேடி நான் இரண்டு நாட்கள் செலவழித்தேன். மடாலயத்தின் உதவியோடு மரக்கடையில் நாங்கள் செய்து வாங்கிய அவருடைய சவப்பெட்டிக்குள் நான் நூற்றுக் கணக்கான பவுண்ட் பனிக்கட்டியைப் போடுகிறேன். அவ்வாறு செய்யும்போது அவருடைய உடலைப் பார்ப்பதைத் தவிர்ப்பதற்கான எல்லா முயற்சியும் செய்கிறேன். நாங்கள் சேர்ந்து அவருடைய உடலை மேலும் இருமுறை இடம் மாற்றியிருக்கிறோம் – பிரேதப் பரிசோதனை அறையிலிருந்து மீண்டும் மடாலயத்துக்கும், இறுதியாக, இவையெல்லாம் தொடங்கிய போதே மருத்துவமனை நிர்வாகிகள் சொல்ல மறந்த ஒரு சிறிய பிணவறைக்கும்.

அமெரிக்கத் தடயவியல் வல்லுநர்கள் இந்தியாவிலுள்ள தங்களை யொத்தவர்களை நம்பவில்லை. அதனால் நியூயார்க்கிலிருந்த என்னுடைய மேலதிகாரி, எமிலியின் பிணத்தின் படங்களை எடுத்து தனிப்பட்ட பகுப்பாய்வுக்காக அமெரிக்காவுக்கு அனுப்புமாறு என்னிடம் கூறினார். ஒரு மாணவனிடமிருந்து இரவல் வாங்கிய டிஜிட்டல் நிழற்படக்கருவி ஒன்றை என் கையில் வைத்திருக்கிறேன். இங்கு ஏற்கனவே பிரேதப் பரிசோதனை செய்யப்பட்டிருந்தாலும் முடிவுகள் ஐயமின்றி இருக்கும் என்று சொல்ல முடியாது. குடும்பத்தினர்

எதிர்ப்பு தெரிவிப்பதற்கான வாய்ப்பு உண்டு என்றும் அவ்வாறு நடந்தால் உடல் இந்தியாவைவிட்டுச் செல்லாமலிருக்க நேரிடும் என்றும் எனக்குத் தெரிவிக்கப்பட்டது.

ஒரு காவல்துறை ஜீப் நான் தங்கியிருக்கும் விடுதிக்கு வந்து என்னை ஏற்றிக்கொண்டு மருத்துவக் கல்லூரிக்குச் செல்கிறது. நான் ஒரு இலகுரக இயந்திரத் துப்பாக்கி வைத்திருந்த காவல்துறை அதிகாரிக்கு அருகில் அமர்ந்திருக்கிறேன். அவருடைய தலை பின்னோக்கிச் சாய்ந்து அவருடைய கண்கள் தூக்கத்துக்கும் விழிப்புக்கும் இடையில் மூடித் திறந்துகொண்டிருக்கின்றன. அதன் குழல் மீண்டும் என் வயிற்றைக் குறிபார்த்திருப்பதை அவர் கவனிக்காதது போல தோன்றுகிறது. இதற்கு முன்பும் இந்நிலையில் இருந்திருக்கிறேன் என்று மனத்திற்குள் நினைத்துக்கொள்கிறேன். அரை மணி நேரத்துக்குப் பிறகு பிரேதப் பரிசோதனை வகுப்பறைக்கு நாங்கள் வந்து சேரும்போது அந்தக் காவலர் அப்போதும் தூங்கிக்கொண்டிருக்கிறார். அதன் கதவில் பூட்டுப் போடப்பட்டிருக்கிறது; நரைத்த தலையுடைய உதவியாளர் ஒருவர் சாவிகளோடு போராடுகிறார்; அவருடைய விரல்கள் கட்டுப்பாடின்றி நடுங்குவதுபோலத் தோன்றுகிறது. ஒரு நூறு ரூபாய்த்தாள் விரல்களை நடுங்காமலிருக்கச் செய்யும் என்பதைக் குறிப்பால் உணர்த்துகிறார்.

நான் மனத்தளவில் என்னை ஆயத்தப்படுத்த முயலுகிறேன். எனக்கு அருவருப்பு ஏற்பட்டு, திரும்பியோடி விழ நேரிடுமோ என்று எதிர்பார்க்கிறேன். பிரேதப் பரிசோதனை செய்யப்பட்ட எமிலியின் உடலைப் பார்ப்பதற்கான சாத்தியம் என்னை அச்சுறுத்துகிறது. ஓர் உயிரற்ற உடல் வேறு; ஆனால் அறுவை சிகிச்சை மருத்துவர்களால் பரிசோதனைக் குள்ளான பிறகு ஓர் உடலைப் பார்ப்பது, அவர்கள் அவருடைய உடலுறுப்புகளை மட்டுமின்றி வேறு எதையோ எடுத்துவிட்டார்களோ – ஏதாவது இன்றியமையாத ஒன்று காணாமல் போய்விட்டதோ என்று என்னை யோசிக்க வைக்கிறது. பித்தநீர் என் வயிற்றைக் கலக்குகிறது.

ஒரு நிமிடத்துக்குப் பிறகு நான் உள்ளே சென்று உலோகச் சக்கரப் படுக்கையில் வைக்கப்பட்டிருந்த எமிலியை உற்றுப் பார்க்கிறேன்.

மருத்துவர்கள் அவரைப் பழங்காலக் கருவிகளால் மேலிருந்து கீழாக நடுவில் பிளந்திருக்கிறார்கள் – பிடரியிலிருந்து அவருடைய இடுப்பெலும்புவரை அவர் உடலை அகலமாகத் திறந்திருக்கின்றனர். அவருடைய இதயத்தைப் பார்ப்பதற்காக விலா எலும்புகளை உடைத்திருக்கின்றனர். அவர்கள் மூளையைப் பார்ப்பதற்காக நெற்றி,

உடல் இரசவாதம் ❈ 37

மண்டையோடு வழியாகப் பக்கவாட்டில் ஆழமாக ரம்பத்தால் அறுத்திருக்கின்றனர். அவருடைய முகத்தோலை உரித்து, அதை அதன் மீதே வைத்திருக்கின்றனர். அவருடைய நெற்றி கண்களுக்கு மேல் மடிக்கப்பட்டிருந்தது; தலையின் தோல் பின்னோக்கி இழுக்கப் பட்டிருந்தது. எதிர்பார்த்தது போல அவருடைய மண்டையோட்டுக்குள் இரத்தம் தேங்கியிருந்ததை அவர்கள் பார்த்தார்கள். அந்த இரத்தம் அவருடைய மூளையில் ஏற்படுத்திய அழுத்தம் அவரைக் கொல்ல போதுமானதாக இருந்தது.

மருத்துவர்கள் அதோடு நிறுத்தவில்லை. நஞ்சால் இறந்திருக்கிறார் என்பதை அறிய எமிலியின் கல்லீரல், மூளை, இதயம், சிறுநீரகம் ஆகியவற்றிலிருந்தும் சிறு துண்டுகளை வெட்டியெடுத்தனர். அவர் பாலியல் வன்முறைக்கு உட்படுத்தப்பட்டிருந்தாரா என்பதைத் தீர்மானிக்க அவருடைய யோனிக்குழாய், கருப்பைவாய், சினைக் குழாய்கள் ஆகியவற்றிலிருந்து பகுதிகளையும் எடுத்துக்கொண்டனர். இந்த உடலுறுப்புகள் அனைத்தையும் மூன்று பெரிய ஜாடிகளில் ஒன்றாகப் போட்டு உள்ளுறுப்புகள் என்று குறியிட்டனர். அதற்குரிய பணியாளர் அந்த ஜாடிகளை முந்நூறு கிலோமீட்டர் தூரத்தில் இருந்த ஆய்வுக் கூடத்துக்கு எடுத்துச் சென்றார். அவர்கள் அவரை அகலமான, நேர்த்தியற்ற தையல்களைக் கொண்டு இணைத்தார்கள்.

அவர்களுடைய செயல்முறைகளைப் போலவே அவர்களுடைய கண்டுபிடிப்புகளும் கொடூரமானவை. மரணத்துக்கான அதிகாரப் பூர்வ காரணம் பிரேதப் பரிசோதனை அறிக்கையில் இவ்வாறு இருந்தது: தலைக் காயத்தால் அதிர்ச்சியும் இரத்தப்போக்கும். காயங்கள் உயரத்தி லிருந்து விழுந்ததால் ஏற்பட்டவை போலத் தோன்றுகின்றன.

நான் முன்பு எதிர்பார்த்திருந்ததைப் போல இப்போது உணர வில்லை. ஒரு வித்தியாசமான, முன்பைவிட அதிக மனக்கலக்கத்தை ஏற்படுத்தும் உணர்வெழுச்சி வயிற்றிலிருந்து மேனோக்கி நகர்ந்து என் கன்னங்களைச் சிவக்கச் செய்கிறது.

எனக்கு வெட்கமாக இருக்கிறது.

எமிலியின் காயங்கள் என்னைக் கலங்க வைக்கவில்லை. நான் முன்பு நினைத்தைவிட அதிகமாகவே அதற்குத் தயாராக இருக்கிறேன். அவருடைய நிர்வாணம்தான் என்னைக் கவலையால் நிறைக்கிறது.

உயிரோடிருந்தபோது எமிலி வாழ்க்கையின் உச்சத்தில் இருந்த இருபத்தோரு வயதான, அழகான பெண். அவருடைய நேர்த்தியும், வலுவான உடலமைப்பும், நிதானமும் அவருக்குத் தெரியாமலேயே

பிற பெண்களை அவர்மீது பொறாமைப்பட வைத்திருக்கும். பல ஆண்டுகளாக யோகா கற்றிருந்ததால் உறுதியான தசைகளோடும் குறையற்ற தோலோடும் உடல் ஆரோக்கியத்தின் உச்சத்திலும் அவர் இருந்தார். எனக்குத் தெரிந்த அந்த எமிலி வலுவானவராகவும் தன் சூழலைக் கட்டுப்பாட்டில் வைத்திருந்தவராகவும் இருந்தார்.

ஆனால் இங்கு அம்மணமாகவும் உயிரற்றும் கிடக்கும் எமிலி பற்றி நான் ஒருபோதும் அறிய விரும்பாதவற்றையும் அதிகமாகத் தெரிந்துகொள்கிறேன். அவர் உலோகப் படுக்கையிலிருந்து சறுக்கி வெளியே வரும்பொழுது உதவிப் பணியாளரும் நானும் அவருடைய காதலர்களுக்கு மட்டுமே இருந்திருக்கக்கூடிய அதிகார வரம்பெல்லையின் மிகவும் நெருக்கமான ஒரு காட்சியைப் பகிர்ந்துகொள்கிறோம். ஏதோவொரு பதனம் செய்யப் பயன்படுத்தப்படும் ஒரு வேதிப் பொருளின் வாசனையோடு கலந்துவந்த அவருடைய உள்ளுறுப்புகளின் வாசனை, காற்றில் ஓரளவு தெளிவாக இருக்கிறது. அவருடைய கால்கள், இடுப்பு, மார்பகங்கள், வயிறு ஆகியவற்றில் நடந்துள்ள அத்துமீறல்கள் அவை தடைசெய்யப்பட வேண்டும் என்பது போலத் தோன்றுகின்றன. ஆனால் மரணமடைந்தவர்களிடம் இரகசியங்கள் இல்லை. எமிலியின் அந்தரங்கம் அவர் சுவாசிப்பதை நிறுத்திய தருணத்திலேயே ஆவியாகிவிட்டது. ஒரு வாரத்துக்குமுன் அவரைக் கட்டுப்படுத்திய சட்டங்களையும் நடத்தை முறைகளையும்விட மாறுபட்ட வேறொரு உலகத்திற்கு அவர் கடந்து சென்றார். இந்த உலகில் அவருடைய பெற்றோருக்கு நிர்வாணமான மகளின் நிழற்படங்கள் தேவைப்படுகின்றன. இங்கு ஆண்கள் எமிலியினுடைய உட்பகுதிகளை ஆய்ந்து அடையாளம் கண்டு, குழம்பிக்கொண்டிருக்கும் போது அவர் அஞ்சி ஒதுங்கவில்லை. நாம் ஏற்றுக்கொண்டாலும் இல்லா விட்டாலும் வாழ்க்கையில் நமது மிக அந்தரங்கமான உறவு, நாம் நம் உடல்களோடு வைத்திருப்பதுதான். மரணத்தின் கடைசி அவமதிப்பு நாம் அந்தக் கட்டுப்பாட்டை இழப்பதே.

எமிலியினுடைய உடலின் ஓடு, அவரோடு பிறந்து வளர்ந்த உடலை விடத் தாழ்வானதாக இருந்தது. காயங்கள் அவர் உடல் சட்டகத்தைச் சேதப்படுத்தின. ஆனால் கல்லூரி நோய்க்குறியியல் மருத்துவர்களின் தேவைக்கு அதிக முனைப்பான அறுவடை, அவரைத் துண்டு துண்டாக அரிந்தெடுத்து அந்தத் துண்டுகளை மாநிலத்தின் குறுக்காக அனுப்பியிருக்கிறது. இந்த உடலைப்பற்றித்தான் நாம் கதைகள் சொல்வோம்; அவருடைய பெற்றோர் கண்ணீர்விட்டு அழுவர். அவரில் மிஞ்சியிருந்ததை ‘எமிலி’ என்றோ ‘எமிலியின் உடல்’ என்றோ

அழைப்பது பொய்யானதாக இருக்கும். இது எதுவாக இருந்தாலும் முழுமையற்றதாக இருந்தது; ஒருபோதும் மீண்டும் முழுமையடையப் போவதில்லை.

நாம் மரணமடைந்தவர்கள் மீது ஒரு விசித்திரமான உருமாற்றத்தை ஏற்படுத்துகிறோம். இங்கு இந்த மேசையின் மீது எமிலியின் தோல் ஒரு பை போன்றுள்ளது; மதிப்புள்ள பகுதிகள் ஏற்கனவே அகற்றப் பட்டுவிட்டன; அவருடைய ஒன்றுமில்லா வெற்றிடத்தை அவசரத் தையல்கள் பொருத்தி வைத்திருக்கின்றன. மரணத்திற்குப் பிறகு அவர், அவருடைய பிம்பத்தைத் தொலைக்காட்சி நிலையங்களுக்கு விற்பனை செய்த செய்தியாளர்களிலிருந்து அவரை வெட்டித் துண்டாக்கிய மருத்துவர்கள்வரை, அவரை முழுமையாக உரிமை கோர விரும்பும் அவருடைய பெற்றோர்வரை அவர்மீது உரிமை கொண்டாடும் எவருக்காவது பொட்டலம் கட்டிக் கொடுக்கப்பட வேண்டிய ஒரு பொருள். இப்போது நானும் அந்தச் சங்கிலித் தொடரின் ஒரு பகுதி: இறந்தவர்களுக்கான (இறந்தவர்களுடைய?) ஒரு சேகரிப்பாளரும் கதை சொல்லியும். எமிலி, அவர் யாராக இருந்தாலும், தொலைந்து போய்விட்டார்; இவை அவருடைய பகுதிகள் மட்டுமே. ஒவ்வொருவருக்கும் இதே கதைதான். ஒவ்வொருவருக்கும்.

நான் ஒளிமானியைச் (லைட்மீட்டர்) சோதித்துப் பார்த்துவிட்டு நிழற்படக் கருவியைப் பயன்படுத்துவதற்கு ஏற்றவாறு அமைக்கிறேன். நான் விரைவாக ஒன்றன்பின் ஒன்றாகத் தொடர்ந்து நிழற்படங்களை எடுக்கும்போது ஒளித்தடுப்புக் கருவி, சட்டத்தில் மோதுகிறது. அவருடைய கால்விரலில் தொடங்கி நெற்றியில் இருந்த வெட்டுக் காயம்வரை அங்குலம் அங்குலமாக எல்லாப் பகுதிகளையும் படம் எடுக்கிறேன். ஒரு மணி நேரத்துக்குள் அவர் டெல்லி செல்லும் விமானத்தில் இருப்பார். அங்கிருந்து அவருடைய உடல் லூசியானாவுக்குப் பயணிக்கும். அங்கு அவர் புதைக்கப்படும்போது, அவருக்கு அணிவிப்பதற்காகவே, அவருடைய பெற்றோர் வாங்கப் போகும் இளநீலப் புடவை அணிந்த நிலையில் அவர் புதைக்கப்படுவார். ஓர் உதவிப் பணியாளர் அவருடைய பிணத்தைத் தூக்கிக் காத்துக் கொண்டிருந்த வேனில் ஏற்றுவதற்காக வருகிறார். என்னில் ஒரு பகுதி ஒருபோதும் இந்த அறையை விட்டு நீங்காது என்பது எனக்குத் தெரியும்.

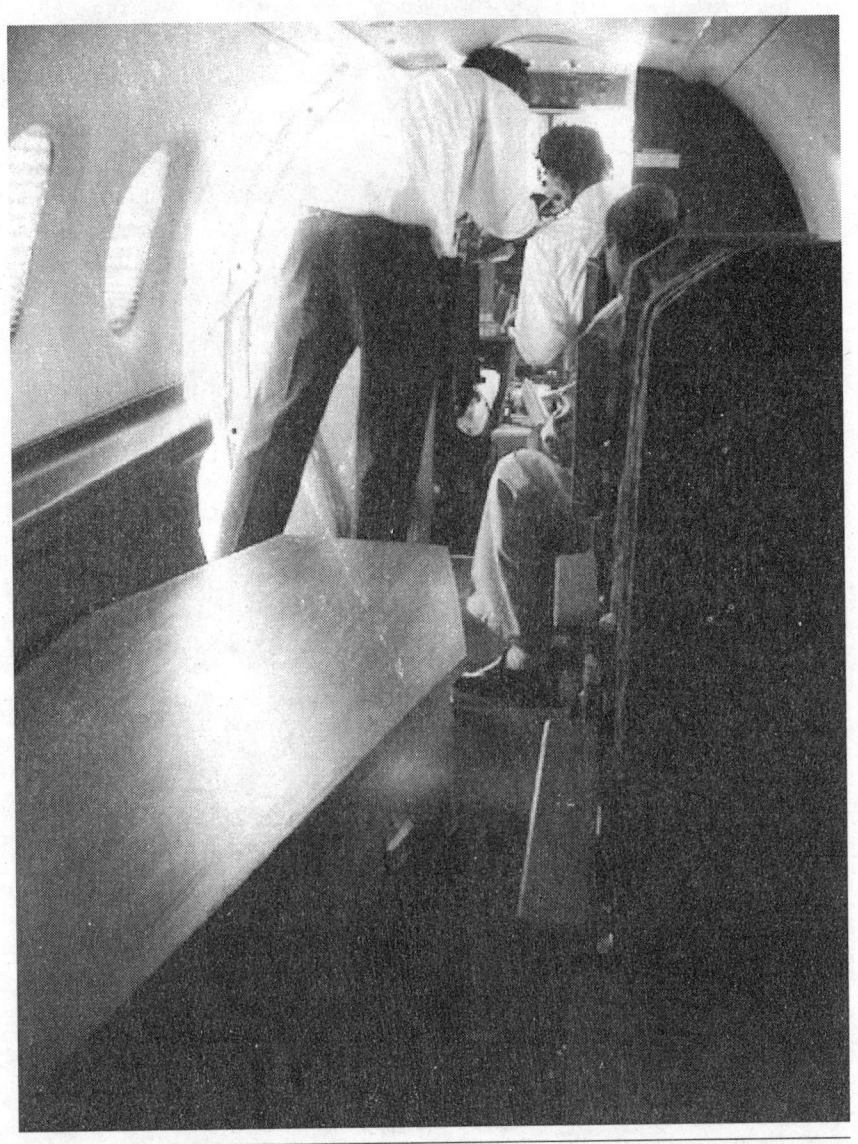

2006 மார்ச் மாதத்தில் புத்தகயாவில் எமிலி இறந்த பிறகு, அவருடைய உடலைக் கெடாமல் பாதுகாக்க ஒரே வழி அவருடைய சவப்பெட்டியைப் பனிக்கட்டியால் நிரப்பிய பின்னர் விமானத்தில் அதை டெல்லிக்கு எடுத்துச் செல்வதுதான். இந்நிழற்படம் அந்த விமானம் டெல்லி வந்து சேர்ந்தபோது எடுக்கப்பட்டது.

ஒரு நதிக்கரையில் பறிமுதல் செய்யப்பட்ட எலும்புக்குவியல். இவை இந்தியாவின் மேற்கு வங்காளத்திலுள்ள பூர்பஸ்தலி என்ற இடத்திலுள்ள பழைய, சேதமுற்ற சான்றாதாரப் பொருட்களை வைக்கும் அலமாரியில் இருக்கிறது. இந்த எலும்புகள் அமெரிக்க உடல் பகுதிகள் விநியோக நிறுவனங்களுக்காக, உடல் பகுதிகளை விற்பனை செய்யும் எலும்புக்கூடு வணிகக் குழுவால் கல்லறைத் தோட்டங்களிலிருந்து திருடப்பட்டவை. 1985இல் இந்திய நாடாளுமன்றம் மனித எலும்பு வணிகத்தைக் குற்றச் செயலாக அறிவித்தது. ஆனால் இப்போதும் மக்கள் கல்லறைகளில் எஞ்சியிருப்பவற்றிலிருந்து பணம் சம்பாதிக்கிறார்கள். இங்கு கைப்பற்றப்பட்ட நூற்றுக்கும் அதிகமான மண்டை ஓடுகள் அமெரிக்கச் சந்தையில் 70000 டாலருக்கும் அதிக மதிப்பை உடையவை.

2

எலும்புத் தொழிற்சாலை

வியர்வைக் கறைபடிந்த உட்சட்டையும் கட்டம் போட்ட நீலநிற கையில்லா நீண்ட உடையும் அணிந்த ஒரு காவலர், இந்தியாவில் தயாரிக்கப்பட்ட பழைய டாட்டா சுமோ காரின் பின் கதவைத் திறக்கிறார். அந்த வாகனம்தான் இந்தியாவின் மேற்கு வங்காள மாநிலத்தில் உள்ள இக்கிராமப்புறப் புறக்காவல் நிலையத்தின் சான்றாதாரப் பெட்டகமாகவும் பயன்படுத்தப்படுகிறது. தரையின் ஒரு சிறு பகுதியை மறைத்திருந்த கந்தல் துணியின் மேல் ஒரு நூறு மண்டையோடுகள் வந்து விழுகின்றன. அவை தரையில் விழும்போது வெற்றிடத்திலிருந்து வருவதுபோன்ற தடதடவென்ற ஓசையை ஏற்படுத்துகின்றன. அந்த வாகனத்தின் பின்பகுதியில் அவை அங்குமிங்கும் உருண்டோடிக் கொண்டிருந்ததால் பெரும்பாலான பற்களை இழந்திருந்தன. எலும்புத் துண்டுகளும் எனாமலும் உயர்ந்துகொண்டிருந்த குவியலைச் சுற்றி பனித் துகள்களைப் போலச் சிதறி விழுகின்றன.

அந்த வாகனத்துக்கு அடுத்து நின்றுகொண்டிருந்த ஓர் உயர் அதிகாரி தம் தொப்பை வயிற்றின்மேல் கை வைத்தபடி திருப்தியடைந்த உறுமுலை வெளியிடுகிறார். ‘எலும்பு வணிகம் இங்கு எவ்வளவு பெரிய அளவில் நடக்கிறது என்பதை இப்போது உங்களால் பார்க்க இயலும்’ என்று அவர் கூறுகிறார். நான் குனிந்து ஒரு மண்டையோட்டைக் கையில் எடுக்கிறேன். அது நான் எதிர்பார்த்ததைவிட எடை குறைவாக இருக்கிறது. அதை என் மூக்குக்கு அருகில் பிடிக்கிறேன். அது வறுத்த கோழி போல வாசமடிக்கிறது.

அதிகாரிகள் தடுத்து நிறுத்துவதற்குமுன், இக்குவியல் நன்கு நிறுவப்பட்ட மனித எலும்புக்கூடுகளின் எஞ்சிய பகுதிகளுக்கான விநியோகத் தொடர் வழியாகச் சென்றுகொண்டிருந்தது. 150 ஆண்டுகளாக இந்திய எலும்பு வணிகம், மிக ஒதுக்குப்புறமான இந்தியக் கிராமங்களிலிருந்து உலகின் பெருமதிப்புமிக்க மருத்துவப் பள்ளிகளுக்குச்

செல்லும் பாதையின் வழியாகத் தொடர்ந்து சென்றுள்ளது. இந்தத் தொடரமைப்பின் உணர்கொம்புகள் மாநிலத்தின் குறுக்காக, அண்மை நாடுகளுக்குள்ளும் விரிவடைந்து செல்கின்றன. இத்தகைய குவியல் களை நான் பூட்டான் எல்லையில் பார்த்திருக்கிறேன். அவை மற்றொரு சந்தைக்கு அனுப்பப்பட வேண்டியவை, ஆனால் இவை தான் நிஜமான பொருட்கள்: கவனமாகத் தயாரிக்கப்பட்ட மருத்துவ மாதிரிகள்.

எலும்புக்கூடுகள் எளிதாகக் கிடைப்பவை அல்ல. எடுத்துக்காட்டாக அமெரிக்காவில் பெரும்பாலான பிணங்கள் குறித்த நேரத்தில் புதைக்கப் படுகின்றன அல்லது எரியூட்டப்படுகின்றன. ஆய்வுக்காக தானம் அளிக்கப்பட்ட உடல்கள் வழக்கமாக வெட்டிப் பரிசோதித்தல் செய்யும் மேசையைச் சென்றடைகின்றன அல்லது அவற்றின் எலும்புகள் துண்டுகளாக அறுக்கப்படுகின்றன. சில நேரங்களில் அவை அதிக ஆதாயம் தரும் மருத்துவ ஒட்டுறுப்பு தொழிலுக்குள் உறிஞ்சி இழுக்கப் படுகின்றன. எனவே மருத்துவப் படிப்புக்குப் பயன்படுத்தப்படும் பெரும்பாலான முழு எலும்புக்கூடுகள் வெளிநாடுகளிலிருந்து வருகின்றன. அவை பெரும்பாலும் அவற்றின் முந்தைய உரிமையாளர் களின் தகவல்பூர்வமான சம்மதமின்றி அவற்றிற்குரிய நாட்டுச்சட்டங் களுக்குப் புறம்பாக வந்து சேர்கின்றன.

கிட்டத்தட்ட இருநூறு ஆண்டுகளாக மருத்துவக் கல்வியில் பயன் படுத்தப்படும் எலும்புகளுக்கான அடிப்படை ஆதாரமாக இந்தியா இருந்துகொண்டிருக்கிறது. அவற்றைத் தேய்த்து மேற்பரப்பை தூய வெண்மையாக்கவும் உயர்தரப் பொருட்களால் இணைப்புகளைப் பொருத்துவதற்கும் இந்தியா புகழ்பெற்றிருந்தது. 1985இல் இந்திய அரசு மனித உடல் மிச்சங்களின் ஏற்றுமதியைச் சட்டத்துக்குப் புறம்பான தாக ஆக்கியதைத் தொடர்ந்து எலும்புக்கூடுகளின் உலகளாவிய விநியோகம் சரிந்தது. மேலை நாடுகள் சீனாவையும் கிழக்கு ஐரோப்பிய நாடுகளையும் நோக்கித் திரும்பின. ஆனால் அப்பகுதிகள் ஒப்பீட்டளவில் மிகக் குறைவான எலும்புக்கூடுகளையே ஏற்றுமதி செய்கின்றன. ‘காட்சிக்கு வைக்கும்’ தரத்திலான மாதிரிகளைத் தயாரிப்பதில் அவற்றுக்கு மிகவும் குறைவான அனுபவமே இருந்தது. அவற்றின் தயாரிப்புகள் தரம் குறைந்தவையாகவே கருதப்படுகின்றன.

இப்போது, இந்தியாவில் ஏற்றுமதிக்குத் தடை விதித்து இருபது ஆண்டுகளுக்கு மேலான பிறகும் அவ்வணிகம் முடிவுக்கு வரவில்லை என்பதற்கான வெளிப்படையான அடையாளங்கள் தெரிகின்றன. மேற்குவங்க சிவப்புச் சந்தை வணிகர்கள் பாரம்பரியமாக நிலவும் மதிப்புமிக்க வழிமுறைகளைப் பயன்படுத்தித் தொடர்ந்து விநியோகம்

செய்துகொண்டிருக்கிறார்கள்: கல்லறைகளைத் திருடி, சிறிதும் விட்டுக் கொடுக்காத கால்சியத்திலிருந்து மென்மையான சதையை அகற்றி விநியோகிப்பாளர்களிடம் ஒப்படைக்கிறார்கள் – அவர்கள் எலும்புகளை ஒன்றிணைத்து உலகெங்கிலுமுள்ள மொத்த வியாபாரிகளுக்கு அனுப்பி வைக்கிறார்கள்.

தடைக்கு முந்தைய நிலையோடு ஒப்பிடும்போது வட அமெரிக்காவுக்கு ஏற்றுமதியாவது சிறிய அளவுதான். ஆனால் அதன் பொருள் எலும்புக் கூடுகளின் விலை இப்போது அதிகமாகிவிட்டது என்பதே – அவை கிடைக்காத பொருட்களல்ல. அது அதிக ஆதாயம் கொடுக்கும் வியாபாரமானதால் வழங்குநர்களுக்கு அதிக ஊக்குவிப்பு கிடைக்கிறது. எடுத்துக்காட்டாக, எனக்கு முன்னால் தரையில் கிடந்த மண்டை யோடுகள் வெளிநாடுகளில் 70000 டாலர் பெற்றுத்தரும் என்று மதிப்பீடு செய்யலாம்.

காவலர் துணியின் முனைகளைச் சேர்த்திழுத்து சாட்சியங்களை ஒரு மூட்டையாக்குகிறார். 'உங்களுக்குத் தெரியுமா? நான் இதைப் போன்று இதுவரை பார்த்ததே இல்லை', 'இனியும் பார்க்கமாட்டேன் என்று நம்புகிறேன்' என்று கூறுகிறார்.

ஒரு நாளுக்குப் பிறகு வங்காள விரிகுடாவுக்கு மேல் ஒரு மாபெரும் குறைந்த காற்றழுத்த மண்டலம் ஏற்பட்டது. இதனால் இந்தியாவின் கிழக்கு அக்குளுக்குள் இருக்கும் மேற்கு வங்காள மாநிலத்தில் வெள்ளப் பெருக்கை ஏற்படுத்தக்கூடிய புயல் அச்சுறுத்திக்கொண்டிருந்தது. அப்புயல் கரையைக் கடக்குமுன்னரே எட்டுபேர் பெருவெள்ளத்தில் மூழ்கினர். அதைத் தொடர்ந்து செய்தித்தாள்கள் அப்புயலை ஒரு 'நீர்ப் பிரளயம்' என்று அழைத்தன. 2001இல் கொல்கத்தா என்று மறுபெயர் சூட்டப்பட்ட மாநிலத் தலைநகரான கல்கத்தாவுக்கு வெளியே உத்தேசமாக 80 கிலோமீட்டர் தூரத்திலிருந்த, மிகச் சிறிய கிராமமான பூர்பஸ்தலிக்கு நான் காரை ஓட்டிச் சென்றுகொண்டிருக்கிறேன். இக்கிராமந்தான் காவல்துறை அந்த மண்டையோட்டுப் பொதியைக் கண்டுபிடித்த, பதப்படுத்தும் தொழிற்சாலை இருக்கும் இடம். நான் வாடகைக்கு எடுத்த டொயோட்டா குவாலிஸ் கார், தொழிற் சாலைக்கு அரை மைல் தொலைவிலேயே சேற்றில் சிக்கிக்கொள்கிறது. எனவே நான் காரிலிருந்து வெளியே குதித்து அங்கு நடந்து செல்கிறேன். வானம் கருமையாக இருண்டிருக்கிறது; மழை மூச்சுத் திணற வைக்கிறது. குத்துச்சண்டை கையுறைகளின் அளவிலிருந்த தேரைகள் சேற்றுச்சாலையின் குறுக்கே தத்திக் குதித்துச் செல்கின்றன.

2007ஆம் ஆண்டின் தொடக்கத்தில் காவல்துறையினர் புலனாய்வு செய்யவந்த போது அழுகும் சதையின் நாற்றத்தை அரை மைல் தூரத்திலேயே அவர்களால் முகர முடிந்தது. சணலைக் கொண்டு கோர்க்கப்பட்ட முதுகெலும்புப் பகுதிகள் கூரை விட்டத்திலிருந்து தொங்கிக்கொண்டிருந்ததாக ஓர் அதிகாரி என்னிடம் கூறினார். நூற்றுக்கணக்கான எலும்புகள் ஒருவித வரிசைப்படுத்தப்பட்ட முறையில் தரையில் பரவிக் கிடந்தன.

இந்த எலும்புத் தொழிற்சாலை நூறு ஆண்டுகளுக்கும் மேலாக இயங்கிக்கொண்டிருந்தது. ஒரு மதுவருந்தகத்தில் குடித்துக்கொண்டி ருந்த இரு தொழிலாளர்கள் தாங்கள் கல்லறைகளிலிருந்து உடல் களைத் தோண்டியெடுக்கும் வேலைக்கு அமர்த்தப்பட்டிருப்பதாகப் பீற்றினார்கள். அதிர்ச்சியடைந்த கிராமத்தினர் அவர்களை காவல் நிலையத்துக்கு இழுத்துச் சென்றபோது அங்கு அவர்கள் உண்மைகளைக் கூறினர். அத்தொழிற்சாலையை முக்தி பிஸ்வாஸ் என்பவர் நடத்தியதாக அத்தொழிலாளர்கள் கூறினர். அதிகாரிகளுக்கு அவரை நன்கு தெரியும். பிஸ்வாஸை ஒரு கல்லறைத் திருடர்களின் தலைவர் என்று கருதிக் காவல்துறையினர் 2006ஆம் ஆண்டில் அவரைக் கைது செய்திருந்தனர். செய்தி அறிக்கைகள் கூறியதுபோல அவருடைய 'அரசியல் தொடர்பு களால்' ஒரே நாளில் அவர் விடுதலை செய்யப்பட்டார். மீண்டும் ஒருமுறை காவல்துறை அவரைக் கைது செய்தது; ஆனால் முன்பு நடந்தது போலவே பிணையில் வெளிவந்தார்; அப்போதிலிருந்தே தலைமறைவாகிவிட்டார்.

பத்து நிமிடங்கள் சேற்றில் சிரமப்பட்டு நடந்த பிறகு, ஓர் எரிவாயு விளக்கின் மினுக்கத்தைப் பார்க்க முடிந்தது. மரச்சட்டம் இடப் பட்டிருந்த வீட்டின் வாயிலுக்குள் எட்டிப் பார்க்கிறேன். மண்தரையில் அமர்ந்திருந்த நான்கு பேர் அடங்கிய குடும்பம் என்னை முறைத்துப் பார்க்கிறது.

'முக்தி பிஸ்வாஸை உங்களுக்குத் தெரியுமா?' என்று நான் கேட்கிறேன்.

'அந்த அயோக்கியன் எனக்கு இன்னும் பணம் தர வேண்டியுள்ளது' என்று பதிலளிக்கிறார் அரும்பு மீசை வைத்திருந்த இருபதுக்கும் சற்று அதிகம் வயதுடைய மனோஜ் பால். அவருடைய குடும்பத்தினர் அந்த எலும்புத் தொழிற்சாலையில் பல தலைமுறைகளாக – பிஸ்வாஸ் அதன் உரிமையாளர் ஆனதிலிருந்து – வேலை செய்துகொண்டிருப்பதாகத்

தெரிவிக்கிறார். அவர் அந்த இடத்தை எனக்குச் சுற்றிக்காட்ட முன்வருகிறார். நாங்கள் பகீரதி நதிக்கரை நெடுகச் செல்கிறோம்.

பதப்படுத்தும் தொழிற்சாலை தார்பாயின் கூரைகொண்ட மூங்கில் குடில் தவிர வேறொன்றுமில்லை. தனக்குத் தெரிந்த ஒரு டசனுக்கும் அதிகமான எலும்புத் தொழிற்சாலைகளில் இதுவும் ஒன்று என்று பால் கூறுகிறார். ஏப்ரல் மாதத்தில் அதிகாரிகள் இரண்டு குவியல் எலும்பு களையும் பல வாளி ஹைட்ரோகுளோரிக் அமிலத்தையும் அவர்கள் இன்னும் அடையாளம் காண வேண்டிய இரண்டு பீப்பாய் நிறைய எரிகார வேதிப்பொருளையும் பறிமுதல் செய்தனர். எஞ்சியிருப்ப தெல்லாம் ஒரு பெரிய காங்கிரீட் தொட்டி புதைக்கப்பட்டிருந்த மண் தரை மட்டுமே.

மூன்றாம் தலைமுறை எலும்பு வணிகரான பிஸ்வாஸுக்குப் பிணங்கள் கிடைப்பதில் எந்தப் பிரச்சினையும் இல்லை. கிராமச் சுடுகாட்டின் காப்பாளர் (வெட்டியான்) என்ற முறையில் இறந்தவர் களின் உடல்களை அப்புறப்படுத்துவதற்கான உரிமம் தனக்கு இருப் பதாக அவன் உரிமை கோரினார். ஆனால் அதற்கு மாறாக அவர் கல்லறைகளைத் திருடிக்கொண்டிருந்ததாகக் காவல்துறையினர் செய்தியாளர்களிடம் கூறினர். பிஸ்வாஸ் கல்லறைத் தோட்டங் களிலிருந்தும், பிணவறைகளிலிருந்தும், எரியூட்டும் சிதைகளிலிருந்தும் பிணங்களைத் திருடினார். குடும்பத்தினர் சென்றவுடன் எரியும் நெருப்பிலிருந்து பிணங்களை இழுத்து எடுத்துவிடுவார். எலும்புகளில் ஒட்டியிருந்த சதையை நீக்கிப் பதனம் செய்யும்வரையிலான பல கட்டங்கள் வழியாக எலும்புகளைப் பராமரிப்பதற்காக அவர் ஒரு டசன் ஆட்கள்வரை பணியில் அமர்த்தியிருந்தார். இந்தப் பணிக்காகத் தாம் ஒரு நாளைக்கு 75 ரூபாய் சம்பாதித்ததாகப் பால் கூறுகிறார். கொடுக்கப்பட்ட ஓர் உடலின் எலும்புகளை அவை பல உடல் பகுதி களின் கலவையாக இல்லாமல், உயிரியல் சார்ந்த ஒரே மனிதனை உருப்படுத்துவதற்காக ஒன்றாக வைத்திருந்தார். இதற்காக அவர் போனஸ்கூட வாங்கினார். இந்தச் சிறப்பம்சம் மருத்துவர்களால் உயர்வாக மதிக்கப்பட்டது.

தொழிற்சாலையின் பதனமுறையைப் பால் விளக்குகிறார். முதலா வதாகப் பிணங்கள் வலைக்குள் சுருட்டி வைக்கப்பட்டு, ஆற்றில் நங்கூரமிடப்படுகின்றன. இங்கே நுண்ணுயிரிகளும் மீன்களும் ஏறக் குறைய ஒரு வாரத்தில் அவற்றை உதிரியான எலும்புக் குவியல்களாகவும் கஞ்சி போலவும் உருக்குறைப்பு செய்துவிடுகின்றன. பணியாளர்கள் எலும்புகளை நன்றாக சுரண்டித் தேய்த்து, மீதமிருக்கும் சதையைக் கரைய வைப்பதற்காக தண்ணீரும் எரிகாரமும் உள்ள ஒரு கொப்பரைப்

பாத்திரத்தில் கொதிக்க வைக்கிறார்கள். அது கால்சியத்தாலான மேற்பரப்புகளை மஞ்சள் நிறத்தோற்றத்தில் விட்டுவிடுகிறது. எலும்பு களை மருத்துவ நிறுவனங்கள் விரும்பும் வெண்மை நிறத்துக்குக் கொண்டு வருவதற்காக அவை ஒரு வாரம்வரை சூரிய ஒளியில் வைக்கப்பட்டு, பிறகு ஹைட்ரோகுளோரிக் அமிலத்தில் ஊறவைக்கப்படுகின்றன.

பிஸ்வாஸுக்குக் கொல்கத்தா முழுவதும் வாடிக்கையாளர்கள் இருந்தனர். பல எலும்புக்கூடுகள் கொல்கத்தா மருத்துவக் கல்லூரி உடலியல் துறையின் திகிலூட்டும் அறைகளைச் சென்றடைந்தன. அங்கு கல்லறையைப் பராமரிக்கும் பாரம்பரிய டோம் சாதியினர் அவருக்கு ரொக்கமாகப் பணம் கொடுப்பார்கள். ஒவ்வோர் ஆண்டும் பட்டம் பெறும் நூற்றுக்கணக்கான உள்ளூர் மருத்துவ மாணவர்களுக்கு இந்த எலும்புக்கூடுகள் தேவையான பொருட்கள் ஆகும். ஆனால் அவர் யெங் பிரதர்ஸ் என்றழைக்கப்பட்ட ஒரு மருத்துவப் பொருட்கள் விநியோக நிறுவனத்துக்கு முழுமையான எலும்புக்கூடுகளை 45 டாலர் மொத்த விலைக்கு விற்கவும் செய்தார். அந்நிறுவனம் எலும்புத் துண்டுகளை கம்பியால் ஒன்றிணைத்து, அவற்றின் மேல் மருத்துவப் படங்களை வண்ணங்களால் தீட்டியது; மூளையின் உள்அமைப்பை வெளிப்படுத்துவதற்காக மண்டையோட்டின் சில பகுதிகளை அறுத்தெடுத்தது. அதன் பிறகு யெங் பிரதர்ஸ் நிறுவனம் அந்த எலும்புகளை உலகெங்கிலுமுள்ள வணிகர்களுக்கு விற்றது.[1]

என்னுடைய கைவிளக்கைத் தரையை நோக்கி பாய்ச்சி நான் ஒரு ஈரக்கந்தல் துணியைக் கையில் எடுக்கிறேன். மொழிபெயர்ப்பாளர் 'ஷ்' என்ற ஓசையை உருவாக்குகிறார். 'அது ஒரு சவப் போர்வை என்பது உங்களுக்குத் தெரியும் என்று நம்புகிறேன்' என்று அவர் கூறுகிறார். நான் அந்தத் துணியைக் கீழே போட்டுவிட்டு என் கைகளை என் சட்டையில் துடைத்துக்கொள்கிறேன்.

முன்பு ஓர் உள்ளூர் செய்தியாளரிடமிருந்து எனக்குக் கிடைத்த அலைபேசி எண் மூலமாக நான் முக்தி பிஸ்வாஸோடு நேரடி யாகத் தொடர்புகொள்வதற்கு ஒன்றரை வாரங்களாக அவரைத் துரத்திய பிறகுதான் முடிந்தது. காவல்துறையினர் அவர்மீது வழக்கு

[1] இந்தியச் சட்டத்திலுள்ள ஓர் இரட்டைநிலை, கல்லறைகளிலிருந்து திருடப்பட்ட எலும்புகளை உள்ளூர் மருத்துவ மாணவர்கள் ஆய்வு செய்வதை அனுமதித்தது; இருப்பினும் அதே எலும்புகளை வெளிநாட்டவர்களுக்கு விற்பனை செய்வது சட்டத்துக்குப் புறம்பானது என்றது. ஏனெனில் எலும்பு வணிகத்துக்காக இயற்றப்பட்ட சட்டம் அடிப்படையில் ஒரு வணிகச் சட்டம்; குற்றவியல் சட்டமல்ல. இந்த நடைமுறையை முழுமையாகத் தடைசெய்வது, அந்தச் சட்டத்தை அறிவுக்குப் பொருத்தமானதாக ஆக்கும்.

தொடர்வதற்குப் பதிலாக அவரைத் துரத்துவதைத் தேர்ந்தெடுத்து விட்டனர் என்று தொலைபேசி இணைப்பின் இரைச்சலையும் மீறி அவர் கூறுகிறார். அவர் என்னைச் சந்திப்பதற்கான ஒரே வழி அவர்களுடைய அனுமதியோடு சந்திப்பதுதான். அதைவிட நல்லது உள்ளூர்க் காவல்துறை கண்காணிப்பாளரோடு அவருடைய அறையில் சந்திப்பது; வேறு விதமாக நடந்துகொள்வது காவலர்கள் தங்களுடைய கனிவான நடத்தையை மறுபரிசீலனை செய்ய வைத்துவிடலாம்.

பூர்பஸ்தலி புறக்காவல் நிலையத்தின் மண் ஓட்டுக் கூரையின் மேல் கடும்மழை பெரும் ஓசையோடு கொட்டிக்கொண்டிருந்த வேளையில் நான் அவருக்காகக் காத்திருக்கிறேன். காவல் நிலையத்தின் பொறுப்பில் இருந்த காவலர் தொடர்ந்து பல கோப்பைத் தேநீர் கொடுத்துக்கொண்டே இருக்கிறார். எலும்புக்கூடுகளைப் பதனிட, எலும்புத் தொழிற்சாலையில் பயன்படுத்தப்பட்ட சில வேதிப் பொருட்கள் உலோகப் பீப்பாய்களில் இருப்பதை சன்னல் வழியாக என்னால் பார்க்க முடிகிறது. இறுதியாக, ஒரு பிரிட்டிஷ் காலத்து அம்பாசிடர் காரின் நாற்புறமும் பரவும் ஒளிக்கதிர்கள் இருளைக் கிழித்துக்கொண்டு வருகின்றன. இருபதுகளில் கொழுகொழுவென இருந்த இளைஞர் ஒருவர் காரின் கதவைத் திறந்து காவல்நிலையத்தின் நுழைவாயிலை நோக்கி ஓடுகிறார். இவர் அவர் அல்ல. முக்தி மறைந்திருக்க முடிவு செய்திருக்கிறார். தனக்குப் பதிலாக மகனை அனுப்பி வைத்திருக்கிறார்.

'இது ஓர் இரகசியம் அல்ல. எனக்கு நினைவு தெரிந்த நாளிலிருந்து இது குடும்பத் தொழிலாக இருந்து கொண்டிருக்கிறது' என்று அவர் தம் தகப்பனுக்கு ஆதரவாகக் கூறுகிறார். எரியூட்டும் இடங்களை யாராவது நடத்தியாக வேண்டும். இல்லையென்றால் இறந்தவர்களின் உடல்களை அப்புறப்படுத்த வேறெந்த வழியும் இருக்காது என்று அவர் விளக்குகிறார்.

'கல்லறைகளில் திருடுவதைப் பற்றி என்ன சொல்றீங்க?'

'எனக்கு அதுபற்றி எதுவுமே தெரியாது' என்று அவர் கூறுகிறார்.

எப்படியிருந்தாலும், பலியாட்களைக் கண்டுபிடிப்பது கடினமானதல்ல. தன் எழுபதுகளில் இருக்கும் மெலிந்த உடலுடைய முஹம்மத் முல்லா பக்ஷ், ஹர்பாதி கிராமத்தின் சிறு கல்லறைத் தோட்டத்தின் பொறுப்பாளர். இறந்தவர்களின் உடல்கள் காணாமல் போனால், துயரத்தில் இருக்கும் உறவினர்கள், விடைகளுக்காகத் தேடிவந்து

சந்திக்கும் முதல் ஆள் அவர்தான். இன்று அவரிடம் எந்த விடையோ உடல்களோ இல்லை. காலியாக இருந்த ஒரு கல்லறையின் விளிம்பில் அமர்ந்திருக்கும்போது அவருடைய சுருக்கம் விழுந்த கண்களிலிருந்து கண்ணீர் உருண்டோடி கன்னத்தில் சிந்துகிறது.

சில வாரங்களுக்குமுன் திருடர்கள் அவருடைய கல்லறைத் தோட்டத்துக்குள் பதுங்கிச் சென்று அவருடைய அண்டை வீட்டார் ஒருவரின் உடலை, அது புதைக்கப்பட்ட சிறிது நேரத்துக்குப் பின் தோண்டி எடுத்துவிட்டார்கள். இப்போது அந்த எலும்புக்கூடு மேலை நாட்டு வணிகர் ஒருவருக்கு அனுப்பி வைக்கப்படுவதற்கு, தயாராக கொல்கத்தா பண்டகசாலை ஒன்றில் தொங்கிக்கொண்டிருக்கலாம்.

நான் பக்ஷிடம் அவருடைய மரணத்துப் பிறகு அவருடைய உடலுக்கே என்ன நடக்கலாம் என்ற அச்சம் இருக்கிறதா என்று கேட்கிறேன்.

'நிச்சயமாக' என்று பதிலளிக்கிறார்.

மனித உடலியல் குறித்த அனுபவபூர்வமான ஆய்வு பதினைந்தாம் நூற்றாண்டில் லியேனார்டோ டா வின்சியின் உருமாதிரி வரைபடங் களில் தொடங்கியது. அறியப்பட்டுள்ள மிகப் பழமையான மூட்டு களுடனான எலும்புக்கூடு 1543க்குப் பிந்தைய காலத்தைச் சார்ந்தது. மருத்துவத்துறை வளர்ச்சியடைந்து கொண்டிருந்தபோது மருத்துவர்கள் மனித உடலின் ஆழ்ந்த செயல்பாடுகள் குறித்த முறையான புரிதல் கொண்டிருக்க வேண்டும் என்று எதிர்பார்க்கப்பட்டது. பத்தொன்பதாம் நூற்றாண்டின் தொடக்கத்துக்குள் ஐரோப்பாவின் மனித சிதைவெச்சங் களுக்கான தேவை, அவை கிடைப்பதைவிட அதிகமாக இருந்தது.

உலகின் மிகப்புகழ்பெற்ற மருத்துவ நிறுவனங்கள் பல உருவான நாடு இங்கிலாந்து. அந்த நாட்டில் சில இடுகாடுகள், துயரில் இருந்த குடும்பத்தினருக்கும் கொள்ளையடிக்கும் மருத்துவ மாணவர்களுக்கும் இடையில் நடந்த சண்டைகளுக்காகப் புகழ்பெறும் அளவுக்குக் கல்லறைத் திருட்டு சாதாரணமாகிவிட்டது. மக்கள்தொகை வளர்ச்சியை விட மருத்துவம்சார் தொழில் அதிக வேகமாக விரிவடைந்த அமெரிக்காவில், சூழ்நிலை இதைவிட மோசமாக இருந்திருக்க வாய்ப்புண்டு. 1760இல் அமெரிக்கா முழுவதிலுமாக ஐந்து மருத்துவக் கல்விப் பள்ளிகள் இருந்தன. வெறும் நூறு ஆண்டுகளுக்குப் பின்னர் மொத்த எண்ணிக்கை அறுபத்தைந்தாகப் பெருகியது. தொடக்ககால அமெரிக்கர்கள் பல்வகைப்பட்ட நோய்களால் அவதிப்பட்டனர்.

இந்நிலை மருத்துவ நிறுவனங்களுக்குச் சுறுசுறுப்பான வணிகத்தைக் கொடுத்தது. பணம் சம்பாதிப்பதற்கான இந்த வாய்ப்புகள் ஒருவர் மருத்துவராகும் அமெரிக்கக் கனவை நிறைவேற்றுவதற்கான முன் மாதிரியாகக் கொள்ளப்பட்டது. மருத்துவப் பணியைத் தொடங்குவதில் எவ்வித வர்க்க ரீதியான தடையும் இல்லை; ஒரு மருத்துவர் ஆவதற்குத் தேவையானதெல்லாம் வலுவான கல்வியும் வெற்றிகரமாகச் செய்து முடிக்கும் மனவுறுதியும் கடின உழைப்பும் மட்டுமே

1800களின் தொடக்கத்திலிருந்து இறுதிவரை புதிதாக வந்து சேர்ந்த மாணவர்கள் தங்களுடைய கைகளை அசுத்தமாக்குவதில் ஆர்வமாக இருந்ததை மருத்துவப் பள்ளிகள் கவனித்தன. ஆனால் அக்கல்வியின் மூலப்பொருளான பிணங்கள் பற்றாக்குறையாக இருந்தன. வரலாற்றாசிரியர் மைக்கேல் சாப்போல் பத்தொன்பதாம் நூற்றாண்டு உயிர்த்தெழுவாதிகள் *(ரீசரெக்ஷனிஸ்ட்ஸ்)* என்று அறியப்பட்ட கல்லறைத் திருடர்கள் பற்றிய மிகவும் முக்கியமான *ஏ ட்ராஃபிக் இன் டெட் பாடீஸ் (சட்டத்துக்குப் புறம்பான பிண வணிகம்)* என்ற பருமனான நூலில் உடலியல் வகுப்பறைகள்தாம் மருத்துவர்கள், மருத்துவத் தொழில் செய்வோர் என்ற அவர்களுடைய அடையாளத்தை உருவாக்கிய தோழமை நிறைந்த இடங்கள் என்று குறிப்பிடுகிறார். பிணங்களை அவற்றின் தனித்தனி உறுப்புகளாக வெட்டிக்கொண்டே அவர்கள் ஆய்வகங்களில் கற்றதோடு தங்களுக்குள் பிணைப்பையும் ஏற்படுத்திக் கொண்டனர். வருங்கால மருத்துவர்கள் கிளர்ச்சியூட்டும் தூக்குமேடை நகைச்சுவையையும் கொண்டிருந்தனர்: மருத்துவர்கள், நிழற்படங் களுக்காக கவனத்தை ஈர்க்கும் வகையில் பிணங்களோடு நின்றது பற்றியும், வெட்டியெடுக்கப்பட்ட உடலுறுப்புகளை மருத்துவக் கல்லூரி சன்னல்கள் வழியாக மனம் தடுமாறி, நிலைகுலைந்த பாதசாரிகளை நோக்கி அசைத்துக் காட்டியதைப் பற்றியும் ஏராளமான அறிக்கைகள் விவரிக்கின்றன.

உடலைத் திருடுவது ஒரு சடங்குமுறைச் செயலாகவே கருதப் பட்டது. 1851இல் *பாஸ்டன் மெடிக்கல் அன் சர்ஜிக்கல்* இதழ் இருபத்தொரு பக்கங்களை, ஓரளவு அந்த இதழ் முழுவதையும், மருத்துவர் சார்லஸ் நோல்டனின் பணிகளுக்கு அர்ப்பணித்தது. அந்தக் கட்டுரையில் அதன் ஆசிரியர் தகாவழிச் செயல்களைப் புகழ்ந்தார்: ‘வெட்டி சோதிக்கும் கத்தியை மனித உடலை இடர்ப்பாடுகளோடு ஆய்வு செய்வதால் கிடைக்கும் பயன்களோடு ஒப்பிடும்போது, உடலைத் தோண்டி எடுப்பதில் உள்ள ஆபத்து அவர்களைப் பொறுத்தவரை மிகச்சிறியது தான். அறிவைப் பெற அவர்களுக்கிருந்த தாகம் ஒரு குடிகாரனின் வேட்கையையும் ஏக்கத்தையும் போன்று தீவிரமானது. இப்படிப்

பட்டவர்களின் மன உறுதிக்குதான் நமது தொழில் அதன் உயர்வான நிலைக்குக் கடன்பட்டிருக்கிறது.' (சாப்போல் 2009: ப. 467)

கல்லறைத் திருட்டு, சமுதாயத்தில் எல்லோராலும் ஏற்றுக்கொள்ளப் படவில்லை. எனவே மருத்துவர்கள் புகார்களை மிகவும் குறைவாக வைத்திருப்பதற்காக அடிப்படை விதிகளைக் கடைப்பிடித்தனர். சில அரிய நேர்வுகளைத் தவிர்த்து உயர் வகுப்பினருடைய அல்லது முக்கிய மாக வெள்ளைக்காரர்களுடைய கல்லறைத் தோட்டங்களிலிருந்து பிணங்கள் திருடப்படவில்லை. முடிந்த அளவுக்கு அவர்கள் அமெரிக்க சமூகப் படிநிலையின் மிகவும் தாழ்ந்த நிலையில் இருந்த கருப்பினத் தவரின் அல்லது வேறெதுவும் கிடைக்காவிட்டால் அயர்லாந்து நாட்ட வரின் பிணத்தை வெட்டிச் சோதித்தனர். ஒரு விதத்தில் அது ஓர் உயர் பாதுகாப்பு நிகழ்வாக மாறிக்கொண்டிருந்த அமெரிக்க, ஐரோப்பிய இறுதிச்சடங்கு மரபுகளுக்கு நடைமுறைசார் எதிர்வினையாக இருந்தது. பணக்காரர்களின் கல்லறைத் தோட்டங்களில் உடல் திருட்டு மிகவும் சாதாரணமாக நடந்ததால் பாதுகாவலர்களை நியமிக்கவும் மிகவும் உயரமான சுவர்களை எழுப்பவும், ஏழைகளின் கல்லறைத் தோட்டங் களில் வெட்டப்பட்ட குழிகளைவிட ஆழமான குழிகளை வெட்டவும் வேண்டியதாயிற்று. வெட்டுவதைக் கடினமாக்குவதற்காக, பிணப் பெட்டிகளின் மேலே வைப்பதற்கு இறுதிச்சடங்கு சேவை மையங்கள் கனமான காங்கிரீட் நினைவுச் சின்னங்களை விற்பனை செய்தன. சவப்பெட்டி புதைக்கப்பட்டிருக்கும் இடத்தைத் திருடனின் மண்வெட்டி உடைத்தால் ஒலிக்கும் உடல் திருட்டு எச்சரிக்கை மணிகளைக்கூட சில இறுதிச்சடங்கு சேவை மையங்கள் வழங்கின.

இருப்பினும் அதிகாரத்தில் இருந்தவர்கள் மருத்துவ சமூகத்தினரால் செய்யப்பட்ட கல்லறைத் திருட்டுக் குற்றத்தை, ஒரு தேவையான கேடு என்று கருதி, கண்டுகொள்ளாமல் இருந்தனர். உயிரோடு இருப்பவர் களை நலம்பெறச் செய்வதற்காக மருத்துவர்களுக்கு இறந்தவர்களின் உடல்கள் தேவைப்பட்டன. கைதுகளும் அரிதாகவே நடந்தன; அதிலும் ஆதாயத்துக்காகத் திருடும் தாழ்ந்த நிலையிலுள்ள கல்லறைத் திருடர்கள் மட்டுமே குறிவைக்கப்பட்டனர். அவர்களைப் பணிக்கு அமர்த்திய மருத்துவப் பள்ளிகளோ, இலவசமாக உடல்களைத் தோண்டி எடுத்த மருத்துவ மாணவர்களோ கைது செய்யப்படவில்லை.

கொள்ளையடித்த மருத்துவர்களைத் தடுக்க அதிகாரிகள் தயாராக இல்லாததால் பொதுமக்களின் சீற்றம் சட்டத்தைத் தங்கள் கையில் எடுக்க வைத்தது. 1765க்கும் 1884க்கும் இடையில் அமெரிக்கா முழுவதிலும் இருபது உடலியல் கலகங்கள் நடந்தன. ஒவ்வொரு கலகத்துக்கும் சற்று வித்தியாசமான வேர்கள் இருந்தன. ஆயினும் அவை

பிணத் திருடர்கள் திருட்டுச் செயலில் ஈடுபடும்போது பிடிபட்டதாலோ, தனக்குத் தெரிந்த ஒருவரின் உடல், வெட்டிப் பரிசோதனை செய்யப் படும் மேசையில் கிடப்பதை ஒருவர் தற்செயலாகப் பார்த்ததாலோ தூண்டப்பட்ட பொதுமக்களின் தன்னியல்பான கண்டனக் குரல்களாக எழுந்தவை.

அக்காலத்துக் கலகங்கள், ஃபிராங்கென்ஸ்டீன் என்னும் திரைப்படத்தின் உச்ச காட்சிக்கு உந்துதலாக இருந்திருக்க வேண்டும் போலத் தோன்று கிறது. காலியான கல்லறைகளைப் பார்க்க முடிந்த கல்லறைத் தோட்டங் களில் பொதுவாக கும்பல்கள் உருவாகின. அவை அங்கிருந்து மருத்துவப் பள்ளிக்குச் சென்று கற்களை வீசி, நெருப்புப் பந்தங்களைச் சுழற்றின. அவர்களுடைய இலக்கு, குற்றத்துக்குக் காரணமான உடலியல் ஆய்வகங்களை அழிப்பது. ஆனால் அந்த நடவடிக்கைகளைத் தடுப்பதில் அவர்களால் எந்த விளைவையும் ஏற்படுத்த முடியவில்லை. பல நிகழ்வுகளில் கலகங்களைக் கட்டுப்படுத்துவதற்கான ஒரே வழி இராணுவத்தை வரவழைத்து மக்கள் திரளை நோக்கிச் சுடுவதுதான். இது கல்லறைத் தோட்டங்களில் பல அதிகமான புது உடல்களை வரவழைத்தது. ஒரு விதத்தில், இந்தக் கலகங்களும் வணிகம் செய்வதற் காகும் மற்றொரு செலவு மட்டுமே.

உடல் திருட்டுக்கு எதிரான சீற்றம் பொதுவாகக் குறுகிய காலத்துக்குக் கொழுந்துவிட்டெரிந்தது. சொத்துக்களை அழிப்பதோடு அணைந்து விட்டது. அரசின் உண்மையான சீர்திருத்தங்களைத் தூண்ட சினங் கொண்ட குடிமக்களின் கும்பல் மட்டுமே போதாது. அதற்காக அவர்கள் ஸ்காட்லாந்தில் குடியேறிய இரண்டு அயர்லாந்து நாட்டினர், எடின்பரோ பல்கலைக்கழகத்துக்கு எண்ணற்ற உடல்களை வழங்க ஒரு திட்டத்தை உருவாக்கியதுவரை காத்திருக்க வேண்டியதாயிற்று.

வில்லியம் ஹேர், வெஸ்ட்போர்ட் நகரில் ஒரு பழைய உண்டுறை விடுதிக்கு உரிமையாளர். அவ்வப்போது வாடகைக்குத் தங்கியிருப் பவர்களில் யாராவது வாடகை கொடுக்காமலேயே மரணமடைவது உண்டு. அங்குள்ள குளறுபடிகளை எல்லாம் அவர்தான் சரிசெய்ய வேண்டியிருக்கும். நொடிந்துபோன, அண்மையில் மரணமடைந்த வாடகைதாரர் ஒருவரின் உடலைக் கல்லறைத் தோட்டத்துக்கு வண்டி யில் எடுத்துச் செல்லும்போது ஒரு மருத்துவர் அவரைத் தடுத்து நிறுத்தி அந்த உடலுக்கு 10 பவுண்ட்[2] கொடுக்க முன்வந்தார். வேறு ஏதாவது உடலை ஹேர் கொண்டுவர முடிந்தாலும் அதே கட்டணத்தைக்

[2] பவுண்ட் – இங்கிலாந்தின் நாணயம். ஒரு பவுண்டின் மதிப்பு இப்போது நூறு ரூபாய்க்கும் சற்று அதிகம். (மொ-ர்)

கொடுப்பதாகவும் அவர் கூறினார். வெகுவிரைவில் ஹேர், வில்லியம் பர்க் என்ற மற்றொரு வாடகைதாரரின் சேவைகளையும் பயன்படுத்தி இருவருமாக 17 உயிர்களைக் கொன்றனர்; ஓர் ஆண்டு தொடர் கொலைகளில் ஈடுபட்டனர். அந்தக் கொலைகள் மிகவும் கோரமாக இருந்து பொதுமக்களின் கவனத்தை ஈர்த்தன. ஆகவே எண்ணற்ற செய்தித்தாள்களிலும் அக்காலத்து விலை குறைந்த இதழ்களிலும் வெளியான கட்டுரைகளில் அந்த நிகழ்வு மீண்டும் சொல்லப்பட்டது. இந்த நூற்றாண்டிலும் அந்தக் கதை தொடர்ந்து திரைப்படங்களுக்குத் தூண்டுதலாக இருக்கிறது. பர்க்கும் ஹேரும் செய்த கொலைகளுக்கு எதிர்வினையாக இங்கிலாந்து உடலியல் சட்டத்தை 1832இல் நிறைவேற்றியது. நகரப் பிணவறைகளிலும் மருத்துவமனைகளிலும் உரிமை கோரப்படாமல் விடப்பட்ட பிணங்களுக்கு மருத்துவர்கள் உரிமை கோர அந்தச் சட்டம் அனுமதித்தது. எனவே உடல் திருட்டு கடுமையாகக் கட்டுப்படுத்தப்பட்டது. இதைப் போலவே அமெரிக்காவிலும் நடவடிக்கைகள் மேற்கொள்ளப்பட்டன.

இந்தச் சட்டம் மிகவும் சரியான நேரத்தில் வந்தது. உடலியல்சார் எலும்புக்கூடுகள் கல்வி கற்கத் துணையாக இருந்ததைவிட அவை அமெரிக்க, ஐரோப்பிய மருத்துவர்களின் அலங்காரப் பொருட்களாகவும் சமுதாய அந்தஸ்துக்கான குறியீடுகளாகவும் ஆயின. இன்று மக்கள்முன் மருத்துவத் திறமையின் குறியீடுகளாய் ஸ்டெதாஸ்கோப்பும் மருத்துவப் பள்ளிப் பட்டயங்களும் முன்வைக்கப்படுவது போலவே அவையும் முன்வைக்கப்பட்டன.

சாப்போலின் கருத்துப்படி, எலும்புக்கூடுகளின் மூலாதாரம் குறித்த தகவல்கள் திட்டமிட்டே இல்லாமல் ஆக்கப்பட்டன; அல்லது 'வெள்ளை இனம் சார்ந்தவர்களின் இறுதிச்சடங்கு மரியாதைகள் மீறப்படவில்லை' என்று வாடிக்கையாளர்களுக்கு நம்பிக்கையூட்டுவதற்காக, தொங்கிக்கொண்டிருந்த எலும்புக் கூடுகள் 'மரண தண்டனை நிறைவேற்றப்பட்ட நீக்ரோ'க்களுடையவை என்று தெளிவாகச் சுட்டிக்காட்டப்பட்டிருந்தன. (சாப்போல் 2002: ப.94)

மரண தண்டனை நிறைவேற்றப்பட்ட கருப்பரினக் கைதிகள் குறைந்த அளவே கிடைத்தனர் என்பதுதான் ஒரே பிரச்சினை. எனவே பிரிட்டிஷ் மருத்துவர்கள் அவர்களுடைய காலனி நாடுகளையே நம்பியிருந்தனர். இந்தியாவில் பாரம்பரியமாக எரியூட்டும் தொழிலைச் செய்துகொண்டிருந்த டோம் இனத்தைச் சார்ந்தவர்கள் எலும்புகளைப் பதனப்படுத்துவதற்கு வலியுறுத்தப்பட்டனர். 1850ஆம் ஆண்டு வாக்கில் கல்கத்தா மருத்துவக்கல்லூரி, பெரும்பாலும் வெளிநாட்டுக்கு அனுப்புவதற்காக, ஆண்டுதோறும் தொள்ளாயிரம் எலும்புக்கூடுகளைத்

தயாரித்தது. ஒரு நூற்றாண்டுக்குப் பின்னர் புதிய சுதந்திர நாடான இந்தியா உலக எலும்புச் சந்தையில் ஆதிக்கம் செலுத்தியது.

1985இல், இந்தியா அறுபதாயிரம் மண்டை ஓடுகளையும் எலும்புக் கூடுகளையும் முந்தைய ஆண்டில் ஏற்றுமதி செய்ததாக சிகாகோ டிரிபியூன் பத்திரிகை தெரிவித்தது. வளர்ச்சியடைந்த உலகின் ஒவ்வொரு மருத்துவ மாணவருக்கும் ஓர் எலும்புப் பெட்டியோடு தனக்கு வேண்டிய பாடப் புத்தகங்களையும் வெறும் 300 டாலருக்கு வாங்கும் அளவுக்கு அவை போதுமான அளவில் கிடைத்தன. (ஃபைன்மேன் 1985)

பெரும்பாலான விற்பனைப்பொருட்கள் திருடப்பட்டவை. ஆயினும் அவற்றை ஏற்றுமதி செய்வது சட்டப்படியான செயலாக இருந்தது. 'பல ஆண்டுகளாக நாங்கள் எல்லாவற்றையும் வெளிப்படை யாகத்தான் நடத்தினோம்' என்று இந்திய உடலியல் மாதிரிகள் ஏற்றுமதி சங்கத்தின் முன்னாள் தலைவரான பிமலேந்து பட்டாச்சார்ஜி 1991இல் லாஸ் ஏஞ்சலிஸ் டைம்ஸ் பத்திரிகையிடம் கூறினார். கொல்கத்தாவின் எலும்புத் தொழிற்சாலைகள் உச்சத்தில் இருந்த வேளையில் அவை ஓர் ஆண்டில் ஏறத்தாழ ஒரு மில்லியன் டாலர் சம்பாதித்தன. (ஃபைன்மேன் 1991)

மற்றொரு முக்கிய விற்பனையாளரான ரெக்னாஸ் நிறுவனம் மின்னசோட்டாவிலிருந்த கில்கோர் இன்டர்நேஷனலுக்கு ஆயிரக் கணக்கான எலும்புக்கூடுகளை விற்றது. அதன் இப்போதைய உரிமை யாளரான கிரெய்க் கில்கோர் கல்லறைத் திருட்டு பற்றிய பேச்சு எதுவும் அப்போது எழவில்லை என்று நினைவுகூர்கிறார். 'மக்கள்தொகை பெருக்கம் ஒரு பெரும் பிரச்சினையாக இருந்தது – மக்கள் தூங்கிய இடத்திலேயே மரணமடைந்துவிடுவார்கள். அவர்களை தெருக்களி லிருந்து வண்டிகளில் எடுத்துச் செல்லப்படும் என எங்களிடம் கூறப் பட்டது' என்று அவர் தெரிவிக்கிறார்.

ரெக்னாஸ் தொழிற்சாலை இயங்குவதைக் காட்டும் (இப்போது இயங்கவில்லை) படங்கள் ஆய்வக மேலங்கி அணிந்த தொழில்நுட்ப வல்லுநர்கள் முழு எலும்புக்கூடு தொகுதிகளை ஒன்றாகக் கோர்க்கும் வளர்ச்சியடைந்த செயல்முறையைக் காட்டுகின்றன. எலும்புக்கூடு வணிகத்தின் பொற்காலத்தில், ஏற்றுமதி நிறுவனங்கள் நகரத்தில் மிகவும் மதிப்புமிக்க வேலைவாய்ப்புள்ள இடங்களில் ஒன்றாக இருந்தன. காலனிய அமெரிக்காவின் மருத்துவர்களைப் போல, எலும்புக்கூடு தொழிலில் நுழைவது குறைவான தடைகள் உள்ள வெற்றிப்பாதையாக இருந்தது. எலும்புக்கூடு வணிகர்களுக்கு உரிமம் வழங்கிய நகர் மன்றத்தாலும் இத்தொழில் ஆதரிக்கப்பட்டது. யாராலும் உரிமை

கோரப்படாத பிணங்களுக்கான பொறுப்பை ஏற்றுக்கொண்டது மட்டுமல்லாமல், தன் மிகச் சிறப்பான நாட்களைக் கடந்து வந்து விட்டதாக இந்தியாவின் பிற பகுதிகளிலுள்ளவர்களால் நினைக்கப் பட்ட ஒரு (கொல்கத்தா) நகருக்கு மதிப்புமிக்க பணவருவாய்க்கான வாய்ப்பையும் கொடுத்தது.

ஆனால், ஓர் அசிங்கமான இரகசியத்தை மறைக்காமல் இந்த இலாபங்கள் நீடித்திருக்க முடியாது. ஆதரவற்றோரின் பிணங்களும் உள்ளூர்ப் பிணவறைகளிலிருந்து சேகரிப்பதும் மட்டுமே தேவைக்குப் போதுமானவையல்ல. சில நிறுவனங்கள் மரணத்துக்கு முன்பே அதிக அளவில் உடல்கள் கிடைப்பதற்கான முயற்சிகளில் ஈடுபட்டன. அதற்காக அவை தங்கள் உடல்களை மரணத்துக்குப் பிறகு தானமாய் அளிக்க உறுதி அளிப்பவர்களுக்கு ஒரு சிறிய தொகையை வழங்கின. ஆனால் உயில் எழுதி தானம் வழங்கும் திட்டங்களுக்கான முயற்சிகள் மெதுவாகவும் நம்பகத்தன்மையற்றதாகவும் இருந்தன. புது உடல்கள் மண்ணுக்குள் புதைக்கப்பட்டு வெளியே எடுக்க ஏற்ற நிலையில் இருக்கும்போது, இத்தகைய ஒரு நிறுவனத்திற்கு குறிப்பிட்ட ஓர் எலும்புக்கூடைப் பெறுவதற்குப் பல ஆண்டுகள் ஆகலாம். காலனிய அமெரிக்கா ஐக்கிய இராச்சியம் போன்றே எலும்புக்கூடுகள் விற்கும் நிறுவனங்களும் கல்லறைத் திருட்டை ஒரு தீர்வாகப் பார்த்தன. வரலாறு மீண்டும் திரும்பும் நிலையில் இருந்தது.

மேலை நாடுகளின் எலும்புக்கூடுகளுக்கான தணிக்க முடியாத பசி வங்காளக் கல்லறைத் தோட்டங்களை சுத்தமாகக் காலியாக்கியது; உடனடியாகக் கையில் கிடைக்கும் பணத்தின் கவர்ச்சி, குற்றச் செயல் களில் ஈடுபடுபவர்களை ஈர்த்தது. ஓர் எலும்பு வியாபாரி ஆயிரத்து ஐந்நூறு குழந்தைகளின் எலும்புக்கூடுகளை ஏற்றுமதி செய்தபின் கைது செய்யப்பட்டார். இது பர்க், ஹேர் ஆகியோர் நடத்திய கொலைகளைப் பிரதிபலித்தது. இதுபோன்ற ஒரு நிகழ்வால், இந்தத் தொழில் அதிர்ச்சி யால் திடீரென்று நின்று போனது. குழந்தைகளின் எலும்புக்கூடுகள் ஒப்பீட்டளவில் அரியவையாகவும் எலும்பு வளர்ச்சியின் மாறும் நிலை களை எடுத்துக்காட்டுவதாகவும் இருந்தன. ஆகவே அவை பெரியவர் களின் எலும்புக்கூடுகளைவிட மிக அதிக விலையைப் பெற்றுத்தந்தன. குழந்தைகள் அவர்களுடைய எலும்புகளுக்காகக் கடத்தப்படுவதாகவும் கொல்லப்படுவதாகவும் இந்திய செய்தித்தாள்கள் வாதிட்டன.

கைது பற்றிய செய்தி பீதியைப் பரப்பியது. குற்றச்சாட்டு பதிவு செய்யப்பட்டபின் வந்த மாதங்களில் ஊர்க்காப்புக்குழு உறுப்பினர்கள், சட்டத்தைத் தங்கள் கையில் எடுத்துக்கொண்டனர். கடத்தல்காரர்களின் வலையமைப்பு என்று கருதப்பட்டவர்களை நகரங்களில் சல்லடை

போட்டுத் தேடினர். அந்த ஆண்டின் செப்டம்பர் மாதத்தில், அந்த சதியில் ஈடுபட்டவர்கள் என்ற வதந்தி பரவியதால் ஓர் ஆஸ்திரேலிய சுற்றுப்பயணி கொல்லப்பட்டார்; ஒரு ஜப்பான் நாட்டு சுற்றுப்பயணி கும்பலால் நையப் புடைக்கப்பட்டார். இந்தத் தாக்குதல்கள் மட்டுமே இந்தியாவின் எலும்புத் தொழிலை நிறுத்திவிடப் போதுமானதாக இருந்திருக்கலாம். ஆனால் அதற்கு முன்பே அரசு நடவடிக்கை எடுத்திருந்தது. சில வாரங்களுக்கு முன்னர் இந்தியாவின் உச்சநீதிமன்றம் தேசிய இறக்குமதி, ஏற்றுமதி கட்டுப்பாட்டுச் சட்டம் மனிதத்திசு ஏற்றுமதியைத் தடைசெய்யப் போதுமானது என்று விளக்கமளித்தது.

பிற நாடுகளில் போட்டி போடும் விநியோகஸ்தர்கள் இல்லாத நிலையில் நீதிமன்றத்தின் தீர்ப்பு மனித எலும்புக்கூடுகளின் பன்னாட்டு வணிகத்தை உண்மையில் முடிவுக்குக் கொண்டு வந்தது. அமெரிக்கா விலும் ஐரோப்பாவிலும் உள்ள மருத்துவப் பள்ளிகள் ஏற்றுமதித் தடையை நீக்குமாறு இந்திய அரசிடம் கெஞ்சிக் கேட்டன. ஆனால் அது எந்தப் பயனையும் அளிக்கவில்லை.

அதிலிருந்து இயற்கையான மனித எலும்பு கிடைப்பது கடினமாகவே இருந்து வருகிறது. மருத்துவக் கல்வியில் புதிய பிணங்களுக்கான தீராத தேவை காரணமாக அமெரிக்காவில் தானம் செய்யப்படும் பிணங்கள் அனைத்தும் பெரும்பாலும் பயன்படுத்தப்பட்டு விடுகின்றன. அது எப்படியாயினும், எலும்புக்கூடுகளைப் பதனம் செய்வது மெதுவான, சீர்கேடான தொழில்; அதனால் வெகு சிலரே அதைச் செய்ய முன்வருகிறார்கள். உயர்தர மாதிரிகள் கிடைப்பதற்கான வாய்ப்பு வரும்போது அவை மிக விலையுயர்ந்தவையாக இருக்கின்றன. நல்ல நிலையில் உள்ள ஒரு முழுமையான எலும்புக்கூடு இப்போது சில்லறை விற்பனையில் பல ஆயிரம் டாலருக்கு விற்கப்படுகின்றன. அவற்றுக் கான முன்பதிவு கொள்முதல் ஆணைகளை நிறைவேற்ற பல மாதங்கள், பல ஆண்டுகள்கூட ஆகலாம். மாணவர்கள் இப்போது தங்களுக்கான எலும்புப் பெட்டிகளை வாங்குவதில்லை; மாறாக, மருத்துவப் பள்ளிகள் வழக்கமாக எலும்புப் பட்டியலிலுள்ள எல்லாவற்றையும் வைத்திருக்கின்றன. மாதிரிகள் சேதமடைந்தாலோ திருடப்பட்டாலோ மட்டுமே அவை மீண்டும் வாங்கப்படுகின்றன. ஸ்டேன்ஃபோர்ட் மருத்துவப் பள்ளி, மேலிருந்து கீழாக நடுவில் இரு பகுதியாக பிளந்தெடுக்கப்பட்ட எலும்புக்கூட்டின் ஒரு பகுதியை இரண்டு மாணவர்களுக்காக வழங்குகிறது. இவ்விதமான கொள்கைகள், பல நன்கு நிறுவப்பட்ட கல்வி நிறுவனங்களிடம் அவர்களுக்குத் தேவையான எல்லா எலும்புக்கூடுகளும் உள்ளன என்பதைக் காட்டுகிறது. உலகெங்கிலும் உள்ள வளர்ந்து வரும் புதிய கல்வி நிறுவனங்கள்

தங்களுடைய ஆய்வகங்களுக்குத் தேவையான எல்லாவற்றையும் வாங்கவேண்டிய நிலையில் உள்ளன. எலும்புக்கூடுகளைப் பெருமளவு வாங்குவதும் இந்த நிறுவனங்களே. வளர்ச்சியடைந்து கொண்டிருக்கும் உலகெங்கிலும் உள்ள பல மருத்துவப் பள்ளிகள், குறிப்பாக பாகிஸ்தானிலும் சீனாவிலும் உள்ளவை, தங்களுக்குத் தேவையான எலும்புகளை உள்ளூர்க் கல்லறைத் தோட்டங்களிலிருந்தே பெறுகின்றன – சில நேரங்களில் பொதுமக்களின் சீற்றத்தை எதிர்கொண்டு. ஆனால் பெரிய அளவிலான ஏற்றுமதிகள் குறைந்துவிட்டன.

அமெரிக்காவில் சில கல்விநிறுவனங்கள் பிளாஸ்டிக் நகல்களை நாடிச் சென்றன. ஆனால் செயற்கைப் பதிலிகள் நிறைவானவை அல்ல. 'பிளாஸ்டிக் உருமாதிரிகள் ஒற்றை வகைமாதிரியின் நகலாக்கங்கள்; அவை உண்மையான எலும்பியல் ஆய்வில் காணப்படும் பல்வகைமை வேறுபாடுகளைக் கொண்டவை அல்ல' என்று ஹார்வர்ட் மருத்துவப் பள்ளியின் உடலியல் திட்டத்துக்குத் தேவையானவற்றை சேகரித்துக் கையிருப்பு வைக்கும் பணியில் இருந்த சாமுவெல் கென்னடி கூறுகிறார். நகல்களைக் கொண்டு பயிற்சியளிக்கப்பட்ட மாணவர்கள் இந்த வேறுபாடுகளை ஒருபோதும் பார்ப்பதில்லை. மேலும், இந்த உருமாதிரிகள் முழு அளவில் துல்லியமாக இருப்பதில்லை. 'வார்ப்புச் செயல்முறை உண்மையான வகைமாதிரியின் முழு விவரங்களையும் பதிவு செய்வதில்லை' என்று கூறும் கென்னடி, மேலும் 'இது மண்டை யோட்டைப் பொறுத்தவரை மிக முக்கியமானது' என்று கூறுகிறார்.

அமெரிக்காவில் எலும்புக்கூடுகளை இறக்குமதி செய்வதற்கு சட்ட அனுமதி இருந்தபோது பெரும் செல்வம் சம்பாதித்த கில்கோர் இன்டர்நேஷனல் போன்ற முக்கியமான மொத்த வணிகர்கள் இப்போது நகல்களை விற்பனை செய்து சமாளித்துக்கொண்டிருக்கிறார்கள். 'எலும்பு வணிகத்தில் மீண்டும் ஈடுபடுவதற்கு எனது தந்தை எதை வேண்டுமானாலும் செய்திருப்பார்' என்கிறார் தன் தந்தை நிறுவிய நிறுவனத்தை இப்போது நடத்தும் கிரெய்க் கில்கோர். 'அவர் சட்டத்தின் பார்வையில் கண் பார்வையற்றவர்[3]; இருப்பினும் அவர் அலுவலகத்துக்கு வந்து, எலும்பு விநியோகத்தை மறுபடியும் தொடங்க உதவக்கூடியவர் என்று அவர் நினைத்த எவருடனும் உலகின் எந்தப் பகுதியில் இருந்தாலும் அவருக்குக் கடிதங்கள் எழுதுவார்.'

அக்கடிதங்களில் சில எதிர்பாராத இடங்களைச் சென்றடைந்தன. தடை விதிக்கப்பட்டபின் குறுகிய காலத்தில் பஞ்சத்தால் அடிக்கடி பாதிக்கப்படும் ஆப்பிரிக்கப் பகுதிகளில் எலும்புகள் கிடைக்க வாய்ப்புள்ள

---

[3] அமெரிக்காவில் சட்டப்படி இயல்பான பார்வை 20/20 ஆகும். 20/200 சட்டப்படி பார்வையிழந்தவர் என்று கருதப்படுகிறது. (ப-ர்)

புது ஆதாரங்களைத் தேடிக் கொண்டிருந்தார். அப்போது ஒரு நைஜீரிய எலும்பு வணிகர் ஏற்றுமதிக்குத் தயாராக இருக்கும் எலும்புகள் நிறைந்திருந்த சேமிப்புக் கிடங்குகளைப் பற்றி அவருக்குக் கூறினார்: 50000 டாலருக்கு எல்லையற்ற மனிதப் பொருட்களுக்கான மூலாதாரம் ஓரளவு அவருக்குக் கிடைக்கும்; பணம் ரொக்கமாகக் கையில் கொடுத்துவிட வேண்டும் என்பதுதான் ஒரே பிரச்சினை. கொடுக்க வேண்டிய இடம்: லாகோஸ்.

தாமே நேரில் செல்ல முடியாத அளவுக்கு அதிக வயதாகிவிட்டதால், விமானத்தில் சென்று வணிகர்களை ஹில்டன் ஹோட்டலில் சந்திப்பதற்குத் தம்முடைய மகன் கிரெய்கை அனுப்பினார். அவருடைய தொடர்பாளர் அவரைத் தன்னோடு காரில் ஏற்றி புறநகர்ப் பகுதிக்குச் சென்று காட்டின் விளிம்பில் இருந்த, கைவிடப்பட்ட சேமிப்புக் கிடங்குக்குப் போவதற்கு இணங்க வைத்தார். 'ஒருவர் அந்த காட்டுக்குள் போகலாம். ஆனால் அதைவிட்டு ஒருபோதும் வெளியே வரமுடியாது' என்று அவர் நினைவுகூர்ந்தார்.

அது தன்னை ஏமாற்றுவதற்காக ஜோடிக்கப்பட்டது என்பதை உணர்ந்து கவலைப்பட்ட கிரெய்க் தான் வாங்க விரும்பிய எலும்பு களின் பெயர்களைத் தவறான சொற்களைப் பயன்படுத்திக் கூறத் தொடங்கினார். விநியோகஸ்தர்கள் அவருடைய தவறைத் திருத்துவது பற்றிக் கவலைப்படவில்லை. ஆபத்தை உணர்ந்த கில்கோர் தான் கொண்டு வந்த பணம் வேறொரு இடத்தில் இருப்பதாகவும், அவர்கள் தன்னை அந்த இடத்தில் கொண்டுவிட்டால் அந்தப் பணத்தை எடுத்து வரலாம் என்றும் எலும்பு வணிகர்கள் போல் வந்தவர்களை அவர் நம்ப வைத்தார். உடன் வந்தவர்கள் பார்வையை விட்டு மறைந்ததும் அவர் ஒரு வாடகைக் காரில் விமான நிலையத்துக்குச் சென்று அந்த நகரத்தை விட்டு வெளியே செல்லும் முதல் விமானத்தைப் பிடித்தார். கில்கோரும் உள்நாட்டு எலும்புக்கூடு இறக்குமதியாளர்கள் வேறு பலரும் எலும்பு களுக்கான புதிய கிடைக்குமிடங்களை உலகம் முழுவதையும் துருவித் தேடியும் அவர்களால் எதையும் கண்டுபிடிக்க முடியாததால் அந்தத் தொழில் கடுமையான சரிவைச் சந்தித்தது.

1995இல் மரணமடைந்த கிரெய்கின் தந்தை அந்த வணிகம் மீண்டெழுந்து வந்ததைப் பார்க்க உயிருடன் இருக்கவில்லை.

கொல்கத்தாவின் மிகப்பெரிய கல்லறைத் தோட்டம்; அருகில் மிகவும் சுறுசுறுப்பாக இயங்கும் ஒரு மருத்துவமனை; இந்த இரண்டுக்கும் இடையிலுள்ள சந்து ஒன்றில் ஒதுக்கமாக இருந்தது யெங் பிரதர்ஸ்

நிறுவனத்தின் தலைமையகம். அது மனித எலும்புக்கூடுகளின் முன்னணி விநியோகஸ்தருக்கு உரியது போல அல்லாமல் கைவிடப்பட்ட சேமிப்புக் கிடங்கு போலத் தோன்றுகிறது. துருப்பிடித்த முன்வாயிற் கதவு பத்து ஆண்டுகளுக்கு முன்பே பூட்டிடப்பட்டு மறக்கப்பட்டது போலத் தோன்றுகிறது. நுழைவாயிலின் மேலே நிறுவனத்தின் சின்னம் உதிரும் வண்ணச் சாயத்தாலான ஒப்பனைக் காட்சி ஊர்தி (டேப்லோ) போல தெரிந்தது.

அது எப்போதுமே இப்படி இருக்கவில்லை. முன்னாள் கொல்கத்தா சுகாதாரத்துறைத் தலைவரும் மேற்கு வங்காள எதிர்க்கட்சித் தலைவரு மான ஜாவேத் அஹ்மத் கான் கூறியபடி, அந்தக் கட்டடம் 2001ஆம் ஆண்டில் சுறுசுறுப்பாக இயங்கிக்கொண்டிருந்தது. அந்நேரத்தில் யெங் பிரதர்ஸ் அலுவலகத்தில் பிணத்தின் நாற்றம் அடிப்பதாக அருகில் வசித்தவர்கள் புகார் அளித்தனர். கூரையில் பெரும் எலும்புக் குவியல்கள் காய்ந்துகொண்டிருந்தன. ஒரு பாதி எலியட் நெஸ்ஸாகவும்[4] மற்றொரு பாதி ரால்ஃப் நேடராகவும்[5] விளங்கிய கான் காவல்துறையின் செயல் பாடின்மை குறித்துப் பொறுமையிழந்து சட்டத்தைத் தன் கையில் எடுப்பதில் மகிழ்ச்சியடைந்த ஒருவகை அரசியல்வாதி. அவருடைய செயல்முறை உத்தி கடுமையாக இருந்ததால் பலமுறை அவர் சிறைச்சாலைக்குச் செல்ல நேரிட்டது. எடுத்துக்காட்டாக, 2007இல் தன்னுடைய தொகுதியின் வாக்காளர் ஒருவரைக் கற்பழித்ததாகக் குற்றம் சாட்டப்பட்ட, மருத்துவப் பள்ளியில் பணியாற்றிய மருத்துவர் ஒருவரை அவர் தாக்கியதால் சிறைக்குச் செல்ல வேண்டியதாயிற்று.

2001இல் காவல்துறை யெங் பிரதர்ஸ் நிறுவனத்திற்கு எதிராக வழக்கைப் பதிவு செய்ய மறுத்தபோது, கான் மூங்கிலைச் சுழற்றிய குண்டர்கள் கும்பலோடு சென்று அந்தக் கட்டடத்தைத் திடீர் சோதனை யிட்டார். இது 19ஆம் நூற்றாண்டு இங்கிலாந்திலும் அமெரிக்கா விலும் நன்கறியப்பட்ட பொதுமக்கள் நீதி வழங்கலின் ஒரு வடிவம்.

'இரண்டு அறைகள் நிறைய மனித எலும்புக்கூடுகள் இருந்தன' என்று கான் என்னிடம் கூறினார். அவற்றை எடுத்துச்செல்ல ஐந்து சரக்குந்துகள் தேவைப்பட்டன. அவர் உலகெங்கிலும் உள்ள வணிக நிறுவனங்களுக்கு அனுப்பப்பட்ட விலைப்பட்டியல் உள்ளிட்ட ஆயிரக்கணக்கான ஆவணங்களையும் கைப்பற்றினார். 'அவர்கள்

4 எலியட் நெஸ் – அமெரிக்காவில் மதுவிலக்கைச் செயல்படுத்துவதற்கான முயற்சிக்காக புகழ்பெற்ற அதிகாரி. (மொ-ர்)

5 ரால்ஃப் நேடர் – புகழ்பெற்ற அமெரிக்க நுகர்வோர் பாதுகாப்பு, சுற்றுப்புறச்சூழல் பாதுகாப்பு ஆர்வலர். (மொ-ர்)

தாய்லாந்து, பிரேசில், ஐரோப்பா, அமெரிக்கா ஆகிய நாடுகளுக்கு சரக்குகளைக் கப்பலில் அனுப்பிக் கொண்டிருந்தனர்' என்று கூறுகிறார்.

ஏற்றுமதித் தடைக்குப் பதினாறு ஆண்டுகளுக்குப் பின்னர் அந்தச் சட்டம் செயல்படுத்தப்பட்டது போல தோன்றவில்லை. ஆளில்லாத படகுவீடு ஒன்றின் பின்பகுதி அறையில் நான் கானைச் சந்திக்கிறேன். அவர் பகட்டான தலைத்துணி அணிந்த இளம்பெண் ஒருத்தியை எனக்கு அறிமுகம் செய்து வைக்கிறார். அந்தப் பெண் 1999இலிருந்து 2001க்கு இடைப்பட்ட காலத்தில் யெங் பிரதர்ஸ் நிறுவனத்தில் எழுத்தராகப் பணி புரிந்தார். 'நாங்கள் உலகெங்கிலிருந்தும் வந்த கொள்முதல் ஆணைகளை நிறைவேற்றினோம். நாங்கள் முக்தி பிஸ்வாஸிடமிருந்து எலும்புகளை வாங்கும் வழக்கம் உண்டு. நான் ஐயாயிரத்துக்கும் மேற்பட்ட பிணங்களைப் பார்த்தேன்' என்று அவர் கூறுகிறார். பழிவாங்கலுக்குப் பயந்து தன்னுடைய பெயரைக் குறிப்பிட வேண்டாம் என்று கேட்டுக் கொள்கிறார். அந்த நிறுவனம் ஒவ்வொரு மாதமும் வெளிநாடுகளிலிருந்து ஏறக்குறைய 15000 டாலரைப் பெற்றது. பிஸ்வாஸின் செயல்பாடு பலரில் ஒன்றாக இருந்தது என்று அந்தப் பெண் என்னிடம் கூறுகிறார். மேற்கு வங்காளம் முழுவதிலும் பல இடங்களில் பிற வியாபாரிகளும் இருந்தனர்; தொழிற்சாலைகளும் இருந்தன.

கானின் திடீர் சோதனை யெங் பிரதர்ஸ் நிறுவனத்தின் உரிமையாளரான வினேஷ் ஆரோனைக் கைது செய்ய காவல்துறையினரைத் தூண்டியது. அவர் இரண்டு இரவுகள் சிறையில் கழித்தார்; ஆனால் முக்தியைப் போலவே அவர்மீதும் எந்தக் குற்றச்சாட்டும் இன்றி விடுதலை செய்யப்பட்டார்.

***

இன்று, கூரையில் எலும்புகள் இல்லை. அக்கம் பக்கத்தில் உள்ளவர்களை நேர்காணல் செய்தபடி அப்பகுதியை ஏறக்குறைய ஒரு மணி நேரம் நான் சுற்றிப் பார்த்துக்கொண்டிருந்தேன். அப்போது அந்தக் கட்டடத்திற்கு அருகில் ஒரு வெள்ளை வேன் வந்து நிற்கிறது. இளஞ்சிவப்பு நிறக் கட்டம் போட்ட சட்டை அணிந்த ஒருவர் வெளியே இறங்கினார். அவர் அக்கட்டடத்தின் பக்கவாட்டில் உள்ள கதவை நோக்கி வேகமாக நடந்து சென்று கதவைத் தட்டுகிறார்: வினேஷ் ஆரோன்.

நான் நிழற்படங்கள் எடுத்துக்கொண்டிருந்ததைப் பார்த்த ஆரோன் இன்னும் பலமாகக் கதவைத் தட்டுகிறார். ஆனால் உள்ளே இருந்த அவருடைய உதவியாளருக்குப் பூட்டைத் திறப்பதில் சிக்கல் ஏற்பட்டது. நான் வேகமாக ஒரு கேள்வியை உருவாக்க முயற்சி செய்து கொண்டிருந்த போது என்னுடைய மொழிபெயர்ப்பாளர் ஒலிவாங்கியை அவருடைய

முகத்தருகே நீட்டி அவர் இப்போதும் மேலை நாடுகளுக்கு எலும்புக் கூடுகளை அனுப்புகிறாரா என்று கேட்கிறார். படபடப்பாகத் தோன்றிய ஆரோன் உளறுகிறார், 'நாங்கள் அந்த வழக்கில் வெற்றி பெற்றோம்!' நுழைவாயில் பட் என்ற ஓசையுடன் திறக்கிறது; கதவு என் முகத்துக்கு அருகில் தடாலென்று அடைப்பதற்கு முன் அவர் அறைக்குள் நுழைகிறார்.

அதற்குப்பின் நடந்த ஒரு தொலைபேசி உரையாடலில் ஆரோன் தாம் இப்போது மருத்துவ உருமாதிரிகளையும் விளக்க வரைபடங்களையும் விற்பதாகவும், எலும்புகளை விற்பதில்லை என்றும் கூறுகிறார். இருப்பினும் அதற்கு ஒரு மாதத்துக்குப் பின்னர் தன்னை ஆரோனின் மைத்துனர் என்று கூறிக்கொண்ட, அறுவை சிகிச்சைக் கருவிகள் விநியோகம் செய்த வணிகர் ஒருவரைச் சந்திக்கிறேன். நாட்டிலுள்ள ஒரே எலும்பு விநியோகஸ்தர் யெங் பிரதர்ஸ் நிறுவனம் என்று அவர் கூறுகிறார். சென்னையில் இருக்கும் அவருடைய சிறிய கடையில் பணம் வாங்கும் மேசைக்குப் பின்புறத்தில் அரிய எலும்புகள் நிறைந்த பல அட்டைப்பெட்டிகள் இருக்கின்றன. ஒரு பெட்டியிலிருந்து முதிர்ந்த கரு *(ஃபீடஸ்)* ஒன்றின் கைமுஷ்டி அளவிலான மண்டை யோட்டை வெளியே எடுக்கிறார். ஒரு அபூர்வக் கல்லைக் கையில் வைத்திருப்பவர் போல அவர் புன்னகை செய்கிறார். 'இந்தியாவில் இதை இப்போதும் செய்யும் ஒரே ஆள் என் மைத்துனர் மட்டுமே. அவருக்கு மட்டும்தான் துணிச்சல் இருக்கிறது' என்கிறார். அதன்பின் அவர் **1000** ரூபாய்க்கு **(25** டாலர்) எனக்காக ஓர் எலும்புக்கூட்டை தோண்டி எடுத்துத்தர முன்வருகிறார்.

2006-07க்கான யெங் பிரதர்ஸ் நிறுவனத்தின் விலைப்பட்டியல், அந்த நிறுவனம் சட்டத்துக்குக் கீழ்ப்படிந்து செயல்படுவதாக வாடிக்கையாளர்களுக்குத் தெரிவிப்பதில் கவனமாக இருக்கிறது. அது பலவகைப்பட்ட எலும்புகளின் மொத்த வணிக விலைகளைப் பட்டியலிட்டு, அவை 'இந்தியாவில் மட்டும் விற்பனைக்கு' என்றும் குறிப்பிடுகிறது. இருப்பினும் இந்திய எலும்புக்கூடுகள் எப்படியோ நாட்டைவிட்டு வெளியே சென்றுகொண்டுதான் இருக்கின்றன.

கனடாவிலிருக்கும் ஒஸ்டா இன்டர்நேஷனல் நிறுவனம் மனித எலும்புகளை அமெரிக்கா, ஐரோப்பா முழுவதும் விற்பனை செய்கிறது. நாற்பது ஆண்டுகளாகச் செயல்படும் பழமையான அந்த நிறுவனம் கொள்முதல் ஆணைகளை உடனே நிறைவேற்றுவதாகக் கூறுகிறது. 'எங்களுடைய வணிகத்தில் ஏறக்குறைய பாதி அளவு அமெரிக்காவில் நடக்கிறது' என்று இந்த வியாபாரத்தைத் தன் தந்தை ஹான்சுடன் நடத்தும் கிறிஸ்டியன் ரோடிகர் கூறுகிறார்.

ஓஸ்டா இந்தியாவிலிருந்து வரும் எலும்புகளை இருப்பில் வைப்பதாக ரோடிகர் ஒப்புக்கொள்கிறார். அவை இந்தியாவிலிருந்து சட்டத்தை மீறி கடத்தப்பட்டவை என்பதை ஊகிக்கலாம். சில ஆண்டுகளுக்கு முன்புவரை அவர் அவற்றைப் பாரிசிலுள்ள ஒரு விநியோகஸ்தரிட மிருந்து வாங்கிக்கொண்டிருந்தார். ஆனால் அந்த ஆதாரம் 2001இல் வறண்டுபோனது – கிட்டத்தட்ட அதே சமயத்தில்தான் ஜாவேத் கான் யெங் பிரதர்ஸ் நிறுவனத்தைச் சோதனையிட்டார். அப்போதிலிருந்து, அவர் தம்முடைய கையிருப்பை சிங்கப்பூரிலிருந்து ஒரு தரகரிடமிருந்து வாங்கிக்கொண்டிருக்கிறார். அவருடைய பெயரைச் சொல்ல அவர் மறுத்துவிட்டார். ‘நாங்கள் மற்றவர்களின் கவனத்தை ஈர்க்காத விதத்தில் இருக்க விரும்புகிறோம்’ என்று அவர் கூறுகிறார்.

என்னுடைய ஆய்வு நடந்துகொண்டிருந்த நேரத்தில் நான் தொடர்பு கொண்டது ஏறக்குறைய முப்பது நிறுவனங்கள். அவற்றில் கடந்த சில ஆண்டுகளில் எலும்புகள் வாங்கியதை ஒத்துக்கொண்ட சில நிறுவனங்கள் தங்களுடைய ஆதாரங்களை வெளிப்படுத்தவோ அதிகாரப்பூர்வமாகப் பேசவோ மறுத்துவிட்டன. ஆனால் ஓஸ்டாவின் பெயர் இருமுறை வரத்தான் செய்தது. ‘நான் ஒரு முழுமையான எலும்புக்கூட்டையும் விளக்குவதற்காக வெட்டப்பட்ட மனித மண்டையோட்டையும் ஓஸ்டாவிலிருந்து வாங்கினேன்’ என்று மதிப்புமிக்க வெர்ஜினியா கல்லூரிப் பேராசிரியர் ஒருவர் கூறுகிறார். ‘இரண்டும் மிகவும் தரமானவை.’

ஓஸ்டாவின் மற்றொரு வாடிக்கையாளரான டென்ட்ஸ்ப்ளை ரின் என்னும் வணிக நிறுவனம் பல் மருத்துவர்களுக்குப் பயிற்சியளிக்க பயன்படுத்தப்படும் உண்மையான மண்டையோட்டைக் கொண்ட பிளாஸ்டிக் உருமாதிரித் தலையை வழங்குகிறது. ‘மனித எலும்புகளை வாங்குவது மிகவும் கடினமானது’ என்று கூறுகிறார் விற்பனை மேலாளர் கிம்பர்லி பிரவுன். ‘மண்டையோடுகள் ஒரு குறிப்பிட்ட அளவுடையனவாகவும், தரமுடையனவாகவும், சில உடற்கூற்றுக் குறைபாடுகள் இல்லாதவையாகவும் இருக்க வேண்டும் என்று எங்களுடைய தேவைகளுக்கான வரையறைகள் உள்ளன. ஆனால் அவை வருகின்ற வழிகள் பற்றிய ஆதாரம் எங்களுக்குத் தேவை யில்லை.’ மண்டையோடு அமெரிக்கா, இங்கிலாந்து ஆகிய இரு நாடுகளிலும் மிக அதிக அளவில் விற்பனை ஆகக்கூடியவை.

இந்திய அதிகாரிகளும் இதைப்போலவே அக்கறையின்மையை வெளிப்படுத்துகின்றனர். பன்னாட்டு எலும்பு வணிகம் தேசிய ஏற்றுமதிச் சட்டத்தையும் கல்லறை அவமதிப்புக்கு எதிரான உள்ளூர்

விதிகளையும் மீறினாலும் அதிகாரிகள் அதைக் கண்டுகொள்வ தில்லை. 'இது புதிதான ஒன்றல்ல' என்று கூறுகிறார் மேற்கு வங்காள காவல்துறை உதவித் தலைமை ஆய்வாளர் ராஜீவ் குமார். 'அவர்கள் மக்களைக் கொன்றுகொண்டிருக்கிறார்கள் என்பதற்கு எந்தச் சான்றும் இல்லை.' மிக முக்கியமான சிலருடைய உடல்கள் காணாமல் போனதால்தான் காவல்துறை பிஸ்வாஸிடம் ஆர்வம் காட்டியது. 'நாங்கள் சமூகம் ஒரு சட்டத்தின் மேல் வைக்கும் முக்கியத்துவத்தின் அடிப்படையில்தான் அதைச் செயல்படுத்த முயலுகிறோம்.' அவர் மேலும் கூறுகிறார், 'சமூகம் இதை மிக முக்கியமான ஒன்றாகப் பார்க்கவில்லை.'

மருத்துவத்தில் மனித எலும்புகளை ஆய்வு செய்வதற்கான தேவை நன்கு நிறுவப்பட்ட ஒன்று. எந்த மக்களுடைய எலும்புகள் ஆய்வு செய்யப்படுகின்றனவோ அவர்களுடைய புரிதலுடன் கூடிய சம்மதத்தைப் பெறுவதற்கான தேவை அவ்வாறு நிறுவப்படவில்லை. இந்திய எலும்பு வணிகத்தின் புத்துயிர்ப்பு இந்தத் தேவைகளுக்கு இடையிலுள்ள பதற்றத்தைப் பிரதிபலிக்கிறது. மனித எலும்புக் கூடுகளின் வணிகம் அண்மையில் இறந்தவர்களைக் குறிவைத்துக் கொண்டிருக்கிறது; அதேசமயம், அதைவிட மிக ஆபத்தான நடைமுறை யாகிய சேரிகளில் வாழும் மக்களிடமிருந்து உயிரோடிருக்கும் சிறுநீரகங் களைச் சேகரிப்பது ஒரு பழமையான இந்தியச் செயல்பாட்டின் நவீன அவதாரம் மட்டுமே.

இதனிடையே, கொல்கத்தாவின் எலும்புத் தொழிற்சாலைகள் மீண்டும் தொழிலைத் தொடங்கிவிட்டன.

இந்தியாவிலுள்ள கொல்கத்தா நகரில் உடலியல்சார் பொருட்கள் விநியோக நிறுவனமான யெங் பிரதர்ஸின் வெளிப்புறம். இந்தச் சிதலமடைந்த அலுவலகக் கட்டடம் 1985 தடையுத்தரவுக்குப் பிறகு மனித எலும்புகளுக்கான இந்திய சிவப்புச் சந்தையின் மையமாக இருந்தது என்று பலரும் சாட்சி கூறினர். இங்குள்ள பணியாளர்கள் மனித எலும்புகளைக் கூரைமேல் காய வைத்தல், பிணங்களின் உள்ளே இருந்த சதையை அகற்றி சுத்தம் செய்தல் ஆகிய பணிகளைச் செய்தனர். அந்த அலுவலகம் இப்போதும் செயல்படுகிறது. ஆனால் அதன் மூடப்பட்ட கதவுகளுக்குப் பின்னால் என்ன நடக்கிறது என்பதை அறிந்துகொள்வது கடினம்.

கலா ஆறுமுகம் தன்னுடைய சிறுநீரகத்தை மருத்துவர்கள் அகற்றிய இடமான வயிற்றின் பக்கவாட்டில் நெடுக இருந்த நீண்ட வடுவைக் காட்டுகிறார். இந்த நிழற்படம் எடுப்பதற்குப் பல மாதங்களுக்குமுன் இந்த அறுவை சிகிச்சை நடந்தாலும் இப்போதும் அவருக்கு வேலை செய்வதில் பிரச்சினை இருக்கிறது. தம்முடைய உறுப்பை விற்றதற்காக அவர் ஆயிரம் டாலர் சம்பாதித்தார்.

3

சிறுநீரகத் தேடல்

2004ஆம் ஆண்டு கிறிஸ்துமஸுக்கு மறுநாள் இந்தோனேஷியாவின் பான்டா ஆசே கடற்கரைக்கு அப்பால் ஒரு நிலநடுக்கம் ஏற்பட்டது. அது உருவாக்கிய அதிர்ச்சி அலைகள் கடலடி வழியாக ஆற்றலை விரைவாகச் செலுத்தி இந்தியா, இலங்கை ஆகிய நாடுகளின் கடற்கரையைத் தகர்த்த மிகப் பெரும் ஆற்றலின் வெடிப்பாக உச்சத்தை எட்டியது. ஆழிப்பேரலை (சுனாமி) இரண்டு இலட்சத்துக்கும் அதிகமான உயிர்களை எடுத்துவிட்டு, முடிவில்லாததுபோல தொடர்ந்து வந்துகொண்டிருந்த அகதிகளையும் குடும்பத்தினரைச் சிதறடித்த பெருவெள்ளத்தின் சுவட்டையும் விட்டுச்சென்றது. பாதிக்கப்பட்டவர்களின் வாழ்க்கையை மறுசீரமைப்பதற்கு அரசுசாரா அமைப்புகளும் அரசுகளும் பெருமளவில் உதவிய வேளையில், சில தொழில்முனைப்புடைய மருத்துவமனைகளும் உடலுறுப்புத் தரகர்களும் இந்தத் துன்பியல் நிகழ்வை அகதிகளின் சிறுநீரகங்களை விற்பனை செய்து, பெரும் செல்வம் சம்பாதிப்பதற்கான வாய்ப்பாகப் பார்த்தனர்.

இந்திய மாநிலமான தமிழ்நாட்டில், ஆழிப்பேரலையிலிருந்து தப்பியவர்களுக்கான அகதிகள் முகாம் சுனாமி நகரில் இருந்தது. மிகவும் மோசமான நிலையில் இருந்த அந்த அகதி முகாமில் மரிய செல்வம் மிகவும் மதிக்கப்பட்ட மனிதர். இந்த முன்னாள் மீனவர், இரண்டு ஆண்டுகளாகப் பன்னாட்டு சமுதாயத்தால் தங்களுக்கு வாக்குறுதி அளிக்கப்பட்ட அடிப்படை வசதிகளுக்காக, அரசு அதிகாரிகளோடு விவாதம் நடத்தியபடி தம் பெரும்பாலான நாட்களைச் செலவு செய்திருக்கிறார். அவர் விரும்புவதெல்லாம் அவர் தலைமையின் கீழுள்ள மூன்று முகாம்களிலும் உள்ள மக்கள் மீண்டும் கடலிலிருந்து தங்கள் வாழ்வாதாரத்தைச் சம்பாதிக்க வேண்டும் என்பதுதான். சுனாமிக்கு இரண்டு ஆண்டுகளுக்குப் பிறகு நான் அவரைச் சந்திக்கும்போது அந்த முகாம் நம்பிக்கைக்கு இடந்தராத சிறைப் பகுதியைப் போல மட்டமான காங்கிரீட் வரிசை வீடுகளாக இருந்தது. அங்கு

வசிப்பவர்களின் வீடுகளுக்கு அருகிலுள்ள சாக்கடைகளில் மிகுதியான கழிவுகளைக் கொண்ட கழிவுநீர் திறந்தபடி ஓடுகிறது. அங்கு வாழும் குழந்தைகளுக்கான கல்வி வாய்ப்பைப் போலவே வேலைவாய்ப்பும் அரிதாகவே இருக்கிறது.

அக்கிராமத்தில் தேர்ந்தெடுக்கப்பட்ட ஒரே அதிகாரி என்ற முறையில் புகழ்பெற்றவராய் அகதிகள் நினைக்குமளவுக்கு இருப்பவர் செல்வம். அவருடைய நிழற்படங்கள் கட்டடங்களின் சுவர்களிலும், முகாமின் அதிகாரப்பூர்வ நுழைவாயிலான அகன்ற இரும்பு வாயிற்கதவின் மேலேயும் ஒட்டப்பட்டுள்ளன. ஆனால் அவருடைய நற்பெயர் குறைய ஆரம்பித்துவிட்டது. உள்ளூர் இளைஞர்கள் அவருடைய சுவரொட்டிகள் மீது கற்களை எறிந்து, சுவரில் ஒட்டப்பட்டிருந்த அவருடைய நிழற்படங்களிலிருந்து கண் விழிகளைச் சுரண்டி எடுத்திருந்தனர். அவருடைய குற்றம்: சுனாமி நகரிலிருந்து தடையின்றி உடலுறுப்புகள் வெளியே செல்வதைத் தடுக்க முயன்றது.

'முன்பு மாதத்துக்கு ஒரு பெண் தன் சிறுநீரகத்தை ஒரு தரகருக்கு விற்பது வழக்கமாக இருந்தது. ஆனால் அண்மைக் காலத்தில் நிலைமை மோசமாகிவிட்டது' என்று கூறுகிறார் செல்வம். 'இப்போது வாரத்துக்கு இரண்டு பெண்கள் அதைச் செய்கிறார்கள். நான் ஏதாவது செய்தாக வேண்டும் என்பது எனக்குத் தெரியும்.'

நாங்கள் பேசிக்கொண்டிருக்கும்போது நீலமும் மிக வெளிறிய மஞ்சள் நிறமும் கலந்த சேலை கட்டியிருந்த பெண் ஒருத்தி முற்றத்துக்கு எதிர்ப்புறத்திலிருந்து அவரை முறைத்துப் பார்க்கிறார். அவர் நாற்பது களில் இருப்பவர் போலத் தோன்றுகிறார். ஆனால் இந்தியச் சேரிகளின் கடின வாழ்க்கை முப்பது வயதுக்கு அண்மையிலுள்ள அவரை அப்படிக் காட்டியிருக்கும் என்று நான் சந்தேகப்படுகிறேன். அவருடைய சேலை மடிப்புக்கு மேலே தெரிந்த வயிற்றின் குறுக்கே ஓர் அடி நீளமுள்ள தழும்பின் ஓரம் தெரிகிறது. இங்கிருக்கும் முதிர்ச்சியடைந்த ஓரளவு எல்லாப் பெண்களுக்கும் அதுபோன்ற தழும்பு உண்டு என்று செல்வம் கூறுகிறார். 'என்னால் எதையும் நிறுத்த முடியவில்லை' என்கிறார்.

பேரலை அவருடைய கிராமத்தை அடித்துச் சென்றதற்கு ஒரு வாரத்துக்குப் பின் அரசு அங்கு வாழ்ந்த இரண்டாயிரத்து ஐந்நூறு பேரை அவர்கள் இருந்த வளம் நிறைந்த மீன்பிடிப்புப் பகுதியிலிருந்து இந்தப் பயனற்ற நிலப்பகுதிக்கு இடமாற்றம் செய்தது. அந்த முகாம் சென்னைக்கு மின்சாரம் வழங்கும் மிகப்பெரிய மின்னுற்பத்தி நிலையத்தை அடுத்து இருந்தது. இருப்பினும் இப்போதும் இங்கு மின்வெட்டு அடிக்கடி நிகழ்கிறது. அந்தக் கிராமத்தவர்களின் தேவைகள்

மிகச் சாதாரணமானவை: அவர்களுக்கு மீன்பிடிக்க வலைகளும் மீனவ சமுதாயத்தினர் எல்லோரும் பிடிக்கும் மீன்களைச் சந்தைக்கு எடுத்துச் செல்வதற்கான ஒரு சிறிய மூன்று சக்கர ரிக்ஷாவும் தேவை. அவர்கள் வேறிடத்தில் குடியமர்த்தப்பட்டதிலிருந்தே செல்வம் உயர்நீதிமன்றங்கள் வாக்குறுதி அளித்த பணத்தையும் வேறு ஆதாரங் களையும் தங்களுக்கு அனுப்பி வைப்பதற்காக ஆதரவு திரட்டிக் கொண்டிருக்கிறார்.

2007 ஜனவரி மாதம்வரை அவருடைய வேண்டுகோள்களை எவரும் செவிமடுக்கவில்லை. அப்போது அவர் தம் பொறுமையை இழந்தார். அப்போதுதான் சென்னையின் மிகவும் சக்தி வாய்ந்த உயர்நீதிமன்ற நீதிபதிகளின் முன்னிலையில் நடக்கவிருந்த சந்திப்பில் தம்மிடம் மீதமிருந்த ஒரே துருப்புச் சீட்டை பயன்படுத்த முடிவெடுத்தார்.

அத்திட்டம் மிக எளிமையானது. தங்களுடைய உடலுறுப்புகளை விற்கத் தள்ளப்பட்ட ஏழைப்பெண்களின் சாட்சியங்களைப் பயன் படுத்தி, இறுதியாக உதவியை வழங்குமளவுக்கு நீதிமன்றத்தை குற்ற உணர்ச்சியடைய வைக்கப்படும். அரசின் செயலின்மையால் வளர்ந்த நம்பிக்கை இழப்பின் அளவு குறித்து அறிந்த பிறகு நீதிமன்றம் அவருடைய கிராமங்களின் துன்பத்தைப் பார்த்து எப்படி ஒத்துணர்வின்றி இருக்க முடியும்?

கூட்டம் நிறைந்த ஒரு சமுதாயக்கூடத்தில் மரிய செல்வத்தின் உணர்வுப்பூர்வமான சாட்சியத்தையும் தங்கள் கதைகளைத் தாமாகவே முன்வந்து சொன்ன துணிச்சல்மிக்க பல பெண்களின் வாக்குமூலங் களையும் நீதிமன்றம் கவனமாகக் கேட்டது. சிறுநீரகத் தரகர்கள் சுனாமிக்கு முன்னரும் எப்போதுமே பிரச்சினையாகவே இருந்திருக் கிறார்கள். ஆனால் இப்போது அவர்கள் விடாப்பிடியாகத் தொடர் கிறார்கள். அவர்கள் தங்களுடைய தழும்புகளைக் காட்டினர்; நீதிபதிகளின் ஆணை அரசுக் கருவூலத்தைத் திறக்க வைக்கும் என செல்வம் ஆர்வத்துடன் காத்துக்கொண்டிருந்தார்.

எல்லாம் திட்டப்படி நடக்கவில்லை. நீதிபதி கவனமாகக் கேட்டார். ஆனால் இந்தியாவின் நயமற்ற அரசு அதிகாரவர்க்கத்திடம் அந்த உதவி கட்டுண்டு கிடந்தது – நீதித்துறையின் மனஉறுதி இன்மையால் அல்ல. நிலைமை மேலும் மோசமாகும்படி, பார்வையாளர்களாக அமர்ந்திருந்த சுமார் ஐந்நூறு ஆண்களும் பெண்களும் செல்வம் தங்கள் இரகசியத்தை வெளிப்படுத்திவிட்டார் என்பதை உணர்ந்தபோது ஏறக்குறைய கலகமே செய்துவிட்டார்கள். பெண்களின் வடுக்களைக் காட்டியது கிராமம் முழுவதையும் வெட்கப்பட வைத்தது. அவர்கள்

ஏழைகள் என்பது எல்லோருக்கும் தெரியும். ஆனால் உடலுறுப்புகளை விற்குமளவுக்கு ஏழைகள் என்பது வேறு விஷயம். தனிப்பட்டவர்களின் பிரச்சினையாக இருந்திருக்க வேண்டும் என்று தாங்கள் நினைத்ததை எல்லோருக்கும் தெரியப்படுத்தி, செல்வம் தம் சமுதாயப் பெண்களை அவமானப்படுத்தி விட்டார் என்று இளைஞர்கள் கத்தினார்கள்.

இந்த வெளிப்பாடு அவர் கேட்டுக்கொண்ட வலைகளையும் வாகனங்களையும் முகாம்களுக்கு அனுப்பி வைக்க அரசை நிர்பந்திக்க வில்லை. அது செய்ததெல்லாம் அந்தக் கிராமத்தின் அசிங்கமான இரகசியத்தைப் பத்திரிகையாளர்கள் முன் வெளிப்படுத்தியதுதான். உள்ளூர் செய்தித்தாள்கள் இந்த அவதூறு குறித்த செய்திகளை வெளியிடத் தொடங்கின; விரைவில் மாநில மருத்துவ சேவைத்துறை இதுவரை எப்போதுமே நடந்திராத அளவிலான நாட்டின் ஒருங் கிணைந்த மிகப்பெரிய உடலுறுப்புத் திருட்டுகள் ஒன்றில் 52 மருத்துவ மனைகள் ஈடுபட்டதற்கான சான்றுகளைக் கண்டுபிடித்தது.

செல்வம் தமது இலக்கை அடைவதில் தோல்வியடைந்தாலும் சிறுநீரகத்தை விற்கும் நடைமுறைக்கு எதிராகவும் தரகர்கள், சுகாதாரத் துறையில் ஊழல் பண்ணும் அலுவலர்கள் ஆகியோர்மீது நடவடிக்கை எடுப்பதற்காகவும் மக்கள் உணர்ச்சியலையைத் திருப்பிவிட இந்தப் புலனாய்வு வாய்ப்பளித்தது. இந்த அவதூறுக்கு எதிரான பொதுமக்களின் கண்டனக் குரல் அதிகாரப்பூர்வமான பதில் ஒன்றைத் தயார் செய்ய மாநில அமைச்சர்களை நிர்பந்தித்தது.

அந்தப் பணி தமிழ்நாடு சுகாதாரத்துறை அமைச்சர் கே.கே.எஸ்.எஸ்.ஆர். இராமச்சந்திரனின் கடமையாகியது.[1] தன்னுடைய பெயருக்கு முன்னால் புரிந்துகொள்ள முடியாத முதலெழுத்துகளின் வரிசையால் அறியப்படுபவர்; முரடர். அவருடைய முகத்தில் ஓர் அரசியல் எதிரி ஒரு ஜாடி அமிலத்தை வீசிய பிறகு அரசில் உயர் பதவியை அடைந்தார் (அந்த வடுக்கள் அவரைக் கட்சிக் கூட்டங்களில் எளிதில் கவனிக்கப் படுபவராக ஆக்கியது). உள்ளூர் மக்கள் வியக்கும் விதத்தில் அவர் காவல்துறை நடவடிக்கைகள் வேண்டாமென முடிவு செய்தார். இந்தப் பிரச்சினையை நீதிமன்றங்களில் விசாரணை செய்வதைவிட சமரச மாகத் தீர்க்கத் திட்டமிட்டார். அவர் உடனடியாக மாநிலத்தின் மிகச்சிறந்த உடலுறுப்பு மாற்று சிகிச்சை மருத்துவர்களை ஓர் அறையில்

---

[1] தென்னிந்தியாவில் பெயர்களுக்கு முன்னால் பல முதல் எழுத்துக்கள் வருவது வழக்கம். மேலை நாடுகளில் உள்ளதுபோல குடும்பப் பெயர்கள் கிடையாது. பொதுவாக இந்த முதல் எழுத்துகள் ஒருவர் எங்கு பிறந்தவர், தந்தையின் பெயர் என்ன, சிலசமயம் எந்தச் சாதியைச் சார்ந்தவர் போன்றவற்றைச் சுட்டிக்காட்டும். இந்த வழக்கப்படி இந்நூல் முழுவதும் நான் முதல் எழுத்துகளை மட்டுமே குறிப்பிட்டுள்ளேன்.

ஒன்றுதிரட்டினார். அவர்களை உடலுறுப்புகள் விற்கப்படுவதை நிறுத்துவதற்கும் அதற்குப் பதிலாக சடலங்களை அதிக அளவில் பயன்படுத்த முயலவும் வாக்குறுதி அளிக்கவைத்தார்.

மருத்துவர்களே தங்களைக் கட்டுப்படுத்திக்கொள்ள வேண்டுமெனத் தீர்மானித்து, அவர் மருத்துவச் சமுதாயத்தை ஒரு பெயரளவிலான தண்டனையோடு விட்டுவிட்டார்.

ஆனால் பழிவாங்கத் துடித்துக்கொண்டிருந்த பொதுமக்களுக்கு அவர் ஏதாவது சலுகை செய்தாக வேண்டும். குற்றங்களுக்கு எதிராகத் தாம் கடுமையாக இருப்பதைக் காட்டியாக வேண்டும். ஆகவே சட்டத்துக்குப் புறம்பான உடலுறுப்புமாற்று சிகிச்சைகளோடு ஓரளவு மட்டுமே தொடர்புகொண்டிருந்த, எந்த வசதிகளும் இல்லாத மிகவும் சிறிய இரண்டு மருத்துவமனைகளை அமைச்சகம் மூடியது. நகரின் ஏனைய உடலுறுப்பு மாற்றுக் குழுக்கள் நிம்மதிப் பெருமூச்சுவிட்டன. ஆவணச் சுவடுகள் பல டசன் அறுவை சிகிச்சை மருத்துவர்களை, முந்தைய ஆண்டில் நடந்த இரண்டாயிரத்துக்கும் மேற்பட்ட சட்டத் துக்குப் புறம்பான சிறுநீரக மாற்று அறுவை சிகிச்சைகளோடு தொடர்பு படுத்தின. ஆனாலும், சில மாதங்களுக்குள்ளாகவே சென்னை வழக்கமான தொழிலுக்குத் திரும்பிச் சென்றது.

இந்தியாவின் உயர்ந்துகொண்டிருக்கும் நல்வாய்ப்புகளில் தங்களுக்கு உரிய, சமமான பங்கை ஒருபோதும் பெறாத மரிய செல்வத்துக்கும் ஆயிரக்கணக்கான பிற தமிழர்களுக்கும் உடலுறுப்புகளை விற்பது இப்போதும் கடினமான நேரங்களில் தங்களுக்கிருக்கும் ஒரே வாய்ப்பாக தோன்றுகிறது.

'இந்தியாவின் பிற பகுதி மக்கள் மலேசியாவிற்கோ அமெரிக்கா விற்கோ போவதாகத் தங்கள் கண்களில் நம்பிக்கை ஒளியோடு கூறுகிறார்கள். சுனாமி நகரில் மக்கள் தங்களுடைய சிறுநீரகங்களை விற்பது குறித்து அதேபோலப் பேசுகிறார்கள்' என்று அவர் என்னிடம் கூறுகிறார்.

சுனாமி நகர் முற்றிலும் தனித்தன்மை உடையதல்ல. மூன்றாம் உலகில் தேவையான உடலுறுப்புகள் பெருமளவில் கிடைப்பதும் முதல் உலகில் கடும் வேதனை தரும் நீண்ட காத்திருப்போர் பட்டியல் இருப்பதும் உடலுறுப்புத் தரகில் ஈடுபடுவதை ஆதாயம் தரும் தொழிலாக்கியுள்ளன. கடந்த நாற்பது ஆண்டுகளில் சிறுநீரகங்களுக்கான தேவை படிப்படியாக அதிகரித்திருப்பது மட்டுமின்றி, உலகெங்கிலும் உள்ள ஏழைமக்கள் தங்கள் உடலுறுப்புகளை முக்கியமான சமூகப் பாதுகாப்பு வலையாகவும் பார்க்கிறார்கள்.

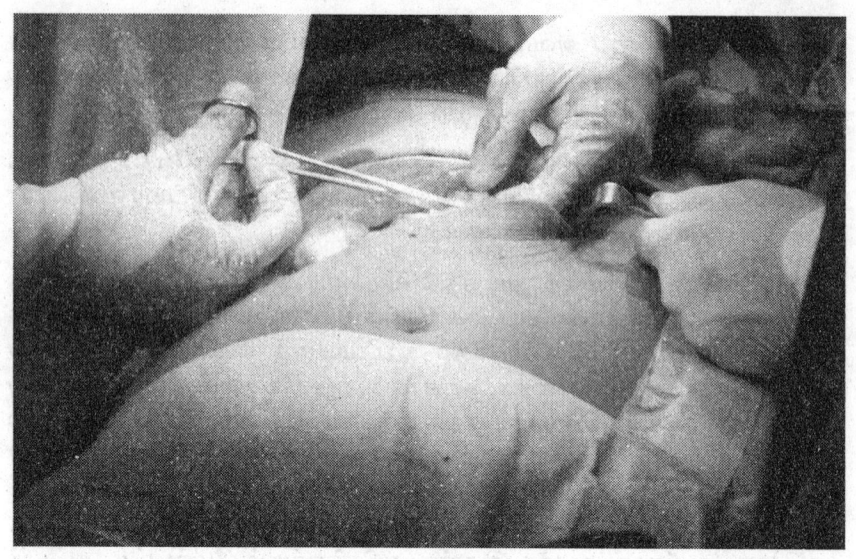

சென்னையிலுள்ள மருத்துவமனை ஒன்றில் நடந்துகொண்டிருக்கும் சிறுநீரகத்தை அகற்றும் அறுவை சிகிச்சை. 2006, 2007 ஆகிய ஆண்டுகளில் 'கிட்னிவாக்கம்' என்று பட்டப்பெயர் சூட்டப்பட்ட சுனாமி அகதிகள் முகாமிலிருந்து ஓரளவு எல்லாப் பெண்களும் தங்கள் உடலுறுப்புகளைத் தரகர்களுக்கும் இடைவணிகர்களின் இரகசியக் குழுவினருக்கும் விற்பனை செய்தனர். இந்தியாவிலிருந்தும் வெளிநாடுகளிலிருந்தும் நோயாளிகள் குறைந்த விலையில் மனித உடலுறுப்புகளை வாங்குவதற்கும் தங்கள் சொந்த நாட்டில் நீண்டகாலம் காத்திருப்பதைத் தவிர்ப்பதற்கும் இங்குத் திரளாக வருகின்றனர்.

சைக்ளோஸ்போரின் போன்ற நிராகரிப்பு எதிர்மருந்துகளின் (ஆண்டிரிஜெக்ஸன் ட்ரக்ஸ்) தோற்றத்திலிருந்து மருத்துவர்களின் பன்னாட்டு இரகசியக் குழுக்களும் ஊழல்களில் ஈடுபடத் தயங்காத அறவியல் வாரியங்களும் எகிப்து, தென்னாப்பிரிக்கா, பிரேசில், பிலிப்பைன்ஸ் ஆகிய நாடுகளிலுள்ள குடிசைப் பகுதிகளை உண்மை யாகவே படிப்படியாக உடலுறுப்புப் பண்ணைகளாக மாற்றிவிட்டன.

உடலுறுப்பு வணிகத்தின் அசிங்கமான இரகசியம், தயக்கமில்லாமல் விற்பனை செய்பவர்களுக்குப் பற்றாக்குறையே இல்லை என்பதுதான்.

ஒரு டாலருக்கும் குறைவான பணத்தில் ஒருநாள் வாழ்க்கையை நடத்தும் ஒருவருக்கு 800 டாலர் என்பது சிந்தித்துக்கூடப் பார்க்க முடியாத பெரிய தொகை. இந்தப் பணப்பட்டுவாடா, கடுமையான ஏழ்மையை உலகளாவிய முதலாளித்துவ வணிகத்துக்கு எதிராக மோதச் செய்வதுடன் நேர்மையற்ற ஊக்குவிப்பையும் வற்புறுத்தலையும் ஏற்படுத்துகிறது.

உடலுறுப்புப் பற்றாக்குறை எண்ணிக்கையைக் குறைத்து, இயற் கணிதத்தைப் போல புரிந்துகொள்ளவும் முடிந்தால், அமெரிக்காவின் உடலுறுப்பு மாற்றுச் சிகிச்சைக்கான காத்திருப்போர் பட்டியலில் உள்ள ஒரு இலட்சம் மக்களுக்கும் உயிரோடு இருக்கும் தானமளிப்பவர் களைக் கண்டுபிடிப்பது கடினமாக இருக்காது. மூன்றாம் உலக விற்பனையாளர்களைக் கண்டுபிடிப்பது எளிது; அவர்கள் இந்தப் பிரச்சினைக்கு செலவு குறைந்த தீர்வை வழங்குகின்றனர். ஓர் இந்திய மருத்துவமனையில் ஓர் உறுப்புமாற்று அறுவை சிகிச்சைக்கு அமெரிக்காவில் ஆவதைவிட இருபதில் ஒரு பங்கு செலவுதான் ஆகிறது.

இந்தப் பொருளாதாரத் தர்க்கவாதம் நம்பவைப்பதாக இருப்பதால் அமெரிக்கக் காப்பீட்டு முகமைகள் தங்களுக்கு அதில் ஒரு பங்கை விரும்புகின்றன. அவற்றில் இன்ட்யுஎஸ்ஹெல்த், யுனைடட் குரூப் புரோக்ராம்ஸ் ஆகிய இரண்டும் முக்கியமானவை. உள்நாட்டில் செய்யப்படும் டயலைசிஸ் (இரத்தச் சுத்திகரிப்பு) செய்வதற்கு அதிக செலவாகும்; பெரும்பாலும் மரணத்தில்தான் முடியும். இந்தச் சிகிச்சைக்காகப் பல ஆண்டுகள் தொடர்ந்து பணம் கொடுப்பதைவிட வெளிநாட்டில் செய்யப்படும் செலவுகுறைந்த சிறுநீரக மாற்றுச் சிகிச்சைக்கு ஆகும் கட்டணத்துக்கு காப்புறுதி அளிப்பது செலவைக் குறைக்கும் என்று அந்த இரண்டு நிறுவனங்களும் மதிப்பிடுகின்றன. இவற்றுக்கும் பிற நிறுவனங்களுக்கும் அவர்களுடைய தேவைக்கேற்ப உறுப்புமாற்று சிகிச்சையை ஏற்பாடு செய்யுமளவுக்கு இந்தியா, பாகிஸ்தான், எகிப்து ஆகிய நாடுகளில் உள்ள மருத்துவமனைகளோடு தொடர்பு வைத்திருக்கிறது. மேற்கு வெர்ஜீனிய சட்டமன்றம் ஒரு திட்டத்தைப் பரிசீலித்தது. வெளிநாட்டு மருத்துவமனைகளில் உறுப்பு மாற்று சிகிச்சை செய்துகொள்ளும் அரசுப் பணியாளர்களுக்குக் கட்டணத்தைத் தள்ளுபடி செய்யும் திட்டம்தான் அது. இந்த நூல் வெளியிடப்படும்வரை அந்தச் சட்டம் அறுதியாக்கப்படவில்லை; இருப்பினும் ஒட்டுமொத்த சூழலில் எந்த மாற்றமும் ஏற்பட்டது போலத் தோன்றவில்லை. (காப்பீட்டு நிறுவனம் உறுப்புமாற்றுச் சிகிச்சைக்கான செலவை வழங்கினாலும் உடலுறுப்புக்கான உயிரோடிருக்கும் தானமளிப்பவரை நோயாளிகளே ஏற்பாடு செய்ய வேண்டும் என்று இன்ட்யுஎஸ் ஹெல்த் நிறுவனத்தின் இணையதளம் தெரிவிக்கிறது. சரியான மருத்துவமனையோடு தொடர்பு இருந்தால் அது தான மளிப்பவரை ஏற்பாடு செய்வதற்கு எளிதானதுதான்.) உடலுறுப்பு களைப் பெறுபவர்களுக்குச் சட்டப்படியான போட்டியைவிட மருத்துவம் சார்ந்த இடர்ப்பாடுகளைக் களைய சிவப்புச் சந்தை உதவியாக இருக்கிறது. சடலத் தானங்களைவிட உயிரோடிருக்கும்

சிறுநீரகத் தேடல் ❈ 73

தானமளிப்பவர் உறுப்பு மாற்று சிகிச்சைகள் பெருமளவில் வெற்றிகரமாக இருக்கின்றன. பணம்பெற்று தானம் செய்பவர்களிடமிருந்து சிறுநீரகத்தைப் பெறும் நோயாளிகள் மூளைச் சாவு ஏற்பட்ட நோயாளிகளிடமிருந்து தங்களுக்குத் தேவையான உடலுறுப்புகளைப் பெறுபவர்களைவிட நீண்டகாலம் வாழ்கிறார்கள்.

உயிருள்ள உடலுறுப்புகளால் செலவு, உடல்நலம் ஆகியவை தொடர்பான பயன்கள் கிடைத்தாலும் சட்ட வரன்முறையை மீறி உடலுறுப்புகளை வாங்குவதற்கு எந்த அறவியல் நியாயமும் முழுமையாக இல்லை. தரகர்கள் உடலுறுப்புகளை வாங்குவதை எளிதாக்க முடியும். ஆனால் உடலுறுப்பு விற்பனையாளர்கள் உடலுறுப்புகளை விற்பது எப்படித் தங்கள் வாழ்க்கையை மேம்படுத்தியுள்ளது என்பது குறித்துப் பேசுவதில்லை.

சுனாமி நகரிலிருந்த ஏறக்குறைய ஒவ்வொரு பெண்ணிடமும் தாங்கள் மிகவும் நம்பிக்கை இழந்திருந்த நேரத்தில் உடலுறுப்புத் தரகர்கள் எப்படித் தங்களைச் சாதகமாகப் பயன்படுத்திக் கொண்டார்கள் என்பது குறித்த கதை உள்ளது. ராணி என்ற ஒரு பெண் தனக்கு செய்யப் பட்ட அறுவை சிகிச்சைக்குப் பிறகு கிராமத்தின் மோசமான மண் சாலையைக் கடந்து செல்வதுகூட கடுமையான வலியை ஏற்படுத்து வதால் அதைச் சமாளிப்பதற்கேற்ற சிறு எட்டுகளாக நடக்க வேண்டி யிருப்பதாகப் புகார் தெரிவிக்கிறார்.

ராணியின் கணவர் அவருடைய மீன்பிடித் தொழிலை இழந்து முழுநேரமும் குடிக்க ஆரம்பித்தபோது ராணியின் பிரச்சினைகள் தொடங்கின. எப்போதும் பணமில்லாமல் இருந்ததால் தன்னுடைய மகள் ஜெயாவுக்குத் திருமணம் நடந்தபோது ராணியால் ஒரு குறைந்த அளவிலான வரதட்சணையைக்கூட கொடுக்க முடியவில்லை. ஜெயாவின் மாமியாரும் புதிய கணவரும் தங்கள் ஏமாற்றத்தை ஜெயாவின் மேல் காட்டினர். அவர்கள் ஜெயாவை அதிக வேலை செய்யவைத்து அவர்களுக்குத் தோன்றியபோதெல்லாம் அடித்து அவருடைய வாழ்க்கையை தங்களால் முடிந்த அளவு மகிழ்ச்சியற்றதாக ஆக்கினர். ஒரு மாதத்துக்குள் அவர் தாய் வீட்டுக்குத் திரும்பிவந்து, பிரியாவிடை கூறிவிட்டுப் பூச்சிமருந்தைக் குடித்துத் தன்னுடைய உயிரை மாய்த்துக் கொள்ள முயற்சி செய்தார்.

தன்னுடைய மகள் ஒரு சிறிய கட்டிலில் நினைவின்றிக் கிடந்ததைப் பார்த்த ராணி உடனே அவரைத் தன்னுடைய கரங்களில் சுமந்து உள்ளூர் மருத்துவமனைக்கு எடுத்துச் சென்றார். அங்கிருந்த மருத்துவர்கள் தங்களுடைய பங்குக்கு ஏற்கனவே பல பூச்சிமருந்துத் தற்கொலை

களைப் பார்த்தவர்கள். அதனால், அதன் விளைவுகளை மட்டுப்படுத்தும் மருந்துகளைத் தயாராக வைத்திருந்தனர். சில மணி நேரங்களில் அவர்கள் அவருடைய உடல்நிலையை நிலையாக இருக்க வைத்தனர். ஆனால் அவர் தீவிர சிகிச்சைப் பிரிவில் ஒரு வாரத்துக்கு மேல் இருக்க வேண்டியதாக இருந்தது. மருத்துவமனையில் நீண்ட நாட்கள் இருப்பதற்குச் செலவு செய்யும் ஆற்றல் ராணிக்கு இல்லை. பணம் செலுத்தாவிட்டால் சிகிச்சையை நிறுத்த வேண்டிவரும் என்று பணியாளர் கூறினர். ராணி விரைவில் பணத்தோடு வந்தாக வேண்டும்; இல்லையென்றால் அவருடைய மகள் உயிரிழக்க நேரிடும் என்று அவர்கள் அவளிடம் சொன்னார்கள்.

பல ஆண்டுகளாக சுனாமி நகரில் ஏராளமானோர் தங்கள் சிறுநீரகங்களை விற்பனை செய்திருந்ததால் உள்ளூர் மக்கள் ஏளனமாக அந்த முகாமை 'கிட்னிவாக்கம்' அல்லது 'கிட்னி நகர்' என்று அழைக்கத் தொடங்கினர். சிறுநீரகங்களுக்காகத் தரகு செய்வது ஒரு குடிசைத் தொழிலாக நடந்தது. முன்னரே தங்களுடைய சிறுநீரகங்களை விற்பனை செய்திருந்த பெண்கள் அவர்களுடைய நண்பர்களின் சிறுநீரகங்களை விற்பதற்காகப் பேரம் பேசினர். தரகர்கள் வழக்கமாக ஓர் அறுவை சிகிச்சைக்கு **3000** டாலர்வரை கொடுக்கப்படும் என்று உயர்ந்த விலையைக் கூறினர். ஆனால் அந்த நபர் அறுவை சிகிச்சை செய்துகொண்ட பிறகு முன்பு வாக்களித்த விலையில் ஒரு சிறு அளவையே வழக்கமாகக் கொடுத்து வந்தனர். அது ஒரு பெரிய ஊழல் என்பது அங்கு எல்லோருக்கும் தெரியும். இருப்பினும் எதுவுமே இல்லாமல் இருப்பதைவிட அச்சுரண்டல் நல்லதுதான் என்று கருதுகின்றனர் அங்குள்ள பெண்கள்.

ராணியின் தோழிகளில் ஒருத்தி ஓர் ஆண்டிற்கு முன்பு தன்னுடைய சிறுநீரகத்தை விற்பனை செய்திருந்தார். அவர் ராணியிடம் தனலட்சுமி என்ற தரகர் சென்னையிலிருக்கும் தேவகி மருத்துவமனைக்கு வெளிப்புறத்தில் தன்னுடைய உண்மையான தொழிலை மறைப்பதற்காக ஒரு தேநீரகம் நடத்திக்கொண்டிருந்ததைத் தெரிவித்தார்: தனலட்சுமியின் தொழில் கருப்புச் சந்தையில் உடலுறுப்புகளைப் பெற உதவுவது. ராணியின் மகளுடைய மருத்துவச் செலவுக்காக தனலட்சுமி ராணிக்கு **900** டாலர் முன்பணமாக கொடுத்துவிட்டு, அறுவை சிகிச்சை முடிந்த பிறகு மேலும் **2600** டாலர் கொடுப்பதாக வாக்குறுதி அளித்தார். ராணி பின்வாங்கினால் தன்னிடம் ஊதியம் பெற்றுக் கொண்டிருக்கும் முரடர்கள் அச்சூழலை வன்முறையால் சரிசெய்வார்கள் என்று தனலட்சுமி தெளிவாகக் கூறினார்.

உறுப்புமாற்றுக்கு முன்னர் தன்னுடைய உடலுறுப்பை வாங்குபவரான ஒரு பணக்கார முஸ்லிம் பெண்ணுக்குத் தான் பொருத்தமானவர்

என்பதை நிரூபிப்பதற்காக இரத்தத்தையும் சிறுநீரையும் கொடுத்தார். ராணியின் இரத்தப் பரிசோதனை முடிவு ஏற்றுக்கொள்ளப்பட்ட பிறகு உறுப்புமாற்று சிகிச்சைக்கு அனுமதி வழங்கும் குழுவின் அறவியல் மறுசீராய்வுக்கு உட்படுத்துவதற்காக, நகரின் அரசு மருத்துவமனைக்கு அனுப்பி வைக்கப்பட்டார்.

எல்லா உறுப்புமாற்று அறுவை சிகிச்சைகளும் சட்டப்படியாகவும் பணம் கைமாறாமலும் இருப்பதை உறுதிப்படுத்தும் பொறுப்பு அந்தக் குழுவைச் சேர்ந்தது. அந்தக் குழுவுக்கு முதலாவதாக சிறுநீரகத்தால் ஏமாற்றி பணம் சம்பாதிக்கும் செயல்முறைகள் அமைவதை நிறுத்தவும் மேற்பார்வையிடவும் அதிகாரம் வழங்கப்பட்டுள்ளது. அதன் இலட்சியங்கள் மிக உயர்வானவையாக இருந்தாலும் அந்தக் குழு அதன் நோக்கங்களுக்கு ஏற்ப அரிதாகவே நடந்துகொள்கிறது. வழக்கமாகத் தரகர்கள் மூலமாக நடக்கும் சட்டத்துக்குப் புறம்பான உறுப்புமாற்றுகளை அனுமதிக்கிறது. அதன் உறுப்பினர்கள் தங்கள் தடயங்களை மறைப்பதில் மிகவும் கவனமாக இருந்து செயல்முறைகள் சட்டப்படியாக நடப்பது போன்ற தோற்றத்தைக் கொடுக்கின்றனர்.

குழுவின் விசாரணைகள் உடலுறுப்பு விற்பவர்களுக்கும் வாங்குபவர்களுக்கும் இடையில் ஒருவருக்கொருவர் புரிந்துகொண்ட நாடகம் போல நடைபெறும்வரை, அந்தக்குழு உடலுறுப்புப் பரிமாற்றம், அறவியல் அடிப்படையில் நடந்ததை உறுதிசெய்ய தன்னால் செய்ய முடிந்த எல்லாவற்றையும் செய்துவிட்டதாகக் கூற முடியும். குழுவுக்கு முன்னால் வரும் எல்லோருமே உண்மையைக் கூறுவதாக உறுதிமொழி எடுத்தவர்கள் அல்லவா? ராணியின் தரகர் அவருடன் யாராவது பேசினால் மட்டுமே பேச வேண்டும் என்றும், ஒரு கட்டு போலி ஆவணங்களைக் கொடுத்துவிட்டு முடிந்த அளவு விரைவாக அவ்விடத்தை விட்டுப் போய்விட வேண்டும் என்றும் பயிற்சி கொடுத்திருந்தார். இந்தச் சந்திப்புக்கு சிறிது காலத்துக்கு முன்பே, எல்லாம் சிக்கல் இல்லாமல் நடைபெறுவதை உறுதி செய்வதற்காகத் தனலட்சுமி 2000 ரூபாய் லஞ்சம் கொடுத்தார் என்று ராணி கூறினார். குழுவின் காத்திருப்பு அறையில் ராணி தனியாக இருக்கவில்லை; தங்களுடைய சிறுநீரகங்களை விற்பதற்கு மேலும் மூன்று பெண்கள் அங்கு காத்திருந்தனர். 'நாங்கள் ஒவ்வொருவராக சென்றோம். மறுசீராய்வுக் குழு என்னிடம் கேட்டதெல்லாம் நான் என்னுடைய சிறுநீரகத்தை தானம் கொடுக்க விரும்புகிறேனா என்பதுதான். அத்துடன் ஒரு தாளில் கையொப்பம் இடுவது. எல்லாமும் மிக விரைவாக இருந்தது' என்று ராணி கூறினார்.

ஆவணங்களைத் தயாரிக்கும் பணி முடிவடைந்தவுடன் அவர் அறுவை சிகிச்சைக்காக தேவகி மருத்துவமனையில் அனுமதிக்கப்

பட்டார். அறுவை சிகிச்சை திட்டமிட்டபடி முடிந்தது. ஆனால் அதிலிருந்து மீண்டுவருவது அவர் எதிர்பார்த்திருந்ததைவிடக் கடினமாக இருந்தது. தனலட்சுமியை அறிமுகம் செய்துவைக்க ஏற்பாடு செய்த அண்டை வீட்டுப்பெண் இரவும் பகலும் ராணியின் படுக்கை அருகிலேயே அமர்ந்திருந்தார். ஆனால் மூன்று நாட்களுக்குப் பிறகு – அவருடைய புண்ணிலிருந்து இன்னும் நீர் கசிந்துகொண்டிருந்த நிலையில் – அந்த மருத்துவமனை அவரை வீட்டுக்கு அனுப்பி வைத்தது. ஒரு வாரத்துக்குப்பின் உடல் பரிசோதனைக்காக அவர் மீண்டும் மருத்துவமனைக்குச் சென்றபோது மருத்துவர்கள் அவரை அடையாளம் தெரிந்துகொள்ள முடியாதது போல நடித்தனர்.

இதற்கிடையில் ராணி தன் உடல்நலத்தை மீண்டும் பெற எடுத்துக் கொண்ட நாட்களில், தரகர், எதிர்பார்த்தது போலவே மாயமாகி விட்டார். அப்போதுதான் ராணி தான் ஏமாற்றப்பட்டதை உணர்ந்தார்.

அவருக்குக் கிடைக்கக்கூடிய ஒரே வேலை உள்ளூர்க் கட்டடப் பணி நடக்கும் இடங்களில் பகல் நேர வேலை. ஆனால் இப்போது அவருடைய விலாவிலுள்ள வலி அந்த வேலை கிடைப்பதையும் தடுத்து விடுகிறது. அவர் செய்த செயல் பயனுடையதாக இருந்ததா என்று நான் கேட்கிறேன். அவர் கூறுகிறார்: ‘தரகர்களை ஒழித்துக்கட்ட வேண்டும். என்னுடைய உண்மையான பிரச்சினை வறுமை – என்னுடைய மகளின் உயிரைக் காப்பாற்றுவதற்காக நான் என்னுடைய சிறுநீரகத்தை விற்க நேர்ந்திருக்கக்கூடாது.’

மற்றொரு நேர்வில் சுனாமி நகருக்கு ஒரு மைல் தூரத்தில் வாழும் முப்பத்து மூன்று வயதான மல்லிகா, துணிசலவை வேலை செய்து, குறைந்த வருவாயில் வாழ்க்கை நடத்திவந்தார். வாழ்வில் முன்னேற முயன்றுத் தன்னுடைய சிறுநீரகத்தை விற்க முடிவெடுத்ததாகக் கூறுகிறார். ஆனால் அந்த முடிவு அவருடைய மகனின் உயிரையே இழக்க வைப்பதில் முடிவடைந்திருக்கும். அழுகிய மீனும் திறந்த வெளிச் சாக்கடையுமாய் நாற்றமடித்த தெருவிலிருந்த ஒரே அறையுள்ள குடிசையில் நான் மல்லிகாவைச் சந்திக்கிறேன். அவருக்குக் கடுமையாக வியர்த்துக்கொண்டிருக்கிறது. அது சென்னையின் தாங்க முடியாத வெப்பத்தால் ஏற்படுவதல்ல என்றும், மருத்துவர்கள் அவருடைய சிறுநீரகத்தை எடுத்து விற்பனை செய்த பிறகு அவருக்குக் கிடைத்த மோசமான பராமரிப்பால் ஏற்பட்டது என்றும் நினைக்கிறார்.

சுனாமியின் திடீர்த் தாக்குதலுக்கு முன்னர், சில நாட்களுக்கு மட்டுமே துறைமுகப் பகுதிக்கு அருகில் டீக்கடை நடத்திக்

கொண்டிருக்கும் ராஜி என்ற தரகர் மல்லிகாவின் பணப் பிரச்சினையி லிருந்து மீண்டுவர அவருக்கு உதவமுடியும் என்று கூறினார்.[2] அவருடைய பேரம் ஒளிவுமறைவு அற்றது போலத் தோன்றியது. மல்லிகாவின் சிறுநீரகத்துக்கு 3000 டாலர்; முன்பணம் 750 டாலர். இப்போதும் அந்தப் பணத்தின் நினைவு அவரைப் புன்னகை புரிய வைக்கிறது. சில நாட்களுக்குள் ஒரு பொய்யான பெயரில் அவருக்கு ஆவணங்கள் கொடுக்கப்பட்டன. ராணியைப் போலவே அவரும் அதிகாரத் தடங்கல்களை எந்தச் சிக்கலுமின்றிக் கடந்துவந்தார். விரைவில் அவர் மதுரைக்கு அனுப்பி வைக்கப்பட்டார். அங்கு ராஜியின் வலையமைப்பு உறுப்பினர்கள் அவரைப் பன்னாட்டளவில் நன்கறியப்பட்ட அப்பல்லோ மருத்துவமனைக் கிளையின் மருத்துவர் களிடம் கொண்டு சென்றனர். அவர்கள் அவருடைய சிறுநீரகத்தை அகற்றி, இலங்கையைச் சேர்ந்த ஒரு பணக்கார உறுப்புமாற்று சுற்றுலாப் பயணிக்கு மாற்றி வைத்தனர். அந்தப் பயணி அறுவை சிகிச்சைக்காக 14000 டாலர் செலுத்தியதாகக் காவல்துறைப் பதிவேடுகள் சுட்டிக் காட்டுகின்றன. மல்லிகா உடல்நலத்தை மீண்டும் பெறுவதற்கு அவர் எதிர்பார்த்ததைவிட நீண்டகாலம் ஆனது. இருபது நாட்களுக்கு அவரால் சென்னைக்குத் திரும்பிச் செல்ல முடியவில்லை. மருத்துவ மனை அவருக்குத் தங்குமிடம் கொடுக்க மறுத்துவிட்டது. அறுவை சிகிச்சைக்குப் பிந்தைய மருந்துகளுக்கான செலவையும் தன் கைக் காசிலிருந்தே கொடுத்தார். அவர் சென்னைக்குத் திரும்பி வந்தபோது, ராஜி அவருக்கு அதற்கு மேலும் ஒரு ரூபாய்கூட கொடுக்க முடியாது என்று கூறிவிட்டார்.

இரண்டு ஆண்டுகளாக பணத்தைக் கெஞ்சிக் கேட்ட பிறகு மல்லிகா காவல்துறையிடம் புகார் செய்தார். தன்னுடைய சிறுநீரகம் மோசடி செய்து எடுக்கப்பட்டுவிட்டதாக அவர் குற்றம் சாட்டினார். ஆனால் காவல்துறை அதை வேறுவிதமாகப் பார்த்தது. உடலுறுப்பு வணிகம் செய்த குற்றத்துக்காக ராஜி கைதுசெய்யப்பட்டபோது, மல்லிகா தன்னுடைய சிறுநீரகத்தை விற்பனை செய்ய ஒத்துக் கொண்டதற்காக அவரையும் கைது செய்யப் போவதாகவும் மிரட்டினார்.

---

[2] என்னால் இப்போதும் புரிந்துகொள்ள முடியாத, தற்செயல் நிகழ்வாக இருக்கிறது: இந்தியா முழுவதிலும் உள்ள உடலுறுப்புத் தரகர்கள் பொதுவாக டீக்கடை நடத்துவதை இரண்டாவது தொழிலாக வைத்திருக்கின்றனர். கடை உரிமையாளர்களுக்கு ஒரு டம்ளர் 2 ரூபாய் தேநீருக்கு மேல் செலவு செய்ய முடியாத பலரைத் தெரிந்து வைத்திருக்க முடிகிறது. அவர்கள் உடலுறுப்புத் திட்டங்களுக்கான எளிய இலக்குகள்.

'இருவரும் சட்டத்தை மீறினர்' என்று காவல்துறைத் தலைமையகத்தில் சாதாரண உடையிலிருந்த காவல்துறைப் புலனாய்வாளர் கூறுகிறார். 'ஒருவர்மீது வழக்கு தொடர்ந்தால் நாங்கள் மற்றவரையும் கைது செய்யவேண்டும்.' ஒரு வாரத்துக்குப் பின்னர் ராஜி ஓர் எச்சரிக்கையோடு மட்டுமே மீண்டும் தொழிலுக்கு வந்துவிட்டார். காவல்துறை அறிக்கையில் இருந்த முகவரியைக் கொண்டு அவரைத் தேடிக் கண்டுபிடிக்கும்போது அவர் ஒரு சிறு டீக்கடையில் வேலை செய்துகொண்டிருக்கிறார். ஒரு கப் இனிப்பான நெஸ்கஃபேவை கொதிக்க வைத்துக்கொண்டே உண்மையில் தாம்தான் பலியாள் என்று அவர் என்னிடம் கூறுகிறார்.

'நான் மக்களுக்கு உதவ மட்டுமே முயலுகிறேன். ஒருவர் சிறுநீரகச் செயலிழப்பால் மரணமடைந்துகொண்டிருப்பதாக அறிந்தேன். இங்கு பலர் விற்பனை செய்வதற்குத் தயாராக இருப்பதும் எனக்குத் தெரியும். அதில் என்ன தவறு? இது சட்டப்படியானதாகத்தான் இருக்கும்' என்று அவர் கூறுகிறார். சென்றடையாமல் போன பணத்தைப் பற்றி நான் கேட்கிறேன். மல்லிகாவுக்கு 750 டாலருக்கு அதிகமாக தருவேன் என்று நான் ஒருபோதும் கூறவில்லை என்று மறுக்கிறார். 'அதற்கு உரிய விலையைத்தான் நான் அவருக்குக் கொடுத்தேன்.' அதுமட்டுமல்ல, விற்பனையில் அவருக்குக் கிடைத்த பங்கை வேறு பல அடுக்கிலான தரகர்களுக்கும் மருத்துவர்களுக்கும் பகிர்ந்தளித்த பிறகு, தனக்கு 300 டாலர் மட்டுமே எஞ்சியிருந்தது என்று கூறுகிறார்.

அறுவை சிகிச்சைக்குப் பிறகு தன் உடல்நலத்தை மீண்டும் முழுமையாகத் திரும்பப் பெறவில்லை என்று மல்லிகா கூறுகிறார். அவருடைய பதின்ம வயதுள்ள மகன் கண்ணன் பி வகை கல்லீரல் அழற்சியால் *(ஹெபடைடீஸ் பி)* பாதிக்கப்பட்டிருப்பது அவனுடைய சிறுநீரகங்களைச் செயலிழக்கச் செய்துகொண்டிருக்கிறது என்றும் கூறுகிறார். 'விரைவில் அவனுக்கு மாற்றுச் சிறுநீரகம் தேவைப்படப் போகிறது; அவனுக்குக் கொடுப்பதற்கு என்னிடம் எதுவும் இருக்காது' என்று அவர் கூறுகிறார். அவருடைய மகனுக்கு மருத்துவச் சேவைகளை இலவசமாக வழங்க விருப்பமுள்ள மருத்துவமனையை அவரால் கண்டுபிடிக்க முடிந்தாலும், ஒரு சிறுநீரகத்தை வாங்கத் தேவையான பணத்தைக் கண்டுபிடிக்க அவளால் முடியவே முடியாது. இந்தியாவில் சதை, சமூகப்படிநிலையில் மேல்நோக்கி நகர்கிறது; கீழ்நோக்கி அல்ல.

ராணியிடமும் மல்லிகாவிடமும் பேரம் பேசிய தரகர்கள் பலர் இடையீட்டாளர்களின் அடிமட்டத்தில் இருப்பவர்கள். அவர்களில் ஒவ்வொருவரும் உறுப்புமாற்றுக்கான விலை 14000 டாலரில் ஒரு பங்கை எடுத்துக்கொண்டனர். தன்னுடைய பங்கு மொத்தத் தொகையில் ஒரு சிறு பகுதி மட்டுமே என்று ராஜி வாதிடுகிறார். தரகில் பெரும்பகுதி

அதிக எண்ணிக்கையிலான உடலுறுப்புகளை விற்பனை செய்யும் சங்கர் என்ற மதுரை வணிகர் ஒருவருக்குப் போய்ச் சேருகிறது.

அதன்பின் சங்கர் எந்தத் தடயமும் இன்றி மறைந்து விட்டாலும், இந்தத் தொழிலின் உயர்நிலையில் இருப்பவர்களின் அடையாளங்கள் வெளிப்படையான ஓர் இரகசியம். சுனாமி நகரிலிருந்து ஒரு மைல் தூரத்திலேயே இருந்த கே. கருப்பையா சிறுநீரக வியாபாரத்தில் மிக முனைப்பாகச் செயல்படும் ஒருவர் என்று பரவலாகக் கருதப்படுகிறது. அவருடைய பெயர் இரகசியமாகக் காதோடு காதாகவே உச்சரிக்கப் படுகிறது. ஒரு மாத காலத்தில் பல டசன் சிறுநீரக விற்பனையாளர்கள், விற்கப்படும் ஒவ்வொரு சிறுநீரகத்துக்கும் கருப்பையா ஒரு பங்கைப் பெறுகிறார் என்று அவரைச் சுட்டிக்காட்டினர். மிக முக்கியமான ஒரு தரகர் என்ற முறையில் நோயாளிகளுடனோ விற்பனை செய்பவர் களுடனோ நேரடியாக அவர் மிக அரிதாகவே தொடர்புகொள்கிறார். ஆனால் அவர் முழு அமைப்பையும் செயல்பட வைக்கும் ஓர் இடை யீட்டாளர். நான் அவருடைய வீட்டுக்குச் சென்றபோது நேர்காணலுக்கு மறுத்துவிட்டார். வெளியே சாலை போட்டுக்கொண்டிருப்பவருக்கும் கூட அவர் எவ்வளவு செல்வாக்குள்ளவன் என்பது தெரிந்திருந்தது. 'கருப்பையாவை எல்லோருக்கும் தெரியும். இந்தத் தெருவில் எல்லா வீடுகளும் அவருடையவைதான்' என்று அவர் கூறினார்.

ஓர் ஆணோ பெண்ணோ தன்னுடைய கதையைச் சொல்ல முன் வருவது, அதைத் தொடர்ந்து வரும் காவல்துறையின் புலன் விசாரணை போன்ற ஒரு நல்வாய்ப்பு கிடைக்க வேண்டும்; இல்லாவிட்டால் விற்பவர் ஒருவரிடமிருந்து வாங்குபவரைச் சென்றடைய ஓர் உடலுறுப்பு பயணிக்கும் பாதையின் கதையை வெளியாள் ஒருவர் பின்தொடர்ந்து செல்வது முற்றிலும் சாத்தியம் இல்லாதது.

ஒரே மருத்துவமனையில் தங்கியிருந்த போதிலும் ராணி, மல்லிகா ஆகியோரின் சிறுநீரகங்களை வாங்கிய நோயாளிகள், தங்களுக்கு உடலு றுப்புகளை விற்றவர்களிடம் தங்களை அறிமுகப்படுத்திக்கொள்ளவே இல்லை. ராஜி, தனலட்சுமி, கருப்பையா போன்ற தரகர்களின் வரிசை யிலிருந்து அறுவை சிகிச்சை செய்யும் மருத்துவர்கள்வரை எல்லோரும் விநியோகச் சங்கிலித் தொடரை இரகசியமாக வைத்திருக்கிறார்கள். நோயாளியையும் உடலுறுப்பு விற்பவரையும் நேருக்குநேர் பேரம் பேச அனுமதிக்காமல் இருப்பது தரகர்களின் நன்மைக்காகத்தான் அல்லவா! ஒரு சாதாரண அறிமுகத்துக்கு மிக அதிகமான கட்டணம் வசூலிப்பதை நீடித்திருக்கச் செய்ய இரகசியம்தான் முக்கியம்.

விநியோகத் தொடர் சங்கிலியின் துல்லியமான விவரங்களை இரகசியமாக வைத்திருக்க, தரகர்களுக்குத் தெளிவான பண ஊக்குவிப்பு

இருக்கிறது. அதே நேரத்தில் மருத்துவமனைகளும் மருத்துவர்களும் முழு நடைமுறைகளையும் மறைத்து வைப்பதற்காக நோயாளிகளின் உரிமைகள் பற்றிய நன்னயமான மொழியைப் பயன்படுத்துகின்றனர். மேலை நாடுகளில் சட்டப்படியான சடல தானங்களிலும் தான மளிப்பவரின் பெயரை அதைப் பெற்றுக்கொள்பவருக்குத் தெரிவிப்பது, அதில் ஈடுபட்டுள்ள எல்லோருடைய அந்தரங்கத்துக்கும் தீங்கு செய்கிறது என்று மருத்துவமனைகள் வாதிடுகின்றன.

சென்னையில் சட்டத்துக்குப் புறம்பாக சிறுநீரகமாற்று அறுவை சிகிச்சைகள் நடந்துகொண்டிருப்பதாக இந்திய அரசு வற்புறுத்திக் கூறியதுடன் ஐம்பதுக்கும் மேற்பட்ட மருத்துவமனைகளின் பெயர் களையும் பட்டியலிட்டது. அந்தப் பட்டியலில் இருந்த ஆறு மருத்துவ மனைகளுக்கு நான் சென்றேன். அவற்றிலெல்லாம் தானமளிப்பவர் களையும் பெறுநர்களையும் சந்திக்க அனுமதித்தால், இருவருக்கும் பெரும் உளவியல் தீமைகள் வரும் என்று எல்லா மருத்துவர்களும் என்னிடம் கூறினர்.

ஆனால், அது எப்போதுமே அவ்வாறு இருந்ததில்லை. அமெரிக்கா விலுள்ள சடல தான நடைமுறை குறித்து மானிடவியலாளர் லெஸ்லி ஷார்ப் தம்முடைய *ஸ்ட்ரேன்ஞ் ஹார்வெஸ்ட்* (விசித்திரமான அறுவடை) என்னும் நூலில் தானமளிப்பவர்களும் பெறுநர்களும் ஒருவருக் கொருவர் அறிந்துகொள்ளாமல் இருப்பது மருத்துவ அறவியலில் அண்மைக்கால சேர்க்கை என்று எழுதுகிறார். 1950களில் அமெரிக்காவில் முதல்முறையாக உறுப்புமாற்று அறுவை சிகிச்சைகள் பிரபலமாகிக் கொண்டிருந்தன. அப்போது தானமளிப்பவர்களின் குடும்பங்களைப் பெறுநர்களின் குடும்பங்களுக்கு அறிமுகம் செய்து வைத்து, இரு குடும்பங் களும் தங்களுடைய மருத்துவ வரலாற்றைப் பகிர்ந்துகொண்டு, அந்த உறுப்புமாற்றால் பிணைப்பை ஏற்படுத்தி வைப்பது, அந்த அறுவை சிகிச்சையின் வெற்றியை மேம்படுத்தும் என்று மருத்துவர்கள் வாதிட் டனர். உறுப்புமாற்றுத் தொழில் அதிக இலாபம் தரக்கூடியதாக வளர்ந்த தால் உடலுறுப்புகளிலிருந்து அவற்றின் மனித வரலாறு உரித்தெடுக்கப் படுவதும் தொடங்கியது. அனாமதேயம் புதிய நியதியாக ஆனது.

1990களின் தொடக்கத்தில் ஷார்ப் தம்முடைய ஆய்வுகளைத் தொடங்கிய நேரத்தில் ‘தானமளிப்பவர்களுக்கும் பெறுநர்களுக்கும் இடையில் நடக்கும் கடிதத் தொடர்புகளையும் தனிப்பட்ட தகவல் தொடர்புகளையும் சீர்குலைக்கும் செயல்கள் என்று உறுப்புமாற்று வல்லுநர்கள் கருதினர்’ என்று குறிப்பிடுகிறார். (ஷார்ப் 2006: ப. 166).

'தானமளிப்பவர்கள்' தங்களுடைய உடலுறுப்புகளின் வரலாற்றைத் தேடிக்கொண்டிருப்பது பைத்தியக்காரத்தனம் என்று பெயரிடும் அளவுக்கு மருத்துவப் பணியாளர்கள் சென்றனர்.

தானமளிப்பவர்களும் பெறுநர்களும் பொதுவாகத் தங்களை ஒருவருக்கொருவர் அறிந்துகொள்ள விரும்புவதையும், ஆனால் அவர்கள் மருத்துவப் பணியாளர்களால் தடுக்கப்படுவதையும் ஷார்ப்பின் ஆய்வு குறிப்பிடுகிறது. உறுப்புமாற்றுச் சிகிச்சை செய்துகொண்டவர்கள் பொது நிகழ்வுகளில் இணைந்து வரும்போது, 'தனிப்பட்ட சந்திப்புகள் எப்போதும் பார்வையாளர்களிடம் தன்னியல்பான மகிழ்ச்சியையும் கொண்டாட்டத்தையும் உருவாக்குகின்றன' என்று அவர் எழுதுகிறார். (மேலது). இருப்பினும் மருத்துவமனைகள் பதிவேடுகளை சீல் செய்து வைத்து இருதரப்பினரையும் ஒன்று சேராமல் பார்த்துக்கொள்வதை நடைமுறையாகக் கொண்டுள்ளன. தானமளிப்பவர்களும் பெறுநர் குடும்பத்தினரும் உயிரோடிருக்கும் இருவருக்குமிடையில் உள்ள தொடர்ச்சி குறித்த புரிதலுக்காக ஓர் உடலுறுப்பின் வரலாற்றை அறிந்துகொள்ள விரும்புவதை உயிரின உணர்ச்சிவயப்படல் (பயோ சென்டிமென்டாலிடி) என்ற சொல்லைப் பயன்படுத்தி, உடலுறுப்பு மாற்றுத் தொழில்நுட்பத்தால் உருவாக்கப்பட்ட தனித்தன்மை வாய்ந்த உறவுகளை விவரிக்கிறார். இருப்பினும் இந்த ஏக்கத்தையும் தாண்டி மருத்துவ அந்தரங்கம் என்ற கருத்தியலை ஒழிப்பதற்கு பிற அதிக நடைமுறை சார்ந்த காரணமும் உண்டு.

பன்னாட்டு உடலுறுப்பு விற்பனைச் சூழலில் நோயாளிகள் ஓர் உடலுறுப்பை விலை கொடுத்து வாங்குகிறார்கள் என்று அறிந்திருந்தாலும் விநியோகத் தொடரில் சுரண்டலுக்கான எவ்வித சந்தேகத்தையும் மறைப்பதற்காக மருத்துவர்கள் 'அந்தரங்க அறவியலை' பயன் படுத்துகின்றனர். இவற்றில் எது மோசமானது? நெருக்கடியான சூழலில் தங்களுடைய உடலுறுப்புகளை விற்பவர்களின் கதைகளை வெளிப் படுத்துவதா அல்லது உடலுறுப்பு விற்பனையில் தரகர்கள் தடையற்றக் கட்டுப்பாடு வைத்திருப்பதை அனுமதிப்பதா? மருத்துவர்களும் தரகர்களும் இலாபம் சம்பாதிக்கும் இடையீட்டாளர்களாகவும் மருத்துவப் பராமரிப்பு வழங்குபவர்களாகவும் செயல்படும்போது அதில் ஆதாயம் சார்ந்த தெளிவான முரண்பாடு இருக்கிறது. விநியோகச் சங்கிலித் தொடர் முழுமையான கட்டுப்பாட்டில் இருக்கும்போது, பெயர் அறியப்படாமல் இருக்கும் நிலை, மிரட்டலுக்கும் குற்றச் செயலுக்கும் குறைபாடில்லாத பாதுகாப்பை வழங்குகிறது.

1990களின் தொடக்கத்திலிருந்தே கல்விப்புலம் சார்ந்தவர்களும் பத்திரிகையாளர்களும் உறுப்புமாற்றுக்குத் தகுதியான உடலுறுப்புகளுக்கு

புதுவித மனித மாமிச உண்ணிக்கான தேவை இருப்பதை உணர்ந்திருக்கின்றனர். கலிஃபோர்னியா-பெர்க்லி பல்கலைக்கழகத்தில் பணியாற்றும் மானிடவியலாளர் நான்சி ஷெபர்-ஹியூஸ் கடந்த இருபது ஆண்டுகளின் பெரும் பகுதியைப் பன்னாட்டு உடலுறுப்பு வலையமைப்புகளின் போலி வேடத்தை வெளிப்படுத்துவதற்கும் அதுபற்றி ஆய்வு செய்வதற்கும் செலவிட்டுள்ளார்.

அவர் 2000ஆம் ஆண்டில் 'மனித உடலுறுப்புகளில் உலகளாவிய சட்டம் மீறிய வணிகம்' *(த குளோபல் ட்ராஃபிக் இன் ஹியூமன் ஆர்கன்ஸ்)* என்னும் முக்கியமான கட்டுரையை எழுதினார். அது பிரேஸிலிலுள்ள சேரிகள், தென்னாப்பிரிக்க குடிசைப் பகுதிகள், இந்திய சேரிகள், சீனச் சிறைச்சாலைகள் ஆகியவற்றிலும் ஈரானில் அரசுப் பண உதவிபெற்ற திட்டங்களிலும் உடலுறுப்புகள் வெட்டியெடுக்கப்படுவதைப் புலனாய்வு செய்தது.

அவருடைய ஆழ்ந்த நுண்ணோக்கு, சட்டத்தை மீறிய உடலுறுப்பு வணிகத்தின் அளவைப் பட்டியலிடுவதில் இல்லை; மாறாக, முதலில் உடலுறுப்புப் பற்றாக்குறை குறித்த நம்முடைய அடிப்படை நம்பிக்கைகளைக் கேள்விக்குள்ளாக்குவதில் இருக்கிறது. அவர் உடலுறுப்புகளுக்கான தணியாத தேவையை, மரணத்தின் இயல்பில் நமக்கு இருக்கும் மருத்துவ கர்வத்துக்கு நிகராகக் காட்டுகிறார். மருத்துவப் புராணக் கதைகள், 'மற்றவர்களின் உடலுறுப்புகளைப் பயன்படுத்தி வாழ்க்கையை முடிவற்ற காலத்துக்கு நீடிக்கச் செய்வதற்கு இதற்குமுன் இல்லாத வாய்ப்பு' இருப்பதாக உத்தரவாதம் கொடுக்கிறது என்று கூறுகிறார். யுனைடட் நெட்வொர்க் ஃபார் ஆர்கன் ஷேரிங் (உடலுறுப்புப் பகிர்வுக்கான ஐக்கிய வலையமைப்பு) என்னும் அமெரிக்க அமைப்பு இடைவிடாமல் தொடர்ந்து புதுப்பித்துக் கொண்டிருக்கும் பட்டியல் போன்று மாற்று உடலுறுப்புத் தேவைக்கான பட்டியல்களும் பெருகிக்கொண்டிருக்கின்றன. அதே வேளையில் செத்துக்கொண்டிருக்கும் நோயாளிகளின் உடலில் செயலிழந்து கொண்டிருக்கும் உடலுறுப்புகளுக்குப் பதிலாக, செயல்பட்டுக் கொண்டிருக்கும் கல்லீரல் அல்லது சிறுநீரகத்தைப் பெறுவது மட்டுமே அவர்களுடைய உயிரைக் காப்பாற்றுவதற்கான ஒரே வழி என்று மருத்துவர்கள் கூறுகின்றனர்.

உண்மை என்னவென்றால் சிறுநீரைப் பிரித்தெடுக்கும் எந்திரத்துடன் அல்லது டீபேகி [3] இதய பம்புடன் கட்டுண்டுக் கிடப்பதைவிட

[3] டீபேகி—உலகப்புகழ்பெற்ற அமெரிக்க இதய சிகிச்சை வல்லுநர். அறுவை சிகிச்சையின்போது இதயத்துக்குத் தொடர்ந்து இரத்தத்தைச் செலுத்தும் பம்ப்பை உருவாக்கியவர். (மொ-ர்)

மாற்றி வைக்கப்பட்ட உடலுறுப்பு அதிகமாக விரும்பத்தக்கது. என்றாலும், நோயாளிகள் உயிர்போக்கும் நோய்க்குப் பதிலாக நாள்பட்ட நோயைப் பரிமாறிக்கொள்கிறார்கள். புதிய உடலுறுப்பு வழக்கமாக அவர்களுடைய வாழ்க்கையை சில ஆண்டுகளுக்கு மட்டுமே அதிகமாக நீடிக்கச் செய்கிறது. ஓர் உடலுறுப்பு தானம் அளிப்பவராகப் பதிவு செய்வது, 'உயிர்ப் பரிசு' கொடுப்பதாகும் என்றும், வெற்றிகரமான உறுப்புமாற்றுகள் 'அற்புதங்கள்' என்றும் உறுப்புமாற்று நிகழ்வுகள் அடிக்கடி விளம்பரம் செய்கின்றன.

உறுப்புமாற்றுக்குப் பிந்தைய வாழ்நாள் பொதுவாக ஃபீனிக்ஸ்[4] பறவையின் மறுபிறப்பைப் போலல்லாமல் குறைவாகவே இருக்கிறது. மாறாக, பெறுநர்கள் பெரும்பாலும் உடலுறுப்பு நிராகரிப்பு எதிர்மருந்து களின் பயன்பாட்டில்தான் வாழ்கிறார்கள். இந்த மருந்துகள் அவர் களின் நோய் எதிர்ப்பு சக்தியைக் குறைத்துவிடுகின்றன. இது அவர் களை உயிர் இழக்கச் செய்யும் அளவுக்குத் தீங்கான, சமயம் பார்த்து வரும் தொற்றுகளுக்கான சிறந்த வாழ்விடங்களாக மாற்றுகின்றது.

தரகர்களால் எவ்வளவு எளிதாக மனித உடலுறுப்புகள் (திசுக்கள்) கிடைக்கும் இடங்களைக் கண்டுபிடிக்க முடிகிறது என்பதைச் சுட்டிக் காட்டிவிட்டு ஷெபர்-ஹியூஸ் எழுதுகிறார்: 'உண்மையான பற்றாக் குறை இருப்பது உடலுறுப்புகளில் அல்ல, மாறாக உறுப்புமாற்று நோயாளிகளுக்கு அவற்றுக்கான பணம் செலுத்துவதற்குப் போதுமான வழிவகைகள்தாம் பற்றாக்குறையாக உள்ளன.' அமெரிக்காவில் சிறுநீரகத்தை விற்பதற்காக ஒருவருக்கு நேருக்குநேராகப் பணம் கொடுப்பது கடினமாக இருக்கும் போது, மாற்று உடலுறுப்பு தேவை யானவர்களின் பட்டியல் ஒரு நெருக்கடிக்கு உள்ளாக்கும் பற்றாக் குறை இருப்பது போன்ற உணர்வை உருவாக்குகிறது. உடலுறுப்புகளை மூளைச்சாவு ஏற்பட்ட நோயாளிகள், உறவினர்கள், அவ்வப்போது கிடைக்கும் தன்விருப்ப தானங்கள், உடலுறுப்புப் பகிர்வுத் திட்டங்கள் (ஆர்கன் ஷேரிங் ஸ்கீம்ஸ்) ஆகியவற்றிலிருந்து அறுவடை செய்யும் அமெரிக்காவில் பணம் பெற்று தானம் வழங்குபவர்கள் இல்லாததால் பெரும்பாலான உடலுறுப்புகள் வரம்புக்குட்பட்ட ஆதாரங்களிலிருந்து வருகின்றன என்பது உண்மை. இந்த வரம்புக்குட்பட்ட அளவில் கிடைக்கும் மனிதத் திசு தேவையைவிட மிகவும் குறைவாக இருப்பதால் உறுப்புமாற்று சிகிச்சைகளுக்காகும் செலவை அதிகரிக்கச் செய்கிறது.

---

[4] ஃபீனிக்ஸ் - பழங்கதைகளில் வரும் பறவை. நீண்டகாலம் வாழ்ந்த பிறகு தனக்கு நெருப்பூட்டி, சாம்பலாக்கி, அதிலிருந்து புதுப்பறவையாக வந்து மீண்டும் நீண்டகாலம் வாழுமாம். (மொ-ர்)

இவ்வாறு அதிகரித்த விலைகள் சிறப்பு உயிர்பாதுகாப்பு வழங்குநர், உடலுறுப்பை பிற இடங்களுக்கு எடுத்துச் செல்வோர், சட்டத்துறைகள், மருத்துவர்கள், செவிலியர்கள், சமூகப் பணியாளர்கள் ஆகியோர் உள்ளடங்கிய, தன்னிறைவுடைய மருத்துவப் பொருளாதாரத்துக்கு ஆதாரமாக இருக்கிறது. இவர்கள் அனைவருக்கும் உறுப்புமாற்றுத் தொழில் வலிமையாகச் செயல்படுவதில் பணம் சார்ந்த ஈடுபாடு உள்ளது.

மருத்துவர்களும் மருத்துவப் பணியாளர்களும் உறுப்புமாற்று சிகிச்சைப் பட்டியலில் எத்தனை பேரை அனுமதிப்பது என்பதைத் தங்கள் கட்டுப்பாட்டில் வைத்துள்ளனர். எனவே உறுப்புமாற்று களுக்குத் தேவையான தகுதியை அவர்களால் அதிகமாக்கி வைக்க முடிகிறது. அவர்கள் மொத்தமாகக் கிடைக்க வாய்ப்புள்ள உடலுறுப்பு களுக்கு மாறாக ஒரு வரையறை செய்யப்பட்ட அளவில் அவை கிடைக்குமாறு பார்த்துக்கொள்கின்றனர். எண்ணெய் வணிக நிறுவனங் களின் கூட்டணி இதே உத்தியைத்தான் பயன்படுத்துகிறது. கடந்த ஆண்டுகளில் அமெரிக்காவில் தானமளிப்பவரிடமிருந்து கிடைக்கும் உடலுறுப்புகளின் எண்ணிக்கை பெருமளவில் விரிவடைந்துள்ளன. இருப்பினும் தானமளிப்பவர்களுக்கும் பட்டியலில் இருப்பவர்களுக்கும் இடையிலான விகிதம் பெரும்பாலும் மாறாமலே இருந்துள்ளது.

உறுப்புமாற்றுப் பட்டியல் – அல்லது இன்னும் குறிப்பாக உடலுறுப்பு அறுவடை வலையமைப்பு – பற்றாக்குறை இருப்பது போன்ற கருத்துப் பதிவை ஏற்படுத்திப் பெரும் பணம் வசூலிக்கும் மருத்துவ மையங்களை ஆதரிக்கிறது. உடலுறுப்பு செயலிழந்த நோயாளிகளிடம் அவர்களுடைய ஒரே நம்பிக்கை ஒரு பதிலீட்டு உடலுறுப்பு பெறுவதில்தான் இருக்கிறது என்று கூறப்படுகிறது. உறுப்புமாற்றால் நோயாளிகள் அவர்கள் இழந்த உடல்நலத்தில் ஒரு சிறிய பகுதியைத்தான் மீண்டும் பெறமுடியும் என்பதுதான் உண்மையாக இருக்க முடியும். இதன்பொருள் அதிக அறவியல்சார்ந்த உடலுறுப்பு பெறும் அமைப்பு, உயிரோடிருக்கும் பணம் பெறும் தானமளிப்பவர்களைச் சார்ந்திருக்கும் என்று கூறுவது அல்ல. மாறாக, மருத்துவர்களும் நோயாளிகளும் மரணத்தின் இயல்பு குறித்து இன்னும் அதிக எதார்த்தமாக சிந்திக்க வேண்டும்.

எனினும் அமெரிக்காவில் உறுப்புமாற்று சிகிச்சை மையங்கள் உடலுறுப்புகளை வாங்கி, விற்கும் தொழிலைச் செய்கின்றன என்று குறிப்பிடுவதுகூட விலக்கி வைக்கப்பட்டது. அவர்கள் உயிர்களைக் காப்பதற்காகவே இங்கிருக்கின்றனர். மருத்துவர்கள் சலிப்பூட்டும் வணிக உலகுக்கு அப்பாற்பட்டவர்களாக இருக்க வேண்டும் என்று எதிர்பார்க்கப்படுகின்றனர். இருப்பினும் உறுப்புமாற்று மையங்களைக்

கொண்ட மருத்துவமனைகள் பண அளவில் பெரும் ஆதாயம் அடைய முடியும். உறுப்புமாற்று மையம் தரத்தில் ஒருவிதச் சின்னமாக இருக்கிறது. இதனால் மருத்துவமனையின் எல்லாத் துறைகளுக்கும் வருமானத்தைப் பெருக வைக்கிறது. உண்மையில், மருத்துவமனைகள் தங்கள் உறுப்புமாற்று சிகிச்சை மையங்களை நெடுஞ்சாலை விளம்பரப் பலகைகளில் விளம்பரம் செய்வது பரவலாக நடக்கிறது. இதற்குக் காரணம் பல ஓட்டுநர்களுக்குப் புதிய உடலுறுப்புகளுக்கான தேவை ஏற்படும் என்பது அல்ல, மாறாக எல்லாத் துறைகளிலும் ஒட்டுமொத்த உயர்சிறப்பு தங்களுடைய மருத்துவமனையில் உண்டு என்ற கருத்துப் பதிவை ஏற்படுத்துவதற்காக.

அமெரிக்காவில் தேசிய உறுப்புமாற்றுச் சட்டம் மனிதத் திசுவை வாங்குவதையும் விற்பதையும் சட்ட விரோதமாக்குகிறது. ஆனால் உறுப்புமாற்று சிகிச்சையைச் சூழ்ந்திருக்கும் சேவைகளைக் குறித்து அந்தச் சட்டம் எதுவும் கூறவில்லை. உறுப்புமாற்று அறுவை சிகிச்சை வல்லுநர்களும் ஆர்வலர்களும் தங்கள் மையங்கள் உண்மையில் உடலுறுப்புகளை விற்பதில்லை, உறுப்புமாற்று சேவைகளை மட்டுமே வழங்குகின்றன என்று குறிப்பிடுகின்றனர். அந்தச் சேவைகள் விலை உயர்ந்தவையாக இருக்கலாம். 2008இல் மில்லிமானிலுள்ள புள்ளி விவரப் பகுப்பாய்வாளர் பல்வேறு உறுப்புமாற்று சிகிச்சைகளுக்கு ஆகும் மொத்த செலவுகளை உண்மையின் அடிப்படையில் கணக்கிட்டனர். கொள்முதல் செய்வதற்காகும் மொத்த செலவு (சிறுநீரகத்தைச் சேகரிக்க மருத்துவமனைக்குச் செலுத்தப்பட்ட தொகை 67500 டாலர்), அறுவை சிகிச்சைக்கு முந்தைய-பிந்தைய பராமரிப்பு, நோய் எதிர்ப்புத் திறன் ஒடுக்கிகள் (இம்யூனோ சப்ரசண்ட்), மருத்துவமனை நிர்வாகச் செலவு எல்லாம் சேர்த்து ஒரு சிறுநீரக மாற்று அறுவை சிகிச்சைக்கு 2,59,000 டாலர் செலவாகிறது. கல்லீரலுக்கு 5,23,400 டாலர், கணையத்துக்கு 2,75,000 டாலர், குடல்களுக்கு மிகப் பெருந்தொகையான 12 இலட்சம் டாலர் செலவாகின்றன. மக்கள் ஓர் உறுப்புமாற்று மையத்துக்கு மருத்துவ சேவைகளைப் பெறுவதற்காகப் போகவில்லை; அவர்கள் உடலுறுப்புகளை வாங்கப் போகிறார்கள்.

பல நிகழ்வுகளில் செல்வந்தர்களும் பெருந்தொகை காப்பீடு செய்தவர்களும் (சில நேர்வில் அரசின் காப்பீடு பெற்றவர்கள்) மட்டுமே இந்த வாய்ப்பைப் பற்றிச் சிந்திக்க முடியும். மேலும் எந்தவொரு கணக்கு எழுதும் வித்தையைக் கொண்டும் உண்மைகளை மாற்ற முடியாது.

ஓர் உடலுறுப்பைச் சட்டப்படியாக அன்றி வாங்குவதற்கு ஆகும் பெரும் செலவோடு, வழக்கத்தை மீறிய நீண்ட காத்திருப்போர்

பட்டியலும் இணைந்து, விரைவாகவும் மலிவாகவும் சேவைகளை வழங்கும் வெளிநாட்டு மையங்களுக்கு மக்களை நாட வைக்கிறது. குறைந்த செலவு என்பதன் பொருள் அமெரிக்கச் சந்தையில் உடலுறுப்பு களுக்கான விலையைக் கொடுக்க முடியாதவர்கள் வெளிநாடுகளில் தங்களுக்குக் கட்டுப்படியாகும் உறுப்புமாற்றுத் தீர்வுகளைக் கண்டறிய முடிகிறது என்பதுதான். அவர்கள் தரத்தைக்கூட விட்டுக் கொடுக்க வேண்டியதில்லை. அவர்கள் நாடும் இடங்களில் ஒன்று பாகிஸ்தானில் உள்ள லாகூரிலிருக்கும் ஆதில் மருத்துவமனை. பன்னாட்டுத் தரநிர்ணய அமைப்பு அந்த மருத்துவமனையை மேலைநாடுகளிலுள்ள எந்த மருத்துவமனைக்கும் நிகரானது என்று தரப்படுத்தியிருப்பதாக ஆதில் மருத்துவமனை விளம்பரம் செய்கிறது.

தற்போது ஆதில் மருத்துவமனை உறுப்புமாற்று நோயாளிகளுக்கு இரண்டு ஒருங்கிணைந்த சிகிச்சைத் தொகுதிகளை வெளிப்படையாக விளம்பரம் செய்கிறது: முதல் உறுப்புமாற்றுக்கு 14,000 டாலர், முதல் அறுவை சிகிச்சை தோல்வியடைந்து இரண்டாவது உடலுறுப்பு தேவைப் படுபவர்களுக்கு 16,000 டாலர். 'தானமளிப்பவரைப் பற்றி நீங்கள் கவலைப்பட வேண்டாம். உயிருடன் இருக்கும் தானமளிப்பவரை ஒரு மனிதாபிமான அமைப்பு வழியாக நாங்கள் வழங்குவோம். அந்த அமைப்பிடம் நூற்றுக்கணக்கான தானமளிப்பவர்கள் உண்டு' என்று ஆதில் மருத்துவமனையின் தலைமை மேலாண்மை அதிகாரியான அப்துல் வாஹித் ஷெய்க் ஒரு மின்னஞ்சலில் கூறினார்.

இந்தியா, பிரேசில், பாகிஸ்தான், சீனா ஆகிய நாடுகளில் மருத்துவ மனைகள் உடலுறுப்பு தானக் கொடையாளிகள்தேவைக்கு அதிகமாகவே தங்களிடம் இருப்பதாகவும் அதிகப் பணம் கொடுக்கும் நோயாளி களுக்குத் தானம் வழங்க முன்வருவார்கள் என்றும் விளம்பரம் செய்கின்றன. முதல் உலகுக்கும் மூன்றாம் உலகுக்கும் இடையில் இருக்கும் விலை வேறுபாடு, பன்னாட்டுத் தரகர்களுக்கு, தாங்களாகவே உறுப்புமாற்றுக்கு முன்பதிவு செய்யத் தெரியாத நோயாளிகளிடமிருந்து கொள்ளை இலாபத்தைப் பிழிந்தெடுக்கும் வாய்ப்பைக் கொடுக்கின்றன.

2005ஆம் ஆண்டு பிலிப்பைன்ஸ் தகவல் முகமையின் அறிக்கை யின்படி, உடலுறுப்பு விற்பனை ஓரளவு சட்டத்துக்கு உட்பட்டதாக இருக்கும் பிலிப்பைன்ஸிலுள்ள ஒரு மிகச்சிறந்த மருத்துவமனையில் சிறுநீரக மாற்று சிகிச்சைக்கு ஆகும் செலவு 6316 டாலர் மட்டுமே. உறுப்புமாற்று சிகிச்சையை ஏற்பாடு செய்யும் உடலுறுப்புத் தரகர்கள் அவர்களால் முடிந்த தொகையை வாங்கி மீதியைத் தாங்களே எடுத்துக் கொள்கின்றனர்.

வந்துசேரும் நோயாளிகள் உடலுறுப்புகள் பற்றாக்குறை இருப்பது போன்ற தோற்றத்தை உணர்கிறார்கள். ஆனால் பன்னாட்டுப் பணப் பரிமாற்றத்தின் சக்தியால் மிகவும் அதிகமான அமெரிக்க விலையைவிட பாதிக்கும் குறைவான செலவில் அப்போதும் அவர்களுக்கு உடலுறுப்பு கிடைக்கும். அதே நேரத்தில் சட்டக் குழப்பம், அச்சம், தகவல் பரிமாற்ற இடைவெளி ஆகியன நாடுகளுக்கிடையிலுள்ள விலை வித்தியாசத்தால் தொடர்புடைய விற்பனையாளர்கள் ஆதாயம் அடைவதற்கான சிறந்த வாய்ப்பை உருவாக்கிக்கொடுத்துள்ளன. இடைத்தரகர்களுக்குக் கிடைக்கும் இந்தக் கொழுத்த இலாபங்கள் சீர்திருத்த முயற்சிகளை மழுங்க வைத்துவிட்டன.

விழுந்துகொண்டிருக்கும் விலைகள் சங்கிலித் தொடரின் அடி மட்டத்தில் இருப்பவர்களைக் கடுமையாகப் பாதிக்கிறது. இந்திய சுனாமி அகதிகள் முகாம்களில் நாம் பார்த்தது போல, விற்பவர்கள் உடலுறுப்புத் தரகர்கள் வழியாகவே செயல்படுகிறார்கள். தரகர்கள் பணம் கொடுப்பதாகவே வைத்துக்கொள்வோம். என்றாலும் ஓர் ஆரோக்கியமான சிறுநீரகத்துக்கு சராசரியாக சில ஆயிரம் டாலர் மட்டுமே கொடுக்கிறார்கள். பெருகும் தேவைக்குப் பின்னரும் இவ்வாறே நடந்துகொள்கிறார்கள்.

உலக சுகாதார அமைப்பு 2002இல் உலக அளவில் நீரிழிவால் பாதிக்கப்பட்டவர்களின் எண்ணிக்கையை 171 மில்லியன் என்று நிர்ணயித்தது. சிறுநீரகச் செயல்பாட்டு இழப்புக்கு முதன்மையான காரணம் நீரிழிவு (சர்க்கரைநோய்). 2030க்குள் இந்த எண்ணிக்கை 366 மில்லியனுக்கும் அதிகமாக உயர்ந்திருக்கும்.

'ஒவ்வொரு நாட்டுக்கும் அதிலுள்ள ஒவ்வொரு பகுதிக்கும் அடுத்ததைவிட முழுமையாக, வித்தியாசமான சூழல் உண்டு' என்று liver4you.org என்ற இணையதளத்தில் லாஸ் ஏஞ்சலிசைத் தலைமையக மாகக் கொண்ட உடலுறுப்புகளைக் கண்டுபிடிக்கும் இணையதள வணிகம் செய்யும் ஒருவர் விளக்குகிறார். அவர் தன்னை மிட்ச் என்று மட்டுமே அடையாளம் காட்டுமாறு கேட்டுக்கொள்கிறார். 'அமெரிக்கா விலுள்ள தனியார் மருத்துவப் பணியில் உள்ளதைப் போல பெரும்பாலான வெளிநாட்டு உறுப்புமாற்றுகள், மருத்துவர்களின் கட்டுப்பாட்டில் இருப்பதால் விலைகளில் பெருத்த வேறுபாடு உள்ளது. பிலிப்பைன்ஸில் உள்ளதுபோல உறுப்புமாற்று, சட்டப்படியானதாக இருக்கும் இடங்களில் தானமளிப்பவர்கள் பெருமளவில் கிடைக் கிறார்கள். எனவே அவர்கள் தங்கள் சிறுநீரகங்களை விற்பனை செய்வதற்காக சராசரியாக 3000 டாலரை ஏற்றுக்கொள்ள வேண்டிய தாகிறது' என்கிறார் மிட்ச்.

மிச்சமாகும் பணம் அரிதாகவே உடலுறுப்பு வாங்குபவருக்குக் கொடுக்கப்படுகிறது. உடலுறுப்புகள் வீதிகளிலிருந்து விநியோகச் சங்கிலித் தொடருக்குள் நுழைந்தவுடன் அவற்றின் மதிப்பு விரைவாக உயர்கிறது. சிறுநீரக உறுப்புமாற்றுக்கு மிட்ச் வழக்கமாக 35000 டாலரிலிருந்து 85000 டாலர்வரை கட்டணமாக வசூலிப்பதாகக் கூறுகிறார். இந்த அறுவை சிகிச்சைகள் எங்கு நடக்கின்றன என்பதைப் பொறுத்து ஒவ்வொரு வணிகப் பரிமாற்றத்துக்கும் 25000 டாலர் அல்லது அதைவிட அதிகமாக இலாபம் சம்பாதிக்கிறார்.

மிட்ச் போன்றவர்கள் நாடுகளுக்கிடையிலான சட்ட வேறுபாடு களைத் தங்களுடைய ஆதாயத்துகாகப் பயன்படுத்தும் வேளையில் உடலுறுப்புத் தரகு நடைமுறை உறுப்புமாற்று சிகிச்சையின் தன்மையி லேயே ஆழமாகப் பதிந்துள்ளது. மேலும் அது பொதுவான வெளிப்படை யற்ற தன்மையை வளரச் செய்கிறது. தானமளிப்பவரின் உடலில் தொடங்கி பெறுநரின் உடல்வரையிலான முழு விநியோகத் தொடர் நெடுகிலும் இலாபத்தை இயன்ற அளவு அதிகமாக்கும்போது, நடைமுறைகளை இரகசியமாக வைத்திருப்பதில் தரகர்கள் முக்கிய பங்கு வகிக்கின்றனர்.

கல்விப்புலம் சார்ந்தவர்களும் பொருளாதார வல்லுநர்கள் சிலரும் சட்டப்படியான ஒழுங்குமுறைக்கு உட்படுத்தப்பட்ட அமைப்பு மட்டுமே உடலுறுப்பு விநியோகத் தொடர் நெடுகிலும் சுரண்டலைத் தடுக்க முடியும் என்று வாதிடுகின்றனர். சட்ட அமைப்பு எப்படி நிறுவப் பட்டாலும் அதைப் பொருட்படுத்தாமல் பணம்பெற்று தானமளித்தல் தொடரும் என்று அவர்கள் வாதிடுகின்றனர். சென்னை முறைகேட்டில் ஈடுபட்ட மருத்துவர்களில் ஒருவரான கே.சி. ரெட்டி போன்ற உறுப்புமாற்று அறுவை சிகிச்சை மருத்துவர்கள் இதுபோன்ற நடைமுறை அமைப்பு, தேவையான நோயாளிகளுக்கு எளிதாக உடலுறுப்புகள் கிடைப்பதை அனுமதிப்பதோடு, தானமளிப்பவர்களின் நலன்களையும் பாதுகாக்கும் என்று கூறுகின்றனர். அது தானமளிப்பவர்களுக்கு அறுவை சிகிச்சைக்குப் பிந்தைய, சிறந்த பராமரிப்பையும் நியாயமான தொகை கிடைப்பதையும் உறுதி செய்யும்.

கட்டுப்பாடற்ற சந்தை வழங்கும் தீர்வுகள் கவர்ச்சியானவை. அது தனிமனித சுதந்திரத்தில் உள்ள நம்பிக்கையோடும் நம்முடைய விதியை நாமே முடிவுசெய்வதற்கான அடிப்படை உரிமையோடும் தொடர்புடையது. அது தரகர்களின் ஊக வணிகத்தை நிறுத்தச் செய்வதற்கான பொருளாதார ஊக்குவிப்பையும் சேர்த்துக் கொடுக்கிறது. இருப்பினும் உண்மையாக உலகத்தில் நடந்த வெற்றிக்கதைகளைக் கண்டுபிடிப்பது கடினம். உயிரியல் அறவியலாளரான ஆர்தர் கேப்லன்

சிறுநீரகத் தட்டுப்பாட்டுக்கான சந்தைத் தீர்வுகள் விற்பனையாளர் களைச் சாதகமற்ற நிலைக்குத் தள்ளிவிட்டதாக எழுதினார். 'அவர் களுடைய விருப்பத் தேர்வு உயர் இழப்பீடு வழங்குவதால் ஆபத்துக்கு உள்ளாகிவிட்டது. இதற்குக் காரணம் விற்பனையாளர்கள் பணம் கிடைப்பதற்கான வாய்ப்பால் விவேகமற்றவர்களாக ஆக்கப்பட்டார்கள் என்பதல்ல; மாறாக பணம் தேவைப்படுபவர்களுக்கு பணம் பெறும் சில வாய்ப்புகள், எவ்வளவு இழிவுபடுத்துவதாக இருந்தாலும் மயக்கு வதாக இருக்கிறது என்பதால்தான்' என்று அவர் கூறுகிறார் (கேப்லன் 2004: 1933). வேறு சொற்களில் சொல்வதென்றால், தங்கள் உடல் பகுதிகளை அவற்றின் மதிப்புக்குக் குறைந்த விலையில் விற்பதற்கு எப்போதுமே தயாராக யாராவது இருக்கிறார்கள்.

உடலுறுப்பு விற்பனையை சட்டபூர்வமாக்கி இப்போது உடலுறுப்புகள் தாராளமாகக் கிடைக்கும் நாட்டிற்கு எடுத்துக்காட்டாக, சட்ட வரம்புக்குள் கொண்டுவருவதை ஆதரிப்போர் ஈரானை முன்னிலைப் படுத்துகிறார்கள். ஈரானில் உடலுறுப்பு விற்பனை அது மைய அரசு முகமை யால் முறைப்படுத்தப்பட்டிருக்கும்வரை சட்ட வரம்புக்குட்பட்டது தான். அங்கு தானமளிப்பவர்களுக்கு அவர்களுடைய தியாகத்துக்காகப் பணம் கொடுக்கப்பட்டு, அவர்கள் குணமடைந்துகொண்டிருக்கும் போது மருத்துவர்களால் நன்கு கவனிக்கப்படுகிறார்கள். அதனால் அங்கு புதிய சிறுநீரகத்துக்கு நடைமுறைரீதியாக எந்தக் காத்திருப்போர் பட்டியலும் கிடையாது.

அவர்களுடைய தீர்வைக் குறித்துப் பேசுமாறு நான் மானிட வியலாளர் நான்சி ஷெபர் ஹியூஸைக் கேட்டுக்கொண்டபோது அவர் கடுகடுப்பாகி, 'ஈரான் உயிருள்ள தானங்களை சட்டபூர்வமாக்கிய போது, சிறுநீரகங்களின் பற்றாக்குறை உண்மையிலே சந்தைப்படுத்தும் பிரச்சினைதான் என்ற விவாதத்தை ஏற்றுக்கொண்டது. ஆனால் கருப்புச்சந்தை சிறுநீரக வணிகத்தை, மேலாண்மை செய்யும் பொறுப்பை அரசு எடுத்துக்கொண்டபோது, தரகர்கள், சிறுநீரக வேட்டைக்காரர்கள் என அழைக்கப்பட்டவர்கள் உறுப்புமாற்று ஒருங்கிணைப்பாளர்கள் என்று மறுபெயர் சூட்டப்பட்டனர்.' ஆனால் அவர்கள் இப்போதும் வீதிகளிலும், தங்க இடம் இல்லாதவர்களுக்கான புகலிடங்களிலும் உடலுறுப்புகளை மலிவாக தானம் வழங்கச் செய்வதற்கு தூண்டில் போட்டுக்கொண்டிருக்கும் போக்கிரிகள் மட்டுமே' என்கிறார் அவர்.

வேறு சொற்களில் சொல்வதானால், சட்டபூர்வமாக்கியது அந்த வியாபாரத்தில் இருந்தவர்களின் செயலூக்கத்துக்கான காரணங்களை மாற்றவில்லை; அது அவர்களுடைய முறைகேடான உத்திகளை

சட்டத்துக்கு ஏற்புடையதாக்கியது. அரசு உடலுறுப்புச் சந்தையின் முழுக்கட்டுப்பாட்டையும் எடுத்துக்கொண்ட சீனாவில் சூழல் இதைவிட மோசமாக இருக்கிறது. 1984 முதல் சீனா மரணதண்டனை அளிக்கப் பட்ட கைதிகளிடமிருந்து உடலுறுப்புகளை அறுவடை செய்துள்ளது. 2006இல் டேவிட் மட்டாஸ் என்ற ஐக்கிய நாடுகள் சபை பிரதிநிதி யும், டேவிட் கில்கோர் என்ற ஓய்வுபெற்ற கனடிய பாராளுமன்ற உறுப்பினரும் *இரத்தம் தோய்ந்த அறுவடை: சீனாவில் ஃபலுன் கோங் உடலுறுப்பு அறுவடை குறித்த குற்றச்சாட்டுகள் மீதான அறிக்கையை (பிளட்டி ஹார்வெஸ்ட்: ஏ ரிபோர்ட் இன்டு அலிகேஷன்ஸ் ஆஃப் ஆர்கன் ஹார்வெஸ்டிங் ஆஃப் ஃபலுான் கோங் ப்ராக்டீஷனர்ஸ் இன் சைனா)* வெளியிட்டனர். அதில் அவர்கள் பல டசன் முன்னாள் அரசியல் கைதிகள், உறுப்புமாற்று சிகிச்சை மருத்துவமனை நிர்வாகிகள், மரணதண்டனை நிறைவேற்றப்பட்ட பிறகு உடலுறுப்பு அறுவடை செய்யப்படுவது குறித்து நேரடியாக அறிந்தவர்கள் ஆகியோரை நேர்காணல் செய்தனர். அது மனதைக் கலக்கமடையச் செய்தாலும் வாசிக்கும்போது ஆர்வத்தை நிலைகொள்ளச் செய்வதாக உள்ளது.

2000க்கும் 2005க்கும் இடையே 60,000 அதிகாரபூர்வமாகப் பதிவு செய்யப்பட்ட சிறுநீரகமாற்று அறுவை சிகிச்சைகள் சீனாவில் நடந்தன. இவற்றில் 18,500 குறிப்பிட்ட தனிமனிதர்களிடமிருந்தும் நிகழ்வு களிலும் அடையாளம் காணக்கூடிய ஆதாரங்களிலிருந்து வந்தவை. மீதமுள்ள 41,500 கணக்கில் வராதவை. அவை 1990இன் பிற்பகுதி யில் அரசியல் எதிரிகள் என்று அறிவிக்கப்பட்ட ஃபலுன் கோங் சமயத்தைக் கடைப்பிடித்தவர்களிடமிருந்து அறுவடை செய்யப் பட்டவை என்று கில்கோரும் மட்டாஸும் நம்புகின்றனர். பல ஆண்டுகளில் இச்சமயத்தைக் கடைப்பிடித்த ஆயிரக்கணக்கானவர்கள் சீன சிறைச்சாலைகளில் காணாமல் போய்விட்டனர்.

அவர்களுடைய ஆதாரங்களில் ஒன்று ஆனி என்ற புனைபெயரைப் பயன்படுத்தியவர். அவர், உயிரோடிருந்த கைதிகளிடமிருந்து இரண்டா யிரத்துக்கும் அதிகமான விழிவெண்படலங்களை *(கார்னியா)* சேகரித்த உறுப்புமாற்று அறுவை சிகிச்சை வல்லுநர் ஒருவரின் முன்னாள் மனைவி. உடலுறுப்புத் தொழிற்சாலை என்று மட்டுமே அழைக்க முடிந்த ஓர் இடத்தில் அன்றாடம் நடந்த நிகழ்வுகளைக் குறித்து அவர் தம் மனைவியிடம் பல ஆண்டுகளாகக் கூறிக்கொண்டிருந்தார். சுஜியாடுன் மருத்துவமனையில் ஐயாயிரம் கைதிகள் அடைக்கப் பட்டிருந்த சிறைச்சாலை பாதாள அறைகளின் வலையமைப்புகளைப் பற்றி அவர் விளக்குகிறார். அங்குள்ள மருத்துவர்கள் கைதிகள் உண்பதற்கு மிகவும் குறைவான உணவையே பங்கிட்டுக் கொடுத்தனர்.

ஒவ்வொரு நாளும் மருத்துவர்கள் மூன்று கைதிகளை அவர்களுடைய சிறை அறைகளிலிருந்து அப்புறப் படுத்தினர்.

அதன் பிறகு கைதிகளுக்கு, 'இதயத்தைச் செயலிழக்கச் செய்யும் ஊசிமருந்து செலுத்தப்பட்டது' என்று அவர் தெரிவிக்கிறார். 'இந்தச் செயல்முறைகளின்போது அவர்களுடைய உடலுறுப்புகளை அகற்றுவதற் காக அவர்கள் அறுவை சிகிச்சை அறைகளுக்குள் தள்ளப்பட்டார்கள். வெளித் தோற்றத்தில் அவர்களுடைய இதயம் துடிப்பது நின்றிருந்தது; ஆனால் அவர்களுடைய மூளை அப்போதும் செயல்பட்டுக்கொண்டி ருந்தது.' அவருடைய கணவர் அந்த நோயாளிகளின் விழிவெண் படலங்களைச் சீவி எடுத்துவிட்டு அவர்களை சக்கரப் படுக்கையில் கூடத்தினூடாக அனுப்பினார். அங்கு 'அவர்கள் உயிரோடிருக்கும் போதே அவர்களுடைய உடலுறுப்புகள் அகற்றப்பட்டன – அவை வெறும் விழிவெண்படல அகற்றுதல்கள் மட்டுமல்ல – அவர்கள் பல உடலுறுப்புகளையும் அகற்றிக்கொண்டிருந்தனர்.'

மட்டாஸ், கில்கோர் ஆகியோரின் அறிக்கையை ஆனின் வாக்கு மூலத்தில் இருப்பதற்குச் சாத்தியமான முரண்பாடுகளுக்காகவும் பெருமளவிலான மரணதண்டனைகள் ஃபலுன் கோங்குக்கு எதிராக மட்டுமே விதிக்கப்பட்டிருக்காது என்ற சாத்தியத்துக்காகவும் பலர் விமர்சனம் செய்துள்ளனர். இருப்பினும் ஃபலுன் கோங்கின் செய்திப் பலகைகள் கொல்லப்பட்ட கைதிகள், உடலுறுப்புகள் அகற்றப்பட்ட உடல்கள் ஆகியவற்றின் பேரலை போல வெளிவந்த நிழற்படங்களைக் கொண்டிருந்தன. இந்த நிழற்படங்கள் இரகசியமான வழிகளில் சீனாவிலிருந்து வெளியே தொடர்ந்து கசியவிடப்பட்டன.

ஹாரி ஊ, சீனாவில் மனித உரிமை முறைகேடுகளுக்கு எதிரான முன்னணி செயல்வீரரும் வாஷிங்டன் டிசியில் லாவோகை ஆய்வு அறக்கட்டளையின் நிறுவனரும் ஆவார். ஒரு பின்னிரவு அறுவை சிகிச்சையின் போது மயக்கமருந்து செலுத்தப்பட்டிருந்த ஒரு கைதியிட மிருந்து இரு சிறுநீரகங்களையும் அகற்றிய உறுப்புமாற்று அறுவை சிகிச்சை மருத்துவரைத் தாம் நேர்காணல் செய்ததாக அவர் கூறுகிறார். பின்னர் அந்தக் கைதியைக் காவலர்கள் தலையில் சுட்டுக் கொன்று விட்டதாக அடுத்தநாள் காலையில் அந்த மருத்துவர் அறிந்தார்.

மற்றொரு நிகழ்வில் ஒட்டுறுப்பு மருத்துவர் (பிளாஸ்டிக் சர்ஜன்) குவோகி வாங் தாம் கைதிகளிடமிருந்து தோலை அறுவடை செய்ததாகவும் பிறிதொரு அறுவை சிகிச்சை மருத்துவர் கொண்ட உறுப்பு மாற்றுக் குழு உள்ளுறுப்புகளை அறுவடை செய்தது என்றும் 2001இல் அமெரிக்க பிரதிநிதிகள் சபையின் முன்னால் சாட்சியம் அளித்தார். 1990க்கும்

1995க்கும் இடையில் நூற்றுக்கும் அதிகமான இதுபோன்ற அறுவை சிகிச்சைகளின் போது தாம் உடனிருந்ததாகக் கூறினார். அந்தக் கைதிகள் தலையில் சுடப்பட்டு அல்லது ஹெபாரின் ஊசிமருந்து செலுத்தப்பட்டுக் கொல்லப்பட்டனர்.

'மரண தண்டனை நிறைவேற்றப்பட்ட பிறகு, உடல் பிரேதப் பரிசோதனை அறைக்கு உடனே எடுத்துச் செல்லப்படும் – எரியூட்டும் இடத்துக்குப் பதிலாக. நாங்கள் உடலிலிருந்து தோல், சிறுநீரகங்கள், கல்லீரல்கள், எலும்புகள், விழிவெண்படலங்கள் ஆகியவற்றை ஆராய்ச்சி, புதிய அறிவியல் சோதனை போன்ற நோக்கங்களுக்காக வெளியே எடுத்தோம். பின்னதாக தோல் தீக்காயத்தால் பாதிக்கப்பட்டவர்களுக்கு ஒரு சதுர சென்டி மீட்டர் 1.20 டாலர் விலைக்கு விற்கப்பட்டது.' சில நேரங் களில் கைதிகள் இந்தச் செயல்முறையின் போது இன்னும் உயிரோடி ருந்தனர்; அவர்களுடைய உடலுறுப்புகள் அகற்றப்பட்ட பிறகு வேதனை யால் துடித்தனர் என்று பாராளுமன்றத்தின்முன் வாங் கூறினார். ஒவ்வொரு வெற்றிகரமான அறுவடைக்கும் பின்பு அரசு வாங்கிற்கு குறைந்த தொகையை (24 முதல் 64 டாலர்) ரொக்கமாக வழங்கியது.

அண்மைக் காலம்வரை மரண தண்டனை நிறைவேற்றப்பட்ட கைதி களிடமிருந்து சிறுநீரகங்களைப் பெறுவது அமெரிக்கர்களுக்கு எளிதாக இருந்தது. 2006இல் சைனா இன்டர்நேஷனல் ட்ரான்ஸ் பிளான்டேஷன் நெட்வொர்க் அஸிஸ்டன்ஸ் (சீனப் பன்னாட்டு உறுப்புமாற்று வலையமைப்பு உதவிகள்) என்னும் – சீன அரசு உதவியுடன் இயங்கும் – நிறுவனம் இணையதளத்தில் விலைப்பட்டியலை வெளிப்படையாகவே விளம்பரம் செய்தது: சிறுநீரகம் 62,000 அமெரிக்க டாலர், கல்லீரல் 98,000-1,30,000 டாலர், நுரையீரல் 1,50,000-1,70,000 டாலர், இதயம் 1,30,000-1,60,000 டாலர், விழிவெண்படலம் 30,000 டாலர். இந்த உடலுறுப்புகள் அமெரிக்காவில் சடலங்களிலிருந்து எடுக்கப்பட்ட, உடலுறுப்புகளின் விலையில், சராசரியாக ஐந்தில் ஒரு பங்காக இருந்தது – இரு வார முன்னறிவிப்பு என்ற குறைந்த கால அளவுக்குள் பொருத்தமான உடலுறுப்பைக் கண்டுபிடித்து தரமுடியும்.

இந்தக் குறைந்த காத்திருப்புக் காலம், அங்கு ஒரு சிறைச்சாலை அமைப்பு அளவிலான திசுவகைப் பட்டியல் இருக்கிறது என்பதைத் தெளிவாகச் சுட்டிக் காட்டுகிறது என்று கில்கோரும் மட்டாஸும் வாதிடுகின்றனர். வாடிக்கையாளர் ஒருவர் சிறுநீரகம் வேண்டுமென்று கேட்கும்போது மருத்துவர்கள் கூடுமானவரை நன்கு பொருந்தக்கூடிய உடலுறுப்புக்காக அந்தப் பட்டியலில் தேட முடிகிறது என்றும் தேவைக் கேற்ப மரண தண்டனை நிறைவேற்றப்படுகிறது என்றும் அவர்கள் இருவரும் நம்புகின்றனர். பெறுநரின் கோணத்திலிருந்து பார்த்தால்

இது மிகச்சிறந்த மருத்துவப் பயனைக் கொடுக்கும் – உயிரோடிருக்கும் தானமளிப்பவரிடமிருந்து கிடைக்கும் மிகவும் சரியாகப் பொருந்தும் உடலுறுப்பு. ஆயினும் உறுப்புமாற்றுக்காக தானமளிப்பவருக்குக் கிடைக்கும் விலை – மரணம்.

***

இதுபோன்ற பட்டியல் உண்மையிலேயே இருக்கிறதா என்பதைக் கண்டறிவதற்காக நான் மன்ஹாட்டனுக்கு வெளியே சில மைல் தூரத்தில் வளமுடன் வாழ்ந்த சீனச் சமுதாயத்தினர் இருந்த ஃப்லஷிங், குயின்ஸ் ஆகிய பகுதிகளுக்குப் பயணித்தேன். முக்கிய வீதியில் நெருக்கமாக வைக்கப்பட்ட சீன எழுத்துக்கள் நிறைந்திருந்த விளம்பரத் தட்டிகளும் தேன் கூழில் தோய்த்து எடுத்த முழு வாத்து இறைச்சிகள் அடர்த்தியாகத் தொங்கிய உணவகச் சன்னல்களும் கலந்து தெரிந்தன. பெட்டி போன்ற காங்கிரீட் கட்டடங்கள் மனதில் எழுச்சியூட்டாத, ஆனால் வலுவான கிழக்கு ஆசிய கட்டடக்கலையை நினைவுக்குக் கொண்டு வருகின்றன. இங்கு மண்டரின் மொழிக்கு தூரத்திலிருக்கும் இரண்டாவது மொழியாகவே ஆங்கிலம் இருக்கிறது.

1990களின் பிற்பகுதியில் சீன அரசு ஃபலுன் கோங்கின் மொத்த உறுப்பினர் எண்ணிக்கை தங்களுக்குச் சொந்த கம்யூனிஸ்ட் கட்சியின் உறுப்பினர் எண்ணிக்கையைவிட அதிகமாக இருந்தது என்று கணக்கிட்டு, அந்த ஆன்மிக அமைப்பு ஓர் அச்சுறுத்தல் என்று கருதியது. இந்த அமைப்பைப் பின்பற்றிய பெரும்பாலோர் தை சீ வழக்கங்களை ஒத்திருந்த ஆன்மிகப் பயிற்சிகளைச் செய்வதில் மட்டுமே மனநிறைவு அடைந்திருந்தனர். ஆயினும் சீன அரசின் கட்டளைகளை முனைப்புடன் எதிர்த்த சில குழுக்களில் அதுவும் ஒன்று. 2002இல் நடந்த ஒரு குறிப்பிடத்தக்க நிகழ்வில் அந்தக் குழுவின் உறுப்பினர்கள் உலகக் கோப்பை இறுதிப் போட்டியின்போது ஒன்பது தொலைக்காட்சி நிலையங்கள் மீது தாக்குதல் நடத்தினர். அந்த நிலையங்களையும் செயற்கைக்கோள் இணைப்பையும் தங்கள் கட்டுப்பாட்டுக்குள் கொண்டு வந்தனர். அவ்வாறு அவை தங்கள் வசம் இருந்தபோது அவர்கள் அரசுக்கு எதிரான பிரச்சார நிகழ்ச்சிகளை ஒளிபரப்பினர். ஃபலுன் கோங் ஒரு பெரும் அரசியல் அச்சுறுத்தலாகலாம் என்பதை உணர்ந்த அரசு அவர்கள் மீது மிகவும் கடுமையான நடவடிக்கை எடுத்தது.

அந்த அமைப்பு பில்லிசூனியம் செய்வதாகவும் தன் உறுப்பினர்களை மூளைச்சலவை செய்வதாகவும் குற்றஞ்சாட்டி, அரசு ஊடகத்தையே தள்ளாட வைத்த கம்யூனிச அரசு அந்தக் குழு பொது இடங்களிலும் தனியார் இடங்களிலும் ஒன்றுகூடுவதைத் தடை செய்தது.

மீறியவர்களுக்குக் கடும் தண்டனை வழங்கப்பட்டது. 1999இல் தொடங்கி அவர்களைக் கைதுசெய்வதற்கான தந்திரமான திட்டம் ஒன்றைக் கம்யூனிச மத்தியக் குழு உருவாக்கியது.

1999 ஜூலை மாதத்தில் ஆயிரக்கணக்கான ஃபலுன் கோங் அமைப்பு உறுப்பினர்கள் மத்திய கோரிக்கை மனு அமைப்பில் (சென்ட்ரல் பெடிஷன் பீரோ) அரசின் தடையாணைக்கு எதிராக, தங்கள் எதிர்ப்பைப் பதிவு செய்தனர். அதில் தங்கள் பெயர்கள், முகவரிகள் ஆகியவற்றோடு தங்களுடைய மனித உரிமைகளின் இழப்பு குறித்த கவலையையும் தெரிவித்தனர். அமெரிக்காவில் கிரிஸ்டல் என்ற பெயரில் வாழ்ந்துகொண்டிருக்கும் ஹுவா சென் பெய்ஜிங்கில் உள்ள மத்திய கோரிக்கை மனு அமைப்பில் தொடக்கத்திலேயே பதிவு செய்த பெண்களில் ஒருவர். அரசு அலுவலகத்தை விட்டுச்சென்ற சில நிமிடங்களிலேயே சீருடையணிந்த காவல்துறை அதிகாரிகள் அவருக்குக் கைவிலங்கிட்டனர்.

அவர் கைது செய்யப்பட்டுப் பத்து ஆண்டுகளுக்குப் பிறகு ஒரு சிறிய சீன வெளியீட்டு நிறுவனமாகவும் ஆர்வலர்கள் ஒன்று கூடும் இடமாகவும் இரு வகையில் செயல்பட்ட, இடவசதியில்லாத அலுவலகத்தில் நான் அவரைச் சந்திக்கிறேன். அவர் பல ஆண்டுகளாக பெய்ஜிங்கில் ஓர் அமெரிக்க நிறுவனத்துக்கு மொழிபெயர்ப்பாளராகச் செயல்பட்டதால் அவருடைய ஆங்கிலத்தில் எந்தப் பிழையும் இல்லை.

அவருடைய உண்மையான வயதை விடவும் அவர் மிகவும் வயது குறைந்தவராகவே தோற்றமளிக்கிறார் – அவருடைய துன்பத்தின் கதை என்னை நம்ப வைப்பதைவிட. ஃபலுன் கோங் கொள்கைகளைப் பெரும் பகுதி கொண்ட அன்றாடப் பயிற்சிகள்தான் தன்னுடைய உடல்நலத்துக்கான காரணம் என்று அவர் நம்புகிறார்.

அவர் விசாரணையின்றி தண்டனை அளிக்கப்பட்டுக் கட்டாய உடலுழைப்பு முகாமுக்கு அனுப்பப்பட்டார். அரசைக் கவிழ்க்க சதி செய்ததாகக் குற்றம் சாட்டப்பட்டு, அன்றாட நடைமுறையாக, காவலர்களால் கைவிலங்கிடப்பட்டு சித்திரவதைக்குள்ளானார். சில வாரங்களுக்குப் பின் அவர் விடுதலை செய்யப்பட்டார். ஆனால் அவர் சரியான பாடம் கற்றுக்கொள்ளவில்லை என்று சொல்லப்பட்டு 2000 ஏப்ரல் மாதத்தில் மீண்டும் கைது செய்யப்பட்டார். இம்முறை அது ஆறு மாதகால சித்திரவதையாக இருக்கும்.

‘காவலர்கள் என் தொண்டை வழியாக ஒரு குழாயைச் செலுத்தி ஒரு லிட்டர் மிகை அடர்த்தியுள்ள உப்புநீரைக் குடிக்கக் கட்டாயப் படுத்தியதுதான் மிகவும் கொடுமையானது’ என்று என்னிடம் அமைதியாகக் கூறுகிறார். ‘அவர்கள் இதே தண்டனையை பிற கைதிகளுக்கும்

கொடுத்துக் கொண்டிருந்தார்கள் – ஆனால் ஃபலுன் கோங்குகளாக இருந்தவர்களுக்கு மட்டுமே. போதைப்பொருள்களுக்கு அடிமை யானவர்களும் திருடர்களும் எங்களைவிட மிகவும் நன்றாகவே நடத்தப்பட்டனர். போதைப்பொருள் விற்பவரைத் திருத்த முடியும். ஆனால் ஒரு ஃபலுன் கோங்கை திருத்தவே முடியாது என்று அவர்கள் நினைத்தார்கள்.' உப்பு அவருடைய உடலுக்குள் பரவியபோது அந்தத் திரவம் ஓரளவு உடனேயே அவரை அதிர்ச்சிக்குள்ளாக்கியது. சிறைச் சாலை அறையில் அவருடன் இருந்தவர் அதே தண்டனையால் மரண மடைந்ததாக அவருக்குப் பின்னர் தெரிய வந்ததாகக் கூறினார்.

சில மாதங்களுக்கு ஒருமுறை குவாங் தடுப்புக்காவல் மைய மருத்துவர் அங்கிருந்த முந்நூறு ஃபலுன் கோங் கைதிகளையும் மருத்துவப் பரிசோதனைக்காக மருத்துவமனைக்கு அழைப்பார். 'அவர்கள் எங்கள் ஒவ்வொருவரிடமிருந்தும் ஒரு சிறு குப்பி இரத்தம் எடுத்துவிட்டுச் சிறைச் சாலை அறைகளுக்குத் திருப்பி அனுப்பிவிடுவர். எங்களுக்கு மருத்துவச் சிகிச்சை கிடைக்கிறது என்று நினைத்து மற்ற கைதிகள் பொறாமைப் படுவர். ஆனால் அவர்கள் எங்களுக்கு ஒருபோதும் மருந்துகளைக் கொடுக்கவில்லை. அவர்கள் எங்கள் இரத்தத்தை மட்டுமே எடுத்தனர்.' அவர்கள் தன்னுடைய இரத்தத்தை உடலுறுப்பு அறுவடைக்கு பொருந்தும் ஒரு தரவுத்தளத்தில் பதிவு செய்துகொண்டிருந்ததை கிரிஸ்டல் பல ஆண்டுகளுக்குப் பிறகுதான் ஊகிக்க முடிந்தது.

கைதிகள் ஒரு தடுப்புக்காவல் மையத்திலிருந்து மற்றொன்றுக்கு இடமாற்றம் செய்யப்படுவது வழக்கமாக இருந்தது. எனவே யார் கொல்லப்பட்டது, யார் விடுதலை செய்யப்பட்டது, யார் இடமாற்றம் மட்டும் செய்யப்பட்டனர் என்பது பற்றி நிச்சயமாகத் தெரியவில்லை என்று அவர் கூறுகிறார். 'என்ன நடந்துகொண்டிருந்தது என்பது குறித்து எங்களுக்கு ஒன்றும் தெரியவில்லை. அது திகிலூட்டுவதாக இருந்தது.'

சீன அரசு ஃபலுன் கோங்கைப் பிடிப்பதற்காகப் பின்தொடர்ந்து சென்றது – குறிப்பாக அவர்களுடைய உடலுறுப்புகளுக்காகவே என்று யாரும் சொல்லவில்லை. ஆனால் அது அவர்களை அப்புறப்படுத்து வதற்கான மிக வசதியான இலாபகரமான வழிபோலத் தோன்றுகிறது. ஆபத்தான அரசியல் எதிரிகள் கொல்லப்பட்டனர். அவர்களுடைய உடலுறுப்புகள் மருத்துவமனைகளுக்கும் மருத்துவர்களுக்கும் ஓர் எளிதான வருமான வாய்ப்பை உருவாக்கின. மேலும், பல முக்கிய சீன அதிகாரிகள் உடலுறுப்புகளைப் பெற்றனர் என்று ஊகிக்கலாம்.

அண்மை ஆண்டுகளில் சீனாவில் சிறுநீரக உறுப்புமாற்றுகள் மொத்தமாக ஐம்பது கோடி டாலரை வருமானமாகப் பெற்றுத் தந்தன.

அதில் பெரும்பகுதி வெளிநாட்டு ஆதாரங்களிலிருந்து டாலராக வந்துகொண்டிருக்கிறது.

நியூயார்க் பல்கலைக்கழக மருத்துவ மையத்தின் சிறுநீரக உறுப்பு மாற்று இயக்குநரான தாமஸ் டிஃப்லோ நீண்டகாலமாகத் தன்னுடைய உறுப்புமாற்றுப் பட்டியலில் இருக்கும் நோயாளிகளின் தலையெழுத்து களைக் குறித்து அனுதாபம் கொண்டிருக்கிறார். அவர்களில் பலர் ஒரு தான உடலுறுப்புக்குத் தகுதியாவதற்கு முன்பே இறந்தபோதெல்லாம், அவர் பல ஆண்டுகளாக எதுவும் செய்ய முடியாமல் திக்கற்றவராக இருந்திருக்கிறார். ஆனால் 1990களின் பிற்பகுதிகளிலிருந்து சிறுநீரைப் பிரித்தெடுக்கும் எந்திரத்தைச் சார்ந்திருந்த சில நோயாளிகள், உறுப்பு மாற்று செய்யப்பட்ட புத்தம்புது சிறுநீரகங்களோடு அவருடைய அலுவலகத்துக்கு வந்தனர். சாதாரணமான சூழ்நிலைகளில் தன்னு டைய அதிகார வரம்புக்குள் செய்யப்படும் எந்தவோர் உறுப்புமாற்று அறுவை சிகிச்சைகள் பற்றியும் அவர் அறிந்திருப்பார். இறுதியாக அவர்களில் சிலர், மரண தண்டனை நிறைவேற்றப்பட்ட சீனக் கைதி களிடமிருந்து எடுக்கப்பட்ட உடலுறுப்புகளைத் தாங்கள் பயன்படுத்து வதாகக் கூறிய மருத்துவமனைகளிடமிருந்து தான உடலுறுப்புகளை வாங்கியதாக இரகசியமாகக் கூறினர். அறுவை சிகிச்சைகளுக்கு 10,000 டாலர் அளவிலான குறைந்த செலவே ஆனது.

அவருடைய நோயாளிகள் உடலுறுப்புகளை வாங்கியதற்கு என்ன காரணங்கள் கூறி நியாயப்படுத்தினர் என்று நான் அவரிடம் கேட்டேன். ‘நோயாளிகள் தங்களுக்குக் கிடைத்த உடலுறுப்புகளின் ஆதாரத்தைப் பற்றிக் கவலைப்படவில்லை. *இந்த மனிதன் சாகப்போகிறான்.* சிறுநீரகச் செயலிழப்பிலிருந்து என்னால் குணமடைய முடியும் என்ற நடை முறைக்கேற்ற அணுகுமுறை அவர்களிடம் இருந்தது’ என்று பதில் எழுதினார். அவர்கள் அமெரிக்காவுக்குத் திரும்பிவந்தவுடன் அவர் களுக்கு மருத்துவர் தாமஸ் டிஃப்லோவுடைய அறுவை சிகிச்சைக்குப் பிந்தைய பராமரிப்பு தேவைப்படும். தம்முடைய அமைப்பு முறைக்கு வெளியே சென்றுவிட்ட நோயாளிகளுக்கு சிகிச்சையளிப்பது அவரைப் பொறுத்தவரை அறவியல்ரீதியாக ஏற்புடையதுதானா என்பது பற்றி அவருக்குச் சரியாகத் தெரியவில்லை.

அந்த முடிவெடுக்க முடியாத நிலை அவரை மருத்துவமனையின் அறவியல் குழுவிடம் போகவைத்தது. இறுதியில் அது அவரை, உயிரோடிருந்த கைதிகளின் தோலை அறுவடை செய்திருந்த ஒட்டுறுப்பு அறுவை மருத்துவரான குவோகி வாங்குடன் 2001இல் அமெரிக்கப் பாராளுமன்றத்தின்முன் சாட்சியம் அளிக்க வைத்தது. சீனாமீது கொடுக்கப்பட்ட பன்னாட்டு நெருக்கடி காரணமாக கைதிகளின்

உடலுறுப்புகளைத் தேடிச் சென்ற வெளிநாட்டுச் சிறுநீரக மாற்று நோயாளிகளின் எண்ணிக்கை குறைந்துள்ளது. இருப்பினும் உள்நாட்டுச் சந்தையில் மாற்றம் ஏற்பட்டிருக்க வாய்ப்பில்லை.

'சீனாவெங்கிலும் நிறைவேற்றப்பட்ட மரண தண்டனைகளின் எண்ணிக்கை ஓரளவு குறைந்துகொண்டிருப்பது போலத் தோன்றுகிறது; செய்யப்படும் உறுப்புமாற்று அறுவை சிகிச்சைகளின் எண்ணிக்கை அதிகரித்துக்கொண்டிருப்பது போலத் தோன்றுகிறது; எனவே பலியாகும் ஃபலுன் கோங் உறுப்பினர்களின் எண்ணிக்கை வளர்ந்துகொண்டிருப்பது போலத் தோன்றுகிறது. சீன ஆட்சியாளர்களுக்கு மக்கள் மத்தியில் கிடைத்த கெட்ட பெயரால் வெளிநாட்டினருக்கு இப்போது உடலுறுப்புகள் கிடைப்பதில்லை. புதிய உடலுறுப்பு ஒழுங்குமுறையால் பயனடைந்தது பணக்காரச் சீனர்கள் என்று ஊகிக்கலாம்' என்று ஒரு மின்னஞ்சலில் எழுதினார் டேவிட் கில்கோர்.

சிறுநீரகங்கள் உறுப்புமாற்று சிகிச்சையின் அதிர்ஷ்டச் சின்னமாக நீண்ட காலமாய் இருந்துள்ளன. ஒவ்வொரு மனிதரும் இரு சிறுநீரகங்களோடு பிறக்கிறார். ஆனால் ஒன்றைக்கொண்டு எந்தப் பிரச்சினையும் இல்லாமல் வாழ முடியும். சிறுநீரகங்கள் செயலிழக்கும்போது வழக்கமாக அவை ஒன்றாகவே செயலிழக்கின்றன. அவை உபரியாக இருப்பது போலத் தோன்றினாலும், சிறுநீரகம் ஒரு சிக்கலில்லாத விற்பனைப் பொருள் அல்ல. உலகெங்கிலுமுள்ள நலிவுற்றவர்களின் உடல்களை, உடலுறுப்பு அறுவடைத் தொழில்துறையினர் தங்களுடைய நலத்துக்காகப் பயன்படுத்துகின்றனர். இலாபத்தால் இயக்கப்படும் சந்தைகளில் ஏழைகள் சுரண்டப்படுவதோடு தங்களுடைய சதையிலிருந்து அந்நியப்படுத்தப்படுகிறார்கள். அரசால் நடத்தப்படும் செயல்திட்டங்களில் மனித உடல்களைக் கட்டுப்படுத்தும் உரிமையை அரசே எடுத்துக்கொண்டு, தன்விருப்பத்தின் எந்தத் தோற்ற மயக்கத்தையும் அழித்துவிடுகிறது.

எல்லா சிவப்புச் சந்தைகளையும் போலவே, உயிருள்ள உள்ளுறுப்புகள் வணிகமும் விநியோகத் தொடர் நெடுகிலும் வெளிப்படைத் தன்மையைக் கடுமையாக இழந்திருக்கிறது. இந்தியாவிலும் ஈரானிலும் (எகிப்து, பிரேசில், தென்னாப்பிரிக்கா குறித்துக் கூற வேண்டியதே இல்லை) தரகர்கள் உறுப்புகளின் விலையைத் தங்கள் விருப்பத்திற்கு ஏற்பவே சூழ்ச்சித் திறத்துடன் கையாள்கிறார்கள். இதனால் தன்னிசைவோடு விற்பவர்கள் தங்களுடைய திசுக்களுக்கு மிகவும் குறைந்த ஆதாயத்தையே பெறுகிறார்கள். எனவே அவர்கள் மிகவும் நம்பிக்கை இழந்த சூழல்களில் மட்டுமே விற்கிறார்கள். சீனாவில் உடலுறுப்பு ஆதாரங்களின் அடையாளங்கள் இரகசியத் தன்மையால் மூடி மறைக்கப்பட்டுள்ளன. ஆனால்

இரகசியத் தடுப்புக்காவல் மையங்கள், தேவைக்கேற்ற மரண தண்டனை நிறைவேற்றல்கள் ஆகியவற்றுக்கான சான்று மெல்ல மெல்ல வெளியே கசியத் தொடங்கியிருக்கிறது. அது உண்மையென்றால் அங்கு உறுப்பு வாங்குவது நாஸிகள் நடத்திய பேரழிவுக்கு புத்துயிரூட்டுவதை ஆதரிப்பது போலாகும். அமெரிக்காவில் உறுப்புமாற்றுக்கான பட்டியல் மிகவும் மெதுவாகவே நகர்வதாலும் அறுவை சிகிச்சைக்காகும் செலவு மிக உயர்ந்த அளவில் இருக்கிறது. மேலும், அங்கு சிறுநீரக மாற்று அறுவை சிகிச்சை இன்றியமையாத ஒன்றாக சந்தைப்படுத்தப்படுகிறது. இதனால் பல நோயாளிகள் வெளிநாடுகளில் உள்ள சட்டத்துக்குப் புறம்பான சந்தைகளுக்குப் பயணிப்பதைத் தவிர வேறு எந்தத் தேர்வுரிமையும் இல்லை என்று உணர்கின்றனர்.

ஒட்டுமொத்த பிரச்சினைக்கான தீர்வுகள் எப்போதும் சிக்கலான தாகவும் நுட்பமானதாகவும் இருக்கும். எந்தத் திட்டமாக இருந்தாலும் அது தீவிர வெளிப்படைத் தன்மையைப் பெருமளவில் கொண்டிருக்க வேண்டும். பன்னாட்டுத் தத்தெடுத்தல்களில் பின்வரும் பகுதியில் நாம் பார்க்கப் போவது போல அந்தரங்கம் குறித்த கட்டுப்பாடுகள் குற்ற அமைப்புகளைச் செழித்து வளர அனுமதிக்கின்றன. எல்லாப் பதிவேடு களையும் திறந்து வைப்பதும் உறுப்புகளின் ஆதாரங்களை எல்லோரும் ஆய்வு செய்ய அனுமதிப்பதும் மட்டுமே எல்லாவித உடலுறுப்பு அரசியலிலும் தீவிர மாற்றங்களைக் கொண்டுவரலாம். அறுவை சிகிச்சைகளை மருத்துவமனைகள் மட்டுமே செய்ய முடியும் என்பதால் அந்த வணிகச் செயலை முறைப்படுத்துவது எளிதாகவே இருக்கும். தரகர்களும் இடையீட்டாளர்களும் அதற்குப் பின்னால் இருந்தாலும் நம்பிக்கை இழந்த நிலையில் இருக்கும் மக்களை அவர்கள் தங்களுடைய சுயநலத்துக்குப் பயன்படுத்துவதற்கான வாய்ப்பு குறைவாகவே இருக்கும். சீனா மனிதத் திசுக்களை விற்பதற்காகச் செய்த மனித இனத்துக்கு எதிரான குற்றங்களை வெளிப்படையாக ஒத்துக்கொள்ள வேண்டும். மனித உடலுறுப்புகளை வாங்கி, விற்கும் தொழிலைச் செய்யும் அமெரிக்க மருத்துவமனைகள் முதலில் அவர்கள் எங்கிருந்து மனிதத் திசுக்களைப் பெறுகிறார்கள் என்பது குறித்து வெளிப்படையாக இருக்க வேண்டும்.

மலேசியன் சோசியல் சர்வீஸஸ் (மலேசிய சமூக சேவைகள்) என்னும் அநாதைகள் காப்பகத்துக்கு வெளியே இருக்கும் விளையாட்டுத் திடல். இந்த அமைப்பு நூறுக்கும் அதிகமான ஆதாயத்துக்கான கடத்தல்களில் தொடர்புடையதாகக் கூறப்படுகிறது. இந்தக் காப்பகம் 1998இல் தனது பன்னாட்டுத் தத்தெடுப்புத் திட்டத்தை நிறுத்தியிருக்கிறது. இருப்பினும், இந்தியாவில் சென்னையிலுள்ள காவல்துறையினர் காணாமல் போன குழந்தைகளின் இருப்பிடங்களைக் கண்டுபிடிக்க இப்போதும் முயன்று கொண்டிருக்கின்றனர். குழந்தைகளைக் கடத்தித் தத்தெடுக்கும் சந்தைக்குள் அவர்களை விற்பனை செய்த அந்த மலேசிய சமூக சேவைகள் அமைப்பு பல இலட்சம் டாலரைச் சட்டத்துக்குப் புறம்பாக இலாபம் ஈட்டியதாகக் காவல்துறை கூறுகிறது.

4

பெற்றோரைச் சந்தியுங்கள்

வாடகைக்கு எடுக்கப்பட்ட கியா காரின் ஸ்டீயரிங்குக்குப் (திசைமாற்றி) பின்னால் பல மணி நேரம் கூனிக்குறுகி உட்கார்ந்துகொண்டே சோள வயல்களையும் சிறுநகரத் தேவாலயங்களையும் தாண்டிப் பறந்து சென்ற பிறகு, மத்திய மேற்கு அமெரிக்கத் தெருவில் மற்றவர்களின் கண்களில் படாமலிருக்க முயன்றுகொண்டே காரை நிறுத்துகிறேன். பாதையின் எதிர்ப்புறத்தில் பளபளப்பான தடகள அரைக்கால் சட்டையும் கால்பந்து டீசர்ட்டும் அணிந்த, வளரிளம் பருவத்தை அடையாத சிறுவன் ஒருவன் ஒரு குச்சியோடு தன்னுடைய வீட்டின் முன்வாசலில் விளையாடிக்கொண்டிருக்கிறான். என்னுடைய இதயம் வலியோடு துடிக்கிறது. அவனுடைய வாழ்க்கையை என்றைக்காவது நான் மாற்று வதற்குத் தயாராக இருக்கிறேனா என்று நினைத்துப் பார்க்கிறேன்.

இத்தருணத்துக்காக சென்னையிலுள்ள என்னுடைய வீட்டில் பல மாதங்களாகத் தயாராகிக்கொண்டிருக்கிறேன். அங்கு காக்கி உடை அணிந்து, தூசு நிறைந்த காவல் நிலையங்களில் இருந்த அதிகாரி களிடம் பேசிக்கொண்டும், முடிவற்ற நீதிமன்ற ஆவணக்கட்டுகளை அலசிப் பார்த்துக்கொண்டும் இருந்தேன். பெருமளவில் திரட்டப்பட்ட சான்றாதாரங்கள் இந்தியக் குடிசைகளிலிருந்து கடத்தப்பட்டு, அநாதைக் காப்பகங்களுக்கு விற்கப்பட்டு, பிறகு உலகளாவிய தத்தெடுக்கும் இயக்கத்துக்குள் செலுத்தப்பட்ட குழந்தைகளின் மனதைப் பிளக்கும் கதைகளைக் கூறுகின்றன. அவற்றில் காவல்துறையினர் இந்தியாவில் கடத்தப்பட்ட ஒரு குறிப்பிட்ட குழந்தையை அமெரிக்காவிலுள்ள ஒரு குறிப்பிட்ட முகவரிக்கு தடமறிந்துச் சென்று கண்டுபிடித்ததாக வலியுறுத்திக் கூறிய ஒரு குறிப்பிட்ட வழக்கில் நான் என் கவனத்தைக் குவிக்கிறேன்.

இரண்டு நாட்களுக்கு முன்பு அவனுடைய பெற்றோர் அந்த அமெரிக்கக் குடும்பத்துக்கு வழக்கறிஞர் வழியாக தங்களுடைய நட்பையும் தொடர்பாடலையும் கேட்டு ஒரு செய்தியைக் கொடுக்குமாறு

கேட்டுக்கொண்டனர். அங்குச் சென்று சேர்வதற்கு பத்து நேர வலயங்களைத் தாண்டிப் பயணம் செய்த பிறகு, எப்படித் தொடர்ந்து செயல்படுவது என்று தடுமாறுகிறேன்.

காரின் மற்றொரு இருக்கைமேல் கிடந்த நைந்து, உருக்குலைந்த மூலைகள் கொண்ட பழுப்பு நிற கோப்புறையில், ஒரு கட்டு நிழற் படங்கள், காவல்துறை அறிக்கைகள், முடி மாதிரிகள், இந்திய நீதிமன்றங் களில் பத்து ஆண்டுகளாகத் தேங்கிக் கிடந்த வழக்கின் விவரங்கள் அடங்கிய சட்ட ஆவணங்கள் ஆகிய சான்றாதாரங்கள் இருந்தன. இந்தப் புறநகர் வீட்டில் உள்ள யாருக்கும் இதுபற்றிய எந்தக் குறிப்பும் தெரியாமல் இருப்பதற்கான வாய்ப்புதான் அதிகம். அந்தச் சிறுவன் ஆடியசைந்து வீட்டின் பின்புறத்துக்குப் போகும்வரை காத்திருந்துவிட்டு, நான் மெதுவாக ஓடிச்சென்று மணியை அடிக்கிறேன். ஒரு வளரிளம்பருவ இந்தியச் சிறுமி ஒரு விசித்திரமான புன்னகையோடு கதவைத் திறக்கிறார். 'உன்னுடைய அம்மா வீட்டில் இருக்கிறாரா?' நான் திக்கித்திக்கிக் கேட்கிறேன். சில நொடிகளுக்குப் பிறகு, ஜீன்சும் நீண்ட கையுடைய தளர்வான சட்டையும் அணிந்த பொன்னிற முடியுடைய பெண், கதவுக்கு அருகில் வருகிறார். அவர் என்னை சந்தேகத்தோடு பார்க்கிறார்.

சிவகாமா தன்னுடைய மகன் சுபாஷை இறுதியாக, 1999 பிப்ரவரி 18 அன்று பார்த்தார். அப்போது அவன் இடுப்புக்குழந்தையாகத்தான் இருந்தான். தமிழ்நாட்டில் உள்ள பலரையும் போலவே சிவகாமா வுக்கும் அவருடைய பெயருக்குப் பிறகு குடும்பப் பெயர் கிடையாது. அவர் சென்னையிலுள்ள புளியந்தோப்பு சேரியில் வாழ்கிறார். இந்த இடம் அமெரிக்க மத்திய மேற்குப் பகுதியிலிருந்து மைல்கணக்கில் எந்த அளவுக்குத் தொலைவில் இருந்ததோ அந்த அளவுக்குப் பண்பாட்டு அடிப்படையிலும் தொலைவில் இருந்தது.

அண்மையிலிருந்த இந்தியப் பெருங்கடலிலிருந்து அடித்துவரப்படும் தாங்கமுடியாத வெப்பமான ஈரக்காற்று சூழ்ந்திருந்த ஆரவாரம் நிறைந்திருந்த தெருக்களில் சிறுவர்கள் கிரிக்கெட் விளையாடு கிறார்கள். நெரிசல் அதிகமாக இருந்தாலும் அது ஒரு பாதுகாப்பான பகுதியாகக் கருதப்படுகிறது. கவனிக்கப்படாத குழந்தைகள் அண்டை வீட்டாரின் கவனிப்பான கண்களிலிருந்து தப்புவது மிகவும் அரிது.

எனவே, சிவகாமா சுபாஷைத் தங்களுடைய வீட்டிலிருந்து சில அடி தொலைவில் உள்ள தெருத் தண்ணீர் அடிகுழாய்க்கு அருகில் விட்டுச் சென்றபோது, அவனை யாராவது கவனித்துக்கொள்வார்கள் என்று நினைத்தார். உண்மையில் யாரோ கவனித்துக்கொண்டுதான்

இருந்தார்கள். அவர் அங்கு இல்லாத ஐந்து நிமிடத்தில் அந்தக் குழந்தையை ஒருவர் ஆட்டோ ரிக்ஷாவில் தூக்கிச் சென்றிருக்க வேண்டும் என்று இந்தியக் காவல்துறை கூறுகிறது. அடுத்தநாள், ஆரோக்கியமான குழந்தைகளுக்குப் பணம் கொடுத்த, புறநகர்ப் பகுதியிலிருந்த அநாதைகள் காப்பகத்துக்கு சுபாஷ் கொண்டுவரப் பட்டான் என்று காவல்துறையினர் நம்புகின்றனர்.

அது ஒவ்வொரு பெற்றோரின் கொடுங்கனவு. சிவகாமாவும் கட்டடங்களுக்கு சாயம்பூசும் தொழில் செய்த அவருடைய கணவர் நாகேஷ்வர் ராவும் சுபாஷை தென்னிந்தியா முழுவதும் ஐந்து ஆண்டு களாகத் தேடிக்கொண்டிருக்கின்றனர். அவன் எங்கோ ஓர் இடத்தில் உயிரோடிருக்கிறான் என்ற நம்பிக்கையை அந்தக் குடும்பத்தினர் கைவிடவே இல்லை. அவர்கள் நண்பர்களையும் குடும்பத்தினரையும் தனியார் துப்பறிவாளர்களாகப் பயன்படுத்தினர். 325 மைல் தொலைவி லிருந்த ஹைதராபாத்வரை எங்கிருந்தும் வந்த வதந்திகளையும் பொய்த் தகவல்களையும் பின்தொடர்ந்து சென்றனர். தேடல் செலவுக்காக நாகேஷ்வர் ராவ் தன்னுடைய பெற்றோரிடமிருந்து மரபுரிமையாகப் பெற்ற இரு சிறு குடிசைகளை விற்பனை செய்துவிட்டு தன்னுடைய குடும்பத்தை ஒரு பள்ளிவாசலின் நிழலில் இருந்த ஓலைக்கூரை கொண்ட ஓர் அறையுள்ள சிமெண்டால் கட்டப்பட்ட வீட்டுக்கு மாற்றினார். அந்தத் தம்பதியினர் பணத்தைச் சேமிப்பதற்காக தங்களுடைய மகளைப் பள்ளியிலிருந்து நிறுத்தினர். இந்தச் சோதனை அந்தக் குடும்பத்தை நடுத்தர வகுப்பினருக்கும்கீழ், ஊசலாடிக் கொண்டிருந்த நிலையிலிருந்து, முழுமையான ஏழ்மைக்குள் தள்ளிவிட்டது. இதில் எந்த முயற்சியும் அவர்களை சுபாஷுக்கு அருகில் கொண்டு செல்லவில்லை.

இருப்பினும், 2005இல் ஒரு அதிர்ஷ்டவசமான நல்வாய்ப்பு கிடைத்தது. ஒரு கூட்டம் நிறைந்த மதுக்கூடத்தில் இருவர் பிள்ளை பிடித்தல் குறித்து சத்தமாக விவாதம் செய்துகொண்டிருந்தது பற்றிய தகவல்களை சென்னையிலுள்ள ஒரு காவலர் கேட்டார். விசாரணை யில் அந்த இருவரும், அவர்களுடைய இரு பெண் கூட்டாளிகளும் ஓர் அநனாதைகள் காப்பகத்திற்காகப் பிள்ளைப்பிடித்துக் கொண்டி ருந்ததை ஒத்துக்கொண்டனர் என்று காவல்துறையினர் கூறுகின்றனர். மலேசியன் சோஷியல் சர்வீஸஸ் என்னும் அந்தக் காப்பகம்தாம் இது குறித்து அறியாத வெளிநாட்டுக் குடும்பத்தினருக்குக் குழந்தைகளை ஏற்றுமதி செய்தது. பிள்ளைப்பிடிப்பவர்களுக்கு ஒவ்வொரு குழந்தைக்கும் பத்தாயிரம் ரூபாய், உத்தேசமாக 150 டாலர் கொடுக்கப்பட்டது.

நீதிமன்றத்தில் காவல்துறையால் தாக்கல் செய்யப்பட்ட ஆவணத்தின் படி, அந்தக் காப்பகத்தின் முன்னாள் தோட்டக்காரர் ஜி.பி. மனோகரன்

குறிப்பாக சுபாஷைப் பிடித்துவந்த குற்றத்தை ஒத்துக்கொண்டார். மலேசியன் சோஷியல் சர்வீஸஸ் அமைப்பிலிருந்து பறிமுதல் செய்யப் பட்ட பதிவேடுகள் அடுத்த நாளன்று சுபாஷின் வயதுடைய சிறுவன் ஒருவனைச் சேர்த்துக் கொண்டதைக் காட்டுகின்றன. அதே நாளில் நாகேஷ்வர் ராவ் ஆள் காணாமல் போன தகவலைத் தாக்கல் செய்தார். இரண்டு ஆண்டுகளுக்குப் பிறகு அந்தச் சிறுவன் தத்தெடுக்கப்பட்டான்.

தாய் ஒருத்தி தன்னுடைய குழந்தையை அதற்குமேலும் பராமரிக்க முடியவில்லை என்பதை நிறுவி, அக்குழந்தைமேல் தனக்குள்ள உரிமையை ஒரு காப்பகத்துக்கு விட்டுக் கொடுக்கும் ஒப்பளிப்புப் பத்திரம் ஓர் இன்றியமையாத ஆவணம். இந்த ஆவணத்தை பிற குழந்தைகளின் இதுபோன்ற ஆவணங்களோடு நான் ஒப்பிட்டுப் பார்த்தேன்: இந்த ஆவணங்கள் போலியானவை என்று காவல்துறை யினர் கூறுகின்றனர். சதிகாரர்கள் குழந்தையின் பெயரை அஷ்ஃரப் என்று மாற்றி, அவனைப் பெற்றெடுத்ததாகக் கூறப்பட்ட கற்பனைத் தாயிடமிருந்து ஓர் அறிக்கையையும் சேர்த்து ஒரு பொய் வரலாற்றை உருவாக்கியிருந்தனர்.

1991 முதல் *2003* வரை தொடர்ந்து மலேசியன் சோஷியல் சர்வீஸஸ் அமைப்பு குறைந்தது *165* பன்னாட்டுத் தத்தெடுப்புகளை ஏற்பாடு செய்தது என்று சென்னை காவல்துறை தாக்கல் செய்த ஆவணங்கள் கூறுகின்றன. குழந்தைகளைப் பெருமளவில் அமெரிக்கா, நெதர்லாந்து, ஆஸ்திரேலியா ஆகிய நாடுகளுக்கு அனுப்பிக் 'கட்டணமாக' *2,50,000* அமெரிக்க டாலர்வரை சம்பாதித்தது.

இந்தியக் காவல்துறையினரின் தகவல்கள் உண்மை என்று எடுத்துக் கொண்டால் பெற்றோர் தேடும் அவர்களுடைய மகனுக்கு இப்போது புதுப்பெயரும், புதுவாழ்க்கையும் கிடைத்துள்ளன. அவனுக்குத் தன்னு டைய இந்தியத் தாய், தன்னுடைய தாய்மொழி குறித்த நினைவுகள் இருப்பதற்கான வாய்ப்பு மிகவும் குறைவே. பெரும்பான்மையான பன்னாட்டுத் தத்தெடுப்புகள் முடிவுக்குக் கொண்டு வரப்பட்ட நிகழ்வுகள், அதாவது பெற்றோருக்குத் தங்கள் குழந்தையோடு தொடர்புகொள்வதற்கான உத்தரவாதமளிக்கப்பட்ட உரிமை எதுவும் கிடையாது. இந்த நடைமுறையில் உள்ள இரகசியத் தன்மை, பொய்யான பாசாங்குகளின் அடிப்படையில், தத்துக் கொடுக்கப் பட்டிருப்பதற்கு வாய்ப்புள்ள குழந்தைகளைத் தேடிக் கண்டு பிடிப்பதைக் கடினமாக்குகிறது.

சுபாஷ் காணாமல் போனதற்குப் பிறகு சிவகாமா ஆழ்ந்த மனச் சோர்வுக்காளானார். பத்து ஆண்டுகளுக்குப் பிறகு இப்போதும் அவர்

வலுவிழந்தவராகவும் கண்களைச் சுற்றிப் பெரும் கருவளையங்களோடும் இருக்கிறார். மகனுடைய பெயர் குறிப்பிடப்படுவதைக் கேட்ட மாத்திரத்திலேயே அவர் கண்ணீர்விட்டு அழுகிறார். தனது சேலையைக் கொண்டு கண்களைத் துடைத்துக் கொள்கிறார்.

'அயோக்கியர்கள் தொடங்கிய செயலுக்காக நாங்கள் ஏன் இப்படித் துன்பப்பட வேண்டும்' என்று பரிதாபமாகக் கேட்கிறார்.

கூட்டம் நிறைந்த காப்பகம் ஒன்று எதற்காகத் தெருக்களிலிருந்து குழந்தைகளைத் திருடுவதற்கு சதி செய்ய வேண்டும்? ஒருவேளை சுபாஷ் அவனுடைய இளநிறத் தோலுக்காகவும் நல்ல உடல்நலத்துக் காகவும் குறிப்பாக, தத்தெடுப்பதற்குப் பொருத்தமானவன் என்று கருதப்பட்டிருக்கலாம்.

சென்னைக்குத் திரும்பிவந்த பிறகு, இதுபற்றி அதிகமாக அறிந்துகொள்ள விரும்பினேன். என்னுடைய மிகச் சிறிய கருப்பு ஹுண்டாய் காரை கவன மாக ஓட்டி, தொடர்ச்சியாகச் சென்ற எண்ணற்ற லாரிகள், ரிக்ஷாக்கள், தாறுமாறாகச் சென்ற ஆடுமாடுகள் ஆகியவற்றைத் தாண்டி, புறநகர்ப் பகுதியிலிருந்த மலேசியன் சோஷியல் சர்வீஸஸ் அமைப்பை நோக்கிச் சென்றேன். தொடக்கத்தில் எழுந்த குற்றச்சாட்டுகளுக்குப் பிறகு அவ்வமைப்பு காப்பகத்தை மூடிவிட்டது. பன்னாட்டுத் தத்தெடுத்தல் ஏற்பாடுகளையும் நிறுத்திவிட்டது. இருப்பினும் அது இப்போதும் சிறு குழந்தைகளுக்கான பல சமூக மேம்பாட்டுத் திட்டங்களையும் பள்ளிக்கூடத்தையும் நடத்துகிறது.

பளிச்சென்றிருந்த இளஞ்சிவப்புக் கட்டடத்துக்கு வெளியே காரை நிறுத்திவிட்டு, காரிலிருந்து இறங்கி இரும்பால் செய்யப்பட்ட வாயில் கதவு வழியாக எட்டிப் பார்த்தேன். பொலிவான வெள்ளைச் சட்டை யணிந்த ஒருவர் என்னை இடைமறித்து தினேஷ் ரவீந்திரநாத் என்று தம்மை அறிமுகப்படுத்திக்கொண்டார். காவல்துறை அறிக்கைகளில் குழந்தை கடத்தல்களுக்கு உடந்தையாக இருந்தவர்களின் பட்டியலில் அவருடைய பெயரும் இருந்தது. அந்தப் பெயரை வைத்து அவரை நான் அடையாளம் அறிந்துகொண்டேன். தமது தந்தையின் மரணத்துக்குப் பிறகு 2006லிருந்து மலேசியன் சோஷியல் சர்வீஸஸ் அமைப்பைத் தாம் நடத்தி வருவதாக அவர் கூறினார். அவர் அவ்வமைப்பின் வழக்கறிஞரும்கூட.

இந்தியாவில், தலைப்புச் செய்திகளில் இடம்பிடித்த, தம்முடைய அமைப்பு பற்றிய புலனாய்வு மிகைப்படுத்தப்பட்டு விட்டதாகவும்

உண்மையில் பாதிக்கப்பட்டது தாமே என்றும் ரவீந்திரநாத் என்னிடம் கூறினார். காவல்துறையினர் நிறுவனத்திடமிருந்து பணம் பறிப்பதற் காகத் தங்களுடைய புலனாய்வைப் பயன்படுத்திக்கொண்டிருக் கின்றனர் என்று அவர் குற்றம்சாட்டினார். 'தன்னுடைய குழந்தையைத் தத்துக் கொடுப்பதற்கு விரும்பும் ஒரு பெண்ணின் வரலாற்றைக் குறித்து நாங்கள் அதிகமான கேள்விகளைக் கேட்கக்கூடாது என்று சட்டம் கூறுகிறது. அதனால் நாங்கள் குழந்தைகளை நம்பிக்கை அடிப்படை யில் ஏற்றுக்கொள்ள வேண்டியதாகிறது' என்று அவர் கூறுகிறார்.

என்னுடைய தேடலின்போது கிடைத்த ஒப்பளிப்புப் பத்திரங் களில் குழந்தை கடத்துபவர்கள் என்று சந்தேகப்பட்டவர்களின் கையெழுத்துகளுடன் மலேசியன் சோஷியல் சர்வீஸஸ் அமைப்பு அலுவலர்களின் கையெழுத்துகளும் இடம்பெற்றிருக்கின்றன. குழந்தை கடத்துபவர்கள் என்று கருதப்பட்டவர்கள், பல குழந்தைகளை வெவ்வேறு புனைபெயர்களில் ஒப்படைத்ததாக ஒத்துக்கொண்டனர். மலேசியன் சோஷியல் சர்வீஸஸ் அமைப்பிடமிருந்து கடத்தலில் ஈடுபட்டவர்கள் பெற்றதாகக் கூறிய கட்டணத்தைப் பற்றி ரவீந்திரநாத் திடம் நான் அழுத்திக் கேட்டபோது அவர் அந்தச் சூழ்நிலை தவறு தலாகப் புரிந்துகொள்ளப்பட்டது என்று கூறுகிறார். 'பெண்கள் எங்களைத் தேடி இங்கே வரும்போது அவர்களுக்கு இரண்டாயிரம் அல்லது மூவாயிரம் ரூபாய் பரிவின் காரணமாகக் கொடுக்கிறோம். பிள்ளைப்பிடிப்பதற்கான கட்டணமாக அல்ல' என்று அவர் கூறுகிறார். 'இது எங்கும் நடக்கிறது. நாங்கள்தான் பலிகடா ஆகிறோம்.'

தத்தெடுத்தலில் உள்ள சிக்கல்கள் நிச்சயமாகப் பரவலானவை. கடந்த பத்து ஆண்டுகளில் டெல்லியிலும் இந்திய மாநிலங்களான குஜராத், ஆந்திரா, மகாராஷ்டிரா, தமிழ்நாடு ஆகியவற்றிலும் பல முறைகேடுகள் நடந்துள்ளன. இது தத்தெடுப்பு விதிமுறைகளில் கடுமை யான வரம்புமீறல்களையும் வெளிநாட்டுக் குடும்பத்தினிடம் தம்முடைய குழந்தைகளை இழந்த பெற்றோரின் கோரிக்கைகளையும் வெளிப்படுத்தி யிருக்கின்றனர். தத்தெடுப்புக் கட்டணமாகப் பெருந்தொகை தரப்படும் என்று வாக்குறுதியளிக்கப்படுகிறது; அது காப்பகங்களைத் தத்தெடுப் பதற்கு ஏற்ற குழந்தைகளின் இருப்பை நிலையாக வைத்திருப்பதற்கு ஊக்குவிக்கிறது. ஒரு குழந்தையை இந்தியாவிலிருந்து அமெரிக்காவுக்குக் கொண்டுவர உத்தேசமாக 14000 டாலர் செலவாகிறது. இதில் காப்பகத்துக்குக் கொடுக்கப்படும் சராசரி கட்டணமான 3500 டாலர் சேர்க்கப்படவில்லை. மிகவும் மோசமான நிகழ்வுகளில், ஒரு காலத்தில் மிகவும் மதிக்கப்பட்ட முகமைகள்கூட (ஏஜென்சீஸ்) சட்டத்தை மீறிய குழந்தை கடத்தல் வணிகத்தில் சிக்கிக்கொள்கின்றன; நல்லெண்ணமுடைய

அமெரிக்கக் குடும்பங்கள், தாங்கள் குழந்தை ஒன்றைத் தத்தெடுப்பதாக நினைக்கிறார்கள்; மாறாக அவர்கள் குழந்தையைப் பணம் கொடுத்து வாங்குகிறார்கள் என்பதை ஒருபோதும் உணர்வதில்லை.

முறைகேடுகள் இந்தியாவிற்கு மட்டுமே உரியவை அல்ல. 2007இல் பிரான்ஸ் நாட்டு அறக்கட்டளையான ஸோஸ் ஆர்க்கின் பணியாளர்கள் சாட் நாட்டிலிருந்து 103 குழந்தைகளை, அவர்கள் சூடான் நாட்டுப் போர் அகதிகள் என்று கூறி, விமானத்தில் கொண்டுவர முயன்ற போது கைது செய்யப்பட்டனர். இதில் மிக அதிகமான குழந்தைகள் சாட் நாட்டில் உள்ள குடும்பங்களிலிருந்து கடத்தப்பட்டவை என்று பின்னர் காவல்துறையினர் உறுதிசெய்தனர்.

சீனாவின் ஹுனான் மாநிலத்தில் அரை டசன் அநாதைக் காப்பகங்கள் 2002க்கும் 2005க்கும் இடையில் கிட்டத்தட்ட ஆயிரம் குழந்தை களை வாங்கியுள்ளதாகக் கண்டறியப்பட்டுள்ளன. அவர்களில் பலர் வெளிநாட்டு இல்லங்களைச் சென்றடைந்தனர். 2008 வசந்த காலத்தில் ஏபிசி செய்திக் குழு ஒன்று அப்பகுதியிலுள்ள சில நிறுவனங்கள் அப்போதும் 300 முதல் 350 டாலர் விலைக்குக் குழந்தைகளை வாங்கிக் கொண்டிருப்பதைக் கண்டுபிடித்தது.

2006ஆம் ஆண்டில் புகழ்பெற்றவர்களைக் கூர்ந்து கவனிப்பவர்கள் ஒரு மலாவி அநாதைகள் காப்பகத்திலிருந்து டேவிட் பான்டாவை மடோனா தத்தெடுத்த நிகழ்வால் ஈர்க்கப்பட்டனர். உண்மையில் அந்தக் குழந்தை அநாதை அல்ல. 2009 ஜனவரி மாதத்தில் ஃபோகஸ் ஆன் சில்ரென் என்ற யுட்டா தத்தெடுப்பு முகமையின் பணியாளர்கள் மோசடியிலும் குடியேற்ற விதிமீறல்களிலும் ஈடுபட்ட குற்றத்தை ஒத்துக்கொண்டனர். நடுவண் அரசின் குற்றச்சாட்டுப் பத்திரத்தின்படி, அவர்கள் குறைந்தது முப்பத்து ஏழு சமோவா நாட்டுக் குழந்தைகளை அவர்களுடைய பெற்றோரைத் தவறுதலாக வழிநடத்தியும், அவர்களைத் தத்தெடுக்க இருந்த பெற்றோரிடம் அந்தக் குழந்தைகள் அநாதை களாக்கப்பட்டு, கைவிடப்பட்டவர்கள் என்று கூறியும் இறக்குமதி செய்திருந்தனர். பூகம்பம் ஒன்று ஹைதியின் பெரும்பாலான பகுதியைத் தரைமட்டமாக்கிய பிறகு இடாஹோவைத் தலைமையிடமாகக் கொண்ட ஒரு கிறித்தவ தேவாலயக் குழுவின் சில உறுப்பினர்கள் அனுமதியின்றி, குழந்தைகளை நாட்டை விட்டு வெளியே கொண்டு செல்ல முயன்றதற்காகக் கைதுசெய்யப்பட்டனர்.

'இது குழந்தைகளை ஏற்றுமதி செய்யும் தொழில். தத்தெடுப்பு முகமைகள் குழந்தைகளின் உரிமைகளில் கவனம் செலுத்தாமல் இலாபத்துக்கு முதலிடம் கொடுத்து, அதில் கவனத்தைக் குவிக்கும்போது,

அவை முழுமையான முறைகேடுகளுக்குக் கதவைத் திறந்து வைக்கின்றன' என்கிறார் யுனிசெஃபின் தென்னாசிய ஊடக இயக்குநர் சாரா க்ரோ.

இவ்விதமான குற்றவியல் சுரண்டலைக் கையாளும் 'நாடுகளுக் கிடையே தத்தெடுப்புகள் மீதான தி ஹேக் உடன்படிக்கை' ஐம்பது நாடுகளால் உறுதி செய்யப்பட்டது. 2007இல் அமெரிக்கா அதில் கையெழுத்திட்டது. ஆனால், இந்தியாவிலிருந்து இரண்டு குழந்தை களைத் தத்தெடுத்துள்ள அலபாமா சாம்ஃபோட் பல்கலைக்கழக சட்டப் பேராசிரியரான டேவிட் ஸ்மோலினின் கருத்துப்படி, அந்த ஒப்பந்தம் வீரியமற்றது. குழந்தை சரியான முறையில் ஒப்பளிக்கப் பட்டதை உறுதிசெய்வதற்கு, குழந்தையை அனுப்பும் நாட்டை மட்டுமே நம்பியிருக்கச் செய்யும் பலவீனம் தி ஹேக் உடன்படிக்கையில் இருக்கிறது. 'குழந்தைகளை அனுப்பும் நாடுகளின் வார்த்தைகளை மட்டுமே குழந்தைகளைப் பெற்றுக்கொள்ளும் நாடுகள் ஏற்றுக் கொள்ள இயலாது' என்று ஸ்மோலின் மின்னஞ்சல் வழியாக என்னிடம் கூறினார்.

ஸ்மோலினுக்குத் தெரிந்திருக்க வேண்டும். அவர் தத்தெடுத்த குழந்தைகள் அவர்களுடைய பெற்றெடுத்த தாயால் கல்வியறிவு பெறுவதற்காக ஆந்திராவிலுள்ள காப்பகங்களில் அனுமதிக்கப்பட்டி ருந்தன. இது இந்தியாவிலுள்ள ஏழை மக்களிடம் வழக்கமான நடை முறைதான். ஆனால் அந்தக் கல்வியறிவில்லாத தாய் குழந்தைகளை ஒப்பளிக்கும் பத்திரத்தில் ஏமாற்றிக் கைசாத்திட வைக்கப்பட்டார். பின்பு குழந்தைகளைத் தன்னுடைய கட்டுப்பாட்டில் மீண்டும் கொண்டுவர முயன்றபோது அவர் திருப்பி அனுப்பப்பட்டார். ஒன்பது வயதும் பதினொரு வயதுமான சிறுமிகள் அவர்களுடைய தந்தை இறந்துவிட்டதாகவும், தாய் கைவிட்டுவிட்டதாகவும் சொல்வதற்கு பயிற்சியளிக்கப்பட்டிருந்தனர். ஆனால் இறுதியில் அவர்கள் ஸ்மோலின் தம்பதியினரிடம் உண்மையைக் கூறினர். அமெரிக்கத் தத்தெடுப்பு முகமை உண்மையைக் கண்டுபிடிக்க முயல மறுத்துவிட்டது. அவர் களுடைய பெற்றோரைத் தேடிக் கண்டுபிடிப்பதற்குள் ஆறு ஆண்டுகள் கடந்துவிட்டன. அந்தச் சிறுமிகள் அலபாமா வாழ்க்கைக்குப் பழகி விட்டனர். அவர்கள் அங்கேயே வாழ்ந்தாலும் ஸ்மோலின் தம்பதியர் தத்தெடுத்ததை வெளிப்படையாக்கினர். இந்தியக் குடும்பத்தைச் சென்று பார்க்கப் பயணம் செய்ததோடு அவர்களுடன் தொடர்ந்து தொடர்பு வைத்திருக்கின்றனர்.

ஸ்மோலின் அதற்குப்பின் தம்முடைய சட்டப் பணியை மாற்றி யமைத்துள்ளார். இப்போது அவர் அமெரிக்காவில் தத்தெடுத்தல் பற்றியச் சீர்திருத்தங்களை ஆதரிப்பதில் முன்னணி வழக்குரைஞர்களில்

ஒருவர். தி ஹேக் ஒப்பந்தத்தின் மிகப்பெரிய குறைபாடு, அது பணக்கார நாடுகளால் செலுத்தப்படும் தத்தெடுப்புக் கட்டணத்தை வரையறை செய்யாததுதான் என்று அவர் குறிப்பிடுகிறார். ‘பணத்தைக் கடுமையாகக் கட்டுப்படுத்தவில்லையென்றால் பிற எல்லாக் கட்டுப்பாடுகளும் தோல்வியடைவது நிச்சயம்’ என்கிறார் ஸ்மோலின்.

இந்தியாவிலுள்ள காவல்துறையினர், வழக்கறிஞர்கள், தத்தெடுப்பு ஆதரவாளர்கள் எல்லோரும் இந்தக் கருத்தையே எதிரொலிக்கின்றனர். ‘ஒரு குழந்தைக்காக நீங்கள் பணம் கொடுக்க வேண்டியதில்லை யென்றால் இவையெல்லாம் மறைந்துவிடும்’ என்று கூறுகிறார் உதவிக் கண்காணிப்பாளர் எஸ். சங்கர். இவர்தான் சுபாஷ் வழக்கின் தலைமைப் புலனாய்வாளர். தம்முடைய முழுப்பெயர் அச்சில் வரவேண்டாம் என்று அவர் கேட்டுக்கொண்டார்.

சென்னை காவல்துறை மலேசியன் சோஷியல் சர்வீஸஸ் அமைப்பின் ஆவணங்களை வைத்து முதல்முறையாக சுபாஷை அமெரிக்காவோடு தொடர்புபடுத்தியபோது, அவர்கள் நாகேஷ்வர் ராவைக் காவல் நிலையத்துக்கு அழைத்துப் பல நிழற்படங்களிலிருந்து தன்னுடைய மகனை அடையாளம் காட்டுமாறு கூறினர். அஷ்ரஃபின் காப்பகக் கோப்பிலிருந்து காவல்துறை எடுத்ததாகக் கூறிய நிழற்படம் ஒன்றை அவர் சுட்டிக் காட்டினார். அது அஷரஃப் என்ற பெயரில் சிறுவன் ஒருவன் அனுமதிக்கப்பட்ட சில நாட்களுக்குள் எடுக்கப்பட்ட நிழற்படம். அதில் சுபாஷ் மேலைநாட்டுக் குழந்தையைப் போல உடையணிந்து ஒரு வசதியான கட்டிலில் படுத்திருந்ததை நாகேஷ்வர் ராவ் நினைவு கூருகிறார். பொருள்கள் தாறுமாறாகச் சிதறிக் கிடந்த அந்தக் குடியிருப்பில் சுபாஷின் வளரிளம்பருவ உடன்பிறப்புகளான சஸாலாவும் லோகேஷும் இரு பக்கங்களில் இருக்க, ஒரு பிளாஸ்டிக் நாற்காலியில் சாய்ந்து கொண்டு, ‘ஓரளவு ஆறு ஆண்டுகளுக்குப் பிறகும், நான் அவனை உடனே அடையாளம் கண்டுவிட்டேன்’ என்று அவர் கூறுகிறார்.

நாகேஷ்வர் ராவ் சுபாஷை அடையாளம் கண்டது காவல்துறை ஆணையரைத் திருப்தியடைய வைத்தது. ஆனால் அவர் நாகேஷ்வர் ராவிடம் அவருடைய மகனை மறந்துவிடுமாறு கூறினார். சுபாஷ் அமெரிக்காவில், இங்கு இருந்ததைவிட நல்ல நிலையில் இருக்கிறான். ‘காவல்துறையினர் என்னை ஒரு மனிதனைப் போலவே நடத்தவில்லை. என்னுடைய மகன் என்னிடமிருந்து திருடிச் செல்லப்பட்டது பற்றி அறிந்த பிறகு நான் எப்படி மகிழ்ச்சியாக இருக்க முடியும்?’ என்று நாகேஷ்வர் ராவ் கேட்கிறார். ‘என்னுடைய மகன் நாங்கள் அவனைக் கைவிட்டுவிட்டதாக நினைத்துக்கொண்டே வாழ்வதை நான் விரும்பவில்லை.’

அவருக்காவது தம்முடைய மகனுக்கு என்ன நிகழ்ந்தது என்பது தெரிந்துவிட்டது. மலேசியன் சோஷியல் சர்வீஸஸ் அமைப்பின் கிட்டத்தட்ட முந்நூறு தத்தெடுப்புகள் பற்றி (வெளிநாடுகளிலும் உள்நாட்டிலும் நடந்தவை) இன்னும் விசாரணையே நடத்தப்பட வில்லை. உள்ளூர் மட்டத்திலான காவல்துறை விசாரணைகள் ஊடகங்களின் கவனிப்புக்கு எதிர்வினையாகத்தான் நடக்கின்றன. மலேசியன் சோஷியல் சர்வீஸஸ் அமைப்பு குறித்த ஒட்டுமொத்த விசாரணை ஆமை வேகத்தில் நகர்ந்துள்ளது. அது நகரத்திலிருந்து மாநிலத்துக்கும், அதிலிருந்து மத்திய காவல்துறை அதிகார எல்லைக்கும் மாற்றி உருக்குலைந்து ஒவ்வொரு முறை வழக்கு கைமாற்றப்பட்ட போதும் அதன் பரப்பு குறுகிப்போனது. இப்போது இந்த விசாரணை இந்தியாவின் மத்திய புலனாய்வுத் துறையிடம் இருக்கிறது. அது நீதிமன்ற உத்தரவின் அடிப்படையில் மலேசியன் சோஷியல் சர்வீஸஸ் அமைப்பு தொடர்பான மூன்று வழக்குகளின் விசாரணைகளை மட்டுமே தொடர்ந்து செய்யும். இந்த வழக்குகள் ஆஸ்திரேலியா, நெதர்லாந்து, அமெரிக்கா ஆகிய நாடுகளிலுள்ள தத்தெடுத்த குடும்பங்களுக்குச் சென்ற, திருடப்பட்டதாகக் குற்றம் சாட்டப்பட்ட சேரிக் குழந்தைகள் தொடர்பானவை. கடைசியாக குறிப்பிடப்பட்டது சுபாஷின் வழக்கு.

விசாரணைப் பொறுப்பு அதிகாரியான சங்கர் அவருடைய புலனாய்வுத் துறையின் விசாரணை, பிரச்சினையின் மேற்பரப்பை மட்டுமே சுரண்டியுள்ளது என்பதை ஒத்துக்கொள்கிறார். உண்மையில், ஒரு குடும்பம் அதனுடைய கடத்தப்பட்ட குழந்தைக்கான உரிமைக் கோரலை நீதிமன்ற செயல்முறைகள் வழியாக நகர்த்துவதற்கு, வழிகாட்ட ஒரு வழக்கறிஞருக்குச் செலவு செய்ய முடியாதென்றால் அந்த வழக்கு அதே நிலையில் இருப்பதைத்தான் காண்பார்கள். 'இத்தருணத்தில் நாம் பார்ப்பதெல்லாம் பத்து ஆண்டு வழக்குகள்' என்று கூறுகிறார் ஒரு கட்டுறுதியான, தலை நரைத்த காவலர். மலேசியன் சோஷியல் சர்வீஸஸ் அமைப்பு இருந்த இடத்தில் இப்போது வேறு காப்பகங்கள் தோன்றியுள்ளன என்று அவர் கூறுகிறார். 'ஆனால் அதைப் புலனாய்வு செய்வதற்கு எனக்கு எந்த அதிகாரமும் இல்லை. என்னுடைய கைகள் கட்டப்பட்டுள்ளன' என்கிறார் அவர்.

இருப்பினும் அந்த அமெரிக்கக் குடும்பத்தின் முகவரியைச் சென்னை உயர்நீதிமன்ற ஆவணங்களிலிருந்து பெறுவது அவ்வளவு கடினமாக இருக்கவில்லை. அது தத்தெடுப்பை அதிகாரப்பூர்வமாக்கிய சட்டம் சார்ந்த ஆவணத்தில் கொடுக்கப்பட்டுள்ளது. நான் அந்த அமெரிக்கக் குடும்பத்தோடு தொடர்பு ஏற்படுத்துவதற்காக அமெரிக்காவுக்குச் செல்ல இருப்பதாக நாகேஷ்வர் ராவிடம் கூறியபோது, அவர்

என் தோள்களைத் தொட்டு என்னைத் தீர்க்கமாகப் பார்க்கிறார். காவல்துறையினர் அவரிடம் அவருடைய மகன் தத்தெடுக்கப்பட்ட தாகக் கூறியபோது அவர் பெரும் நிம்மதி அடைந்தார். அவர் முன்னர் கேள்விப்பட்டிருந்தது போல சுபாஷ் பாலியல் வணிகத்துக்குள் கடத்திச் செல்லப்படவோ, உடலுறுப்புத் தரகர்களிடம் விற்கப் படவோ இல்லை. இப்போது அவருக்கு சுபாஷின் வாழ்க்கையில் ஏதாவது பங்கு மட்டும் வேண்டும். அவருக்குத் தெரிந்த சில ஆங்கிலச் சொற்களால் அவர் தம் நம்பிக்கைகளைத் தெரிவிக்கத் திணறுகிறார். அமெரிக்காவை நோக்கி காற்றில் தம் கைகளை அசைத்துக்காட்டி, 'ஃபேமிலி' (குடும்பம்) என்று கூறுகிறார். பிறகு தம்மை நோக்கிச் சுட்டிக்காட்டி, 'ஃபிரண்ட்ஸ்' (நண்பர்கள்) என்று கூறுகிறார்.

இரண்டு நாட்களாக, எட்டாயிரம் மைல்கள் பயணத்திற்குப் பிறகு, மத்திய மேற்கில் உள்ள ஒரு வீட்டிற்கு முன்னுள்ள படிகளில் நிற்கும் போது, நான் தகவல் பரிமாற்றத்தை, அந்தப் பயணத்துக்கு ஈடாக கடினமாக இருப்பதை உணர்கிறேன். சான்றாதாரங்கள் அடங்கிய கோப்புறையை இறுக்கமாகப் பிடித்துக்கொண்டு, சரியான சொற்களுக் காக முயன்றுகொண்டே என்னை அறிமுகப்படுத்திக் கொள்கிறேன். அந்தச் சிறுவன் வீட்டின் பின்புறத்திலிருந்து திரும்பிவந்து எனக்குப் பக்கத்தில் நிற்கிறான். அவனுடைய சகோதரி கதவுக்குப் பக்கத்தில் உட்புறத்தில் நின்று கவனித்துக் கேட்டுக்கொண்டிருக்கிறார். அந்தச் சிறுவனுக்கு நாகேஷ்வர் ராவின் அதே உருண்டையான முகமும் குட்டையான சுருண்ட முடியும் உள்ளன. நான் வளர்ப்புத் தாயிடம் பேச வேண்டும். ஆனால் குழந்தைகளின் முன்னிலையில் அல்ல என்று கூறுகிறேன். அவருடைய கணவர் வீட்டுக்கு வந்த பிறகு வேறு எங்காவது சந்திக்கலாம் என்று நாங்கள் தீர்மானித்தோம்.

ஒரு மணி நேரத்துக்குப் பிறகு, இரண்டு தொகுப்பு வீடுகளைத் தாண்டியிருந்த ஆளில்லா பூங்கா ஒன்றில் என் வாடகைக் காரில் சாய்ந்துகொண்டே ஒவ்வொரு நிமிடமும் என் கடிகாரத்தைச் சரிபார்த்துக் கொண்டிருக்கிறேன். இறுதியாக தந்தையின் கார் வந்து சேருகிறது. அவர் காரைவிட்டு இறங்கவில்லை. ஆனால் என்னிடம் பேசுவதற்காகக் காரின் சன்னலைக் கீழே இறக்கி விடுகிறார். நான் என்ன சொல்லப் போகிறேன் என்பது குறித்து ஆச்சரியப்படாமலிருப் பவர் போலத் தோன்றுகிறார். 'சில ஆண்டுகளுக்கு முன்பு இதுகுறித்து எதையோ நான் செய்தியில் பார்த்தேன். அதற்கு வாய்ப்பிருக்கிறது என்று எனக்குத் தெரிந்தது. என்னுடைய மகனிடம் இதுகுறித்து என்னால் எதுவுமே சொல்ல முடியவில்லை. அது பேரதிர்ச்சியை

ஏற்படுத்தும்' என்று கூறுகிறார். அவர் மனக்கலக்கத்துடன் மின்னல் வேகப் புன்னகையைக் காட்டுகிறார். கோப்புறையை அவருடைய கையில் கொடுக்கிறேன். சுபாஷின் பெற்றோர் அவன்மீது மீண்டும் உரிமை கொண்டாட முயலமாட்டார்கள் என்று வாக்குறுதி அளித்த கடிதம் ஒன்றும் அந்தக் கோப்புறையில் இருந்தது. மேலும் அந்தச் சிறுவனின் இந்தியப் பெற்றோர் இன்னும் அவனுடைய வாழ்க்கையின் ஒரு பகுதியாக இருப்பதற்காக, அவனுடைய புதிய குடும்பம் நட்பான தகவல் தொடர்பில் ஈடுபடும் என்ற நம்பிக்கையையும் தெரிவித்திருக் கிறது. நான் கொடுத்த தகவல்களைக் கவனமாகப் படிக்குமாறு அவரிடம் நான் கேட்டுக்கொண்டு, மீண்டும் அடுத்த நாள் சந்திப்ப தற்கும் நாங்கள் ஏற்பாடு செய்துகொள்கிறோம்.

அந்த அமெரிக்கக் குடும்பம் மலேசியன் சோஷியல் சர்வீஸஸ் அமைப்புக்கு நேரடியாகச் செல்லவில்லை. பெரும்பான்மையினரைப் போலவே அவர்களும் ஒரு சேவை முகமையைப் பயன்படுத்தினர். நான் சுபாஷின் வழக்கு குறித்து *மதர் ஜோன்ஸ்* இதழில் முதல்முறையாக எழுதிய போது அதன் ஆசிரியர்களும் நானும் சேர்ந்து, அந்த மத்திய மேற்குக் குடும்பத்தினருக்கு மேலும் அதிக பாதுகாப்பு வழங்குவதற்காக அந்தச் சிறுவனின் பெயரையும், பிற விவரங்களையும் கூறாமல் நிறுத்தி வைப்பது என்று ஒத்துக்கொண்டோம். அந்தக் கட்டுரை வெளியிடப் பட்ட போது, அந்த சேவை முகமையோடு தொடர்புள்ள ஒரு வழக்குக் குறித்து மட்டுமே நான் அறிந்திருந்தேன். அந்த சந்தேகத்துக்குரிய தத்தெடுப்பு திட்டமிட்டுச் செய்யப்படாதது போலத் தோன்றியது. ஆகவே சந்தேகத்தின் பலனை நான் அந்த முகமைக்குக் கொடுத்தேன். குழந்தை களை அதற்கு அனுப்பிக் கொடுத்த அநாதைக் காப்பகத்தால் அந்த அமெரிக்க சேவை முகமை எளிதாக ஏமாற்றப்பட்டிருக்கலாம், அல்லவா!

நான் இந்தத் தகவல்களைப் பத்திரிகையில் வெளியிட்ட ஒரு வாரத்துக்குப் பிறகு, பானு என்ற பெண் தொடர்பான 1991ஆம் ஆண்டு வழக்கு ஒன்றைப் பற்றி அறிந்தபோது சூழ்நிலையில் மாற்றம் ஏற்பட்டது. பானு வறுமையில் வாடிய மூன்று குழந்தைகளின் தாய். அவருடைய கணவர் ஒரு தொழிற்சாலை விபத்தில் மரணமடைந் திருந்தார். அப்போது அவரால் குழந்தைகளைக் கவனிக்க முடிய வில்லை. வேறு எந்த மாற்று வாய்ப்புகளும் இல்லாததால் ஒரு பள்ளிக்கூடம் அவருடைய குழந்தைகளுக்கு இலவசக் கல்வியும் விடுதி வசதியும் கொடுக்க முன்வந்தபோது பானு அதை ஏற்றுக்கொண்டார்.

ஏழு ஆண்டுகளுக்குப் பிறகு பானு அந்தக் காப்பகத்துக்குத் திரும்பி வந்து அதன் இயக்குநர் கே.ரகுபதியிடம் தன் குழந்தைகளைத் திருப்பிக் கொடுக்குமாறு கேட்டார். ரகுபதி மறுத்தார். அவர், பானு தன்

குழந்தைகள் மீதுள்ள உரிமையை விட்டுக்கொடுத்துவிட்டதாகவும் அதனால் தாம் அந்தக் குழந்தைகளை அமெரிக்காவிலுள்ள தத்தெடுக்கும் குடும்பங்களுக்கு அனுப்பி விட்டதாகவும் கூறினார். விஸ்கான்ஸினில் இருந்த ரமணி ஜெயக்குமார் என்ற உள்ளூர் தத்தெடுப்பு முகவர் போகேட் அடாப்சன் சர்வீஸஸ் என்ற முகமையோடு இணைந்து செயல்பட்டு, அந்தக் குழந்தைகளை அமெரிக்காவுக்கு இடமாற்றம் செய்வதை எளிதாக்க உதவினார்.

பானு சென்னை உயர்நீதிமன்றத்தில் வழக்கு ஒன்றைத் தாக்கல் செய்தார். 2005இல் காவல்துறை ரகுபதியைத் தத்தெடுப்பு மோசடி தொடர்பான பலவிதக் குற்றச்சாட்டுகளின் அடிப்படையில் கைது செய்தது. பானு தன்னுடைய குழந்தைகளுடன் மீண்டும் தொடர்பு ஏற்படுத்திக் கொள்வதற்காகத் தத்தெடுப்பு ஆவணங்கள் வெளிப்படையாக வைக்கப்பட்டன. 2006இல் அமெரிக்காவிலும் இந்தியாவிலுமுள்ள ஆர்வலர்களால் பானுவை இப்போது நன்கு வளர்ந்துள்ள அவருடைய குழந்தைகளுக்கு அறிமுகம் செய்துவைக்க முடிந்தது.

1982இலிருந்து போகேட் அடாப்சன் சர்வீஸஸ் அமைப்பு 1,441 பன்னாட்டுத் தத்தெடுப்புகளை ஏற்பாடு செய்துள்ளது. நீதிமன்ற ஆவணங்களின்படி, இதில் சுபாஷின் தத்தெடுப்பும் அடங்கும்.

ஒரு தொடக்கப் பள்ளிக்கு எதிர்ப்புறத்திலுள்ள ஒரு கம்பீரமான கட்டடத்தில் இருந்தது போகேட் அலுவலகம். அதன் நுழைவாயிலுக்கு சற்று உள்ளே நைந்துபோன நிழற்படங்களால் அறிவிப்புப் பலகைகள் நிறைந்து வழிகின்றன. அந்த அமைப்பு மூலம் தத்துக்கொடுத்த உலகெங்கிலுமிருந்து வந்த குழந்தைகளின் படங்கள் அவை. அதன் இணை உரிமையாளர் முன்புற டெஸ்கின் பின்னால் அமர்ந்திருப்பதைப் பார்க்கிறேன். உரிமையாளர்களில் ஒருவரான லின் டூல் என்னிடம் பழக்கம் ஏற்படுத்திக் கொள்வதற்கு விருப்பம் இல்லாதவராகக் காணப்பட்டார்.

இந்தியப் பத்திரிகைகளில் வெளிவந்த தத்தெடுப்பு மோசடிகளைத் தொடர்ந்து தாம் கவனித்துக்கொண்டிருப்பதாக லின் டூல் ஒத்துக் கொண்டார். ஆனால் அவருடைய முகமை ஏற்பாடு செய்த ஒவ்வொரு வழக்கையும் இந்திய அரசு முடிவுக்குக் கொண்டு வந்துவிட்டது என்று அவர் என்னிடம் உறுதியாகக் கூறுகிறார். புலனாய்வு தேவைப்பட்டால் அதற்கு அவர் ஒத்துழைப்புத் தருவார். ஆனால் அந்த வழக்கு குறித்து என்னோடு கலந்துரையாடமாட்டார். தத்தெடுத்த குடும்பத்தினர் ஒரு கடத்தப்பட்ட குழந்தையைத் தத்தெடுத்திருப்பதற்கான வாய்ப்பு இருக்கிறது; அதனால் அந்தக் குடும்பத்தைத் தொடர்புகொண்டு ஏன் எச்சரிக்கவில்லை என்று நான் கேட்டதற்கு அவர் தம் கருத்தைக் கூற

மறுக்கிறார். ஒரு வாரத்துக்குப் பிறகு இது தொடர்பாக தொலைபேசியில் அழைத்தபோது அவர் தொலைபேசியைக் கீழே வைத்துவிட்டார். இருப்பினும் அந்த முகமை இந்தியத் தத்தெடுத்தல்களுக்கு உதவி செய்யும் பணியைத் தொடர்ந்து செய்கிறது என்பதையும் தன் சேவைகளுக்காக அது குறைந்தது 12,000 முதல் 15,000 டாலர்வரை கட்டணமாக வசூலிக்கிறது என்பதையும் அதன் இணையதளம் மூலம் தெரிய வருகிறது.

போகேட்டைக் கட்டுப்படுத்தும் அதிகாரமுள்ள விஸ்கான்ஸின் குழந்தைகள் மற்றும் குடும்பங்கள் துறையின் வழக்கறிஞரான தெரஸ் டர்கின் போகேட் அமைப்பு பன்னாட்டுத் தத்தெடுத்தல்கள் தொடர்பாக எந்தவொரு புலனாய்வுக்கும் ஆட்பட்டதில்லை என்றும், அந்த அமைப்பின் எந்தவொரு முறைகேடுகளைப் பற்றியும் தமது துறைக்குத் தெரியாது என்றும் கூறுகிறார். புகார்கள் வெளிவந்தாலும் அரசுக்கு விசாரிக்கும் அதிகாரம் இல்லை. 'நாங்கள் செய்வதெல்லாம் தாள்களில் எழுதும் பணி மட்டுமே. நாங்கள் ஆவணங்களின் வெளித்தோற்ற ஏற்புடைமையை மட்டுமே பார்க்கிறோம்' என்று கூறுகிறார் டர்கின். இந்தியாவிலிருந்து தத்தெடுப்பதற்கு விரிவான ஆவணங்களை வைத்திருப்பது அவசியமாகும். இருப்பினும் ஓர் ஆவணம் போலியாகத் தயாரிக்கப்பட்டதா என்பதைக் கண்டுபிடிப்பதற்கு எந்த வழியும் இல்லை. இந்திய-அமெரிக்க அதிகாரிகளுக்கிடையில் இந்தச் சிக்கல் குறித்த தகவல் பரிமாற்றம் எதுவும் செயல்பாட்டளவில் இல்லை என்று அவர் மேலும் கூறுகிறார்.

சுருக்கமாகக் கூறுவதானால் இந்தக் குழந்தைகளில் சிலர் எங்கிருந்து வருகிறார்கள் என்பதை அறிவதற்கு எந்த வழியும் இல்லை. ஃபேமிலீஸ் த்ரு இண்டர்நேஷனல் அடாப்சன் (பன்னாட்டுத் தத்தெடுப்புகள் மூலம் குடும்பங்கள்) என்று இப்போது அறியப்படும் அமெரிக்க முகமையில் அவருடைய பத்து ஆண்டு பணிக்காலத்தில் பெத் பீட்டர்சன் சில மிகப்பெரிய, மதிப்புமிக்க இந்திய அநாதைக் காப்பகங்களோடு நெருக்கமாகப் பணியாற்றினார். அப்போது 150க்கும் அதிகமான குழந்தைகளுக்கு, அமெரிக்க இல்லங்களை ஏற்பாடு செய்ய உதவினார். அவர் அந்தச் செயல்பாடுகளின் போது, பல அநாதைக் காப்பகங்கள் நடப்பில் குற்றச் செயல்களில் ஈடுபடும் உண்மையான வணிக நிறுவனங்களாகி விட்டன என்பதை நம்பும் நிலைக்கு வந்தார். பண ஊக்குவிப்பு இருக்கும் வரையில் இந்த நிலைமை மாறுவதற்கு வாய்ப்பில்லை என்று பீட்டர்சன் கூறுகிறார். தற்போது இந்தியாவிலிருந்து தத்தெடுக்கும் குடும்பங்களுக்கு ஆதரவாக ஐசைல்ட் என்னும் இணையதளத்தை நடத்துகிறார்.

எடுத்துக்காட்டாக, 2002க்கு முன்பு பீட்டர்சன் ப்ரீத் மந்திர் என்ற இந்திய அநாதைகள் காப்பகத்துக்கு 150,000 டாலருக்கும் அதிகமாக

அனுப்பியிருக்கிறார். அந்தக் காப்பகத்தின் சூழல் மிகவும் மோசமாக இருந்தது. பீட்டர்சனின் வாடிக்கையாளர்கள் தத்தெடுப்பு அனுமதிக்காகக் காத்துக்கொண்டிருந்தபோது, அந்தக் காப்பகத்தில் மூன்று குழந்தைகள் இறந்தன. மேலும் அந்தக் காப்பக இயக்குநரான ஜே. பஸின் வழக்கமான நன்கொடைக்கும் அதிகமாக ஆயிரக்கணக்கான டாலரை சட்டத் துக்குப் புறம்பாகக் கேட்கத் தொடங்கினார்; பணம் கொடுக்கா விட்டால் குழந்தைகளை ஒப்படைக்க மறுத்துவிடுவார். அதனால், பீட்டர்சன் அவர்களுக்கு இடையே உள்ள உறவைத் துண்டித்து விட்டார். பின்னர் அவர் ப்ரீத் மந்திர் குறித்தும் அதன் இயக்குநர் குறித்தும் இந்திய அரசிடம் ஒரு புகார் அளித்தார்.

நான்கு ஆண்டுகளுக்குப் பிறகு, இந்தியச் செய்தித் தொலைக்காட்சி வலையமைப்பான சிஎன்என்-ஐபிஎன் செய்தியாளர்கள் தத்தெடுக்க விரும்பும் பெற்றோரைப் போல நடித்து ப்ரீத் மந்திரை அணுகினர். பஸின் அவர்களிடம் 24,000 டாலருக்கு இரண்டு குழந்தைகளை அவர்கள் வாங்க முடியும் என்று கூறினார். இந்தச் செய்தித் தொகுப்பு அந்த அநாதைகள் காப்பகத்தின் த்த்துக் கொடுக்கும் உரிமம் விலக்கப் படுவதற்கு வழிவகுத்தது. ஆனால் அதற்குப் பின்பு இந்திய அரசு அதன் உரிமத்தை நன்னடத்தை தகுதிகாண் பருவகால அடிப்படையில் திருப்பிக் கொடுத்துள்ளது. பீட்டர்சன் கூறுகிறார்: ‘இரு பக்கங் களிலுமே இலாபத்துக்கான உந்துதல் இருக்கிறது. நான் இணைந்து செயல்பட்ட ஓர் அமெரிக்க முகமை என்னால் ஒவ்வோர் ஆண்டும் ஒரு குறிப்பிட்ட எண்ணிக்கையிலான குழந்தைகளை அவர்களுக்குக் கிடைக்கச் செய்யமுடியுமா என்று மட்டுமே அறிய விரும்பியது; அவர்கள் எங்கிருந்து வந்தார்கள் என்பது குறித்து அவர்களுக்கு அக்கறை இல்லை.’

பொதுவாக, ஆவணங்கள் சரியான முறையில் இருக்கும்வரை தத்தெடுக்கும் முகமைகள் அதற்கும் அப்பாலும் சென்று பார்ப்பதற்கு விரும்புவதில்லை. சில்ட்ரன்ஸ் ஹோம் சொஸைடி அண்ட் ஃபேமிலி சர்வீஸஸ் (குழந்தைகள் இல்ல சங்கம் மற்றும் குடும்ப சேவைகள்) என்னும் அமெரிக்காவின் மிகப்பெரிய முகமைகளில் ஒன்று 2007இல் கிட்டத்தட்ட அறுநூறு பன்னாட்டுத் தத்தெடுப்புகளுக்கு ஏற்பாடு செய்தது. அதன் தத்தெடுப்பு சேவைகளின் துணைத் தலைவரான டேவிட் பில்கிரிம் இந்தக் குழந்தைகளில் யாரும் அறமற்ற ஆதாரங்களிலிருந்து வரவில்லை என்பதில் தன்னம்பிக்கையுடன் இருக்கிறார். ‘நாங்கள் முன்பும் இப்போதும் தொழில் தொடர்பு வைத்திருக்கும் அநாதைகளுக்கான காப்பகங்கள் எல்லாவற்றையும் முழுமையாகக் கூராய்வு செய்கிறோம்’ என்று அவர் கூறுகிறார்.

எனினும் சில்ட்ரன்ஸ் ஹோம் சொஸைடி அண்ட் ஃபேமிலி சர்வீஸஸ் முறைகேடு அம்பலமானதுவரை ப்ரீத் மந்திரோடு இணைந்து செயல் பட்டுள்ளது. இந்தத் தத்தெடுப்புகளில் ஏதாவது ஒன்று அவரைக் கவலைக்குள்ளாக்கியதா என்று கேட்டதற்கு, பில்கிரிம் சிறிது நேரம் பேசாமலிருந்து விட்டு, 'எங்களுடைய வழக்கறிஞர்கள் ஆவணங்களை ஆராய்ந்ததில் கவலைப்படுவதற்கான எந்தக் காரணத்தையும் பார்க்க வில்லை' என்று கூறுகிறார்.

அந்த அமெரிக்கத் தம்பதிகளுடன் உள்ள முதல் சந்திப்புக்கு அடுத்த நாள், குளிர்மையான பூங்காவில் உள்ள காலநிலையால் தேய்ந்துபோன மேசையைச் சுற்றி ஒன்றாக அமர்ந்திருக்கிறோம். காவல்துறை வாகனம் ஒன்று வேகத்தைக் குறைத்து வந்தது; அதிலிருந்த அதிகாரி சிறிது நேரம் எங்களை உன்னிப்பாகப் பார்த்த பிறகு மீண்டும் பயணத்தைத் தொடர் கிறார். தாயின் கன்னங்கள் வழியாகக் கண்ணீர் சிந்துகிறது. அவர் பெரும் கோபத்தில் இருக்கிறாரா, மனசு உடைந்திருக்கிறாரா என்பதை என்னால் கூற முடியவில்லை. ஒருவேளை இரண்டுமே இருக்கலாம். 'அவனைப் பொறுத்தவரை இந்தியா என்று ஒன்று இல்லை' என்று கூறுகிறார்.

அவர்களால் புதிய பெயர் சூட்டப்பட்டுள்ள அந்தச் சிறுவன் அவர்கள் இந்தியாவிலிருந்து எடுத்த மூன்றாவது தத்தெடுப்பு என்று என்னிடம் கூறுகிறார்கள். அவர்கள் போகேட் வழியாகச் சென்றது இதுதான் முதல்முறை. என்றாலும் செயல்முறையில் அதிக வேறுபாடு இல்லை; அவர்கள் 15,000 டாலர் கட்டணமாகச் செலுத்திவிட்டுக் காப்பகத்தைப் பார்ப்பதற்காக இந்தியாவுக்குப் பறந்துசென்று மலேசியன் சோஷியல் சர்வீஸஸின் உரிமையாளர்களைச் சந்தித்தனர். 'நாங்கள் தத்தெடுப்பதில் பெரும் நாட்டம் உடையவர்கள்.' 'ஒழுங்குமுறைகள் பெருமளவில் மாறுபடுகின்றன. நாங்கள் கொரியாவையும் தென் அமெரிக்காவையும் கூட பரிசீலித்தோம். ஆனால் இந்தியாதான் அதிக வெளிப்படைத் தன்மையுடன் இருந்தது' என்று அவருடைய கணவர் விளக்குகிறார். அதேபோல இடர்ப்பாடுகளும் மிகவும் குறைவு.

இந்தியக் காவல்துறையின் வழக்கு பற்றி எனக்குத் தெரிந்தவை – கடத்தல்காரர் என்று குற்றஞ்சாட்டப்பட்டவர் குற்றத்தை ஒத்துக் கொண்டது, குழந்தையின் வயது, காப்பகத்தில் குழந்தை அனுமதிக்கப் பட்ட நேரம், போலி என்று கருதப்படும் ஒப்பளிப்புப் பத்திரம், தந்தை நிழற்படத்தை அடையாளம் காட்டியது, அஷ்ரஃபை அவர்களுடைய வீட்டுக்கு விட்டுக்கொடுத்த சட்ட ஆவணம் போன்ற – எல்லாவற்றையும் நான் அவர்களிடம் கூறிவிட்டேன். ஆனால் அவர்கள் இப்போதும்

அதை முழுமையாக நம்பவில்லை. 'இதை நம்புவதற்கு நாங்கள் இன்னும் அதிகமானவற்றைத் தெரிந்துகொள்ள வேண்டும்' என்று அவருடைய கணவர் கூறுகிறார். டிஎன்ஏ சான்றாதாரம் மட்டுமே அதை உறுதியாகத் தெரிந்துகொள்வதற்கான ஒரே வழி. இரத்தப் பரிசோதனை செய்வதற்கு அந்தக் குழந்தையிடம் நீங்கள் என்ன கூறுவீர்கள்? சோதனை முடிவு எதிர்மறையாக வந்தால், இரத்த மாதிரிகள் சரியான முறையில் எடுக்கப்பட்டதா என்பதை இந்தியாவிலிருக்கும் குடும்பத்தினர் எப்படி உறுதியாக நம்பமுடியும்?

இரு குடும்பங்களும் தொடர்பு ஏற்படுத்திக்கொள்வது சரியான இடைக்கால நடவடிக்கையாக இருக்கும். அமெரிக்கப் பெற்றோர் தங்களுடைய நிலைப்பாடு குறித்து ஒரு முடிவுக்கு வரவில்லை. 'நாங்கள் எங்கள் வழக்கறிஞரிடம் பேச வேண்டும். எங்களுடைய மகனின் நலனுக்கு எது மிகவும் சிறந்தது என்று நாங்கள் ஆழ்ந்து சிந்திக்க வேண்டும். அவனுக்கு உண்மை தெரிந்தால் அது அவனுக்கு என்னென்ன பாதிப்புகளை ஏற்படுத்தும்?' கணவர் கோபத்தை வெளிப்படுத்திக் கொண்டே கூறுகிறார்.

அடுத்ததாக என்ன வரப்போகிறது என்பதற்கான எந்த வழிகாட்டுதலும் இல்லை. நாகேஷ்வர் ராவ் கண்டறிந்தது போல, திருடப்பட்ட குழந்தைகளைத் தேடிக் கண்டுபிடிப்பதற்கு அரசியல் உறுதிப்பாடு எதுவும் இல்லை. காலப்போக்கில் அறவியல் எல்லைகள் மேலும் மேலும் தெளிவற்றவையாகிக் கொண்டிருக்கின்றன. இருப்பினும் வரையறை செய்யப்பட்ட காலத்துக்கு மட்டும் செயல்படும் அறவியல் விதிமுறைகள் அமெரிக்கக் குழந்தை ஒன்று கடத்தி வரப்பட்டு இந்திய சேரியில் வளர்க்கப்பட்டால் அந்த நிகழ்வில் பயன்படுத்தப்படுமா என்பதை சிந்தித்துப் பார்ப்பது பயனுடையதாக இருக்கும்.

தி ஹேக் உடன்படிக்கை அதிகப் பயனுடையதாக இல்லை. அது, கடத்தப்பட்ட குழந்தைகள் அவர்களுடைய உண்மையான பெற்றோரிடம் திருப்பிக் கொடுக்கப்பட வேண்டுமா என்பது குறித்த திட்டத்தைக் கொடுக்கவோ, அந்தப் பெற்றோரைப் பற்றிய எந்த நினைவும் இல்லாத குழந்தைகளை மறுபடியும் இவ்வாறு ஒன்று சேர்ப்பதால் ஏற்படும் தாக்கத்தை ஆராய்ந்து பார்க்கவோ இல்லை. நெதர்லாந்திலுள்ள யுட்ரெக்ட் பல்கலைக்கழகத்தின் மூத்த உளவியல் பேராசிரியர் என்ற முறையில் தத்தெடுப்பை ஆய்வு செய்த ரெனி ஹாக்ஸ்பெர்கென் அந்தச் சிறுவன் இறுதியாக, காலப்போக்கில் அந்தக் கதையைக் கேட்டாக வேண்டும் என்று கூறுகிறார். 'கடத்தப்பட்ட விசயத்தைப் பல்வேறு வழிகளில் சொல்லலாம், ஆனால் இப்போது அல்ல. அதற்கு அவன் இப்போது மிகவும் சிறியவனாக இருக்கிறான்' என்று அவர் ஒரு

மின்னஞ்சல் வழியாக எனக்குத் தெரிவித்தார். அதற்கு இடைப்பட்ட காலத்தில் அமெரிக்கப் பெற்றோர் இந்தியப் பெற்றோருக்கு நட்புக்கரம் நீட்டி அவர்களுடைய துயரத்தைக் குறைக்க உதவுவதற்காக தகவல்களையும் நிழற்படங்களையும் அனுப்ப வேண்டும். அவ்வாறு செய்வது இவன் அதே குழந்தை என்று எல்லோரும் ஒத்துக்கொண்டால் மட்டுமே.

இங்குதான் நிலைமை இன்னும் சிக்கலடைகிறது. நான் சென்னைக்குத் திரும்பி வந்தேன். பூங்கா சந்திப்புக்கு இரண்டு மாதங்களுக்குப் பிறகும் அமெரிக்கத் தம்பதியினரிடமிருந்து எந்த அழைப்பையும் கேட்கவில்லை. தொடர் முயற்சியாக நான் அனுப்பிய மின்னஞ்சல்களையும் அவர்கள் கண்டுகொள்ளவில்லை. சிவகாமாவும் அவருடைய கணவனும் நிலைகுலைந்து இருக்கின்றனர். நீங்கள் அவர்களைச் சந்தித்தீர்கள், அவர்கள் நல்லவர்கள் என்று எங்களிடம் கூறுகிறீர்கள், நீங்கள் எங்களுடைய மகனைப் பார்த்தீர்கள், அப்படியென்றால் அவர்கள் ஏன் எங்களிடம் பேசுவதில்லை? நாகேஷ்வர் ராவ் மன்றாடிக் கேட்கிறார். 'அவன் ஒரு நல்ல வீட்டில் இருப்பது எங்களுக்குத் தெரிகிறது. நாங்கள் அவனைத் திருப்பிக் கேட்பது நடைமுறைக்கு ஒத்ததாக இருக்காது. ஆனால் குறைந்தது அவனைத் தெரிந்துகொள்ளவாவது உதவுங்கள்.'

அவர் அந்த அமெரிக்கர்களுக்கு மற்றொரு மின்னஞ்சல் அனுப்பி வைக்க என்னிடம் வலியுறுத்துகிறார். இது நான் முன்பு கொடுத்த கோப்புறையில் குறிப்பிடப்படாத சில பிறவி அங்க அடையாளங்களையும், ஒரு சிறிய தழும்பையும் விவரித்தது. காலையில் என்னுடைய தகவல்பெட்டியில் (இன்பாக்ஸ்) ஒரு பதிலைப் பார்க்கிறேன். நாகேஷ்வர் ராவ் விவரித்த எந்த அடையாளமும் தன்னுடைய மகனுக்கு இல்லை என்று தத்தெடுத்த தந்தை பதிலளித்திருக்கிறார். 'இத்தருணத்தில் நாங்கள் வேறு எதுவும் செய்யப் போவதில்லை. தயவு செய்து அந்தக் குடும்பத்தினருக்கு எங்கள் இரங்கலைத் தெரிவியுங்கள். அவர்கள் அனுபவித்துக்கொண்டிருக்கும் துயரத்தையும் இந்தப் பதில் எப்படிப்பட்ட அதிர்ச்சியாக இருக்கும் என்பதையும் நாங்கள் புரிந்துகொண்டிருக்கிறோம்' என்று மடலை முடிக்கிறார்.

இந்தத் தகவலை உதவிக் கண்காணிப்பாளர் சங்கரிடம் பகிர்ந்து கொண்டபோது, அவர் அதை நம்பவில்லை. 'அவர்கள் பொய் சொல்லியிருக்கலாம், அல்லது பிறவி அங்க அடையாளங்கள் மறைந்திருக்கலாம். நாங்கள் இரண்டையும் இணைத்துப் பொருத்தியதில் எங்களுக்கு சந்தேகமே இல்லை; எல்லாமே அந்த அமெரிக்கக் குடும்பத்தின் திசையை நோக்கியே சுட்டிக் காட்டுகின்றன' என்று ஆழ்ந்து சிந்தித்துக் கொண்டே கூறுகிறார்.

மேலும், இந்தப் பிரச்சினை விரைவில் முழுமையாகத் தீர்க்கப்பட்டு விடும். கடந்த ஆகஸ்ட் மாதத்தில் தன்னுடைய அலுவலகம் இண்டர்போல் (பன்னாட்டு காவல்துறை) அமைப்பின் வழியாகச் சிறுவனின் இரத்தம், முடி ஆகியவற்றின் மாதிரிகளைக் கேட்டு அனுப்பிய கோரிக்கை அமெரிக்க தலைமை வழக்கறிஞர் அலுவலகத்தைச் சென்றடைந் துள்ளது. அங்கிருந்து, தொடர் நடவடிக்கைக்காக அது அமெரிக்க மத்திய புலனாய்வுத் துறைக்கு (எஃப்பிஐ) அனுப்பி வைக்கப்படும்.

அதிலும் எந்த உத்தரவாதமும் கிடையாது. அமெரிக்க மத்தியப் புலனாய்வுத் துறையின் வேண்டுகோளை எதிர்த்து அந்தத் தம்பதியினர் வழக்குப் பதிவு செய்தால், நல்ல வழக்கறிஞர் ஒருவர் அச்சிறுவன் வளர்ந்து பெரியவனாவதுவரை அந்த வழக்கை நகரவிடாமல் கட்டிப் போடலாம். அத்தருணத்தில் இந்தப் பிரச்சினையில் எந்த முடிவானாலும் அது அந்த இளைஞனுடையதாகத்தான் இருக்கும்.

சுபாஷின் அடையாளம் குறித்த தொடக்க விசாரணைக்கு ஓராண்டுக்குப் பிறகும் அந்த வழக்கு முன்னோக்கி நகரவே இல்லை. இந்தியக் காவல்துறை எப்போதும் மற்றொரு குற்றப் பத்திரிகை தாக்கல் செய்யும் நிலையிலேயே இருக்கிறது. ஆனால் ஒருபோதும் அதைச் செய்து முடிப்பதில்லை. அமெரிக்கக் குடும்பம் மௌனமாக இருக்கிறது. அவர்களைப் பற்றிய தகவல்கள் துளித் துளியாக வருமளவுக்குக் குறைந்துவிட்டது. மதர் ஜோன்ஸ் இணையதளத்தில் வந்த பெயர் குறிப்பிடப்படாத ஒருவரின் ஒரேயொரு கருத்து மட்டுமே அவர்கள் என்ன நினைத்துக்கொண்டிருக்கின்றனர் என்பது குறித்த ஏதாவது அறிகுறியைக் கொடுக்கிறது. அமெரிக்கக் குடும்பத்துக்கு நெருக்க மானவர் என்று கூறிக்கொள்ளும் அந்தக் கருத்துரையாளர் எழுதியது:

> இந்தியக் குடும்பத்தினரிடமிருந்து கிடைத்த முழுமையற்ற தகவல் களின் அடிப்படையில், அந்தக் குழந்தை இப்போது அனுபவித்துக் கொண்டிருக்கும் நிலையான வாழ்க்கையை முடக்க வேண்டாம் என்பது அவனுடைய பெற்றோரின் முடிவு. குழந்தை வளர்ந்து பெரியவனாகும்போது இந்தச் சூழ்நிலையைப் பற்றிச் சொல்வதற்கு அவனைத் தத்தெடுத்துள்ள பெற்றோர் திட்டமிட்டுள்ளனர். அவன் உண்மையைக் கண்டுபிடிக்க அதைப் பின்தொடர விரும்பினால், அவனுடைய முடிவுக்கு அவர்கள் ஆதரவாக இருப்பார்கள் என்பது எனக்குத் தெரியும். இந்தக் குடும்பத்தில் எல்லா முடிவுகளும் தங்கள் மகனின் உளநலத்தின் மீதுள்ள உண்மையான அன்பினால் மட்டுமே எடுக்கப்பட்டுள்ளன, சுய மனநிறைவுக்காக அல்ல. அவர்கள்தாம் இக்குழந்தையை மிக நன்றாக அறிந்தவர்கள். எல்லாத் தகவல்களின்

அடிப்படையிலும் தங்களுடைய மகனுக்கான அன்பார்ந்த விருப்பத் தேர்வுகளைச் செய்வதற்கு அவர்களுக்குத் தடையற்ற உரிமை கொடுங்கள்.

இந்தக் கருத்து வெளியிடப்பட்ட ஒரு மாதத்துக்குப் பிறகு டிஎன்ஏ பரிசோதனை நடக்கப் போவதாக சங்கர் எனக்குத் தெரிவித்தார். பல ஆண்டுகள் வலியுறுத்திய பிறகு அமெரிக்க மத்திய புலனாய்வுத்துறை மாதிரிகளைச் சேகரித்து இந்திய ஆய்வகத்துக்கு அனுப்பி வைத்தது. அதிலிருந்தே காத்திருக்கும் விளையாட்டு தொடங்கியிருக்கிறது. பல ஆண்டுகளாக செய்து முடிக்கப்படாமல் கிடப்பிலிருக்கும் பணிகளை முடிக்கும்வரை, ஆய்வகம் சுபாஷின் அடையாளம் குறித்த கேள்விக்கு அறிவியல்பூர்வமாக இறுதியான பதிலளிப்பதற்குக் காத்திருக்க வேண்டும்.

இருப்பினும், அமெரிக்கக் குடும்பம், தனிப்பட்ட முறையில் காவல் துறை வாதத்தின் உண்மையை உறுதிசெய்வதற்காக – என்னுடைய பங்களிப்புடனோ இல்லாமலோ – இருக்கும் எந்த வழிமுறை மூலமாகவும் நாகேஷ்வர் ராவுடனும் சிவகாமாவுடனும் இதுவரை தொடர்பு ஏற்படுத்திக்கொள்ளவில்லை. தங்களுடைய குழந்தைக்கு அவனுடைய அடையாளத்தை உறுதிபடுத்தும் எந்தப் பிறவி அங்க அடையாளங்களும் இல்லை என்று கூறும் அதே நேரத்தில், வேற்றுமை களை உறுதிபடுத்துவதற்கு எந்த வெளித்தரப்பினரையும் அவர்கள் ஒருபோதும் அனுமதித்தது இல்லை.

ஆனால் நாகேஷ்வர் ராவ் இன்னும் நம்பிக்கையுடனேயே இருக் கிறார். அவர் உயர்நீதிமன்றத்துக்கு அருகிலுள்ள அலுவலகக் கட்டடம் ஒன்றுக்கு நடைப்பயணம் செல்வதை வழக்கமாகத் தொடர்ந்து கொண்டி ருக்கிறார். சென்னையின் சிறந்த வழக்கறிஞர் ஒருவர் தம் வழக்கில் வழக்குரைப்பதற்காக தம்முடைய உடலுழைப்பை மாற்றீடாகக் கொடுக்கிறார். காங்கிரீட் படிகளில் ஏறி அந்தக் கட்டடத்தின் பின்புறத்தில் இருக்கும் அலுவலகத்துக்குச் செல்கிறார். நூற்றுக்கணக்கான வழக்குத் தகவல் குறிப்புகளைக் கோப்புகளாக்கி, கோப்புக் குவியல் களை உருவாக்கிக்கொண்டிருக்கும் சட்ட எழுத்தர்கள் பணிபுரியும் கண்ணாடி சன்னல்களைத் தாண்டிச் செல்கிறார். அவர் தம்முடைய காணாமல் போன மகனின் சார்பில் தாக்கல் செய்த புகார்கள் இந்த ஆவணக் கடலில் எங்கோ ஓர் இடத்தில் புதைக்கப்பட்டிருக்கின்றன.

சுறுசுறுப்பாக இயங்கிக்கொண்டிருக்கும் அந்த அலுவலகத்துக்குள் உறுதியான அடிவைத்து, நடந்து சென்று கண்ணில்பட்ட முதல் எழுத்தரிடம் அமெரிக்காவிலிருந்து ஏதாவது செய்தி வந்துள்ளதா என்று கேட்கிறார்.

சிவகாமாவும் நாகேஷ்வர் ராவும் காணாமல் போன தங்களுடைய மகன் சுபாஷின் நிழற் படங்களைக் கையில் வைத்திருக்கின்றனர். அவன் 1999இல் சென்னை வீதிகளிலிருந்து கடத்திச் செல்லப்பட்டான். சுபாஷ் இப்போது அமெரிக்க மத்திய மேற்கில் ஒரு கிறித்தவக் குடும்பத்தோடு வாழ்வதாகக் காவல்துறையினர் கூறுகின்றனர். அந்த அமெரிக்கக் குடும்பத்தோடு நான் தொடர்புகொள்ள முடிந்தாலும், அவர்கள் அந்தக் குழந்தையின் அடையாளத்தை உறுதிப்படுத்த மறுத்துவிட்டனர். அவனுக்குப் பதினெட்டு வயதாகும் போது அவன் கடத்தலால் பாதிக்கப் பட்டவனாக இருக்கலாம் என்பதை அவனிடம் சொல்லப் போவதாக அவர்கள் கூறுகின்றனர்.

மனிதச் சினைமுட்டைகளை உறைகலவையில் கெடாமல் பாதுகாப்பதற்காக வடிவமைக்கப்பட்ட பூஜ்ய டிகிரிக்கும் குறைவான வைப்பிடப் பெட்டகம். இந்தச் சினைமுட்டை வாளிகள் ஸ்பெயின் நாட்டின் பார்சிலோனாவில் உள்ள இன்ஸ்டிடியூட் மார்கீ என்னும் ஆய்வகத்தின் அடித்தளத்தில் இருக்கின்றன. ஸ்பெயினில் தங்களுடைய சினைமுட்டைகளை விற்பவர்களில் பெரும்பாலானோர் குடியேற்றக்காரர்களும் மாணவர்களும். தங்களுடைய தானத்திற்காக 800 முதல் 1500 டாலர்வரை சம்பாதிக்கிறார்கள்.

5

களங்கமற்றக் கருத்தரிப்பு

க்ரினாஸ் ட்ரொகூடிஸ் பெண்களைப் பற்றி இந்த அளவுக்குத் தெரிந்து வைத்திருக்கிறார்: 'நீங்கள் பணம் ஏதாவது கொடுத்தால் உங்களுக்கு ஏராளமான பெண்கள் கிடைப்பார்கள்' என்று அவர் கூறுகிறார். ட்ரொகூடிஸ் நீங்கள் நினைப்பது போன்ற பொருளில் அதைக் கூற வில்லை. அவர் ஒரு கருவியலாளர். அவருடைய தொழில் மனிதச் சினைமுட்டைகளை[1] அறுவடை செய்வது. அவருடைய தலைமேல் இருக்கும் அடர்ந்த அடுக்கு வெள்ளிநிற முடி அவர் அன்றாடம் அணியும் வெள்ளை நிற ஆய்வக மேலங்கிக்குப் பொருத்தமாக இருக்கிறது. அவருடைய சுவர்களில் வரிசையாக அடுக்கி வைக்கப்பட்டுள்ள மருத்துவப் பட்டயங்கள் அளவுக்கு அவருடைய வரவேற்கும் புன்னகை; எடுத்த எடுப்பிலேயே அவருடைய நோயாளிகளின் கவலையை குறைக்கச் செய்கிறது.

அவர் 1992இல் நாற்பத்தொன்பது வயதான பெண்ணை சோதனைக் குழாய்க் கருத்தரிப்பு (ஐவிஎஃப்) மூலம் கருவுற வைத்துக் கின்னஸ் உலக சாதனைகள் புத்தகத்தில் இடம்பிடித்தார். இந்தச் சாதனை பலமுறை மீண்டும் மீண்டும் பலரால் முறியடிக்கப்பட்டுள்ளது (2008க்குள் எழுபது வயதான இந்தியப் பெண் சோதனைக்குழாய்க் கருத்தரிப்பு மூலம் இரட்டைக் குழந்தைகளைப் பெற்றெடுத்தார்). ஆனால் ட்ரொகூடிஸின் முன்னோடிப்பணி, கருவியல்துறையின் எல்லைகளை விரிவடையச் செய்வதற்குத் தயாராக வைத்திருக்கிறது. இது அவருடைய சொந்த நாடான சைப்ரஸுக்குக் கிடைத்த புகழை உறுதிப்படுத்த உதவியிருக் கிறது. அதிலிருந்து புவியியல், கட்டுப்படுத்தும் அமைப்புகளின் உதாசீனம், உலகளாவிய பொருளாதாரம் ஆகியவற்றின் விசித்திரமான போக்கால் மத்திய தரைக்கடலின் நடுவில் இருக்கும் சின்னஞ்சிறு தீவாகிய இந்த நாடு உலகளாவிய மனிதச் சினைமுட்டைகள் வணிகத்தின் செயல் மையமாக ஆகியிருக்கிறது.

[1] Ovum – ஓவம் என்னும் ஆங்கிலச் சொல்லுக்கு தமிழ் நிகர்சொற்களாக சினைமுட்டை, கருமுட்டை, அண்டம் போன்ற சொற்கள் பெருவழக்கில் உள்ளன. நாம் இந்த மொழிபெயர்ப்பில் சினைமுட்டை என்ற சொல்லையே பயன்படுத்துகிறோம் (ப-ர்).

ஒருவிதத்தில் பார்க்கும்போது, பெண்ணின் சினைப்பைகள் ஓர் உயிரை உலகுக்குக் கொண்டுவரும் ஆற்றலைக் கொண்டிருக்கிறது. அதே நேரத்தில் அவை அறுவடை செய்யப்பட்டு, மிக அதிக விலைக்குக் கேட்பவருக்கு விற்கக் காத்துக்கொண்டிருக்கும் ஏறக்குறைய மூன்று மில்லியன் சினைமுட்டைகளைக் கொண்ட ஒரு தங்கச் சுரங்கமாகவும் இருக்கிறது. ட்ரொகூடிஸ் இதை இரு வழிகளிலும் பார்க்கிறார். அவர் 1981இல் பெடியோஸ் மருத்துவ மையத்தைத் தொடங்கியது முதல் சினைமுட்டை தானம் செய்வோரின் கிட்டத்தட்ட எல்லையற்ற வழங்குதலோடு பணியாற்றிக் கொண்டிருக்கிறார். தானமளிப்பவர்களில் பெரும்பாலானோர் ஒப்பீட்டளவில் ஏழைகளான, சைப்ரஸில் பிறக்காத குடிமக்கள். சினைமுட்டைகளைத் தானமளிப்பதற்காக அவர்கள் பெற்றுக்கொள்ளும் பணம் அவர்களுடைய வருமானத்துக்கு ஒரு முக்கியமான மற்றொரு ஆதாரம். அவர் தோள்களை அசைத்துக் கொண்டே கூறுகிறார், 'வருமானம் தாழ்ந்த அளவில் இருக்கும் பகுதி களில் தானமளிப்பவர்கள் கிடைக்கிறார்கள்.' ஒரு தீவு நாட்டுக்குரிய மிக உயர்ந்த செலவும் குறைந்த ஊதியம் பெறும் அதிகமான குடியேறி களும் உள்ள சைப்ரஸ், பணப் பஞ்சத்தில் இருக்கும் தானமளிப்பவர் களுக்கு மிகவும் பொருத்தமான அடைகாக்கும் கருவி.

சோதனைக்குழாய்க் கருத்தரிப்போடு, சினைமுட்டையைப் பதியமிடும் ஒரு ஒட்டுமொத்த சேவைகளுக்காக சைப்ரஸில் 8,000த்திலிருந்து 14,000 டாலர்வரை செலவாகிறது. இது மேலை நாடுகளில் மிகவும் குறைந்த செலவாகும் இடத்தைவிட ஏறக்குறைய 30 விழுக்காடு குறைவாகும். அதைவிடவும் முக்கியமானது தானமாகப் பெற்ற சினைமுட்டைகளைக் கருப்பையில் பொருத்த இரண்டு வாரங்களுக்கு மேல் காத்திருப்பது மிகவும் அரிதானது. இது ஐக்கிய இராச்சியத்திலிருந்து வருபவர்களுக்கு ஒரு நற்பேறாகும். ஏனெனில் அங்கு யாரெல்லாம் சினைமுட்டைகளை தானம் செய்யலாம் என்பதில் கடுமையான கட்டுப்பாடுகள் இருப்பதால் காத்திருப்போர் பட்டியல் இரண்டு ஆண்டுகளைத் தாண்டியிருக்கும். இந்த ஆண்டு அவருடைய நோயாளி களில் மூன்றில் ஒரு பங்கினர் வெளிநாடுகளிலிருந்து வந்தவர்கள்; எதிர்காலத்தில் அதை இரட்டிப்பாக்க முடியும் என்று நம்புகிறார்.

'உங்களிடம் தானமளிப்போர் இருந்தால் உங்களிடம் எல்லாமே இருக்கிறது' என்று அவர் கூறுகிறார்.

கடந்த பத்து ஆண்டுகளில் மனிதச் சினைமுட்டைகளுக்கான உலகளாவிய தேவை மேலும் மேலும் விரைவாக வளர்ந்து வருகிறது. பல பில்லியன் டாலர் பூதமாக வளர்ந்துள்ள கருவளத் தொழிலின்

வளர்ச்சியோடு சினைமுட்டைகளுக்கான தேவையின் வளர்ச்சியும் பின்னிப் பிணைந்திருக்கிறது. சோதனைக்குழாய்க் கருத்தரிப்பு அறிமுகப் படுத்தப்பட்டு முப்பது ஆண்டுகளுக்குப் பிறகு ஒவ்வோர் ஆண்டும் உத்தேசமாக **2,50,000** சோதனைக்குழாய்க் குழந்தைகள் பிறக்கின்றன. அதில் மிகப் பெரும்பாலானவை இரத்த உறவுடைய தாயின் சினை முட்டையில் இருந்தே உருவாக்கப்படுகின்றன. என்றாலும், அதிக வயதான, சில நேரங்களில் மாதவிடாய் நின்றபின் தாய்மையடைய விரும்பும் பெண்கள் மனிதச் சினைமுட்டைகளுக்கான, வணிகத்தின் விரைவான வளர்ச்சிக்குத் தீனி போட்டுள்ளனர். இதுவே சட்டத்துக்கு உட்பட்டதா என்ற கேள்வியை எழுப்பியிருக்கிறது. இந்த வணிகம் ஆசியாவிலிருந்து அமெரிக்கா வரையிலும் லண்டன், பார்சிலோனா ஆகியவற்றின் மிக அதிக செல்வ வளமுடைய பகுதிகளிலிருந்து ரஷ்யா, சைப்ரஸ், லத்தீன் அமெரிக்கா ஆகியவற்றின் ஒதுக்குப்புறமாக இடங்கள் வரையிலும் இப்போது சென்றடைந்திருக்கிறது.

இந்த வணிகம் நல்லெண்ணமுடைய மருத்துவர்களுக்குப் பக்கத்தில் உடலுறுப்புகளைச் சேர்த்துப் பொருத்தும் போலிகள், நம்பிக்கை இழந்த பெற்றோர், வாய்ப்பற்ற தொழில்முனைவோர் ஆகியோரைச் சிறப்பியல்புகளாகக் கொண்டுள்ளது. அவர்கள் எல்லோருமே மூலப்பொருட்களுக்கான ஒரே ஆதாரத்துக்காகப் போட்டியிடு கிறார்கள்: குழந்தை பெறும் வயதிலுள்ள பெண்களுக்காக. இந்த வணிகம் ஒழுங்கமைக்கப்பட்டிருந்தாலும் அது ஒரே சீராக ஒழுங்கமைக்கப் படவில்லை. ஒவ்வொரு நாடும் உள்நாட்டுச் சந்தையைக் கட்டுப்படுத்த முயலும்போது, மலிவான விமானக் கட்டணமும் கட்டற்ற பன்னாட்டு வழிகாட்டு நெறிமுறைகளும் ஆபத்தான, அறமற்ற முறையில் ஆதாரங்களைப் பெறுவது ஒரு கடவுச்சீட்டை வாங்கும் அளவுக்கு எளிதாக ஆக்கியிருக்கிறது. இன்று ஏழ்மையில் இருக்கும் நாடுகளிலுள்ள ஏழைப் பெண்கள் தங்களுடைய சினைமுட்டைகளை தொழில் முனைப்புள்ள மருத்துவர்களுக்கு விற்கின்றனர். மருத்துவர்கள் பிறகு அவற்றைச் செல்வந்த நாடுகளிலிருந்து நம்பிக்கையுடன் வரும் பெறுநர் களுக்கு விற்கின்றனர். இது சில வியப்பூட்டும் அறவியல் சிக்கல்களை எழுப்பியுள்ளது: ஒரு பெண்ணுக்கு ஸ்டீராயிடுகளை ஊசிமூலம் செலுத்தி, விற்பனைக்காக அவருடைய சினைமுட்டைகளை உருவாக்கி அவரை ஒரு கோழியைப் போல நடத்துவது உண்மையில் சரிதானா? ஒரு எந்திரத்தில் உள்ள பால்பியரிங்குகளை (குண்டுப் பொதிகை) உற்பத்தி செய்வதற்கு நாம் பயன்படுத்தும் தரநிலைகள், உயிரின் மரபியல் சார்ந்த கட்டுமானக் கூறுகளுக்கும் அவற்றைச் சினைப்பையில் சுமக்கும் பெண்களுக்கும் பொருந்தக்கூடியவையா? மனிதச் சினைமுட்டை ஒரு

கருவியாகவும் தானமளிப்பவர் அதில் பொருந்தக்கூடிய சக்கரப் பல்லாக மட்டுமே இருக்கிறாரா?

வாய்ப்புக்கேடாக, கிட்டத்தட்ட முழு மேற்கத்திய உலகும் அறவியல் சிக்கல்களின் மீதுள்ள ஊசலாட்டத்தில் பந்தயம் கட்டியுள்ளன. இஸ்ரேல் போன்ற சில நாடுகள் தங்கள் எல்லைகளுக்குள் சினைமுட்டை அறுவடையைத் தடைசெய்துள்ளன. இருப்பினும், அவை தங்கள் குடிமக்கள் பிற நாடுகளிலிருந்து தானமாகப் பெறப்பட்ட சினைமுட்டைகளால் சோதனைக்குழாய்க் கருத்தரிப்பு செய்வதற்கு ஆகும் செலவை ஈடு செய்கிறது.

அமெரிக்கன் சொஸைடி ஆஃப் ரீபுரொடக்டிவ் மெடிசின் (அமெரிக்க இனப்பெருக்க மருத்துவ சங்கம்) இழந்த ஊதியத்துக்கும் பயணத்துக்கும் கொடுக்கும் இழப்பீட்டைத் தாண்டி பிற எந்தப் பணவழங்கலும் அறவியலுக்கு எதிரானது என்று கருதப்படும் என்ற கட்டுப்படுத்தாத வழிகாட்டுதலைக் கொடுத்திருக்கிறது. இருப்பினும் அமெரிக்கச் சட்டம் சினைமுட்டை தானம் பற்றி எதையும் கூறவில்லை. ஐரோப்பிய ஒன்றியத்தின் பிற பகுதிகளில் உள்ளது போலவே சைப்ரஸிலும் 'இழப்பீடு அனுமதிக்கப்படுகிறது. ஆனால் பணம் வழங்கல் அனுமதிக்கப் படவில்லை' என்று கூறுகிறார் சைப்ரஸ் சுகாதார அமைச்சக அதிகாரியான கரோலின் ஸ்டைலியானோ. சைப்ரஸ் தீவின் கருவள மருத்துவ மையங்களைக் கட்டுப்படுத்தும் பொறுப்பில் இருப்பவர் இவர். ஆம், மனிதச் சினைமுட்டை வணிகம் அது தோற்றுவிக்கும் எண்ணத்தைப் போலவே இருண்டு இருக்கிறது.

இந்தப் புதிர் எல்லாம் பரந்த வீச்சுள்ள விலைகளையும் கிடைக்க முடிந்த சேவைகளையும் கொடுக்கின்ற சுறுசுறுப்பான சந்தையை உருவாக்குவதற்கு உதவியுள்ளது. அமெரிக்காவில் தான சினைமுட்டை, ஆய்வகப் பணி, சோதனைக்குழாய்க் கருத்தரிப்புச் செயல்முறைகள் ஆகியவற்றோடு கிடைக்கும் முழுமையான சினைமுட்டை பதிக்கும் சிகிச்சைக்கு 40,000 டாலருக்கும் அதிகமாக செலவு ஆகிறது. சைப்ரஸில் கிடைக்கும் பணச்சேமிப்பு உலகின் எல்லாப் பகுதிகளிலிருந்தும் மக்களைக் கொண்டு வருவதற்குப் போதுமான ஊக்குவிப்பாகும். சினைமுட்டை விற்பவர்களைப் பொறுத்தவரை (அல்லது நீங்கள் விரும்பினால், தானமளிப்பவர்கள்) விலை உண்மையில் இடத்துக்கு ஏற்ப பலவிதமாக உள்ளது. ஓர் அமெரிக்கப் பெண் ஒரு தொகுதி சினைமுட்டைக்கு சராசரியாக 8000 டாலர் பெறுகிறார். ஆனால் அவர் தடகள விளையாட்டு வீரரின் உறுதியான உடலமைப்புள்ள, பல்கலைக் கழக விளையாட்டுக் குழுவின் ஒரு பட்டதாரி உறுப்பினராக இருந்தால்

50000 டாலருக்கும் அதிகமாகக் கேட்கலாம். அமெரிக்காவில் சந்தை மிகவும் வெளிப்படையாக உள்ளது. மருத்துவசேவை தேவைப்படுபவர் களின் பார்வைக்காக தானமளிக்கக்கூடியவர்கள் தங்களுடைய தன்விவர அறிக்கைகளை இணையத்தில் வெளியிடுகிறார்கள். அமெரிக்காவில், கல்லூரி அனுமதிக்கான தரப்படுத்தப்பட்ட நுழைவுத் தேர்வான சாட்டில் கிடைக்கும் நூறு புள்ளி அதிகரிப்பு, சினைமுட்டை விலையில் அதற்கு ஒப்பாக ஏறக்குறைய 2350 டாலர் விலை அதிகரிப்பைப் பெற்றுத் தருகிறது. அதற்கு மாறாக, உக்ரேன் நாட்டில் உள்ள கீவ் நகரில் முன்னேற்பாடாக ஹார்மோன்கள் இரகசியமாக செலுத்தப்பட்டு, சினைமுட்டை எடுக்கப்படுவதற்காக சைப்ரஸுக்கு விமானத்தில் அனுப்பி வைக்கப்பட்டு, பிந்தைய மருத்துவப் பராமரிப்பு கொடுக்காமலேயே சொந்த நாட்டுக்கு அனுப்பி வைக்கப்படும் கல்வி யறிவற்ற உக்ரேன் நாட்டைச் சேர்ந்த ஒரு பெண், தன்னுடைய ஒரு தொகுதி சினைமுட்டைகளுக்கு சில நூறு டாலரை மட்டுமே பெறுகிறார்.

பிற பன்னாட்டுத் தொழிலையும் போல நடத்தப்படும் இந்த வணிக நிறுவனங்கள், போட்டியில் பிறரைவிட சாதகமான நிலையை அடைவதற்காக, வெவ்வேறு விதமான சட்ட அதிகார எல்லைகள், வருமான வேறுபாடுகள், உள்ளூர் அறவியல், வாழ்க்கைத் தரம் ஆகிய வற்றை முழு அளவில் சொந்த நலனுக்காகப் பயன்படுத்திக்கொள் கின்றன. யூரோப்பியன் சொஸைடி ஆஃப் ஹியூமென் ரீபுரொடக்சன் அண்ட் எம்பிரியாலஜி (மனித இனப்பெருக்கம், கருவியல் ஆகியவற்றுக் கான ஐரோப்பியச் சங்கம்) அமைப்பின் கருத்துப்படி ஒவ்வோர் ஆண்டும் ஐரோப்பாவிலுள்ள இருபத்தையாயிரம் பேருக்கும் அதிக மானவர்கள் கருத்தரிப்பு மருத்துவத்துக்காக எல்லைகளைத் தாண்டிப் பயணிக்கிறார்கள். கொள்கையளவில் மனிதச் சினைமுட்டைகளுக்கான வணிகச் சந்தை அறவியல்படி செயல்பட முடியும் என்றாலும், இப்போதைய பன்னாட்டு அமைப்பு சினைமுட்டை தானமளிக்கும் வாய்ப்புள்ள, பாதுகாப்பற்ற குறிப்பிட்ட மக்கள் திரளைக் குறிவைத்துச் செயல்படுகிறது; உண்மையில் இரு வகுப்பு மக்களை உருவாக்குகிறது: சதையை விற்பவர்கள், அதைப் பெறுபவர்கள்.

இரத்தம் கொடுப்பதைப் போலன்றி சினைமுட்டையைத் தானம் செய்வது ஒரு நீண்ட வேதனையான செயல்முறை. அதற்குக் குறைந்தது இருவார ஹார்மோன் தூண்டுதல் தேவைப்படுகிறது. அதற்குப்பின் அறுவை சிகிச்சைமூலம் சினைமுட்டை எடுக்கப்படுகிறது. சிறுநீரகத்தை விற்பதுபோலவே இதையும் யாரும் லேசாக எடுத்துக்கொள்வதில்லை. அவர்கள் பொதுவான அறுவை சிகிச்சை, மயக்க மருந்து ஆகியவற்றின் ஆபத்துகளையும் வலியையும் சில நேரங்களில் மரணத்தையும்

மருத்துவர் க்ரினாஸ் ட்ரொகூடிஸ் சைப்ரஸ் நாட்டிலுள்ள நிகோசியாவில் ஒரு புகழ்பெற்ற கருவள மருத்துவ மையத்தை நடத்துகிறார். அது சினைமுட்டை பதியமிடுதலுக்காக வெளிநாடுகளிலிருந்து வாடிக்கையாளர்களை ஈர்க்கிறது. சைப்ரஸிலிருக்கும் பிற மருத்துவ மையங்கள் உக்ரேனிலிருந்தும் ரஷ்யாவிலிருந்தும் தானமளிப்பவர்களை, அவர்களுடைய மரபணுப் பொருட்களை அறுவடை செய்வதற்காக, விமானங்களில் அழைத்து வருகின்றன. சினைமுட்டை விற்பனையாளர்கள் அவர்கள் செலவழித்த நேரத்துக்காகவும் அனுபவித்த சிரமங்களுக்காகவும் உத்தேசமாக 1000 முதல் 1500 டாலர்வரை சம்பாதிக்கிறார்கள்.

ஏற்படுத்தக்கூடிய ஹார்மோன் ஊசிகளின் பக்கவிளைவுகளையும் தாங்கிக்கொள்கிறார்கள். அப்படியிருந்தும் இந்தச் செயல்முறை உலகெங்கிலும் கட்டுப்பாடற்ற முறையில் பிரபலமாய் இருக்கிறது. தொடர்ந்து வளர்ந்துகொண்டிருக்கும் சினைமுட்டைகளுக்கான தேவை, தங்களுடைய சினைமுட்டைகளை முன்பின் தெரியாதவர்களுக்கு இலவசமாக, தங்களுடைய நல்லெண்ணத்தினால் மட்டுமே தானமளிக்க விரும்பும் தன்னலமற்ற தனிமனிதர்களின் அளிப்பைவிட அதிகமாக இருக்கிறது.

எனினும் சினைமுட்டை தானத்தைச் சூழ்ந்திருக்கும் இப்போதைய மருத்துவ அறவியல், தன்னலமற்ற தானங்களை மட்டும் ஏற்றுக் கொள்ளக் கூடிய தரநிலையாகக் கருதுகிறது. இது ஒழுங்குமுறைப்படுத்துபவர்களைத் தற்காத்துக்கொள்ள முடியாத நிலையில் வைத்து விடுகிறது. ஒருபுறம் ஐரோப்பாவிலும் அமெரிக்காவிலும் உள்ள அதிகாரிகளுக்குக்

கருத்தரிப்பு வணிகம் வளர்வதையும் செழிப்படைவதையும் ஊக்குவிக்கப் பெரும் எண்ணிக்கையிலான தானமளிப்பவர்கள் தேவைப்படுகின்றனர். மறுபுறம், அவர்கள் அந்த வணிகத்தை, மக்கள் தங்களுடைய சினைமுட்டையைத் தானமாகக் கொடுக்க வைப்பதற்கான எல்லா வித ஊக்குவிப்புகளையும் கட்டுப்படுத்தும் தன்னலமற்ற அமைப்பின் அடிப்படையில் உருவாக்க விரும்புகின்றனர்.

ஒருவர் தம்முடைய சினைமுட்டையைக் கொடுக்க ஊக்குவிப்பது எது என்ற கோணத்தில் பார்த்தால், இழப்பீடு பெறுதல், பணம் பெறுதல் ஆகிய சொற்களுக்கு இடையில் அதிக வேறுபாடு இல்லை. ஒரே வேறுபாடு இதில் ஒன்று குறைந்த விலையாக மாறும். இந்தக் குறைந்த பணப் பட்டுவாடாக்கள்கூட மிகுந்த ஏழ்மையில் இருக்கும் அல்லது நம்பிக்கையிழந்த நிலையில் இருக்கும் மக்களுக்கு ஊக்குவிப்புகளாகவே செயல்படுகின்றன. ஒழுங்குமுறையாளர்களின் நோக்கம் நல்லதுதான்; ஆயினும், அவர்கள் உண்மையில் கருவள மருத்துவ மையங்கள் மூலப்பொருட்களைப் பெறுவதற்காக, மானியம் கொடுத்து, அவர்களுடைய தொழிலை ஏழைகளின் முதுகுக்குப் பின்னால், ஏழைகளின் கருப்பைகளிலிருந்து பெரு வளர்ச்சியடைய அனுமதித்துள்ளனர். இந்த உறவு பரஸ்பரப் பரிமாற்றமாக இருப்பதில்லை.

சைப்ரஸ் ஐரோப்பிய ஒன்றியத்தில் இணைந்த அண்மைக்கால உறுப்பினர். அந்நாடு மனிதச் சினைமுட்டைகளுக்கான அதனுடைய உள்நாட்டுச் சந்தையை அதிகக் கட்டுப்பாடுகளால் தானமளிப்பைக் குறைத்துக் கட்டுக்குள் கொண்டுவருவதா அல்லது வணிகத்தைத் தாராளமயமாக்கி, பணம் கொடுத்து பெரிய தானமளிப்பவர் தொகுப்பை உருவாக்குவதற்கு கதவைத் திறந்துவைப்பதா என்பதற்கு இடையே ஓர் இக்கட்டான சூழலில் நிற்கிறது. ஒரு விதத்தில் இந்தத் தீவுநாடு சதை வணிகத்தின் எதிர்காலத்துக்கு ஒரு லிட்மஸ் சோதனை. ஐரோப்பிய ஒன்றியத்தில் இல்லாத ரஷ்யா, உக்ரேன் போன்ற நாடுகளிலுள்ள மருத்துவ மையங்கள் அவர்களுடைய கிட்டத்தட்ட ஒழுங்குபடுத்தப்படாத சினைமுட்டை வணிகத்தை, பன்னாட்டுச் சந்தைகளில் விளம்பரம் செய்துகொண்டிருக்கின்றன. ஆனால் ஐரோப்பிய ஒன்றியம் என்னும் வணிகப்பெயர் இல்லாததால் சிலரே கருவளச் சிகிச்சைகளுக்காக அங்குச் செல்ல விரும்புகின்றனர். அதற்கும் அப்பாலுள்ள இந்தியா போன்ற நாடுகளில் ரொக்கமாகப் பணம் கொடுத்து தானமளிப்பவர்களைத் திரட்டுவதில் எந்தச் சிக்கலும் இருப்பதுபோலத் தோன்றவில்லை. கட்டுக்கடங்காத மேற்கு அமெரிக்கா (வைல்ட் வெஸ்ட்) பழங்காலத்தில் பெரும் செல்வத்தை அள்ளி வழங்கியது போல, மனிதச் சினைமுட்டைகளை சைப்ரஸ் வழங்குகிறது. அதோடு, நிறைவான

வணிகத் தளத்தையும் உயர்தர மருத்துவத்தையும் (வெள்ளை நிறக் குழந்தைகளையும்) வழங்குகிறது என்ற நற்பெயரையும் சைப்ரஸ் பெற்றுள்ளது.

தனிமனித அளவில் வேறெந்த நாட்டையும்விட சைப்ரஸில் அதிகமான கருவள மருத்துவ மையங்கள் உள்ளன. இது சைப்ரஸை இந்தக் கோளின் மிக அதிகமான மனிதச் சினைமுட்டை அறுவடை செய்யப்படும் இடங்களில் ஒன்றாக்கிவிட்டது. உரிமம் வழங்கப்பட்டிருந்தாலும் இல்லாவிட்டாலும் அவை சோதனைக்குழாய்க் கருத்தரிப்போடு பலவகை கருத்தரிப்பு சேவைகளையும் வழங்குகின்றன. அவை பிற இடங்களில் குறிப்பாக, தடை செய்யப்பட்ட குழந்தையின் பால்வகையைத் தேர்வு செய்வது போன்ற சேவைகளையும் வழங்குகின்றன. இங்குள்ள கருவள வணிகம் சட்டத்துக்குப் புறம்பான, இரகசிய நிழலுலகப் பணப் பரிமாற்றங்களை மனிதத் திசுவின் வணிகமயமாக்கத்தோடு ஒன்றறக் கலக்கிறது. இஸ்ரேலிலிருந்தும், ஐரோப்பாவிலிருந்தும், உலகெங்கிலுமிருந்தும் மக்கள் இங்கு வருகிறார்கள். குழந்தை தேவைப்படும் தம்பதியருக்கு இங்குத் தள்ளுபடி விலையில் உதவி கிடைக்கிறது. ஏழைப்பெண்கள் தங்களுடைய சினைமுட்டைகளுக்கான சந்தையையும் இங்குக் கண்டறிய முடியும். சைப்ரஸ் தேவை-வழங்கல் சமன்பாட்டின் இரு பக்கங்களையும் தன் நலனுக்காகப் பயன்படுத்திக் கொள்ளும் மனிதச் சினைமுட்டைச் சந்தை. பன்னாட்டுமயமாக்கம் உள்ளூர் ஒழுங்குமுறையைக் கேலிக்குரியதாக்கியிருக்கிறது.

மிக முனைப்பான கருவள மருத்துவ மையங்கள் பட்டப்பகலில் செயல்படும் நேர்மையற்றவர்களால் நடத்தப்படுகின்றன. உலக அமைப்பு அல்லது தேசிய அமைப்புகளில் ஒன்று தங்களுடைய உறுப்பினர் தகுதியை விலக்கிக்கொள்ளலாம் என்ற கருத்தையே அவர்கள் ஏளனம் செய்கிறார்கள். ஒழுங்குமுறையாளர்கள் பல்லில்லா நாய்கள். தேசிய, மாநில மருத்துவ சங்கங்களும் வாரியங்களும் கருக்கலைப்பு அரசியல் குறித்த விரும்பத்தகாத எண்ணத்தை உருவாக்கினால் மட்டுமே பிரச்சினையில் ஆர்வம் காட்டுகின்றன. பன்னாட்டளவில் எவ்வளவோ இடங்கள் இருந்தும் சைப்ரஸ் இந்தப் பங்கை எடுத்துக் கொண்டிருக்கிறது. இந்த ஆபத்தான நிகழ்வு, நம்ப முடியாத அளவுக்குச் சிக்கலானது. 'மனிதக் கருமுளையத்திற்குரிய ஸ்டெம் செல் ஆய்வுகள் செய்வதற்கு தென்கொரியா ஆயத்தமாக இருப்பதைப் போல சைப்ரஸ் கவனமாக நடத்தப்படும் இனப்பெருக்க மையமாக இருக்கத் தயாராக இல்லை' என்று அமெரிக்கன் ஜர்னல் ஆஃப் பயோ எதிக்ஸ் என்னும் ஆய்விதழின் தலைமை ஆசிரியரான க்லென் மாக்கீ ஒரு மின்னஞ்சலில் எழுதுகிறார்.

ட்ரொகூடிஸ் போன்ற சைப்ரஸ் நாட்டு அறுவை சிகிச்சை வல்லுநர்கள் தங்களுடைய மருத்துவ மையங்களைத் தொடங்கிய காலத்திலிருந்தே

மருத்துவத்தின் பரப்பெல்லைகளை விரிவாக்கும் விருப்பத்துடன் இருந்துள்ளனர். ஆனால் சில நேரங்களில் அவர்கள் தேவைக்கும் அதிகமாக முன்னோக்கிச் செல்கின்றனர். International IVF & PGD Centre என்று பிரமாதமாகப் பெயர் சூட்டப்பட்ட மையத்திற்கு ஓர் எடுத்துக் காட்டு. அது அம்பலப்படுத்தப்பட்ட பல இரகசியங்களுக்கும் காவல் துறைப் புலன்விசாரணைகளுக்கும் காரணமாக இருந்துள்ளது. அந்த மருத்துவ மையம் **1996**இல் நிறுவப்பட்டது. இஸ்ரேலில் பணம் கொடுத்துப் பெற்ற மனிதச் சினைமுட்டை தானங்கள் உள்நாட்டளவில் தடை செய்யப்பட்டபோது, கருத்தரிப்புச் சிகிச்சை தேவைப்பட்ட இஸ்ரேலியர்கள் சென்று சேர வேண்டிய இடமாக அது விளங்கியது. உள்ளூரில் பெட்ரா மருத்துவ மையம் என்று அறியப்பட்ட அந்த மருத்துவ மையத்தை ஸைகி, மரோனி ஆகிய மீன்பிடிக் கிராமங்களுக்கு இடையிலுள்ள மிகவும் குறைவாகப் பயன்படுத்தப்பட்ட கடற்கரை சாலையில் காணலாம். குளிர்கால நாட்களில் கடுங்குளிர் காற்றும் உப்புக் காற்றும் அந்தப் பழைய, பழுதடைந்த வளாகத்தைத் தொடர்ந்து தாக்கும்போது அந்த இடம் வாழ்க்கையை தொடங்குவதற்கு ஏற்ற ராசியான இடம் போலத் தோன்றவில்லை.

சிகாகோவைத் தலைமையிடமாகக் கொண்ட ரிபுரொடக்டிவ் ஜெனிடிக் இன்ஸ்டிடியூட்டின் (இனப்பெருக்க மரபியல்சார் நிறுவனம்) துணை நிறுவனம்தான் பெட்ரா மருத்துவ மையம். அதன் நிறுவனரும் முன்னாள் உரிமையாளரும் யூரி வெர்லின்ஸ்கியின் மகனுமான ஒலெக் வெர்லின்ஸ்கியிடம் ஒரு நாளுக்கு முன்பு நான் தொலைபேசியில் பேசினேன். யூரி 2009இல் மரணமடைந்தார். அவருடைய உடைமைகள் அவருடைய உயில் உறுதிப்படுத்தப்படுவதற்கான காலம் முடியாமல் கட்டுண்டுக் கிடப்பதால் தற்சமயத்திற்கு தொழிலை ஒலெக் நடத்து கிறார். அதில் துருக்கி, ரஷ்யா, கரிபிய நாடுகள், அமெரிக்காவில் பல இடங்கள் ஆகியவற்றில் உள்ள பெட்ராவின் கிளைகளும் அடங்கும். ஒரு அவசரத் தொலைபேசி அழைப்பில் அவர், பெட்ரா அடிப்படையில் ஒரு கருவள மருத்துவ மையம் அல்ல என்றும் அது சினைமுட்டை தானம் உள்ளிட்ட கருத்தரிப்பு தொடர்பான சேவைகளை வழங்குகிறது என்றும் என்னிடம் தெரிவித்தார். நான் அந்த மருத்துவ மையத்தைச் சென்று பார்க்க அனுமதிக்க இயலாது என்றும், அது அரிதான இரத்தக் கோளாறுகளுக்குத் தனிப்பட்ட சிகிச்சை அளிக்கப் பயன்படுத்தப் படுகிறது என்றும் கூறினார்.

அது என்னை வியப்புக்குள்ளாக்கியது. அந்த மருத்துவ மையத்தின் இணையதளம் மற்றொரு கதையைக் கூறியது. எடுத்துக்காட்டாக, 2010 பிப்ரவரி மாதத் தொடக்கத்தில் அது பெரும் எண்ணிக்கையிலான

ரஷ்யர்களும் உக்ரேனியர்களும் அடங்கிய சினைமுட்டை தானம் வழங்கியவர்களைப் பட்டியலிட்டது. மருத்துவ மையம் இருக்கும் இடத்தில் இரண்டு அல்லது மூன்று நாட்கள் என்ற குறுகிய காலத்துக்கே இருக்க வேண்டும். ஹார்மோன் மருந்தளவுகளை வெளிநாட்டு மருத்துவ மனைகளில் பெறுகிறார்கள். அதன்பின் சைப்ரஸில் அவர்களுடைய சினைமுட்டைகள் அறுவை சிகிச்சை மூலமாக எடுக்கப்பட்ட பிறகு அவர்கள் தங்களுடைய நாட்டுக்கு விமானம் மூலம் அனுப்பி வைக்கப் படுகிறார்கள். பட்டியலில் நிழற்படங்கள் கிடையாது. ஆனால் அது விவரங்களை விளக்கமாகத் தெரிவித்தது. ஒரு பதிவு இவ்வாறு இருந்தது:

எண் 17பி. உக்ரேனியன், உயரம் 175, எடை 59 கிகி, இரத்த வகை பி+, முடிநிறம்: சிவப்பு கலந்த பழுப்புநிறம், கண் நிறம்: பழுப்பு, கல்வி: பல்கலைக்கழகம், தொழில்: கலைஞர், வயது: 23, வந்து சேர்ந்த நாள்: பிப்ரவரி 2, 2010, உத்தேச சினைமுட்டை அகற்றும் நாள்: பிப்ரவரி 5 முதல் 7.

கருவளச் சுற்றுலா என்றால் வழக்கமாக நோயாளிகள் சிகிச்சைக்காக செலவு குறைந்த இடங்களுக்கு அனுப்பி வைக்கப்படுவார்கள். ஆனால் ரிபுரொடெக்டிவ் ஜெனிடிக் இன்ஸ்டிடியூட் சைப்ரஸை பிற இடங் களுக்குச் செல்ல வசதியான மையமாகப் பயன்படுத்தி, அதை இஸ்ரேல், அமெரிக்கா, இங்கிலாந்து, ஸ்பெயின், இத்தாலி ஆகிய நாடுகளிலிருந்து வரும் வாடிக்கையாளர்களுக்கும் ரஷ்யாவிலிருந்தும் உக்ரேனிலிருந்தும் வரும் சினைமுட்டை விற்பனையாளருக்கும் ஏற்ற சட்டவரம்புகளுக்கு உட்படாத பகுதியாக, தவறான முறையில் பயன்படுத்துகிறது. இந்தப் புதுமையான வழிமுறையால் எந்த உள்ளூர் சைப்ரஸ் நாட்டவரும் மருத்துவ மையத்தின் சுவர்களுக்குள் என்ன நடக்கிறது என்பதைப் பார்த்துத் தெரிந்துகொள்வதற்கான தேவையே இல்லை. தானமளிப் பவர்களுக்கு ஏற்படக்கூடிய பெரும்பாலான உடல்நலச் சிக்கல்கள் அவர்கள் தங்களுடைய நாட்டுக்குத் திரும்பிச் சென்ற பிறகுதான் வெளிப்படும்.

வெர்லின்ஸ்கியின் மறுப்புக்குப் பிறகும், நானே காரை ஓட்டிக் கொண்டு பெட்ரா மருத்துவ மையத்தைப் பார்க்கப் போகிறேன். சிவப்புச் செங்கல் சுவர்களில் சிலுவைகளும் தண்ணீரை வெளியேற்றிக் கொண்டிருந்த பல உருவங்களும் இருந்த அந்தக் கட்டடம் அரை குறையாகப் புனரமைக்கப்பட்ட பழைய துறவியர் மடம் போலத் தோன்றியது. அதன் ரஷ்ய நிர்வாகியான கலினா ஐவனோவினா என்னை வரவேற்றார். தொடக்கத்தில் அவர் என்னிடம் பேசத் தயங்கினார். பத்திரிகையாளர்கள் அந்த மருத்துவ மையத்தை வேண்டுமென்றே

மோசமாக உருவகப்படுத்திவிட்டனர் என்று கூறினார். பல ஆண்டு களாக லண்டனிலிருந்து வெளிவரும் பல செய்தித்தாள்கள் இந்த மருத்துவ மையம் தங்களுடைய தானமளிப்பவர்களைப் பாதுகாப்பான அளவைவிட அதிகமான சினைமுட்டைகள் உற்பத்தி செய்வதற்காகத் திட்டமிட்டு, அவர்களுக்கு மிகையான ஊக்க மருந்துகளைக் கொடுக் கிறது என்று தெரிவித்திருந்தன. இவ்வாறு செய்வதால் ஒரு தொகுதி சினைமுட்டைகளைப் பல நோயாளிகளுக்குப் பிரித்துக் கொடுக்க முடியும். சினைமுட்டைத் தொகுதிகளைப் பிரிப்பதன் மூலமாக, அவர்கள் நடத்தும் ஒவ்வொரு சினைமுட்டை சுழற்சிக்கும் அந்த மருத்துவ மையம் பல மடங்கு இலாபத்தைச் சம்பாதிக்க முடியும். ஆனால் பெரிய தொகுதிகள் பெரும்பாலும் உயர்தர சினைமுட்டைகளை உற்பத்தி செய்ய முடியாததால் வெற்றி விகிதம் குறையும் வாய்ப்பு இருக்கிறது. இன்டிபென்டென்ட் இதழில் வெளிவந்த ஓர் அறிக்கை அந்த மருத்துவ மையம் சட்டத்துக்குப் புறம்பான பாலினம் தேர்வு செயல்முறைகளை வழங்குகிறது என்பதையும் தெரிவித்தது. 2006இல் கார்டியன் இதழில் வந்த ஒரு கட்டுரை மாஸ்கோவிலும் கீவிலும் இருந்த சட்டத்துக்குப் புறம்பாக செயல்படுகிறது என்னும் சந்தேகத்துக்குள்ளான கருவள மருத்துவ மையங்களுடன் பெட்ராவுக்கு இருந்த தொடர்புகளை விவரித்தது.

இந்தக் குற்றச்சாட்டுகள் ஐவனோவினாவிடம் பெரும் பாதிப்பை ஏற்படுத்தியிருந்தன போலத் தோன்றுகிறது. அவர் கூட்டத்திலிருந்து பிரித்தெடுத்தது போல உணர்கிறார். அவர் தம் கைகளைப் பிசைந்து கொண்டே கிசுகிசுக்கிறார். பெட்ரா மருத்துவ மையம் திசு விற்பனையில் சட்ட விதிகளை மதிக்காமல் இருந்திருந்தால், அது அந்தத் தீவில் அல்லது அதற்கும் மேலாக உலகத்தில் இருக்கும் பிற எந்த மருத்துவ மையத்தைப் போலவே நாங்களும் குற்றம் செய்ததாக கொள்ள வேண்டியிருக்கும் என்று அவர் கூறுகிறார்.

மருத்துவ மையத்திற்கு வரும் பெண்கள் 'பொருளாதாரக் காரணங் களுக்காகவே அதைச் செய்கிறார்கள், பிற எந்தக் காரணத்துக்காகவும் அல்ல' என்று அவர் கூறுகிறார். அவர்கள் தங்களுடைய நேரத்துக்காகவும், அவர்களுடைய உடல்களுக்கு நேர வாய்ப்புள்ள ஆபத்துகளுக்காகவும் உத்தேசமாக 500 டாலர் பெறுகிறார்கள். எல்லா தானமளிப்பவர்களும் வெளிநாடுகளிலிருந்தே வருகிறார்கள். சினைமுட்டைகளை வாங்குவதை மறைமுகமாக ஒத்துக்கொண்டாலும், மிகை அறுவடை குறித்த குற்றச் சாட்டுகள் பொய்யானவை என்றும், மிகவும் அரிதாகவே சினைமுட்டைத் தொகுதிகள் இரு வாடிக்கையாளர்களுக்கிடையில் பிரித்துக் கொடுக்கப் படுகின்றன என்றும் அவர் கூறுகிறார். சினைமுட்டையை விற்பனை செய்பவர்கள் தேவையான அளவு ஹார்மோன் ஊசிகளில் பெருமளவை

களங்கமற்றக் கருத்தரிப்பு ❈ 133

இங்கு வந்து சேர்வதற்கு முன்பே எடுத்துக்கொள்கின்றனர். பெட்ராவில் அறுவடை மட்டுமே செய்யப்படுகிறது. பெட்ராவின் பணியாளர்கள் வெளிநாட்டு மருத்துவ மையங்கள் கடைப்பிடிக்கும் நெறிமுறைகளின் தயவில்தான் இருக்கின்றனர். தொடர் ஹார்மோன் சிகிச்சைக்கு எதிர் வினை செய்த ஒரு நோயாளியை மட்டுமே தன்னால் நினைவுக்குக் கொண்டுவர முடிகிறது என்று அவர் தெரிவிக்கிறார். அது, 'அதிர்ச்சியாக இருந்தது. அந்தப் பெண்ணை நாங்கள் உடனே சிகிச்சைக்காக நிக்கோசியாவுக்கு அனுப்பி வைத்தோம்.'

அந்தப் பெண்ணுக்கு நிகழ்ந்ததைப் பற்றி நான் முன்பே கேள்விப் பட்டிருந்தேன். அருகில் இருக்கும் லிமஸோல் நகரத்தில் உள்ள ஜெனசிஸ் மருத்துவ மையத்தின் இயக்குநரும், கருவியல் அறிஞருமான ஸவ்வாஸ் கூண்டுரோஸ், அந்தப் பெண் அங்கு வந்து சேர்ந்தபோது அன்றைய பணியில் இருந்தார். அந்தப் பெண் மரணத்தின் விளிம்பில் இருந்தார். 'அவர்கள் செய்வது கொடூரமானது. அவர்கள் பெண்களின் உடல் நலத்தைக் கெடுத்துவிட்டு உக்ரேனிலுள்ள மருத்துவர்கள் அப்பெண் களைக் கையாளுவதற்காகத் திருப்பி அனுப்பிவிடுகின்றனர்' என்று ஸவ்வாஸ் கூறுகிறார்.

தொடர்ந்து இரண்டு ஆண்டுகளாக மக்களின் சந்தேகப் பார்வையில் பெட்ரா மருத்துவ மையம் இருப்பதால் ஐவனோவினா மிக மோசமான விளைவுகளுக்குத் தயாராகிக் கொண்டிருக்கிறார். காவல்துறையினர் எந்த நிமிடத்திலும் தம்முடைய கதவைத் தட்டலாம் என்று எதிர்பார்த்துக் கொண்டிருப்பது போலத் தோன்றுகிறது. அவர் நீண்டகாலம் காத்திருக்க வேண்டியதில்லை. நான் அங்குச் சென்றதற்கு மூன்று மாதங்களுக்குப் பிறகு, மருத்துவ மையப் பணியாளர்கள் சட்டத்துக்குப் புறம்பாக மனிதச் சினைமுட்டைகள் வணிகம் செய்வதாகக் காவல்துறை குற்றம்சாட்டி பெட்ரா மருத்துவ மையத்தைச் சோதனையிட்டது. உக்ரேனிலிருந்து சினைமுட்டை தானமளிப்பதற்காக விமானத்தில் கொண்டுவரப்பட்ட மூன்று பெண்களிடமிருந்து வாக்குமூலம் பெற்றுள்ளதாக நிகோசிய காவல்துறை, பத்திரிகையாளர் சந்திப்பில் தெரிவித்தது. அந்தப் பெண் களுக்குத் தங்களுடைய சேவைகளுக்காகச் சட்டத்துக்குப் புறம்பாகப் பணம் கொடுக்கப்பட்டிருந்தது. மருத்துவ மையம் மூடப்படுவதற்கு அதிகாரிகள் கொடுத்த அதிகாரப்பூர்வ காரணம் அதுவல்ல. அங்குள்ள மருத்துவர்களுக்கு இரத்தக் கோளாறான தலசீமியாவுக்கு (இரத்தச் சிவப்பணுக் குறைபாடு) மட்டுமே மருத்துவமளிப்பதற்கு உரிமம் அளிக்கப் பட்டிருந்தது. சினைமுட்டை தானங்களுக்கு அல்ல என்று அவர்கள் தெரிவித்தனர். திடீர் சோதனைக்குப் பிறகு வெர்லின்ஸ்கி பெட்ரா மருத்து மையம் 'தலசீமியா மருத்துவத்திற்குரிய முக்கியமான மையமாகத் திகழும்

என்று எதிர்பார்க்கப்பட்டது. ஆனால் மருத்துவ மையங்கள் பிற இடங்களிலும் திறக்கப்பட்டன. எனவே அதற்கான பெரிய தேவை இருக்கவில்லை. அப்போது மக்களுக்கு சினைமுட்டை தானம் தேவைப்படுகிறது என்பதைக் கண்டோம்' என ஒத்துக்கொண்டார். அதுமட்டுமன்றி மருத்துவ மையத்தின் இலாபத்தையும் மனதில்கொள்ள வேண்டியிருந்தது. எனவே தேவை அதிகமாக இருந்த சேவைகளை வழங்க வேண்டியதாயிற்று.

இருந்தாலும், நம்மிடமிருக்கும் கேள்வி, காவல்துறை அத்தருணத்தில் மருத்துவ மையத்தைச் சோதனையிட முடிவெடுத்ததற்கான காரணம் என்ன என்பதுதான். ஒருவிதத்தில் பெட்ராதான் எந்தக் குறையும் இல்லாத நிறைவான இலக்கு. வெளிநாட்டினருக்குச் சொந்தமான பெட்ரா, வெளிநாட்டிலிருந்து வந்தவர்களுக்கு மட்டுமே சினைமுட்டை பதியத்தைச் செய்தது. அது மனிதச் சினைமுட்டைகளுக்காக உள்ளூர்த் தானமளிப்பவர்களையும் பெறுநர்களையும் கவனமாகத் தவிர்த்தது. வெளிநாட்டிலிருந்து வந்த ஏழை உக்ரேனியப் பெண்கள் தொடர்பான குற்றச்சாட்டுகளின் விசித்திரத் தன்மை, பிரச்சினைகள் தலசீமியா சிகிச்சையைத் தாண்டி விரிவடைய வைத்தது. அத்துடன் உரிம முறைகேடு என்பதைவிட மேலும் அதிக இடர்ப்பாடுடையவை என்பதையும் காட்டுகின்றன. அரசின் நிர்வாக முறைகேட்டைச் சோதனையிடுவதற்குப் பதிலாக சட்டத்துக்குப் புறம்பான அறுவடை செய்வதாக பெட்ராவைச் சோதனையிடுவது இதே வணிகத் திட்டங்களைப் பின்பற்றும் சைப்ரஸ் நாட்டவருக்குச் சொந்தமான பிற மருத்துவ மையங்களை ஆபத்தான நிலைக்குத் தள்ளியிருக்கும். ஐவனோவினா சுட்டிக்காட்டியதுபோல இந்தப் பிரச்சினை பெட்ராவுக்கு மட்டுமே உரியதல்ல. உலகிலுள்ள எல்லாக் கருவியலாளர்களும் இழப்பீட்டுக்கும் பணம் கொடுத்தலுக்கும் இடையில் உள்ள கோட்டை எங்கே வரைவது என்ற பிரச்சினையை எதிர்கொண்டாக வேண்டும். மனித உடலை வணிகப் பொருளாகக் கருத முடியாதென்றால் மருத்துவ மையங்கள் மூலப்பொருட்களை எங்கிருந்து பெற வேண்டும் என்று எதிர்பார்க்கப்படுகின்றன?

***

'தானமளிப்பவர்' என்ற சொல் குறிப்பிடுவது போல மனிதச் சினைமுட்டைகளை அளிப்பதற்காக விருப்பப்படுபவர், பிறர் நலத்துக்கான ஒரு செயலில் தன் சினைமுட்டைகளைக் கொடுக்கும் ஒரு பெண். ஐரோப்பிய ஒன்றிய சட்டத்தின்படி, சைப்ரஸ் போன்ற உறுப்புநாடுகள் மனிதச் சினைமுட்டைகளைத் தன்னார்வத்தினாலும் பணம் பெறாத தானமாகவும் கிடைப்பதை உறுதிசெய்ய வேண்டும் என்று கூறுகிறது.

இருப்பினும் இழந்த ஊதியத்துக்குப் பதிலாகவும் பயணத்துக்காகவும் இழப்பீடு வழங்குவது அனுமதிக்கப்பட்டுள்ளது. ஐரோப்பிய ஒன்றிய சுகாதார ஆணையரான ஆன்ட்ரோலா வாசிலியோ, 'உடலுறுப்பு நாடுகள் பணப் பயனுக்கும் இழப்பீட்டுக்கும் இடையில் எங்கு கோடு போடுகிறார்கள்' என்பதுதான் மிகவும் முக்கியமானது என்கிறார். வாடிக்கையாளர்களும் அளிப்பவர்களும் இந்த ஏமாற்று வாதத்தை எளிதாகத் தாண்டிச் சென்றுவிடுகிறார்கள். 'ஒரு மனிதச் சினை முட்டையைப் பெறுவதைவிட ஒரு பூனையைத் தத்தெடுப்பது இரு மடங்கு அதிகக் கடினமானது' என்று எழுதுகிறார் உயிர் அறவியல் வல்லுநரான க்லென் மாக்கீ. யூரோப்பியன் சொஸைடி ஆஃப் ஹியூமன் ரிப்ரொடக்ஸன் அண்ட் எம்பிரியோலஜி (மனித இனப்பெருக்கம் மற்றும் கருவியலுக்கான ஐரோப்பியச் சங்கம்) அமைப்பின் 2010ஆம் ஆண்டின் ஆய்வுப்படி ஒவ்வோர் ஆண்டும் ஐரோப்பியக் கருவளச் சுற்றுலாப் பயணிகளுக்குக் கிட்டத்தட்ட இருபத்தைந்தாயிரம் சினைமுட்டை தானங்கள் செய்யப்படுகின்றன. அவர்களின் ஆய்வுக்கு உட்படுத்தப்பட்டவர்களில் 50 விழுக்காட்டுக்கும் அதிகமானவர்கள் உள்நாட்டுச் சட்ட விதிமுறைகளைத் தவிர்ப்பதற்காக வெளிநாடு களுக்குப் பயணம் செய்தனர். சைப்ரஸில் 18 முதல் 30 வயதுக்குட்பட்ட சினைமுட்டை தானமளிக்கத் தகுதியான கிட்டத்தட்ட 76,000 பெண்கள் இருக்கின்றனர். அவர்களில் 1500 பேர் (அல்லது தோராயமாக ஐம்பதில் ஒருவர்) ஒவ்வோர் ஆண்டும் தங்கள் சினைமுட்டைகளை விற்பனை செய் கின்றனர் என்று டாக்டர் ட்ரொகூடிஸ் மதிப்பிடுகிறார். இந்த எண்ணிக்கை திகைப்பூட்டுவதாக இருக்கிறது. ஒப்பீட்டளவில் ஒவ்வொரு 14,000 தகுதி வாய்ந்த அமெரிக்கப் பெண்களில் ஒருவர் மட்டுமே தானமளிக்கிறார்.

சைப்ரஸிலிருந்து வரும் பெரும்பான்மையான சினைமுட்டை தான மளிப்பவர்கள் ஒப்பீட்டளவில் கிழக்கு ஐரோப்பிய ஏழைக் குடியேறி களின் சிறிய மக்கள் திரளிலிருந்து வருகின்றனர். அவர்கள் எந்த விலைக்கும் தங்களுடைய சினைமுட்டைகளை விற்க ஆர்வமாக இருக்கின்றனர்.

அரசின் புள்ளிவிவரங்கள் எதுவும் நாட்டில் நடக்கும் சினைமுட்டை தானங்களைப் பகுப்பாய்வு செய்யாவிட்டாலும், எல்லா மருத்துவ மையங் களும் தங்களிடம் இருக்கும் கிழக்கு ஐரோப்பிய தானமளிக்கும் குழுக்களுக்கு முக்கியத்துவம் அளிக்கின்றன. அதற்குக் காரணம் அவர்களுடைய இளநிறத் தோலும் உயர்கல்வித் தரமும் அவர்களை மேற்கு ஐரோப்பிய வாடிக்கையாளர்களிடம் சந்தைப்படுத்துவது எளிதாக இருக்கும் என்பதே. தீவில் வாழும் முப்பதாயிரம் ரஷ்யர்கள்,

உக்ரேனியர்கள், மால்டோவியர்கள், ருமேனியர்கள் ஆகியோர்களில் நான்கில் ஒருவர் தங்களுடைய சினைமுட்டைகளை விற்பனை செய்திருக்கின்றனர் என்று சில மதிப்பீடுகள் கூறுகின்றன.

வாரத்துக்கு ஒருமுறை வெளிவரும் ரஷ்ய மொழி செய்தித்தாளின் பின்பக்கங்களில் இடம்பெறும் வேலைவாய்ப்பு விளம்பரங்களுக் கிடையே சினைமுட்டை தானமளிப்பவர்களைக் கவரும் விளம்பரங் களும் இடம்பெற்றுள்ளன. மொழிபெயர்க்கப்பட்டபின் அதன் வாசகம், 'குழந்தைகள் இல்லாத குடும்பத்தினருக்கு உதவுவதற்காக ஒரு சினைமுட்டை தானமளிப்பவர் தேவை' என்று மட்டுமே இருக்கும். பெயர் குறிப்பிடப்படாத மருத்துவ மையத்தோடு தொடர்பு கொள்வதற் காக ஒரு தொலைபேசி எண்ணும் கொடுக்கப்பட்டிருக்கும். இந்த விளம்பரத்தை வாசிக்கும் எவருக்கும் இந்த பேரத்தில் பணம் கொடுப்பதும் ஒரு பகுதி என்பது தெரியும்.

இவைபோன்ற விளம்பரங்கள் சைப்ரஸ் ஊடகங்களில் பரவலாகக் காணப்பட்டாலும், அவை மூன்று அல்லது நான்கு ஆண்டுகளுக்கு முன்னர் இருந்ததைவிட இப்போது குறைவாக இருப்பதுபோலவே தோன்றுகிறது. இதற்குக் காரணம் சைப்ரஸ் இந்தத் தொழிலில் இதற்கு மேலும் வளர்ச்சியடைய முடியாத அளவுக்கு தெவிட்டுநிலையை அடைந்துகொண்டிருப்பதைக் காட்டுவதாக இருக்கலாம். அங்கு தானமளிக்கும் வாய்ப்புள்ள எல்லோரும் ஏற்கனவே பயன்படுத்தப்பட்டு விட்டதால், இப்போது சினைமுட்டைகளுக்கான புது ஆதாரங்களைக் கண்டுபிடிப்பது மேலும் கடினமாகிவிட்டது. இந்தத் தடங்கலைக் கடப்பதற்கு, பல மருத்துவ மையங்கள் தானமளிக்கும் ஆற்றல் உள்ளவர் களை முனைப்புடன் பின்தொடர்ந்து, அவர்களுடன் நட்புறவை வளர்ப்பதற்காகத் தேடுநர்களை நம்பியிருக்கின்றனர். சைப்ரஸின் நன்கறியப்பட்ட கருவள மையம் ஒன்றின் தேடுநர்களில் ஒருவரான நடாஷா என்னும் பெண் தன்னுடைய பணியில் என்னென்ன அடங்கி யுள்ளன என்பது குறித்து என்னுடன் கலந்துரையாடுவதற்காக நான் அவருடைய பெயரை மாற்றவேண்டும் என்ற நிபந்தனையோடு என்னைச் சந்திக்க ஒத்துக்கொண்டார்.

மேலை நாட்டு நோயாளிகள் தங்களுடைய குழந்தைகளுக்கு இள நிறத்தைக் கொடுக்க விரும்புவதால் பெரும்பாலான மருத்துவ மையங்கள் ரஷ்ய தானமளிப்பவர்களை விரும்புகின்றனர் என்று அவர் கூறுகிறார். ரஷ்யர்கள் குறைந்த வேலைவாய்ப்பு உள்ள குடியேறிகள் என்பதால் உள்நாட்டினர்களைவிட ரஷ்யர்களைத் திரட்டுவது எளிதாகவும் மலிவானதாகவும் இருக்கிறது. இது மருத்துவ மையங்களுக்குச் சாதகமான சூழல். ஒரு சிறு ரஷ்ய கிராமத்தில் பிறந்து பதினைந்து ஆண்டுகளுக்கு

முன்னர் சைப்ரஸுக்கு வந்த நடாஷா ஒரு வகைமாதிரி தானமளிப்பவரை விவரிக்கிறார்: 'அந்தப் பெண் இணையத்தில் சந்தித்த சைப்ரஸ் நாட்டவர் ஒருவரோடு தொடர்பு ஏற்படுத்திக் கொள்கிறார். நல்வாழ்க்கை கிடைக்கும் என்று நம்பிக்கை கொண்டே இங்கு வருகிறார். ஆனால் இரண்டு அல்லது மூன்று மாதங்களில் அவர்கள் பிரிந்துவிடுகிறார்கள். அந்தப் பெண்ணிடம் வேலையில்லை, விசா இல்லை, தங்குவதற்கு இடம் இல்லை, பணம் சம்பாதிக்க எந்த வழியும் இல்லை. இங்கிருக்கும் ரஷ்யர்களுக்கு சட்டப்படியான ஆவணங்கள் கிடைப்பது கடினம். அவர் விரைவில் பணம் சம்பாதித்தாக வேண்டிய நிலையில் இருக்கிறார். அவரிடம் இருப்பதெல்லாம் அவருடைய நல்ல உடல்நலம் மட்டுமே. அவர் ராசி உள்ளவராக இருந்தால் அவர் ஓரளவு அழகானவராகவும் இருப்பார்.' தன்னுடைய பல ஆண்டுத் தேடுதலில் அவர், பணம் தவிர வேறெந்தக் காரணத்துக்காகவும் தன்னுடைய சினைமுட்டைகளை விட்டுக்கொடுத்த எந்தவொரு பெண்ணையும் சந்தித்ததே இல்லை என்று நடாஷா என்னிடம் கூறுகிறார். அவர் ஒருமுறை சைப்ரஸில் மாட்டிக்கொண்ட ஒரு பெண்ணை சம்மதிக்க வைப்பதில் வெற்றி யடைந்தார். ஆனால் அந்தப் பெண் தன்னுடைய சினைமுட்டைகளை ஒரு மருத்துவ மையத்தில் விற்பதற்காக நடாஷாவின் சாய்வுக் கட்டிலில் ஒரு மாதம் கிடந்தார். 'அந்தப் பணத்தை சொந்த நாட்டுக்குச் செல்வதற்கான விமானப் பயணச்சீட்டு வாங்குவதற்குச் செலவழித்தார்.'

மருத்துவர்கள்கூட சில நேரங்களில் தானமளிப்பவர் பட்டியலை நிரப்புவதில் முனைப்பாகப் பங்கெடுக்கிறார்கள். கார்மென்பிஸ்லாரு சைப்ரஸ் மற்றும் கிரேக்க கேபரேக்களில் நடனமாடிக் கொண்டிருந்த ஒரு பெண். அவர் திட்டமிடப்படாத நான்காவது குழந்தையின் பிறப்புக்குப் பின்னர் மருத்துவமனையில் குணமடைந்து கொண்டிருந்தார். அப்போது அவருடைய மருத்துவர் அந்தக் குழந்தையைத் தத்துக்கொடுக்க ஏற்பாடு செய்வதற்கு உதவியிருந்தார். அவருக்கு சினைமுட்டைகளை விற்க விருப்பம் உண்டா என்று கேட்டார். 'நான் நம்பிக்கையிழந்த நிலையில் இருந்தேன் என்பது அவருக்குத் தெரியும். என்னிடம் பணம் இல்லை. என்னுடைய குடும்பத்துக்கு ஆதரவாக இருக்க எந்த வழியும் இல்லை' என்று கூறுகிறார். இப்போது, வேலை இல்லாததால் வாழ்வாதாரத்துக்காக வீடுகளை சுத்தம் செய்யும் வேலை செய்கிறார். அவரால் புறக்கணிக்கப்பட்ட காதலன் கத்தியால் அவரைத் தாக்கியபோது அவருடைய கன்னம் நெடுகிலும் ஏற்பட்ட காயத்தின் ஆழமான வெள்ளை வடு இப்போதும் இருக்கிறது.

மருத்துவர் கொடுக்க முன்வந்த 2000 டாலர் ரொக்கத்தை அந்த இடத்திலேயேதான் மறுத்துவிட்டதாக பிஸ்லாரு கூறுகிறார். ஆனால்

விடாப்பிடியாகப் பின்தொடர்ந்த அந்த மருத்துவர், அவர் தன் மனதை மாற்றுவார் என்ற நம்பிக்கையில் அடுத்த மாதம் முழுவதும் ஒவ்வொரு வாரமும் தொலைபேசியில் தொடர்புகொண்டார். அதில் தோல்வி யடைந்த அந்த மருத்துவர், அதற்கு ஒத்துக்கொள்ளத் தயாராக இருக்கும் பெண்களோடு தொடர்புகொள்ள அவருக்கு உதவுமாறு அவருக்கு நெருக்கடி கொடுத்தார். அந்தப் பெண் அவருக்குச் சில பெயர்களைக் கொடுத்தார். அவருக்குப் பழக்கமான பலர் மருத்துவர் கொடுக்க முன்வந்ததை ஏற்றுக்கொண்டனர். 'பல பெண்கள் தங்களுடைய பொருளாதாரத் தேவைகளைச் சமாளிப்பதற்காக இங்கு தங்களுடைய சினைமுட்டைகளை விற்கின்றனர். நாங்கள் எல்லோரும் பாதிப்புக்கு ஆளாகக்கூடியவர்களாக இருக்கிறோம்.'

பிரின்ஸ்டனில் பணிபுரியும் இரா வி.டிகேம்ப் உயிர் அறவியல் துறைப் பேராசிரியரான பீட்டர் சிங்கருக்கு சினைமுட்டைகளை விற்பதில் நிச்சயமாகப் பிரச்சினை எதுவும் இல்லை. 'பதிலியாக வைக்க முடிந்த உடல் பகுதிகளை விற்பது கொள்கை அடிப்படையில் மனித உழைப்பை விற்பதைவிட மோசமானது என்று நான் நினைக்கவில்லை. உடல் உழைப்பை நாம் எப்போதும் விற்றுக்கொண்டிருக்கிறோம் என்பதில் ஐயமில்லை. வணிக நிறுவனங்கள் நாடு கடந்துபோகும் போது இதுபோன்ற சுரண்டல் பிரச்சினைகள் ஏற்படுகின்றன. அந்தப் பரிமாற்றத்தில் செய்துகொள்ளப்படும் சமரசம் ஏழைகள் வாழ்வதற்குச் சம்பாதிக்க உதவுகிறது' என்று அவர் ஒரு மின்னஞ்சலில் எழுதுகிறார். 'இது அதில் பிரச்சினை ஒன்றுமே இல்லை என்று சொல்வதற்காக அல்ல – அதில் பிரச்சினை இருக்கிறது என்பது வெளிப்படை. அதனால்தான் அதை வெளிப்படையாகக் கட்டுப்படுத்தப்பட்ட, மேற்பார்வை யிடப்பட்ட முறையில் செய்வது கருப்புச்சந்தையைவிடச் சிறந்தது.'

இதை எழுதிக்கொண்டிருக்கும் வேளையில், சைப்ரஸ் பாராளு மன்றம் உள்நாட்டில் நடக்கும் சினைமுட்டை வணிகத்தின் மீது கடும் நடவடிக்கை எடுப்பதற்கும் வெளிப்படையாக மனிதப் பொருட் களை வாங்கி விற்கும் மருத்துவ மையங்களுக்கு, புதிய கடுந்தண்டனைகள் விதிக்க அனுமதிக்கும் புதுச்சட்டம் ஒன்றை உருவாக்குவதற்கும் பரிசீலனை செய்துகொண்டிருக்கிறது. ஆனால் அது நிறைவேறுவதைத் தடுக்க புகழ்பெற்ற கருவியல் வல்லுநர்கள் போராடிக்கொண்டிருக் கிறார்கள் – அதுபோன்ற சட்டம் முழு மருத்துவ சமுதாயத்தையும் தடை நடவடிக்கைகளுக்கு உள்ளாக்கும் ஆபத்தில் தள்ளிவிடும் என்ற பயத்தில்.

பெட்ரா மருத்துவ மையத்திலிருந்து வந்த, உயிரிழந்து கொண்டிருந்த, சினைமுட்டை தானமளிப்பவரை ஏற்றுக்கொண்ட சைப்ரஸ் நாட்டு அறுவை சிகிச்சை மருத்துவரான ஸவ்வாஸ் கூண்டுரோஸ் அந்தத் தீவின் மிகவும் நன்கறியப்பட்டவர்களில் ஒருவர். அவர் தொலைக்காட்சித் தொடரான ஈஆரில் *(எமெர்ஜென்ஸி ரூம்)* வரும் நட்சத்திரம் ஜார்ஜ் க்லூனியின் சைப்ரஸ் நாட்டு வடிவம். ஆண்கள் ஸவ்வாஸைச் சந்திக்கும் போது முதுகைத் தட்டிக் கொடுக்கிறார்கள். பெண்கள் அவருடைய கன்னங்களில் முத்தமிடுகிறார்கள். அழகான தோற்றமுள்ள கருவியல் வல்லுநரான அவர் செங்கிஸ்கானைவிட அதிகப் பெண்களைக் கருவுற வைத்திருக்கிறார். லிமஸால் நகரின் முக்கிய வணிகப்பகுதியில் இருந்த உயர்தொழில்நுட்ப வசதியுள்ள ஜெனஸிஸ் மருத்துவ மையத்தின் மூன்றாவது மாடியின் நிலாமுற்றத்தில் நாங்கள் நின்றுகொண்டிருந்த போது, நான் அவரிடம் சினைமுட்டை தானமளிப்பவர்களைப் பெறும் வழிமுறைகளைப் புதிய சட்டம் எவ்வாறு பாதிக்கும் என்று கேட்கிறேன். அவர் பெருமூச்சு விட்டுக்கொண்டே ஒரு சிகரெட்டைப் பற்றவைக்கிறார். ‘நான் சொல்ல விரும்பியதை உங்களிடம் சொல்ல முடியாது’ என்று தொடங்குகிறார்.

எல்லாக் கருவள மருத்துவ மையங்களும் இரண்டு எதிர்மறையான அறவியல் சிக்கல்களுக்கிடையில் மாட்டிக்கொண்டிருக்கின்றன. ‘தானம் ஒரு தன்னலமற்ற செயல் என்று விவரிக்கப்பட்டிருப்பதால் பண வழங்கல் கிடையாது என்பது தெளிவு. ஆனால் ஒருவர் பல வாரங்களுக்கு ஊசி மருந்துகளை உடலில் எடுத்துக்கொள்வதோடு அவர் பிறரிடம் அன்பாக இருக்கிறார் என்ற காரணத்துக்காக மட்டுமே, உடல் முழுமைக்குமான மயக்க மருந்தையும் தாங்கிக்கொள்கிறார் என்பது நாம் எல்லோருக்கும் கேட்பதற்கு விசித்திரமாகத்தான் இருக்கிறது’ என்கிறார் ஸவ்வாஸ். அவரைப் பொறுத்தவரை பெரும் பணயம் வைத்திருக்கிறார்: கடந்த ஆண்டில் அவர் இன்றைய தொழில்நுட்பத்தை மிகவும் பயன்படுத்தி எதிர் அழுத்தக் காற்று அடைப்பான்கள் கொண்ட *(நெகடிவ் பிரஸ்ஸர் ஏர்லாக்ஸ்)* சோதனைக்குழாய்க் கருவளமாக்கல் ஆய்வகத்தையும் நினைத்துப் பார்க்க முடியாத அளவுக்கு விலை உயர்ந்த, கருவிகள் நிறைந்த மூன்று அறைகளையும் கட்டுவதற்கு 10 இலட்சம் யூரோவுக்கும் அதிகமாக செலவழித்திருக்கிறார். அவருடைய வாடிக்கையாளர்களுக்குச் சினைமுட்டைகள் கிடைப்பதை அவரால் உத்தரவாதம் கொடுக்க முடிந்தால் மட்டுமே அவருடைய முதலீட்டின் பொருள் விளங்கும். பிறர்நலம் மட்டுமே என்ற மாதிரியை ஏற்றுக் கொண்டு தானமளிப்பவர்களுக்கு சைப்ரஸ் எல்லாவிதப் பணப்

பயன்களையும் தடைசெய்தால், அவர் அறுவடை செய்வதற்கு எந்தவொரு சினைமுட்டையும் கிடைக்காமல் போய்விடலாம்.

ஐக்கிய இராச்சியத்தில் நிகழ்ந்த ஓர் எடுத்துக்காட்டு: 2007இல் அந்த நாடு கருசினைமுட்டை தானமளிப்பவர்களுக்குச் சொற்பமான இழப்பீடு வழங்கப்படுவதைக்கூட சட்டத்துக்கு விரோதமானது என்ற சட்டத்தை நிறைவேற்றியது; அதிலிருந்து, ஐக்கிய இராச்சியம் சோதனைக்குழாய்க் கருத்தரிப்புத் தொழிலில் முதன்மை நிலையிலிருந்து செயலற்ற நிலைக்குச் சென்றுவிட்டது. முன்பு தாராளமாகக் கிடைத்த தானமளிப்பவர் தொகுதிகள் மறைந்துவிட்டன. சினைமுட்டை தானம் பெறுவதற்கான காத்திருப்புக் காலம் திடீரென இரண்டு ஆண்டுகள் அதிகரித்தது. இது பாதுகாப்பான கருத்தரிப்புக்கு உரிய வயது எல்லைகளைத் தொட்டுக் கொண்டிருக்கும் பெண்களுக்கு ஏற்றுக்கொள்ள முடியாத நீண்ட காத்தி ருப்பு. எனவே ஐக்கிய இராச்சியத்தில் உள்ள பெண்கள் சினைமுட்டை தேவைப்படும்போது வெளிநாட்டுக்குப் போய்விடுகின்றனர்.

சைப்ரஸிலுள்ள எல்லா மருத்துவ மையங்களும் பெண்களுக்கு அவர் களுடைய சினைமுட்டைக்காகப் பணம் கொடுக்கின்றன. அதை விலை கொடுத்தல் என்று அழைக்காமல் இழப்பீடு என்று அழைக்கின்றன. பெண்கள் ஜெனசிஸ் மருத்துவ மையத்திற்குக் கும்பல் கும்பலாக வருகின்றனர்.

ஒவ்வொரு நாட்டிலும் சட்டவிதிகள் வெவ்வேறு விதமாக இருப் பதால், பெரும்பாலான மருத்துவ மையங்கள் பன்னாட்டு விதிகளின் தெளிவற்ற பகுதிகளில் பதுங்கிக்கொண்டே வாடிக்கையாளர்களைக் கவர முடிகிறது. இருப்பினும் சட்டத்தைவிட மேலும் அதிக முக்கிய மானது சினைமுட்டையை வெளியே எடுப்பதோடு தொடர்புள்ள ஆபத்துகள் பற்றியதாகும். சினைமுட்டை தானமளிப்பவர்களுக்கு இந்த ஆபத்துகளைப் பற்றி தெரிவிக்கப்படாமல் இருந்தாலும் ஒவ்வொரு ஹார்மோன் சிகிச்சைக் காலத்திலும் அவர்கள் தங்களுடைய உயிர் களைப் பணயம் வைக்கிறார்கள். சோதனைக்குழாய்க் கருத்தரிப்புச் செய்துகொள்ளும் பெண்களில் கிட்டத்தட்ட மூன்று விழுக்காடு பெண்களுக்கு அளவுகடந்து தூண்டப்பட்ட சினைப்பை நோய்க்குறித் தொகுதி *(ஓவரியன் ஹைபர்ஸ்டிமுலேஷன் சிண்ட்ரோம்)* ஏற்படுகிறது. இந்நிலையில் அவர்களுடைய சினைப்பைகளிலுள்ள நுண்ணிய சுரப்புத் திசுக்கள் விரிவடைந்து மிக அதிகமான சினைமுட்டைகளை உற்பத்தி செய்கின்றன. மருத்துவர்கள் ஹார்மோன் கொடுக்கும் அளவைக் குறைக்காவிட்டால் அவர்களுடைய நிலைமை பெரும் ஆபத்துக்குள்ளாகலாம். பெட்ரா மருத்துவ மையத்தில் மரணத்தின்

விளிம்புக்கு வந்த உக்ரேனியப் பெண்ணுக்கு நிகழவிருந்ததைப் போல மரணத்தில்கூட முடியலாம்.

குறிப்பாக, சினைப்பைகளில் பல பையுரு நீர்க்கட்டிகள் *(பாலிசிஸ்டிக்)* இருக்கும் பெண்களுக்கு அளவு கடந்து தூண்டப்பட்ட சினைப்பை நோய்க்குறித் தொகுதியால் ஏற்படக்கூடிய ஆபத்துக்கான வாய்ப்பு அதிகம். ஏனெனில் அவர்களுடைய சினைப்பைகள் தூண்டப்பட்டுத் தொடர்ந்து வீங்கிய நிலையில் இருப்பதே. ஹார்மோன்கள் சினைப்பைகளை மிகவும் அதிக வேகத்தில் இயங்க வைக்கின்றன. இதனால் வழக்கத்தைவிட அதிக எண்ணிக்கையிலான சினைமுட்டைகள் கிடைக்கின்றன. சினைப்பைகளில் பல பையுரு நீர்க்கட்டிகளோடு இருக்கும் பெண்கள் சினைமுட்டை அறுவடை செய்பவர்களால் அதிக மதிப்புடையவர்களாகப் பார்க்கப்படுகிறார்கள்; அதேவேளை அவர்களை அச்சுறுத்துபவர்களாவும் இருக்கிறார்கள். அதற்குக் காரணம் அவர்கள் அதிகச் சினைமுட்டை கொடுத்தாலும் அவர்கள் கடுமையான பக்கவிளைவுகளுக்கான அதிக ஆபத்திலும் இருக்கிறார்கள் என்பதே! இருப்பினும் சில மருத்துவ மையங்களுக்கு, சினைப்பையில் வரக்கூடிய பல பையுரு நீர்க்கட்டிகள் உடைய தானமளிப்பவர்களிடமிருந்து மேலும் அதிக இலாபத்தை அறுவடை செய்வதற்கான அவர்களுடைய சபலம் ஓர் ஊக்குவிப்பாக இருப்பதால் அவை பாதுகாப்பின் எல்லை வரைச் செல்லத் தயாராக இருக்கின்றன.

இதைத்தான் 1996க்கும் 1999க்கும் இடைப்பட்ட காலத்தில் இஸ்ரேலிய மருத்துவரான சியோன் பென்-ரஃபேல் தன்னுடைய நோயாளிகளுக்கு அவர்களுக்குத் தெரியாமலேயே செய்தார் என்று குற்றம் சாட்டப்பட்டது. ஒரு நிகழ்வில் அவர் இதுகுறித்து எதுவும் தெரியாத தானமளிப்பவரிடமிருந்து 181 சினைமுட்டைகளை எடுத்து அந்தத் தொகுதியைச் சிறு பிரிவுகளாக்கி குழந்தைகள் பெற்றுக்கொள்வதற்காக நாடிவந்த, பணம் கொடுத்த 34 பேர்களுக்கு அவற்றை விற்றுவிட்டார். அவர் பணியாற்றிய காலத்தில் பதின்மூன்று பெண்கள் அவர் கொடுத்த பெருமளவிலான ஹார்மோன்களால் மருத்துவமனையில் அனுமதிக்கப்பட்டனர். இந்த முறைகேடு *ஹாரெட்ஸ்* செய்தித்தாளில் வெளிவந்த பின்பு இஸ்ரேல் எல்லாவிதப் பணம் கொடுத்து பெறும் சினைமுட்டை தானங்களையும் தடைசெய்தது. ஆனால் அந்தத் தடை உத்தரவு தம்பதிகளை வெளிநாட்டுக்குப் போக வைத்து, பெட்ரா மருத்துவமையத்தின் தொழிலை முழுவீச்சுடன் ஊக்குவித்தது.

அது இஸ்ரேலிய மருத்துவர்கள் தொடர்புள்ள இதுபோன்ற ஏராளமான நிகழ்வுகளின் தொடரில் வெறும் ஒன்றுதான். 2009 ஜுலை

மாதத்தில் ருமேனியாவில் காவல்துறையினர் இரண்டு இஸ்ரேலிய மருத்துவர்களைக் கைது செய்தனர். அவர்கள் இஸ்ரேலிய கருவள சுற்றுலாப் பயணிகளுக்கு கருமுளையைப் பதியமிடுதலுக்காகப் புக்காரெஸ்டுக்குக் கொண்டுவருவதற்கான திட்டத்துடன் இருந்ததே இதற்குக் காரணம். அவர்களுக்குத் தொழிற்சாலைப் பணியாளரான பதினாறு வயதுப் பெண் ஒருவர் சினைமுட்டைகளை விற்பனை செய்த பிறகு மருத்துவ மையத்தில் அனுமதிக்கப்பட்டு உயிரிழக்கும் நிலைக்குச் சென்றார்.

சைப்ரஸில் இருக்கும் மருத்துவ மையங்கள் சில நேரங்களில் நாட்டு எல்லையிலிருக்கும் புறக்காவல் நிலையங்களைப் போல இருக்கின்றன. அதேசமயம் ஸ்பெயினில் இருப்பவை உறுதிப்படுத்தப்பட்ட கோட்டை களைப் போலத் தோன்றுகின்றன. 1980களின் மத்தியிலிருந்தே ஐரோப்பியக் கருவளச் சுற்றுலாப் பயணியருக்கு ஸ்பெயின் சென்றடை வதற்கு உரிய மிகச் சிறந்த இடமாக இருந்து வருகிறது. பார்சிலோனா நகரின் அதிக செல்வச் செழிப்புள்ள பகுதி ஒன்றில் குதிரை வண்டிகள் நிறுத்துவதற்காக 14ஆம் நூற்றாண்டில் கட்டப்பட்ட கட்டடத்தில் இயங்கும் பார்சிலோனாஸ் இன்ஸ்டிடியூட் மார்கீ என்னும் நிறுவனத்தைப் பார்த்தாலே, அவர்கள் ஏன் சினைமுட்டை வணிகத்தில் பெரும் செல்வத்தைச் சம்பாதித்திருக்கிறார்கள் என்பதை நீங்களே புரிந்து கொள்ள முடியும்.

கண்ணாடியிலான நழுவுக் கதவுகளுக்கும் காற்றுப் புகாவண்ணம் இருபுறமும் இறுக்கமாக மூடப்பட்ட அறைக்கும் பின்புறத்தின் உள்ளே, இரு கருவியல் ஆய்வகங்கள் இருக்கின்றன. அங்கு நீலநிற மேலங்கிகளும் காற்றுப் புகும் முகமூடியும் அணிந்த அரை டசன் பணியாளர்கள் குழந்தைகளை உருவாக்குதை காதல்சார் முயற்சியிலிருந்து அறிவியல்சார் முயற்சியாக மாற்றுவதற்கு உதவுகிறார்கள். தன்னுடைய கணினித் திரையைப் பார்த்துக் கொண்டிருக்கும் ஒரு பெண் கோணல் மாணலாக நகர்ந்துகொண்டிருக்கும் விந்தும் ஒரு பெரிய மனிதச் சினைமுட்டையும் நிறைந்திருந்த ஒரு பகுதியின் பெரிதாக்கப்பட்டத் தோற்றத்தைத் திரையில் கொண்டுவருகிறார். கட்டுப்பாட்டுத் தளத்தில் இருக்கும் வட்டக் குமிழைத் திருப்பி, நுண்மையான மருந்து செலுத்தும் அடித்தோல் வரை செல்லும் ஊசியை மெதுவாகக் கையாண்டு தனியாக நெளிந்து கொண்டிருக்கும் ஒரு விந்தணுவை நோக்கித் திருப்புகிறார். அது நேராக வந்தவுடன் அவர் மற்றொரு குமிழை அழுத்தி அந்த விந்தணுவை கணினித் திரைக்கு வெளியே இருக்கும்

உள்அறைக்குள் உறிஞ்சி எடுக்கிறார். அது உள்ளே சென்றவுடன் ஒரு சின்னஞ்சிறு கத்தி அதன் வாலை நறுக்கிவிடுகிறது. 'வாலை நாம் வெட்டிவிட்டால் நாம் விந்தணுவை சினைமுட்டைக்குள் பதியமிட்ட வுடன் மரபுக்கூறுகள் அடங்கிய பொருள்கள் வெளியேற அது உதவுகிறது' என்று அவர் கூறுகிறார். அதன்பிறகு அவர் கூறிக்கொண்டிருந்த வாக்கியத்துக்கு முற்றுப்புள்ளி வைப்பதுபோல அவர் ஊசிமுனையை சினைமுட்டையின் உயிரணுச்(செல்) சுவர் வழியாகக் குத்தி உள்ளி ருக்கும் சின்னஞ்சிறு மரபுக்கூறுகளின் தொகுதியை வெளியேற்றுகிறார். தயராகிவிட்டது உயிர் – ஆய்வகம் வழியாக.

இந்தக் கருமுளையத்துக்கும், அதோடு உடன்பிறந்தவற்றுக்கும் இரண்டு பாதைகள் உள்ளன. அவற்றில் இரண்டு அல்லது மூன்று மிக வலுவான, வெற்றியளிக்கக்கூடியது போலத் தோன்றுபவற்றை அந்த மருத்துவ மையத்தின் சேவைகளுக்குப் பணம் கட்டிய அந்தப் பெண்ணுக்குள் பதியமிடப்படும். மீதமிருக்கும் ஐந்தாறு கருமுளையங்கள் முதல்தொகுதி வெற்றியடையவில்லை என்றால் மீண்டும் பயன்படுத்து வதற்காக திரவ நைட்ரஜனின் குளிர்ச்சியில் வைக்கப்படும். அதற்குப் பிறகுதான் கருமுளையத்திற்கு ஒரு கொத்து செல்களாக இருப்பதைவிட முக்கிய மான வேறொன்றாக உருவாவதற்கு வாய்ப்பு கிடைக்கும்.

அந்தக் கருமுளையத்தில் ஒன்று ஏற்றுக்கொள்ளப்பட்டு ஒரு குழந்தை யானால் அது ஒருவேளை இங்கிலாந்தில் வளரலாம். 2009இல் இன்ஸ்டிடியூட் மார்கீ லண்டனில் சார்அலுவலகம் ஒன்றைத் திறந்தது. அது முழுச் சேவைகளையும் கருவுறுவதற்கான உத்தரவாதமும் அடங்கிய ஓர் ஒருங்கிணைந்த திட்டத்தை மூன்று சோதனைக்குழாய்க் கருத்தரிப்பு சுழற்சிகளுக்கு 37000 டாலர் என்ற குறைந்த கட்டணத்தில் வழங்கியது. ஒவ்வொரு சுழற்சிக்கும் நிலைத்திருக்கக்கூடிய கருத்தரிப்பு வாய்ப்பு கிட்டத்தட்ட முப்பது விழுக்காடுகள் இருப்பதால் ஒட்டுமொத்த சாத்தியக்கூறுகள் நன்றாகவே இருக்கின்றன.

தொடர்ந்து வெளிநாட்டு வாடிக்கையாளர்களின் வருகை சீராக இருப்பதால் அந்த மருத்துவ மையம் பொருத்தமான தானமளிப்பவர் களைத் தேடிக் கண்டுபிடிப்பதற்கு முன்பு பெற்றுக்கொள்பவர்களுக் காகக் காத்திருக்க வேண்டியதில்லை. மாறாக மருத்துவ மையம் சினை முட்டைகளைக் கொடுக்க எப்போதுமே தயாராக இருக்கும் ஹார்மோன் நிரப்பப்பட்ட பெண்களை ஒரு காளைமாட்டுத் தொழுவத்தைப் போல வைத்திருக்கிறது. மருத்துவ மையம், விநியோகத் தொடரில் ஏற்கனவே வந்துகொண்டிருக்கும் சினைமுட்டைகளோடு வந்துசேரும் வாடிக்கை யாளர்களைப் பொருத்தம் பார்த்து இணைக்க மட்டுமே செய்கிறது.

'சில நேரங்களில் எங்களால் வாடிக்கையாளரைக் கண்டுபிடிக்க முடியாவிட்டால் சினைமுட்டைகளை இழந்து விடுவோம். ஆனால் அது வணிகத்தின் ஒரு பகுதி. இவ்விதத்தில் எங்களால் சினைமுட்டைகள் சீராகக் கிடைப்பதற்கு உத்தரவாதம் அளிக்க முடியும்' என்று அந்த மருத்துவ மையத்தின் கருவியல் வல்லுநரான ஜோஸஃப் ஆலிவெராஸ் தெரிவிக்கிறார். இந்த நடைமுறை, காத்திருப்புக் காலத்தை மிகவும் குறைய வைக்கிறது. சிகிச்சை தேவைப்படுபவர் தங்களுடைய தான மளிப்பவர்களின் பண்புக்கூறுகளைத் தேர்வு செய்வதில் கட்டுப்பாடு செலுத்த முடியாது என்று கூறுவதன்மூலம் ஸ்பெயின் நாட்டுச் சட்டமும் உதவியாக இருக்கிறது. தானமளிப்பவர்களைப் பொருத்தம் பார்த்து இணைப்பது முழுமையாக மருத்துவரின் முடிவுக்கே விடப்படுகிறது. அவர் வழக்கமாக உயிரணுவின் புறத்தோற்றப் பண்புக் கூறுகளின் அடிப்படையில் அதைச் செய்கிறார். ஆனால், அவருடைய தேர்வில் சினைமுட்டைகள் கிடைக்கக்கூடிய வாய்ப்பும் தாக்கம் செலுத்துகிறது.

மருத்துவ மையங்கள் ஸ்பானியப் பல்கலைக்கழகங்களிலிருந்து பெருமளவில் ஆள்களைச் சேர்க்கின்றன. சில சமயங்களில் கல்லூரி வளாகங்களில் துண்டுப் பிரசுரங்களை கொடுத்தும் சேர்க்கின்றன. வாடிக்கையாளர்களுக்குக் குறிப்பாக தானமளிப்பவர்களைப் பற்றி வேறெதுவும் தெரிந்துகொள்ள முடியாத நிலையில் ஒரு கல்லூரிப் பட்டயம் விற்பனைக்கான ஒரு தகுதியாக இருக்கிறது. இருப்பினும் மேலும் அதிக நம்பிக்கைக்கு உகந்த, ஆனால் குறைவாகப் பேசப்படுகிற, மனிதச் சினைமுட்டைக்கான ஆதாரங்களாகச் சட்டத்துக்குப் புறம்பான தென் அமெரிக்கக் குடியேறிகள் இருக்கின்றனர். அவர்களுக்குப் பணம் சம்பாதிப்பதற்கான வேறு வாய்ப்புகள் அதிகம் இல்லை. குறிப்பாக வேலைவாய்ப்பின்மை 20 விழுக்காட்டுக்கும் அதிகமாக இருக்கும் ஸ்பெயினில்.

வாங்குபவர்களில் பெரும்பாலானவர்களுக்கு அது ஏற்புடையதாக இருக்கிறது என்று ஒலிவியா மான்டூஷி கூறுகிறார். இவர் தானம் அளிக்கப்பட்டுக் கருத்தரித்தவர்களின் குடும்பங்களோடு செயல்படும் பிரிட்டன்ஸ் டோனர் கன்செப்ஷன் நெட்வொர்க்கின் (பிரிட்டனின் தானமளிப்பவர் கருத்தரிப்பு வலையமைப்பு) இணை நிறுவனர். (மான்டூஷியின் கணவர் கருவளக் குறைபாடு உள்ளவர் என்று கண்டறியப்பட்ட பிறகு அவருடைய மகனும் மகளும் தானமாகப் பெறப்பட்ட விந்து மூலம் கருத்தரிக்க வைக்கப்பட்டவர்கள்.) 'பெரும்பாலான பெண்கள் சினைமுட்டைகள் உண்மையில் எங்கிருந்து வந்தன என்பது குறித்து அக்கறை கொள்வதில்லை. தோல்வியடைந்த கருவளச் சிகிச்சைக்குப் பிறகு நம்பிக்கையிழந்த அத்தருணத்தில்

அவர்கள் எங்கு போகவும் எதைச் செய்யவும் தயாராக இருக்கிறார்கள்' என்கிறார் அவர்.

சிலியிலிருந்து வந்து குடியேறியவரான நிக்கோல் ராட்ரிக்ஸ் (புனைபெயர்) ஸ்பெயினுக்கு வந்த பிறகு குறுகிய காலத்தில் மற்றொரு மருத்துவ மையத்திற்குச் சினைமுட்டைகளை விற்றதாகக் கூறுகிறார். 'நாங்கள் மெக்சிகோ நாட்டுக் குடிமக்கள் அல்ல – காட்சிக் கலை *(விஷுவல் ஆர்ட்ஸ்)* மாணவர்கள் – ஆனால் வேலை செய்வதற்கான அனுமதி இதுவரை எங்களுக்குக் கிடைக்கவில்லை. அது எளிதாகக் கிடைக்கக்கூடிய பணம்போலத் தோன்றியது' என்று அவர் கூறுகிறார். மருத்துவ மையங்களுக்கு என்ன வேண்டும் என்பது அவருக்குத் தெரியும். 'என்னுடைய தோல் சற்றுக் கருமையானது; ஆனால் அது குளிர்கால மாக இருந்ததால் எனக்கு நல்ல வாய்ப்பாக இருந்தது – அந்நேரத்தில் நான் உண்மையிலேயே சற்று வெளிறிய நிறத்தில் இருந்தேன். நான் மருத்துவ மையத்திற்கு வந்து சேர்ந்தபோது என்னுடைய தோலின் நிறம் என்ன என்று அவர்கள் என்னிடம் கேட்டனர். நான் அதிக ஒப்பனையும் செய்திருந்தேன். அதனால் என்னுடைய தோல் வெள்ளை நிறத்தில் இருந்ததாகச் சொன்னார்கள்.'

ஒரு மருத்துவ மையத்தின் ஆள் சேர்ப்பவரோடு நடந்த முதல் உரை யாடலை விவரிக்கும்போது அவர் சிரிக்கிறார்: '*சினைமுட்டைகளுக்கு எவ்வளவு பணம் கொடுப்பீர்கள்?* என்று நான் கேட்டேன். *நீங்கள் சினைமுட்டை தானம் பற்றிக் கேட்கிறீர்களா?* என்று நான் கூறியதைத் திருத்திக் கூறுகிறார். *ஆம், என்னை மன்னித்து விடுங்கள், என்னை மன்னித்து விடுங்கள் – தானம் செய்யப்படும் சினைமுட்டைகள்* என்று கூறினேன்.' சினைமுட்டை அறுவடையின்போது அவர் முழு உடல் மயக்கமருந்து பெறுவதைத் தேர்ந்தெடுத்தார். அவர் விழித்துப் பார்த்தபோது அவருக்கு அருகில் ஒரு காகித உறையில் பணம் கிடந்தது. 'அது ஒரு விலைமகளைப் பார்த்த பிறகு பணத்தைப் படுக்கையில் வீசிவிட்டது போல இருந்தது' என்று அவர் கூறுகிறார். அவர்கள் கொடுத்த **1400** டாலர் நான்கு மாதங்கள் வாழ்வதற்கு அவருக்குப் போதுமானதாக இருந்தது.

பார்சிலோனாவிலுள்ள டெக்சியஸ் மருத்துவ மையத்தின் முன்னாள் நோயாளிகளின் உதவியாளரும் பன்னாட்டு ஒருங்கிணைப்பாளருமான க்லாடியா சிஸ்டி இந்தப் பெண்களின் அனுபவங்கள் எல்லாம் ஏறக் குறைய ஒரே மாதிரியாகத்தான் இருக்கின்றன என்று கூறுகிறார்: 'பெரும் பான்மையான தானமளிப்பவர்கள் லத்தீன் அமெரிக்காவிலிருந்து வந்தவர்கள். அவர்களுக்கு இது எளிதாகக் கிடைக்கக்கூடிய பணமாக

இருந்தது' என்று அவர் கூறுகிறார். சில தானமளிப்பவர்கள் தொழில்முறை தானமளிப்பவர்களாக ஆகுவதற்கு முயன்றார்கள். 'எனக்குத் தெரிந்த ஒரு பிரேசில் நாட்டுப் பெண் ஓராண்டு காலத்தில் தன் சினைமுட்டை களை நான்கு அல்லது ஐந்து முறை விற்பனை செய்து உடல்நலத்தை இழந்தார். அவர் மிகவும் மெலிந்து இருந்தார். ஆனால் அவர்கள் தங்கள் செயல்திட்டங்களில் அவரை எப்போதும் ஏற்றுக்கொண்டார்கள்.'

மருத்துவ மையத்தின் மக்கள் தொடர்புத்துறையின் உதவியின்றி நானாகவே தேடிக் கண்டுபிடித்த பெரும்பாலான சினைமுட்டை தானமளிப்பவர்கள் இதேபோன்ற கதைகளைக் கூறினர்.

இரண்டாவது பெண்ணான கிகா, அர்ஜென்டினாவிலிருந்து வந்து குடியேறியவர். அவர் தன்னுடைய சினைமுட்டைகளைக் கொடுத்த போது அதே காரணத்துக்காக அங்கு ஓர் அறை நிறைய இருந்த தென் அமெரிக்கப் பெண்களைப் பார்த்து வியப்படைந்தார். 'அவர்கள் ஸ்பானியர்கள் அல்ல. அவர்கள் அங்கு வந்து குடியேறியவர்கள். இது குடியேறிகள் மட்டும் செய்த செயல் என்றும், அவர்கள் எப்படியாவது பிழைத்திருப்பதற்கான வழியைத் தேடிக்கொண்டிருந்தனர் என்றும் என்னை நினைக்க வைத்தது. இருப்பினும் ஊசிமருந்துகள் நல்ல விளைவுகளை ஏற்படுத்தவில்லை. அவர்கள் அறுவடை செய்த எல்லாச் சினைமுட்டைகளும் மிகவும் பெரியவையாக இருந்தன. மருத்துவர்கள் அவற்றை சூப்பர் எக்ஸ் என்று அழைத்தனர். அவர்கள் சிகிச்சையை நிறுத்தவும் முடிவு செய்தனர். அவர்களால் முழுத்தொகுதி சினைமுட்டை களையும் பெறமுடியாததால் எனக்கு வாக்குறுதியளிக்கப்பட்டதில் பாதிப்பணத்தை மட்டுமே கொடுத்தனர்.' இவ்வாறு பாதித் தொகையை வழங்கியதோடு அந்த மருத்துவ மையம், அவருடைய நேரத்துக்கும் சிரமத்துக்கும் இழப்பீடு வழங்கவில்லை; மாறாக, அவர்கள் பயன்படுத்த முடிந்த சினைமுட்டைகளுக்குத்தான் பணம் கொடுத்தார்கள் என்ற வாதத்துக்கு வலிமை சேர்க்கிறது.

இறுதியாக, மருத்துவ மையங்களும் நிர்வாகிகளும் எப்படிப் பேச விரும்பினாலும், சினைமுட்டைகள் பண்டங்களைப் போலவே விற்கப் படுகின்றன; அவை எந்திரங்களைப் போலவே விநியோகச் சங்கிலித் தொடர் வழியாக நகர்கின்றன. மருத்துவ மையங்கள் தானமளிப்பவர் களைத் திரட்டும் உத்திகளைத் தொடர்ந்து முறைப்படுத்துகின்றன; கருத்தரிப்புச் செயல்முறையை எளிதாகச் செய்துகொண்டிருக்கின்றன. அத்துடன் உலகம் சதை விற்பனையை எவ்வாறு அணுகுகிறது என்பது குறித்த புதிய நெறிமுறைகளையும் அவை உருவாக்குகின்றன. ஒரு விதத்தில், உலகம் சந்தைக்கான தடைகளைத் தகர்த்து எறிந்தால்,

மருத்துவ மையங்கள் மனிதத்திசு வணிகமாக்கப்படுவதை எவ்வாறு வரையறுக்கும்? இதற்கு சிறுநீரகத்தை விடவும் அதிகமாக மனிதச் சினைமுட்டைதான் சிறந்த பரிசோதனைக்கான தேர்வாக இருக்கும்.

'தொழில்நுட்பம் ஒரு குறிப்பிட்ட கருத்துக்கோணத்தில் பார்க்கப் படுகிறது' என்று சுவிட்சர்லாந்தைத் தலைமையிடமாகக் கொண்ட கருவளச் சேவை நிறுவனமான எலைட் ஐவிஎஃப்பின் நிறுவனரும் தலைமை நிர்வாக அதிகாரியுமான டேவிட் ஷெர் கூறுகிறார்: 'அதன்படி நீங்கள் விந்தைக் கொடுத்தால், எங்களால் உங்களுக்கு ஒரு குழந்தையை ஃபெட்எக்ஸ் (பன்னாட்டு விரைவு அஞ்சல் சேவை வழங்கும் நிறுவனம்) மூலம் அனுப்பிவைக்க முடியும்.' பெரும்பாலான பெற்றோர் கண்டிப்பாக இந்த வணிக நடவடிக்கையை இதேபோன்ற உணர்ச்சியற்ற செயல்திறமையின் அடிப்படையில் பார்க்கமாட்டார்கள். அவர்களைப் பொறுத்தவரை, சரியாகக் கட்டுப்படுத்தப்படாத இந்தச் சந்தையில் ஆக்கபூர்வமான கூறுகள் இப்போதும் வியக்கத்தக்கவை யாகவே இருக்கின்றன.

லாவி ஆரோனும், ஓமெர் ஷாட்ஸ்கியும் டெல் அவிவில் வாழும் ஒருபால் கவர்ச்சியுடைய இரு ஆண்கள். தங்களுடைய திருமணம் இஸ்ரேலில் அங்கீகரிக்கப்படுவதற்காக அவர்கள் டொரேன்டாவில் 2008 பிப்ரவரி மாதத்தில் திருமணம் செய்துகொண்டனர். ஆனால் குழந்தைகளைப் பெற்றுக்கொள்வதற்கான அவர்களுடைய கனவு அவர்களுக்கு ஓர் எட்டாக் கனியே! 'நாங்கள் ஒருபால் தம்பதியாக இருப்பதால் இங்குக் குழந்தையைத் தத்தெடுப்பது ஓரளவு இயலாத தாகவே இருக்கிறது. எனவே, எங்களுக்கு இருக்கும் ஒரே வாய்ப்பு ஒரு வாடகைத்தாயை அமர்த்துவதுதான். ஆனால் அதற்காகும் செலவு, ஐயோ!' என்று ஆரோன் கூறுகிறார். இதுபோன்ற சூழல்களில் இருக்கும் நண்பர்கள் வாடகைத்தாய்க்கும் சினைமுட்டை தானத்திற்கும் கொடுக்க வேண்டிய விலை எளிதாக 3 இலட்சம் டாலரைத் தாண்டு வதோடு, பல ஆண்டுகள் சட்டவாதங்களும் நடக்கும் என்பதையும் அறிந்திருக்கின்றனர்.

ஆனால் எலைட் ஐவிஎஃப் நிறுவனம், அந்த இணையர் செயல் முறையை உலகளாவிய நிலைக்கும் எடுத்துச்செல்ல ஒப்புக்கொண்டதால், அதை ஒப்பீட்டளவில் எளிதாக்கியது. இது ஆர்பிட்ஸ் நிறுவனம் மிகச் சிறந்த பேரத்துக்காக, பல விமானப் போக்குவரத்து நிறுவனங்களில் தேடி, மிகவும் குறைந்த விலையில் ஒரு பயணத்தை ஒட்டுப் போட்டு ஏற்பாடு செய்வதுபோல, தன் சினைமுட்டைகளைக் கொடுக்க முன்வந்த மெக்சிகோ நகரில் வாழும் காக்கேசியப் பெண் ஒருவரை மருத்துவர்

ஷெர் கண்டுபிடித்தார். ஆனால் மெக்சிகோவில், தங்களுடைய திட்டத்தை நிறைவேற்ற விரும்பும் பெற்றோரின் உரிமைகளைப் பாதுகாப்பதற்கான விரிவான சட்டங்கள் இல்லை. ஆகவே, மருத்துவர் ஷெர் ஒரு வாடகைத்தாயைக் கருமுளையப் பதியமிடுதலுக்காக அமெரிக்காவிலிருந்து மெக்சிகோவுக்கு விமானத்தில் நடுத்தர வகுப்பில் அழைத்து வந்தார். ஒரு விந்து ஆரோனிடத்திருந்தும் மற்றொன்று ஷாட்ஸ்கியிடமிருந்தும் வந்தது. சகோதரனும் சகோதரியும் கலிஃபோர்னியாவில் அமெரிக்கக் குடிமக்களாக **2010** நவம்பர் மாதத்தில் பிறந்தனர். 'எங்களுக்குப் பரிசுச்சீட்டுக் குலுக்கலில் வெற்றியடைந்தது போல இருந்தது. மரபுக் கூறுகளின்படி ஒரு குழந்தை அவனுக்குச் சொந்தமானது. மற்றொன்று எனக்குச் சொந்தமானது. ஆனால் அவர்கள் ஒரே சினைமுட்டை தானமளிப்பவரிடமிருந்து வருவதால் இருவரும் உடன் பிறந்தவர்களுங்கூட. எங்களுக்கு இதைவிட நல்ல குடும்பம் கிடைக்க முடியாது. ஒவ்வொருவரும் மற்றவரோடு உறவு கொண்டவர்' என்று ஆரோன் கூறுகிறார். சில வாரங்களில் ஆரோனும் ஷாட்ஸ்கியும் குழந்தைகளைச் சட்டப்படித் தத்தெடுப்பதற்கும் அவர்களை டெல்அவிவுக்குக் கொண்டு வருவதற்கும் ஏற்பாடு செய்ய முடிந்தது. மொத்தச் செலவு: ***1,20,000*** டாலர்.

எலைட் ஐவிஎஃப் போன்று சேவைகளை வழங்கும் நிறுவனங்கள் பல இருக்கின்றன. இவை எல்லாம் ஒன்று சேர்ந்து குழந்தையை உருவாக்குவதை ஓர் உலகமயமாக்கப்பட்ட, தொழில் வளர்ச்சியடைந்த செயல்முறையாக மாற்ற உதவியுள்ளன. இந்த அதிக நடைமுறைக் கட்டுப்பாடுகள் இல்லாத, உடலுறுப்புகளைச் சேர்த்துப் பொருத்தும் வரிசையின் இறுதித் தயாரிப்புதான் குழந்தை. அரிஸோனாவில் தன்னுடைய மனைவியோடு வாழும் ஷெர்ருக்கு, இனப்பெருக்கத்தைப் படுக்கை அறையைவிட்டு வெளியே ஆய்வகத்துக்குள் கொண்டுவர அனுமதிக்கும் அறிவியலின் தவிர்க்க முடியாத விளைவுதான் வெளியிலிருந்து ஆதாரங்களைப் பெறுவது. பெட்ரா மருத்துவ மையமும் இன்ஸ்டிடியூட் மார்கீயையும் போலவே எலைட் ஐவிஎஃப் நிறுவனமும் முழுமையான கருவள மருத்துவத்தோடு அதன் வாடிக்கையாளர்கள் மலிவு விலையில் சினைமுட்டை வாங்குவதற்கான வழியையும் காட்டுகிறது. அந்த உள்ளூர் அளவிலான செயல்பாடுகள் போலன்றி, எலைட் உலகம் முழுவதும் பரவிச் செயல்படுகிறது. அதற்கு அலுவலகங்களும் கூட்டாளி மருத்துவ மையங்களும் இங்கிலாந்து, கனடா, சைப்ரஸ், இஸ்ரேல், மெக்சிகோ, ருமேனியா, அமெரிக்கா ஆகிய நாடுகளில் உள்ளன. துருக்கி இப்போது சினைமுட்டை தானத்தைத் தடைசெய்து விட்டதால், அங்கு எதிர்பார்க்கப்படும் தேவை அதிகரிப்பைச் சாதக

மாகப் பயன்படுத்திக்கொள்வதற்காக துருக்கியிலும் விரிவாக்கம் செய்வதற்கு ஷெர் திட்டமிட்டுக்கொண்டிருக்கிறார்.

கட்டுப்பாடுகளிலும் சினைமுட்டை விலையிலும் உள்ள வேறுபாடு களை, மூலப்பொருட்களுக்கும் சேவைகளுக்கும் ஆகும் செலவைக் குறைப்பதற்கான வாய்ப்பாகப் பார்க்கிறார் மருத்துவர் ஷெர். அதனால் கிடைக்கும் சேமிப்பை வாடிக்கையாளர்களுக்குக் கொடுப்பதோடு, அவர்களுக்கு சொந்த நாட்டில் கிடைக்க முடியாத எவ்விதக் கருவள சேவைகளையும் வழங்குகிறார்கள். பெரும்பாலான நாடுகளில் சட்டத் துக்கு விரோதமானதாக இருக்கும் பாலினத் தேர்வு உங்களுக்கு வேண்டுமா? ஒரு மெக்சிகோ நாட்டு மருத்துவ மையம் உங்களுக்கு உதவ முடியும். அமெரிக்காவில் சோதனைக்குழாய்க் கருத்தரிப்பு கிடைக்க முடியாத அளவுக்கு உங்களுக்கு அதிக வயதாகிவிட்டதா? சைப்ரஸில் உங்களுக்குப் பதில் கிடைக்கும்.

இன்று எலைட் ஐவிஎஃப் நிறுவனத்தின் வலையமைப்பிலுள்ள மருத்துவ மையங்கள், சினைமுட்டை விற்பனையாளர்கள், வாடகைத் தாய்கள் ஒருங்கிணைந்து ஆண்டிற்கு இருநூறிலிருந்து நானூறு குழந்தைகள்வரை உருவாக்குகின்றனர் – அவர்கள் ஆரோன், ஷாட்ஸ்கி போன்றவர்களின் குடும்பங்களைப் போல உருவாக்க உதவியுள்ளனர். ஆனால் இந்த நிலை இன்னும் சிக்கலாகப் போகிறது. 'எதிர்காலமே வடிவமைப்பாளர்களால் உருவாக்கப்படும் குழந்தைகள்தான்' (டிசைனர் பேபீஸ்) என்கிறார் மருத்துவர் ஷெர். அவர், ஒருமுறை எலைட் ஐவிஎஃப் நிறுவனத்தில் பங்குதாரர் ஆகும் விருப்பத்துடன் ஒரு முதலீட்டாளர் முன்வந்தது குறித்து விளக்குகிறார். 'ஆசியாவில் உள்ள வாடகைத் தாய்கள் அமெரிக்காவில் இருக்கும் மேன்மைமிக்க தானமளிப்பவர் களின் – உயர்கல்வி நுழைவுத்தேர்வு (எஸ்ஏடீ-சாட்) மதிப்பெண்களும் மதிப்புமிக்க பட்டங்களும் வாங்கிய அமெரிக்க மாடல்கள் வழங்கிய – சினைமுட்டைகளைச் சுமப்பார்கள். இந்த மேன்மைமிக்க தானமளிப்ப வர்களுக்கு அவர்களுடைய சினைமுட்டைகளுக்காக 1 இலட்சம் டாலர் கொடுக்கப்படும். அந்தக் குழந்தைகள் ஒவ்வொன்றும் 10 இலட்சம் டாலருக்கு விற்கப்படும் – முதல் குழந்தை என்னுடைய முதலீட்டாளர்களின் நண்பர்களுக்கும் அதன்பின் உலகிலுள்ள மற்றவர்களுக்கும்.'

ஷெர் அந்தக் கோரிக்கையை நிராகரித்தார். ஆனால் யாராவது அந்தத் திசையில் நகர்வதைக் காலம் மட்டுமே முடிவு செய்யும் என்று கூறுகிறார். அப்படிப்பட்ட சூழல் வெறும் புதிராகவே தோன்றும் அத்தருணத்தில் அரசுகள் இதில் ஈடுபாடு கொள்ளும். உயிர் அறவிய

லாளரான மாக்கீ, ‘நாம் வெகுவிரைவில் தடயமற்ற இனப்பெருக்க முறையின் ஆபத்தை அடையாளம் காணத் தொடங்கி விடுவோம். அதில் ஒருவருக்கொருவர் எந்தப் பொறுப்பும் இல்லாத, முன்பின் பழக்கமற்றவர்களும் ஒரு புகைக்கற்றையில் மறைந்துபோகக்கூடிய மருத்துவப் பணியாளர்களும் ஒரு வணிகப் பரிமாற்றத்தில் சந்திக் கிறார்கள். அந்தச் சந்திப்பு மனிதகுலத்தின் இறுதிச் செயலின் உச்சக் கட்டத்தில் முடிவடைகிறது: படைப்பு.’

இப்போதைக்கு நாம் ஆரோன், ஷாட்ஸ்கி ஆகியோரின் மடி களில் குதித்துக்கொண்டிருக்கும் குழந்தைகளான அல்மா ஹசீனா, யெஹோான்னதன் மெயர் ஆகியோரைப் பற்றிச் சிந்தித்துப் பார்ப்போம். அவர்களுடைய உறவை விவரிக்க வார்த்தைகளே இல்லை. ஒரே தானமளிப்பவரிடமிருந்து உருவாகி, வெவ்வேறு தந்தைகளின் விந்தால் கருத்தரித்து, வாடகைத்தாயின் கருப்பையிலிருந்து பெற்றெடுக்கப் பட்ட அவர்கள் இருவரும் இரட்டையர்கள்; அதே நேரத்தில் பாதி உடன்பிறந்தவர்கள். அவர்கள் சோதனைக்குழாய்க் கருத்தரிப்பாலும் உலகமயமாக்கலாலும் சாத்தியமாக்கப்பட்ட வாய்ப்புகளுக்கான சுவரொட்டி விளம்பரக் குழந்தைகள். அவர்களைப் போன்ற குழந்தை களுக்காகப் பெற்றோர் எதையும் செய்வார்கள். சரியான விலைக்காக தானமளிப்பவர்களும் எதையும் செய்வார்கள்.

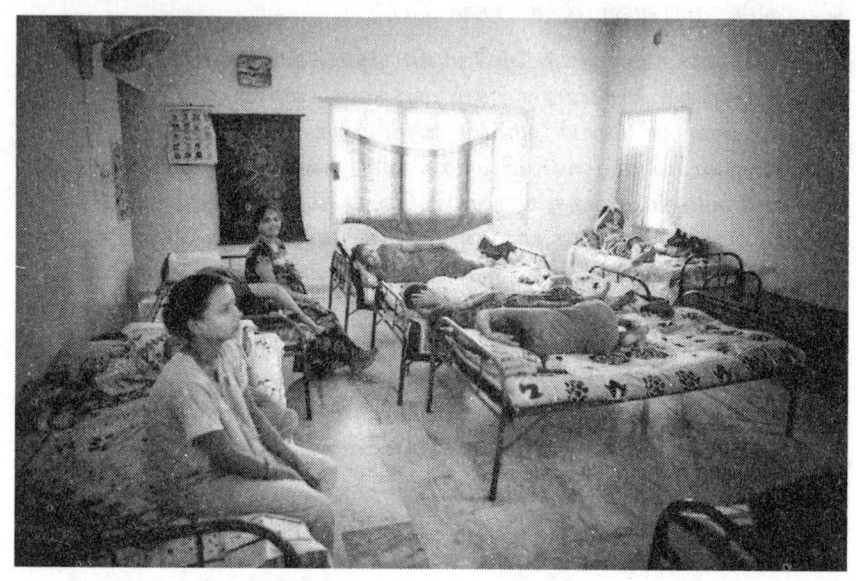

இந்தியாவிலுள்ள ஆனந்த் நகரில் இருக்கும் அகான்க்ஷா இன்ஃபெர்டிலிடி (கருவளக் குறைபாடு) க்ளினிக்கில் உள்ள தங்குமிடம். இந்த வாடகைத்தாய்கள் அவர்களுடைய ஒன்பது மாத கர்ப்ப காலத்தின் போது உன்னிப்பான கவனிப்பில் வைக்கப்பட்டிருக்கிறார்கள். வழக்கமாக அவர்கள் அறுவை சிகிச்சையின் மூலமே குழந்தையைப் பெற்றெடுக்கிறார்கள். அவர்களுடைய குடும்பத்தினர் வந்து பார்க்க அரிதாவே அனுமதிக்கப்படுகின்றார்கள். விடுதியில் பொழுது போக்குக்கான ஒரே ஆதாரம் குஜராத்தி நாடகத் தொடர்களை பார்ப்பதற்கு ஒரு தொலைக்காட்சிப் பெட்டி மட்டுமே. இந்த மருத்துவ மையம் மூலமாக ஒரு குழந்தையைப் பெறுவதற்கு வெளிநாட்டுப் பெற்றோர்கள் கிட்டத்தட்ட 14000 டாலர் செலுத்துகின்றனர். வாடகைத் தாய்கள் கிட்டத்தட்ட 6000 டாலர் சம்பாதிக்கிறார்கள்.

6

குழந்தை பெற்றுக்கொடுத்தவுடன் காசு

வடுக்கள் நிறைந்த வெளிப்புறச் சுவர்கள்; கவர்ச்சியற்ற உட்புறம்; தொடர்வண்டி நிலையத்திலிருந்து மூன்று கட்டடங்களைத் தாண்டி இளஞ்சிவப்பு நிற மூன்றுமாடிக் கட்டடம். அதுதான் இந்தியாவின் அதிக வெற்றிகரமான வாடகைத்தாய்க் குழந்தைப் பிறப்புத் தொழிலைத் தனக்குள் வைத்துக்கொண்டிருக்கிறது என்பதை நீங்கள் ஒருபோதும் ஊகிக்கவே முடியாது. விரைவாக வளர்ந்துகொண்டிருக்கும் ஆனந்த் நகரில் இருக்கும் அகான்க்ஷா இன்ஃபெர்டிலிடி (கருவளக் குறைபாடு) க்ளினிக் குறித்து ஓப்ரா புகழ்பாடியபோது அது ஒரே நாளில் வெற்றி கண்டது. அந்த மருத்துவ மையம் (க்ளினிக்) தானமளிப்பவர்களிட மிருந்து கிடைக்கும் சினைமுட்டைகளைக் கருத்தரிக்க வைத்து, அவற்றை வாடகைத்தாயின் கருப்பைக்குள் பதியமிட்டு, கருவை வளரவைத்து, உத்தேசமாக ஒரு வாரத்துக்கு ஒன்று என்கிற வீதத்தில், ஒப்பந்தக் குழந்தைகளை இறுதியாகப் பெற்றெடுத்துத் தருகிறது.

2006ஆம் ஆண்டிலிருந்தே அகான்க்ஷாவின் நிறுவனரான மருத்துவர் நய்னா பட்டேல், டசன் கணக்கிலான பாராட்டுக் கட்டுரைகளின் ஆய்வுத் தலைப்பாக இருந்துகொண்டிருக்கிறார். அதற்கும் மேலாக 2007இல் வெளிவந்த ஓப்ரா தொலைக்காட்சித் தொடரின் ஒரு பகுதி அதன் தலைவிதியை மாற்றியது. அந்நிகழ்ச்சி பட்டேலைக் குழந்தை யில்லா நடுத்தர வகுப்புத் தம்பதியரின் மீட்பராக அறிவித்தது. அது அமெரிக்கர்களின் கருத்தரிப்புகளை அயலாக்கப் பணியின் (அவுட் சோர்சிங்) மூலம் பெருமளவில் வெளிநாடுகளில் பெறுவதற்கான கதவுகளைத் திறக்க உதவியது. ஓப்ரா வின்ஃப்ரேயின் கைசாத் திடப்பட்ட நிழற்படங்கள் மருத்துவ மையமெங்கும் கவனத்தை ஈர்க்கும் விதத்தில் வைக்கப்பட்டுள்ளன. அந்த மருத்துவ மையம் தங்களிடம் நூற்றுக்கணக்கானவர்கள் காத்திருப்போர் பட்டியலில் இருப்பதாகக் கூறுகிறது. செய்தியறிக்கைகளின்படி, அகான்க்ஷா

வாடகைத்தாய் மூலம் குழந்தை பெற விரும்பும் வாடிக்கையாளர்களிட மிருந்து ஒவ்வொரு வாரமும் குறைந்தது ஒரு டசன் விசாரிப்புகளைப் பெறுகிறது.

பளிச்சென சிவப்பும் ஆரஞ்சு நிறமும் கலந்த சேலை அணிந்த மருத்துவர், அறையின் மூன்றில் ஒரு பங்கிலான பெரிய மேசையில் அமர்ந்திருக்கிறார். அவருடைய கழுத்து, காதுகள், மணிக்கட்டு ஆகிய பகுதிகளில் வைர நகைகள் மின்னுகின்றன. அவர் என்னை ஒரு நாற்காலியில் உட்கார அழைத்தபோது, அவருடைய அகன்ற புன்னகை மரியாதையையும் எச்சரிக்கை உணர்வையும் கலந்து வெளிப்படுத்து கிறது. நான் முன் அனுமதி இல்லாமலேயே இங்கே வந்தேன். முன்ன தாகவே தொலைபேசி வழியாக அனுமதி கேட்டிருந்தால், பட்டேல் என்னைப் பார்க்க மறுத்திருப்பார். பத்திரிகைகள் அவரைப் பாராட்டி எழுதியிருந்தாலும், நான் வருவதற்கு ஒரு வாரத்துக்கு முன்பு மருத்துவ மையத்தை விமர்சித்து பல கட்டுரைகள் வெளிவந்திருந்தன. அவை, வாடகைத்தாய்கள் இருக்கும் பாதுகாக்கப்பட்ட தங்குமிடங்கள், அவர்கள் வெளியுலகிலிருந்து தனிமைப்படுத்தப்பட்டிருத்தல் போன்ற பிரச்சினைக்குரிய நடைமுறையில் கவனத்தைக் குவித்தன.

அவற்றிலுள்ள வாதங்களில் ஒன்று அகான்க்ஷா ஒரு குழந்தைகள் தொழிற்சாலை தவிர வேறெதுவும் இல்லை என்பதுதான். அந்த விமர்சனத்தைக் குறித்து பட்டேலிடம் கேட்டபோது அவர் பதில் கூறுகிறார்: ‘உலகம் என்னை நோக்கி விரலைக் காட்டும். அவள் காட்டுவாள், அவன் காட்டுவான். நான் அவர்களுக்கெல்லாம் பதில் சொல்லிக்கொண்டிருக்க வேண்டியதில்லை.’

அதை நிரூபிப்பதற்காகவோ என்னவோ அவர் அடுத்த இருபது நிமிடங்களுக்கு என்னுடைய கேள்விகளை மென்மையாகத் தவிர்க் கிறார். அதற்குப்பின் தங்குமிடங்களைப் பற்றி மீண்டும் கேட்கும்போது எதிர்பாராத விதமாக என்னை வெளியே வழியனுப்பி வைக்கிறார். ஆனால் ஆனந்த் நகர் போன்ற சிறு நகரில் அந்த மருத்துவரின் உதவி இல்லாமலேயே அந்தப் பெண்கள் தங்கியிருக்கும் இடத்தை என்னால் தேடிக்கண்டுபிடிக்க முடியும்.

மருத்துவ மையத்திலிருந்து ஒரு மைல் தூரத்திலிருக்கும் சந்தடி யில்லாத ஒரு தெருவில் ஓர் அரசு நியாய விலைக்கடை, அங்கு விடாமல் தொடர்ந்து வந்துகொண்டிருக்கும் ஏழை வாடிக்கையாளர்களுக்கு மானிய விலையில் அரிசி வழங்கிக்கொண்டிருக்கிறது. சாலையின் எதிர்புறத்தில் காங்கிரீட் சுவர்களாலும், முள்கம்பிகளாலும், இரும்பு வாயில் கதவாலும் சூழப்பட்டிருந்த காங்கிரீட் போட்ட ஒற்றைத்

தளவீடு ஒன்று இருக்கிறது. காவல்துறை அதை ஒரு காலத்தில் எலியட் நெஸ் பாணியில் சோதனைகளின்போது பிடிபட்ட கள்ளச் சாராயத்தை வைப்பதற்கு கிடங்காகப் பயன்படுத்திக்கொண்டிருந்தது (குஜராத் மாநிலத்தின் பிற பகுதிகளைப் போலவே ஆனந்தும் மதுவிலக்கு செய்யப்பட்ட சிறிய நகரம்.) கட்டடத்திலிருந்த பாதுகாப்பு அமைப்புகள், சான்றாதாரங்களை மீட்க விரும்பும் கள்ளச்சாராயம் காய்ச்சுபவர் களை நெருங்கவிடாமல் வைப்பதற்காக உருவாக்கப்பட்டது போல இருந்தன.

இப்போது அந்தக் கட்டடம் அகான்க்ஷாவின் வாடகைத்தாய் களுக்கான இரு தங்குமிடங்களில் ஒன்றாகச் செயல்படுகிறது. அவர்கள் இங்குக் கைதிகள் அல்ல. ஆனால் அவர்கள் எழுந்து அப்படியே சென்று விடவும் முடியாது. அங்கிருக்கும் பெண்கள் எல்லோரும் திருமண மானவர்கள். முன்பே குறைந்தது ஒரு குழந்தையாவது உடையவர்கள். அவர்கள் தங்களுடைய சுதந்திரத்தையும் உடல்சார்ந்த வசதிகளையும் இந்தியாவில் பெருமளவில் வளர்ந்து கொண்டிருக்கும் மருத்துவம் மற்றும் கருவள சுற்றுலாத் தொழிலில் உழைப்பாளர்களாகச் சேருவதற்கு விட்டுக் கொடுத்திருக்கின்றனர். அவர்கள் தங்களுடைய கர்ப்பகாலம் முழுவதையும் பூட்டி வைக்கப்பட்டுள்ள இடத்தில்தான் கழிக்க வேண்டும். அதிகாரி போல தோற்றமளிக்கும் சீருடை அணிந்த காவலாளி ஒருவர், கையில் ஒரு மூங்கில் குச்சியை ஆயுதமாக வைத்துக்கொண்டு, வாயில் கதவிலிருந்து எல்லோருடைய அசைவுகளையும் கவனித்துக் கொண்டிருக்கிறார். குடும்ப உறுப்பினர்களின் வருகையும் மிகக் குறைவே. பெரும்பாலானவர்களுக்கு அங்கு வந்து பார்க்கும் அளவுக்குப் பண வசதியில்லை.

வெளிப்புற உடற்பயிற்சி அனுமதிக்கப்படுவதில்லை – ஏன் கட்டடத் தைச் சுற்றி நடப்பதற்குகூட. காவலாளியைக் கடந்து போவதற்கு அந்தப் பெண்களுக்கு மருத்துவ மையத்தில் முன்னனுமதி அல்லது அவர் களுடைய மேற்பார்வையாளரின் சிறப்பு அனுமதி வேண்டும். அதற்குப் பதிலாக அவர்களுடைய மிகத் தாழ்ந்த வாழ்க்கைத் தரத்தோடு ஒப்பிடுகையில், ஒரு கணிசமான தொகையைப் பெறும் நிலையில் இருக்கிறார்கள். ஆனால் மருத்துவ மையத்தின் வெளிநாட்டு வாடிக்கையாளர்களுக்கு அந்தத் தொகை அற்பமானது என்பது புரிகிறது. அதிக அளவிலான வாடிக்கையாளர்கள் இந்தியாவுக்கு வெளியிலிருந்து வருகிறார்கள். நகரில் உள்ள மூன்று தங்கும்விடுதிகளும் எப்போதுமே அமெரிக்கா, இங்கிலாந்து, பிரான்ஸ், ஜப்பான், இஸ்ரேல் ஆகிய நாடுகளிலிருந்து வாடகைத்தாய் மூலம் குழந்தை பெறுவதற்காக வரும் சுற்றுலாப் பயணிகளால் முன்பதிவு செய்யப்பட்டுவிடுகிறது.

ஒரு மொழிபெயர்ப்பாளரின் துணையோடு நான் சாலையைக் கடந்து அந்த வீட்டுக்குச் செல்கிறேன். நட்பான புன்னகையும், தெளிவான நோக்கம் கொண்ட தன்னம்பிக்கையான நடையும் என்னை நுழை வாயில் காவலரைத் தாண்டிச் செல்ல உதவுகின்றன. அந்த விடுதியின் முதன்மை வசிப்பு அறைகளில் இரவு உடை அணிந்த கிட்டத்தட்ட இருபது பெண்கள் வெவ்வேறு கர்ப்ப நிலையில் அங்கங்கே படுத்திருக் கிறார்கள். அவர்கள் குஜராத்தி, இந்தி, சிறிது ஆங்கிலம் ஆகியவை கலந்த மொழியில் உரையாடிக்கொண்டிருக்கிறார்கள். சோம்பலான ஒரு கூரை மின்விசிறி, தேங்கியிருக்கும் காற்றை கிண்டிக் கொண்டிருக் கிறது. அங்கு பார்க்க முடிந்த பொழுதுபோக்குக்கான ஒரே ஆதாரம் மூலையில் இருந்த தொலைக்காட்சிப் பெட்டிதான்; அது குஜராத்தியில் பொழுது போக்கு நாடகத்தொடர்களை ஒளிபரப்பிக்கொண்டிருக்கிறது. வகுப்பறை அளவிலிருக்கும் இடத்தில் வரிசையாக இரும்புக்கட்டில்கள் கிடக்கின்றன. இடம் போதாமையால் கட்டில்கள் கூடத்தின் பாதையிலும் மேல்மாடியில் இருந்த கூடுதலான அறைகளிலும் நிரம்பிக் கிடக்கின்றன. அதில் வாழ்ந்துகொண்டிருக்கும் பெண்களின் எண்ணிக்கையைப் பார்க்கையில் அந்த அறை வியப்பூட்டும் வகையில் சீராக இருந்தது. ஒவ்வொரு வாடகைத்தாய்க்கும் சில உடைமைகளே இருந்தன. அவை ஒரு சிறுவரின் தோள்பையை நிரப்பும் அளவுக்கே இருந்தன. கூடத்தைத் தாண்டி சமையலறையில் எல்லாப் பொருட்களும் நேர்த்தியாக இருப்பு வைக்கப்பட்டிருக்கின்றன. வீட்டுச் செவிலியாக செயல்படும் ஒரு பெண், உதவியாளராகவும் காய்கறிக் குழம்பும் ரொட்டியும் அடங்கிய நண்பகல் உணவைத் தயாரித்துக் கொண்டிருக்கிறார்.

தங்களைப் பார்க்க ஒருவர் வந்தது அந்தப் பெண்களுக்கு இனிய வியப்பைக் கொடுக்கிறது. வெள்ளைக்காரர் ஒருவர் அங்கு வருவது அரிதான நிகழ்வு என்று ஒருவர் என்னிடம் கூறுகிறார். மருத்துவ மையம் வாடிக்கையாளர்களுக்கும் வாடகைத்தாய்களுக்கும் இடையில் தனிப் பட்ட முறையிலான உறவை ஊக்குவிப்பதில்லை. இதற்குக் காரணம், குழந்தையைக் கொடுக்கும் நேரம் வரும்போது அது எல்லாவகையிலும் எளிதாக்கும் என்று பல ஆதாரங்களிலிருந்து அறிகிறேன்.

நான் இங்கு வந்திருப்பது அவர்கள் எப்படி வாழ்கிறார்கள் என்பதை தெரிந்துகொள்ளவே என்று அந்தப் பெண்களிடம் மொழிபெயர்ப் பாளர் மூலமாக தெரிவிக்கிறேன். தன்னுடைய முதல் மூன்று மாத கருத்தரிப்புக் காலத்தில் இருக்கும் அறிவுக்கூர்மையும் ஆர்வமும் கொண்ட பெண்ணான திக்ஷா, தான் அந்த மருத்துவ மையத்திலேயே செவிலியாகப் பணியாற்றியதை விளக்கியபடி, அந்தப் பெண்களின் தகவல் தொடர்பாளராகத் தன்னையே தேர்ந்தெடுத்துக் கொள்கிறார்.

அண்டை நாடான நேபாளத்தைத் தாயகமாகக் கொண்ட அந்தப் பெண் ஆனந்தில் வேலை தேடுவதற்காக சொந்த நாட்டைவிட்டு வந்திருக்கிறார். பள்ளி செல்லும் பருவத்திலிருந்த அவருடைய இரு குழந்தைகளை நேபாளத்திலேயே விட்டுவந்தார். வாடகைத்தாய்களை முழுநேரம் பராமரிப்பதற்காகப் பணியாற்றுவதில் சம்பாதிக்க முடிந்த அளவுக்கு ஒரு வாடகைத்தாய் என்ற முறையிலும் அவரால் சம்பாதிக்க முடியும் என்பதுதான் அதற்கான காரணம்.

அதில் அவர் சம்பாதிக்கும் பணத்தை குழந்தைகளின் கல்விச் செலவுக்காகப் பயன்படுத்துவார். 'நாங்கள் எங்களுடைய குடும்பத்தினரோடு இல்லாதது மனதளவில் மிகவும் கஷ்டமாகத்தான் இருக்கிறது. ஆனால் ஒரு குடும்பம் தேவைப்படும் ஒரு பெண்ணுக்கு நாங்கள் இங்கு இருப்பதால் ஒரு குடும்பத்தைக் கொடுக்க முடிகிறது என்பதையும் நாங்கள் உணர்கிறோம்' என்று திக்ஷா கூறுகிறார். அவருக்கும் அவருடைய விடுதி அறைத் தோழிகளுக்கும் ஒவ்வொரு மாதமும் 50 டாலர் கொடுக்கப்படுகிறது. ஒவ்வொரு மூன்று மாதகால முடிவிலும் கூடுதலாக 500 டாலர் கொடுக்கப்படுகிறது. மீதிப் பணம் குழந்தை களைப் பெற்றவுடன் வழங்கப்படுகிறது.

என்ன கூறினாலும் வெற்றிகரமான அகான்க்ஷா வாடகைத்தாய் 5000 முதல் 6000 டாலருக்குள் சம்பாதிக்கிறார். இரட்டைக் குழந்தைகள் அல்லது மூன்று குழந்தைகள் பிறந்தால் சற்று அதிகமாகச் சம்பாதிக்கலாம் (வெளிநாட்டுத் தம்பதியரின் தேவைகளை நிறை வேற்றும் பிற இரண்டு வாடகைத்தாய் மருத்துவ மையங்கள் 6000 முதல் 7000 டாலர்வரை வழங்குவதாக என்னிடம் தெரிவித்தன). ஒரு பெண்ணுக்குக் கருச்சிதைவு ஏற்பட்டால் அதுவரை அவருக்குக் கொடுக்கப்பட்ட பணத்தை அவர் வைத்துக்கொள்ளலாம். ஆனால் கருக்கலைப்பு செய்ய விரும்பினால் – ஒப்பந்தம் இந்தத் தேர்வை அனுமதிக்கிறது – அவர் மருத்துவ மையத்திற்கும் வாடிக்கையாளருக்கும் மொத்த செலவுகளையும் திருப்பிக் கொடுக்க வேண்டும். நான் பேச முடிந்த எந்த மருத்துவ மையமும் ஒரு வாடகைத்தாய் அந்த முடிவைத் தேர்ந்தெடுத்ததை நினைவுக்குக் கொண்டுவர முடியவில்லை.

நான் சந்தித்த அகான்க்ஷா வாடகைத்தாய்களில் திக்ஷா மட்டும் தான் சொல்லிக்கொள்ளும் அளவுக்குப் படித்தவர். பெரும்பாலான பெண்கள் கிராமப்புறங்களிலிருந்து வருகிறார்கள். தங்குமிடங்களுக்குப் பட்டேல் வாரத்தில் பலமுறை அனுப்பி வைக்கும் ஆங்கிலப் பயிற்றுநர் வருகிறார்; அவர்களுக்குப் பள்ளிப் படிப்புபோலத் தோன்றும் அதுதான் அவர்களுடைய முதல் பள்ளிக்கூட அனுபவமாய் இருக்கிறது. ஆனால், அவர்கள் இங்கு ஆங்கிலம் கற்பதற்காக வரவில்லை. அதிகமானவர்கள்,

கர்ப்பத்துக்குக் கையில் காசு கொடுப்பதற்கு வாக்குறுதியளித்த உள்ளூர்ப் பத்திரிகை விளம்பரங்கள் வழியாக அந்த மருத்துவ மையத்தைப் பற்றி அறிந்தனர்.

வாடகைத்தாய்களை அகான்க்ஷா மட்டுமே அடைத்து வைக்க வில்லை. இதனால் அவர்களுக்குத் தொடர்ந்து மருத்துவக் கவனிப்பு கிடைப்பதை எளிதாக்குவதற்கும் அவர்களுடைய சொந்த இல்லங் களில் கிடைக்க முடிந்ததைவிட நல்ல சூழல்களை வழங்குவதற்கும் முடியும் என்பது அதை நியாயப்படுத்துவதற்கான காரணங்களில் சில. கலிஃபோர்னிய இல்லத் தலைவியான கிரிஸ்டென் ஜோர்டன், படித்த வாடகைத்தாய்களைப் பணிக்கமர்த்தி, அவர்களை அடைத்து வைக்காத டெல்லி மருத்துவ மையம் ஒன்றைத் தேர்வு செய்தார். 'பணத்துக்காக மட்டுமே இதைச் செய்யும் அடிப்படையில் மிக மிக ஏழ்மை நிலையில் இருப்பவர்களை' சில மருத்துவ மையங்கள் பணிக்கு அமர்த்துவதை அறிந்தபின் இந்த முடிவை எடுத்தார். அகான்க்ஷா வாடகைத்தாய்களைப் பொறுத்தவரை, தங்களுடைய புடைத்த வயிறுகள் சொந்த ஊரில் நிச்சயமாக அவர்களை கிசுகிசுப் பேச்சுகளுக்கு ஆளாக்கும் என்று என்னிடம் கூறுகின்றனர். அப்படியிருந்தாலும் அந்த மருத்துவப் பிரிவில் திக்ஷாவைவிட நீண்டகாலம் இருப்பவர்கள் அதன் ஒட்டு மொத்த சூழல் குறித்து பெருமளவில் மகிழ்ச்சியடைந்திருப்பது போலத் தோன்றவில்லை.

நான் பாவ்னாவுக்கு அருகில் அமர்கிறேன். அவர் கர்ப்பமடைந்து நீண்ட நாட்களாகி, அணிந்திருந்த இரவு உடையில் பெரிய வயிற்றோடு இருக்கிறார். கழுத்தைச் சுற்றி தங்கச் சங்கிலி அணிந்திருக்கிறார். அவர் மற்றவர்களைவிட அதிக வயதானவர் போலவும் சோர்வடைந்தவர் போலும் தோன்றுகிறார். இரண்டு ஆண்டுகளில் இது இரண்டாவது வாடகைத்தாய்க் கருத்தரிப்பு என்று என்னிடம் அவர் கூறுகிறார். அவ்வப்போது மருத்துவப் பரிசோதனைகளுக்குச் செல்வதைவிட பிற எதற்காகவும் கடந்த மூன்று மாதங்களில் அவர் அந்தக் கட்டடத்தை விட்டு வெளியே சென்றதில்லை. அவரைப் பார்க்கவும் யாரும் வந்ததில்லை. சாதாரணப் பணியில் பத்து ஆண்டுகளில் சம்பாதிக்க முடிந்ததைவிட இங்கு கிடைக்கும் **5000** டாலர் அதிகம்தான்.

அவருடைய ஒட்டுமொத்த அனுபவங்களைக் குறித்த கருத்தைக் கேட்கிறேன். 'கருச்சிதைவு ஏற்பட்டால் எங்களுக்கு முழுத்தொகையும் வழங்கப்படமாட்டாது; அது எனக்குப் பிடிக்கவில்லை' என்று கூறுகிறார். ஆனால் அவர் அந்த மருத்துவ மையத்தின் மற்றொரு விடுதியில் இல்லாமல் இந்த விடுதியில் இருக்க முடிந்ததற்கு நன்றி பாராட்டுபவராக

இருக்கிறார். சில நகரங்களுக்கு அப்பால் இருக்கும் நாதியாட்டில் விடுதி இவ்வளவு நன்றாக இருக்காது. குழந்தையை ஒப்படைத்த பிறகு என்ன நடக்கும் என்று கேட்கிறேன். சிசேரியன் அறுவை சிகிச்சையால் பெரும் பாதிப்பு ஏற்படும் என்று பதிலளிக்கிறார். 'நான் வீட்டுக்குப் போகுமளவுக்கு உடல்நலத்தை மீண்டும் பெறுவதற்காக இங்கு மேலும் ஒரு மாதம் தங்கியிருப்பேன்' என்று பாவ்னா கூறுகிறார். நான் நேர்காணல் கண்ட எந்த வாடகைத் தாயும் இயல்புவழிக் குழந்தை பிறப்பதை எதிர்பார்க்கவில்லை. இயல்பான சூழல்களில் சிசேரியன் அறுவை சிகிச்சை குழந்தைக்கு அதிக ஆபத்தானது என்று கருதப் பட்டாலும், குழந்தை பிறக்கும்போது பெண் மரணமடைவதற்கான வாய்ப்பைப் பல மடங்கு அதிகரித்தாலும், மருத்துவர்கள் அதையே பெருமளவில் நம்பியிருக்கிறார்கள். இயல்பான குழந்தைப் பேற்றைவிட அது விரைவாக முடிவதால், மருத்துவர்கள் திட்டமிட்டு முன்னேற்பாடு செய்யமுடியும்.

மற்றொரு பெண் எங்களோடு வந்துசேர்கிறார். அவருடைய கண்கள் பழுப்பு நிறத்தில் இருந்தன. அவர் ஹவாய் நாட்டுப் பெண்கள் அணிவது போன்ற பளிச்சென்ற இளஞ்சிவப்பு நிறப்பூக்கள் தையல்பூ வேலை செய்யப்பட்ட உடை அணிந்திருந்தார். புதிதாகப் பிறந்த அவர்களுடைய குழந்தைகளை ஒப்படைப்பதில் அவர்களுக்கு ஏதாவது பிரச்சினை இருப்பதாக நினைக்கிறார்களா என்று கேட்கிறேன். இரண்டாவதாக வந்த பெண் கூறுகிறார்: 'அந்தக் குழந்தையைப் பார்ப்பதற்கு என்னைப்போல இல்லையென்றால் அதை விட்டுக் கொடுப்பது எளிதாக இருக்கும்.'

வாடகைத்தாய்கள் பிறக்கும் குழந்தைகளைத் தாங்களே வைத்துக் கொண்டு, ஒப்படைக்காமல் பின்வாங்கி, சட்டச் சவால்களால் கட்டிப்போடுவது பற்றி மருத்துவ மையம் அவ்வளவாகக் கவலைப் படுவதில்லை. அகான்க்ஷா தங்களுடைய வாடகைத்தாய்கள்மீது கூர்மையான பார்வையை வைத்திருப்பதற்கான மற்றொரு காரணம், இந்தப் பெண்களில் சிலர் தாங்களாகவே சொந்தமாக இதே தொழிலைச் செய்யப் போய் விடுவார்கள் என்ற கவலைதான். 2008இல் ரூபினா மண்டல் என்ற முன்னாள் வாடகைத்தாய் ஆனந்த் நகரத் 'தொழில் மாதிரி' மோசடி செய்வதற்கு சரியானதளம் என்று முடிவெடுத்தார். ஆகவே, மருத்துவ மையத்தின் பிரதிநிதிகளில் ஒருவர் என்று தன்னைக் கூறிக்கொண்டு பிறரை ஏமாற்றி, மருத்துவப் பரிசோதனைகளுக்கான கட்டணத்தைத் தனக்கு முன்பணமாக அனுப்ப வைத்துப் பல அமெரிக்கர்களை ஏமாற்றினார்.

அகான்க்ஷாவின் இணையதளத்தில் தெரிவிக்கப்பட்டுள்ள எச்சரிக்கையின்படி, 'திருமதி மண்டல் ஒரு மருத்துவர் அல்ல. அவர் மோசடி செய்பவர்; அவர் அப்பாவித் தம்பதியினரை ஏமாற்றுவது தெரிய வந்துள்ளது. எனவே அவரோடு எல்லாவிதத்திலும் தொடர்பு வைத்திருந்தால் கவனமாக இருங்கள். மேலும், அப்பாவிகளை ஈர்ப்பதற்கான முயற்சிகளில் அவர் எங்களுடைய மருத்துவமனையின் பெயரைப் பயன்படுத்திக்கொண்டிருக்கலாம்.' இந்த எச்சரிக்கையின் கீழே மண்டல் கருப்புநிற கழுத்து மாலை அணிந்துகொண்டு, நேர் வகிடு எடுத்த முடியோடு இருக்கும் புள்ளிபடிந்த கருப்பு வெள்ளை நிழற்படம் ஒன்று கொடுக்கப்பட்டுள்ளது. இந்த மோசடி எவ்வளவுதான் மோசமானதாக இருந்தாலும் அதைப் புரிந்துகொள்ள முடிகிறது. வாடகைத் தாய் முறையில் அதிக இலாபம் கிடைப்பதற்குரிய வாய்ப்பு உறுதியாக இருப்பதால் அதில் கிடைக்கும் தொகையில் பெரும் பகுதியைப் பெற சில பெண்கள் விரும்புகிறார்கள். இன்றுவரை மண்டல் கைது செய்யப்படவில்லை.

இந்தியா, மருத்துவச் சுற்றுலாவை ஊக்குவிக்கும் பெருமுயற்சியின் ஒரு பகுதியாக, வாடகைத்தாய் முறையை 2002இல் சட்டப்படிச் செல்லத் தக்கதாக்கியது. 1991இலிருந்து நாட்டின் முதலாளித்துவப் பொருளாதாரத்துக்கு ஆதரவான கொள்கைகள் செயல்படுத்தப்படத் தொடங்கிய பிறகு, தனியார் நிதி நாட்டுக்குள் பாய்ந்துகொண்டிருக்கிறது. அது வெளிநாட்டினரின் தேவைகளை நிறைவேற்றுவதற்கு ஏற்ற உலகத் தரத்திலான மருத்துவ மையங்கள் கட்டப்படுவதற்குத் தூண்டுதலாக அமைந்துள்ளது. அரசின் சிவப்பு நாடா இன்றி, மிகக் குறைந்த செலவில் குழந்தைகளை உருவாக்கி, வளர்த்தெடுக்க முடியும் என்ற தகவல் பரவியதைத் தொடர்ந்து வாடகைத்தாய்க் குழந்தை முறைக்கான சுற்றுலா சீராக வளர்ச்சியடைந்துள்ளது. சோதனைக்குழாய்க் கருத்தரிப்பில் தொடங்கி குழந்தையைப் பெற்றெடுத்தல் வரையிலான முழுச் செயல்முறைக்கும் பட்டேல் மருத்துவ மையம் 15,000 முதல் 20,000 டாலர்வரை கட்டணம் வசூலிக்கிறது. அதே நேரத்தில் பணம் கொடுத்து வாடகைத் தாய் மூலம் குழந்தை பெறுவதை அனுமதிக்கும் சில அமெரிக்க மாநிலங்களில் குழந்தையை முழு வளர்ச்சியடைய வைப்பதற்கு 50,000 முதல் 1,00,000 டாலர்வரை ஆகிறது. அந்தச் செலவுகள் அரிதாகவே காப்பீட்டுத் திட்டத்தில் சேர்க்கப்பட்டுள்ளன. 'இந்தியாவில் ஒரு நல்ல விஷயம் என்னவென்றால் இங்கு பெண்கள் குடிப்பதில்லை, புகைப்பதும் இல்லை' என்று டெல்லி வாடகைத்தாய் வாடிக்கையாளரான ஜோர்டன் கூறுகிறார். பெரும்பாலான அமெரிக்க வாடகைத்தாய்

ஒப்பந்தங்கள் இச்செயல்களைத் தடை செய்கின்றன என்றாலும் 'நான் அமெரிக்கர்களை நம்புவதைவிட அதிகமாக இந்திய மக்களின் வார்த்தைகளை நம்புகிறேன்' என்று ஜோர்டன் கூறுகிறார்.

நம்பகமான எண்ணிக்கையைக் கண்டுபிடிப்பது கடினம் என்றாலும் குறைந்தபட்சம் இந்திய வாடகைத்தாய்ச் சேவைகள் இப்போது ஒவ்வோர் ஆண்டும் நூற்றுக்கணக்கான வெளிநாட்டினரை ஈர்க்கின்றன. 2004லிருந்து அகான்க்ஷா மட்டுமே வாடகைத்தாய்கள் மூலமாக குறைந்தது 232 குழந்தைகளை இந்த உலகத்துக்கு வருவதற்கு வழிகாட்டி யுள்ளது. 2008க்குள் அதன் சம்பளப் பட்டியலில் 45 வாடகைத்தாய்கள் இருந்தனர். வாடகைத் தாயாகும் நம்பிக்கையில் நாள்தோறும் குறைந்தது மூன்று பெண்களாவது தம்மை அணுகுவதாக பட்டேல் தெரிவிக்கிறார். இந்தியா முழுவதிலும் குறைந்தது 350 கருவள மருத்துவ மையங்கள் உள்ளன. அரசு இந்த மருத்துவ மையங்களைக் கண்காணிக் காததால், இவற்றில் எத்தனை வாடகைத்தாய்ச் சேவைகளை வழங்கு கின்றன என்று கூறுவது கடினம். மும்பையின் ஹிரானந்தனி மருத்துவ மனை தனக்கே உரிய பெரிய வாடகைத்தாய்ச் செயல்திட்டம் வைத்திருப்பதாகப் பெருமையாகக் கூறுகிறது. நம்பிக்கையூட்டும் விண்ணப்பதாரர்களை எவ்வாறு அடையாளங்கண்டு பணியில் சேர்ப்பது என்பது குறித்து பிற மருத்துவமனைகளில் உள்ள கருவள மருத்துவர் களுக்கும் ஹிரானந்தனி மருத்துவமனை பயிற்சியளிக்கிறது. வாடகைத் தாய் மருத்துவ மையங்களை ஹிரானந்தானி மருத்துவமனையின் அங்கீகாரத்தோடு நிறுவ விருப்பமுள்ள தொழில்முனைப் புள்ள இந்தியாவெங்கிலுமுள்ள கருவள சிறப்பு மருத்துவர்கள் தன்னோடு இணைந்து செயல்படுவதற்கான வாய்ப்புகள் வழங்கப்படுவது பற்றி அதன் இணையதளப் பக்கம் ஒன்று விளம்பரம் செய்கிறது. இந்தியன் கவுன்சில் ஆஃப் மெடிக்கல் ரிசர்ச் (இந்திய மருத்துவ ஆராய்ச்சி நிறுவனம் – இது அமெரிக்காவில் எஃப்டிஏ என்று சுருக்கமாக அழைக்கப்படும் உணவு மற்றும் மருந்து நிர்வாக அமைப்பு – போன்ற பணியைச் செய்கிறது. ஆனால் அவ்வமைப்புக்கு விதிமுறைகளை நடைமுறைப் படுத்துவதற்காக மிகக் குறைந்த அதிகாரமே உண்டு) வாடகைத்தாய்ச் சேவைகள் உள்ளடங்கிய மருத்துவச் சுற்றுலா 2012ஆம் ஆண்டுக்குள் 2.3 பில்லியன் டாலர் ஆண்டு வருமானத்தை உருவாக்க முடியும் என்று முன்கூட்டியே தெரிவித்துள்ளது. 'வாடகைத்தாய் மூலம் குழந்தை பெறுவது புதுமுறைத் தத்தெடுப்பு' என்று கூறுகிறார் டெல்லியில் உள்ள கருவள மருத்துவர் அனுப் குப்தா.

வாடகைத்தாய்க் கருத்தரிப்பின் வருங்கால வளர்ச்சி மதிப்பிடப் பட்டிருந்தாலும், அது இந்தியாவில் அதிகாரப்பூர்வமாக முறைப்படுத்தப்

படவில்லை. வாடகைத்தாய்களை நடத்துவதற்கான கட்டுப்படுத்தும் சட்ட நியதிகள் எதுவும் கிடையாது. அதேபோன்று தேசிய அளவிலான அல்லது மாநில அளவிலான எந்த அதிகார அமைப்புக்கும் அந்தத் தொழிலைக் கட்டுப்படுத்துவதற்கான அதிகாரமும் கிடையாது. அகான்க்ஷா போன்ற மருத்துவ மையங்களுக்குக் கருவின் உடல்நலத்தை உறுதிப்படுத்துவதற்கான பணவசதி உள்ளது. இருப்பினும் அவர்கள் வாடகைத்தாய் ஊதியத்திலும் தொடர் பராமரிப்பிலும் சிக்கனம் காட்டி, செலவைக் குறைப்பதைத் தடுக்கவும், ஏதாவது தவறு நடந்தால் அவர்கள் பொறுப்புடன் நடந்துகொள்வதை உறுதி செய்யவும் எந்த வாய்ப்பும் இல்லை.

எடுத்துக்காட்டாக, 2009 மே மாதத்தில் ஈஸ்வரி என்ற ஓர் இளவயது வாடகைத்தாய் குழந்தையைப் பெற்ற பிறகு கோயம்புத்தூரிலுள்ள ஐஸ்வர்யா கருவள மையத்தில் மரணமடைந்தார். ஓர் ஆண்டுக்கு முன்னர், அவருடைய கணவனான முருகன் வாடகைத்தாய்கள் தேவை குறித்த செய்தித்தாள் விளம்பரத்தைப் பார்த்தபிறகு, குடும்பத்திற்கு அதிக பணம் சம்பாதிக்க வைப்பதற்காக அவரைக் கட்டாயப் படுத்தி ஒத்துக்கொள்ள வைத்தார். இரண்டாவது மனைவியான ஈஸ்வரி கடும் நெருக்கடிக்கு ஆளானதால் மறுக்க முடியவில்லை. அவருடைய கர்ப்பகாலம் எந்தப் பிரச்சினையுமின்றி கடந்து, ஆரோக்கியமான குழந்தையைப் பெற்றுக்கொடுத்தார். ஆனால் அதன் பிறகு ஈஸ்வரிக்கு கடுமையான இரத்தப் போக்கு ஏற்பட்டது. அந்த மருத்துவ மையம் சிக்கல்களை எதிர்கொள்ளத் தயாரான நிலையில் இருக்கவில்லை. ஈஸ்வரியின் இரத்தப்போக்கை நிறுத்த முடியாததால் மருத்துவ மைய அலுவலர்கள் முருகனிடம் ஈஸ்வரியை அருகிலுள்ள மற்றொரு மருத்துவ மனைக்கு எடுத்துச் செல்வதற்காக அவருடைய செலவில் ஆம்புலன்ஸ் அழைத்துவரக் கூறினர். போகும் வழியிலேயே ஈஸ்வரி இறந்தார்.

ஒப்பந்தப்படி, குழந்தை வாடிக்கையாளருக்குக் கொடுக்கப்பட்டது. கருவள மருத்துவ மையம் எந்தத் தவறும் செய்யவில்லை என்று சாதித்தது. ஆனால் காவல்துறையிடம் கொடுத்த புகாரில் அந்த மருத்துவ மையம் இறந்துகொண்டிருந்த தம் மனைவி மீதான பொறுப்பைக் கைவிட்டுவிட்டது என்று முருகன் குறிப்பிட்டிருந்தார். காவல்துறையின் புலனாய்வு ஏனோதானோ என்று நடத்தப்பட்டது. அந்த மருத்துவ மையத்தோடு மின்னஞ்சல் வழியாகத் தொடர்பு கொண்ட போது, அதனிடமிருந்து ஒரு பதிலைப் பெற கிட்டத்தட்ட ஆறுமாதம் ஆனது. குழந்தையின் தலை மிகவும் பெரியதாக இருந்ததால் ஈஸ்வரிக்கு 'உடல் முழுவதும் பரவியுள்ள குருதி நாளத்தினுள் கடுமையான இரத்த உறைவுக் கோளாறு ஏற்பட்டது' என்று அந்த

மையத்தின் மருத்துவர் பதில் எழுதினார். அருண் முத்துவேல் என்று தம்மை அறிமுகப்படுத்திக் கொண்ட அந்த மருத்துவர், ஈஸ்வரிக்கு ஏழு யூனிட் இரத்தம் செலுத்தியதோடு பிற மருத்துவர்களின் உதவிகளைப் பெற்றும்கூட மருத்துவக் குழுவால் அவருடைய உயிரைக் காப்பாற்ற இயலாமல் போய்விட்டது என்று மேலும் தெரிவித்தார். ஈஸ்வரியின் உயிரைக் காப்பாற்றியிருக்க முடியுமா என்ற கேள்விக்கு முழுமையான புலனாய்வு மட்டுமே பதிலளிக்க முடியும். ஆனால் இவை போன்ற நிகழ்வுகளை ஆய்வு செய்வதற்கான அதிகாரம் யாருக்கும் கிடையாது. இதனால், பணிமுறைகேடுகளுக்கு ஆளான நோயாளிகள் பொதுவாக உயர்தரத்திலேயே மருத்துவம் எல்லாம் நடந்துள்ளன என்ற மருத்துவ மையத்தின் அறிவிப்பை ஏற்றுக்கொள்ள வேண்டியதாகிறது. இருப்பினும் இந்திய நாடாளுமன்றம் வாடகைத்தாய்க் கருத்தரிப்பு தொடர்பான சிக்கல்களைத் தீர்ப்பதற்கான சட்டத்தை உருவாக்கும் நடவடிக்கையில் ஈடுபட்டுள்ளது. 2011இன் இறுதிவாக்கில் இந்த மசோதா நாடாளுமன்றத்தின் பரிசீலனைக்குத் தயாராகலாம். ஆனால் சட்டத்தைச் செயல்படுத்துவதற்கான அதிகாரம் எந்தத் துறைக்குக் கொடுக்கப்படும் என்பது இன்னும் தெளிவாகத் தெரியவில்லை.

எந்த விதமான கட்டுப்பாட்டு மேற்பார்வையும் மாநிலங்களின் பொறுப்பில் இருப்பதற்கான வாய்ப்பு அதிகம். இருப்பினும் தற்போது கருவள மருத்துவ மையங்களை ஒழுங்குமுறைப்படுத்துவதற்கோ ஆய்வு செய்வதற்கோ எந்தத் துறையால் அதைச் செய்ய முடியும் என்பது குறித்து கருத்துக்கூற அரசாங்கத்தில் சரியான ஆளைப் பிடிப்பது ஒரு முடிவற்ற, கடினமான விளையாட்டை விளையாடுவது போல இருக்கிறது. ஒரு பாதியளவிலான பதிலையாவது பெறுவதற்கு குஜராத்தின் அதிகார மையத்திலுள்ள அலுவலகங்களுக்கு ஆறுமுறை செல்ல வேண்டியதாயிற்று; மூன்று வெவ்வேறு மந்திரிகளோடு தொலைபேசியில் பேச வேண்டியதும் ஆயிற்று: 'மாநில அளவில் யாரும் வாடகைத் தாய்க் கருத்தரிப்பைக் கண்டுகொள்வதில்லல' என்று ஒரு குறுகிய நேர்காணலில் குஜராத் மருத்துவப் பணியின் உதவி இயக்குநரான சுனில் அவேசியா கூறுகிறார்.

அறவியல் நடத்தை என்று வரும்போது அது எந்தச் சட்ட நியதிகளும் இல்லாத கட்டுக்கடங்காத மேற்கு (வைல்ட் வெஸ்ட்) போன்றதுதான். 'சட்டங்களை மறந்துவிடுங்கள். எந்த விதியும் கிடையாது' என்று அவர் கூறுகிறார். இதுகுறித்து அவரால் இவ்வளவு மட்டுமே கூற முடிந்தது. 'என்னுடைய தலைமை அதிகாரியிடம் பேசுவது ஒருவேளை பயனுடையதாக இருக்கலாம்' என்று அவேசியா கூறுகிறார். ஆனால், அந்த உயரதிகாரி என்னுடைய அழைப்புகளுக்குப் பதில் அளிக்கவே

இல்லை. வாடகைத்தாய்க் கருத்தரிப்பு ஒப்பந்தங்களைக் குழந்தையைப் பெற்றுக்கொள்பவர்கள் நிலையில் முறைப்படுத்துவதற்கு எந்த முயற்சியும் எடுக்கப்படவில்லை. வாடகைத்தாய் முறையில் பிறக்கும் குழந்தைக்கு இந்திய அரசு வழங்கும் நாட்டைவிட்டு வெளியே செல்வதற்கான அனுமதி ஆவணம் இருக்கும்வரை, அமெரிக்கக் கடவுச்சீட்டு மூலமாக இந்தியாவில் ஒரு குழந்தையைப் பெறுவதற்கான வழிமுறை சிக்கலற்றது.

பட்டேலின் வாடிக்கையாளர்களைப் பொறுத்தவரை, வாடகைத் தாய்கள் தங்கவைக்கப்பட்டிருக்கும் திட்டத்தை அவர்கள் ஒருவித காப்பீட்டுப் பத்திரமாகப் பார்க்கிறார்கள். 'என்னுடைய மருத்துவர் என்னிடம் வாடகைத்தாயாக ஸ்டாக்டன் (கலிஃபோர்னியா) என்ற ஊரில் வாழும் ஒருவரை ஏற்பாடு செய்து தர முடியும் என்று கூறியபோது அவர்கள் என்ன செய்துகொண்டிருக்கிறார்கள், என்ன சாப்பிட்டுக் கொண்டிருக்கிறார்கள் என்பன குறித்து எனக்கு எதுவுமே தெரியாது. அவர்களுடைய உடல், பொருள்சார்ந்த சூழல் எனக்குக் கவலை ஏற்படுத்துவதாக இருந்திருக்கும்' என்று கூறுகிறார் பெர்க்லியைச் சேர்ந்த நாற்பத்து ஐந்து வயதான பெண் எஸ்டெர் கோஹென். இவர் கணவரோடு இணைந்து உணவு வழங்கல் நிறுவனம் நடத்திக் கொண்டே, சிறாருக்கு வார இறுதி நாட்களில் யூத அறவியலையும் கற்றுக்கொடுக்கிறார். 'இங்கு அவர்கள் அமைத்திருக்கும் வழிமுறையின்படி வாடகைத்தாயின் ஒரே குறிக்கோள், வேறு யாருக்காகவோ ஓர் ஆரோக்கியமான குழந்தையை சுமப்பது மட்டுமே' என்கிறார் அவர்.

அகான்க்ஷாவின் வாடகைத்தாய்க் கருத்தரிப்பு சுற்றுலாப் பயணிகளின் உண்டுறைவிடுதித் தேவைகளை நிறைவேற்றும் லக்ஷ் ஹோட்டலின் வாயிலில் நான் கோஹெனைச் சந்திக்கிறேன். பலருக்கும் இந்தப் பயணம் அவர்களுடைய உணர்வெழுச்சி நிறைந்த, அதிகப் பணம் செலவழித்துப் பெற்றோராகும் நிலைக்கான தேடலின் இறுதி கட்டத்தைக் குறிக்கிறது. கருத்தரிப்பு சிகிச்சைகளில் ஏற்பட்ட தொடர் தோல்விகளுக்குப் பின்னர், இது அவர்களுடைய இறுதியான ஆனால் மிகச்சிறந்த வாய்ப்பு. கோஹென் பல ஆண்டுகள் கருத்தரிக்க முயற்சி செய்தார். விரிவான பரிசோதனைகளுக்குப் பிறகு அவரால் கருத்தரிக்க முடியாது என்பது தெரிவிக்கப்பட்டது. தத்தெடுத்தல் அவரைக் கவரவில்லை. அப்போது அவர் பட்டேல் பற்றிய செய்திக் கட்டுரை ஒன்றைப் படித்தார். உடனே அவர் ஆனந்த் நகர் வருவதற்கு விரும்பினார். 'பணம், கண்டிப்பாகப் பல காரணங்களில் ஒன்றாக இருந்தது. ஆனால்

அதற்கு மேல் என்னுடைய உள்ளுணர்வு. நான் வந்திருக்க வேண்டிய இடம் இதுதான்' என்று அவர் கூறுகிறார். கோஹெனும் அவருடைய கணவரும் அவர்கள் செய்யப் போவதை நண்பர்களிடமிருந்தும் அண்டை வீட்டாரிடமிருந்தும் இரகசியமாக வைத்திருக்க முடிவு செய்கிறார்கள் – ஒரு குழந்தையோடு வீட்டுக்குத் திரும்பிப் போவது வரையிலுமாவது.

அமெரிக்காவில், வாடகைத்தாயும் அவருடைய வாடிக்கையாளரும் கருவள மருத்துவ மையத்திற்கு வருவதற்கு முன்னரே அவர்களுக்கிடையில் தொடர்பு ஏற்படுத்தியிருக்க வேண்டும். ஆனால், கோஹென் தன்னுடைய குழந்தையைச் சுமப்பதற்காக அகான்க்ஷாவால் வாடகைக்கு அமர்த்தப்பட்ட பெண்ணான சரோஜை ஓரிருமுறைதான் சந்தித்து இருக்கிறார். கோஹெனுடைய கணவரின் விந்தைக் கொண்டு தானமளிக்கப்பட்ட சினைமுட்டைகளுடன் கருத்தரிக்க வைத்து சரோஜின் கருப்பையில் பதியமிட்டப் பிறகு மருத்துவ மையத்தில் ஒரே ஒருமுறை சில நிமிடங்கள் இருவரும் சந்தித்திருந்தனர். அது நடந்தது ஒன்பது மாதங்களுக்கு முன்பு. கோஹென் திரும்பி வந்து ஆனந்தில் இப்போது மூன்று நாட்களாக இருக்கிறார். ஆனால் சரோஜை சந்திக்கச் செல்லவில்லை. 'மருத்துவ மையம் இருவரையும் பிரித்து வைத்திருக்க விரும்புகிறது. இதுதான் சரோஜின் பணி என்பதைத் தெளிவாக வைத்திருக்க மருத்துவ மையம் விரும்புகிறது. அவர் ஒரு கொள்கலம் மட்டுமே' என்று கோஹென் கூறுகிறார்.

ஆனால் இங்குதான் வணிகரீதியிலான வாடகைத்தாய் முறையின் அறவியல் தெளிவற்றதாக இருக்கிறது. அடுத்த வினாடியிலேயே ஒரு மனிதன் இன்னொரு மனிதனுக்குக் கொடுக்க முடிந்த மிகவும் விலைமதிப்பற்ற அன்பளிப்பைத் தனக்கு சரோஜ் வழங்குகிறார் என்று கோஹென் கூறுகிறார். 'மருத்துவ மையம் ஒருவரை இரண்டு தடவைக்கு மேல் வாடகைத்தாயாக செயல்பட அனுமதிக்காது. ஏனெனில் அவர்கள் சரோஜை வெறும் ஒரு கொள்கலமாக (பாத்திரமாக) இருப்பதை விரும்புவதில்லை' என்று அவர் கூறுகிறார். 'அது ஒரு வேலையாக இருக்கக்கூடாது.'

பிறகு அதை வேறு எப்படிப் பார்ப்பது? ஓப்ரா வின்ஃப்ரே தமது தொலைக்காட்சி தொடரில் குழந்தை இல்லாத ஜெனிஃப்பர், கென்டால் தம்பதியினரை முன்னிலைப்படுத்தியிருந்தார். அவர்கள் இதைத் தவிர வேறு எல்லாவற்றையும் முயன்று பார்த்திருந்தனர். அமெரிக்காவில் உள்ள வாடகைத்தாய் முறைக்கு தாங்கள் செலவு செய்யும் அளவுக்கு வசதியில்லை. பட்டேலின் உதவியோடு ஜெனிஃப்பர் ஒரு தாயானார்;

ஓர் இந்தியப்பெண் ஏழ்மையிலிருந்து தூக்கிவிடப்பட்டார் – இந்தப் பரிமாற்றம் ஒரு பாதி வணிகம், ஒரு பாதி சகோதரத்துவம். மருத்துவ மையங்களும் வாடகைத்தாய் முறையை இவ்வாறு வடிவமைக்கின்றன. பெண்கள் தங்களுடைய கருப்பைகளைச் சமுதாயப் பொறுப்புணர்ச்சியோடு வழங்க வேண்டும் என்பதையும் அவர்களுக்கு ஒரு சம்பளக் காசோலை தேவைப்படுகிறது என்பதால் மட்டுமல்ல என்பதையும் மருத்துவ மையங்கள் வலியுறுத்துகின்றன.

***

ஆடம்பரமான தங்கும்விடுதி ஒன்றில், எட்டு டாலர் விலைகொண்ட காப்பியைக் குடித்துக்கொண்டே மும்பையில் மிகவும் புகழ்பெற்ற வாடகைத்தாய்க் கருத்தரிப்புச் சட்ட வல்லுநர்களில் ஒருவரான அமித் கர்கானிஸ், இந்தப் 'பிறர் நலம்' என்ற மொழி சம்பளப் பேரங்களில் மருத்துவ மையங்களின் கை ஓங்கியிருக்கச் செய்வது பற்றி விளக்குகிறார். மருத்துவ மையம், வாடிக்கையாளர், வாடகைத்தாய் ஆகியோரால் கைசாத்திடப்படும் ஒப்பந்தம் எந்த விதமான சேவை வழங்கப்படுகிறது என்பது குறித்து தெளிவற்ற முறையிலேயே இருக்கிறது. 'இது வேலையா? இது அறச்செயலா?' பதிலை எதிர்பார்க்காமலேயே கர்கானிஸ் கேட்கிறார். அவர் தம்முடைய கருத்தைத் தெரிவிப்பதற்கு முன்பு புருவத்தை உயர்த்துகிறார்: 'தெளிவாகவும் எளிதாகவும் கூறுவதானால் வாடகைத்தாய்க் கருத்தரிப்பு ஒருவிதமான வேலை வாய்ப்பு. வெளிநாட்டினர் இந்தியாவின் மீதுள்ள நேசத்தால் இங்கு வரவில்லை. அவர்கள் பணத்தைச் சேமிப்பதற்காக வருகிறார்கள்.' வாடகைத்தாய்க் கருத்தரிப்பு ஒரு பணியாகக் கருதப்படுகிறதென்றால் ஏன் பெண்கள் அவர்கள் மருத்துவமனையில் இருக்கும் காலத்துக்கான சந்தை விலையைப் பெறுவதில்லை?

வாழ்க்கை நடத்துவதற்காகும் செலவும் சம்பாதிப்பதற்கான வாய்ப்பும் அமெரிக்காவைவிட இந்தியாவில் குறைவாக உள்ளன. இருப்பினும் உலகின் இரு புறங்களிலும் வாடகைத்தாய்களுக்கும் மருத்துவ மையங்களுக்கும் கொடுக்கப்படும் பணத்தை ஒப்பிடுவது இப்போதும் சாத்தியமே. ஓர் அமெரிக்க வாடகைத்தாய், தம்பதிகளால் கொடுக்கப்படும் மொத்தத் தொகையில் பாதியில் இருந்து முக்கால் அளவுவரை பெறுகிறார்; அதே நேரத்தில் அகான்க்ஷா வாடகைத் தாய்கள் மொத்த தொகையில் நான்கில் ஒரு பகுதியிலிருந்து மூன்றில் ஒரு பகுதிவரை வாங்குகிறார்கள். அமெரிக்காவைத் தலைமையிடமாகக் கொண்ட தத்தெடுப்பு சீர்திருத்தக் குழுவான எதிகா என்னும்

நிறுவனத்தை நடத்தும் வழக்கறிஞரான உஷா ஸ்மெர்டன் ஒரு மின்னஞ்சலில் கூறுகிறார்:

வாடகைத்தாய்க் கருத்தரிப்பு உழைப்பின் ஒரு வடிவம். அதுவொரு சுரண்டல். குழந்தைத் தொழிலாளர்கள், மேலைநாட்டு நுகர்வால் உந்தப்படும் வியர்வை சிந்தும் உழைப்பிடங்கள் போல ஆதாயத்துக் காக நேர்மையற்ற முறையில் நடத்தப்படுகிறது... இந்தப் பெருமளவு வித்தியாசமான, அதிகார இயக்க விசைக்குள் வாடகைத் தாய்கள் உண்மையிலேயே தங்களுடைய சேவைகளைத் தன்னார்வத்துடன் கொடுக்கிறார்கள் என்ற கருத்துக்கும் ஆதாயத்தால் உந்தப்படும்போது மருத்துவமனைகளால் நேர்மையான முறையில் செயல்பட முடியும் என்ற கருத்துக்கும் நான் சவால் விடுகிறேன்.

இந்தியாவைத் தவிர அமெரிக்கா, பெல்ஜியம், கனடா, இஸ்ரேல், ஜார்ஜியா போன்ற சில நாடுகளே பணத்துக்கான வாடகைத்தாய்க் கருத்தரிப்பை அனுமதிக்கின்றன. அவற்றில் பெரும்பாலானவை கடுமையான கட்டுப்பாடுகளை விதித்துள்ளன. பிரான்ஸ், கிரீஸ், நெதர்லாந்து ஆகியவை பணம் கொடுக்கப்படாத ஏற்பாடுகளைக்கூடத் தடை செய்துள்ளன. எந்த நாடும் – இந்தியாகூட வாடகைத்தாய்க் கருத்தரிப்பை சட்டபூர்வமான வேலைவாய்ப்பு வடிவமாக அங்கீகரிக்க வில்லை. அமெரிக்கா ஒழுங்குமுறைப்படுத்தும் அதிகாரத்தை அந்தந்த மாநிலங்களிடம் விட்டுவிட்டது. அந்நாடு வாடகைத்தாய்களுக்கான உடல்நலப் பாதுகாப்பையும் கலந்தாலோசனையையும் கட்டாயமாக்கி இருக்கிறது. ஆறு மாநிலங்கள் அதை முழுமையாகத் தடை செய்துள்ளன. பிற மாநிலங்கள் வாடகைத்தாய்க் கருத்தரிப்பு ஒப்பந்தங்களை நடைமுறைப்படுத்த இயலாதவை என்று கருதி, அதை நீதிமன்றங்கள் முன்னுதாரணத் தீர்ப்புகளின் அடிப்படையில் கையாளுவதற்காக விட்டுவிட்டன அல்லது அவை அந்த நடைமுறையையே அலட்சியப் படுத்துகின்றன. இந்திய மருத்துவ ஆராய்ச்சி நிறுவனம் உத்தேச வாடகைத்தாய்க் கருத்தரிப்பு வழிகாட்டு நெறிமுறைகளைக் கொண்டு வந்துள்ளது. அது ஆனந்திலும் பிற இடங்களிலும் வாடகைத்தாய் ஏற்பாடுகளில் மருத்துவ மையங்கள் இடைத்தரகர்களாகச் செயல் படுவதை அனுமதித்துள்ளது; அதேசமயத்தில் ஏற்கனவே பயன்பாட்டில் இருக்கும் சில செயல்பாடுகளுக்கு எதிராக எச்சரிக்கையும் விடுத்துள்ளது. சட்டப்படி செயல்படுத்த முடியாத இந்த விதிகள் தேசியச் சட்டத்துக்கான தொடக்கப் புள்ளியாகக் கருதப்படுகிறது. அது வாடகைத்தாய்கள் மீது சிசேரியன் அறுவை சிகிச்சையைத் திணிப்பது போன்ற வெளிப்படை யான பிற அறவியல் சிக்கல்களை ஒதுக்கி வைக்கிறது. வாடகைத் தாய்களைக் கடுமையான மருத்துவ மேற்பார்வையின் கீழ் ஓரிடத்தில்

அடைத்து வைத்திருப்பது தனிமனிதச் சுதந்திரத்துக்கான அடிப்படைக் கொள்கையை மீறுகிறதா என்ற கேள்வியும் இச்சிக்கல்களில் அடங்கும்.

பதியமிடுதல் இன்னொருவருக்கான பிரச்சினை. அமெரிக்கன் சொஸைடி ஃபார் ரீபுரொடக்டிவ் மெடிசின் (அமெரிக்க இனப்பெருக்க மருத்துவச் சங்கம்) நல்ல உடல்நலமுள்ள இளம்பெண்களுக்கு அமெரிக்க மருத்துவர்கள் ஒரு கருமுளையத்தை (எம்பிரியோ) மட்டுமே பதிய மிடலாம் என்று அறிவுரை கூறுகிறது. ஒவ்வொரு முயற்சியிலும் ஒரு பெண்ணின் கருப்பையில் நிச்சயமாக இரண்டு கருமுளையங்களுக்கு அதிகமாகப் பதியமிடவே கூடாது என்று அந்த அறிவுரை கூறுகிறது. இந்திய வழிகாட்டு நெறிமுறை வாடகைத்தாய்களுக்கு மூன்றுக்கு மேல் பரிந்துரைக்கவில்லை. ஆனால் பட்டேலின் மருத்துவ மையம் வழக்கமாகவே ஐந்து கருமுளையங்கள்வரை ஒரு நேரத்தில் பயன் படுத்துகிறது. அதிக கருமுளையங்களைப் பயன்படுத்துவது வெற்றி விகிதத்தை அதிகமாக்குகிறது. ஆனால் இது ஒரே சமயத்தில் பல குழந்தைகள் பிறப்பதிலும் முடிவடைகிறது. இது பெண்களுக்கு அதிக ஆபத்தை விளைவிப்பதாகவும், பெரும்பாலும் உரிய காலத்துக்கு முன் குழந்தை பிறப்பதற்கும் (சிசேரியன் அறுவை சிகிச்சை மூலமாக), குழந்தைகளுக்குக் கடுமையான மருத்துவப் பிரச்சினைகள் ஏற்படுவதற்கும் வழிவகுக்கிறது. அகான்க்ஷா பதியமிடுதலில் 44 விழுக்காடு வெற்றி கிடைப்பதாகக் (மற்ற இந்திய மருத்துவ மையங்களில் உள்ளது போல) கூறிக்கொள்கிறது – அமெரிக்காவில் வழக்கமாகக் கிடைக்கும் 31 விழுக்காடு வெற்றி வீதத்தோடு ஒப்பிடும்போது. இருப்பினும் இதன் உண்மையை உறுதிசெய்வது ஓரளவு இயலாத செயல்தான். ஆனந்தில் நான் சந்தித்த பல வாடகைத்தாய்கள் இரட்டைக் குழந்தைகளோடு கருவுற்றிருந்தனர். மூன்று அல்லது அதற்கும் அதிகமான கருமுளையங்கள் வளர ஆரம்பித்தால் அகான்க்ஷா மருத்துவ மையம் அதைச் சமாளிக்கக் கூடிய அளவுக்கு அதன் மொத்தத்தைக் குறைப்பதற்காக குறிப்பிட்ட கருமுளையங்களைத் தேர்வுசெய்து கலைத்துவிடுகிறது. இதை அவர்கள் பெரும்பாலும் பெற்றோராகப் போகிறவர்கள் அல்லது வாடகைத்தாய்கள் யாருடைய அனுமதியையும் கேட்காமலேயே செய்கின்றனர்.

இந்தியாவின் வாடகைத்தாய்க் கருத்தரிப்பு வழிகாட்டு நெறிமுறைகள் பெண்களைப் பூட்டி வைத்திருக்கும் பிரச்சினை குறித்தும் மௌன மாக இருக்கிறது. "வழக்கறிஞர் கர்கானிஸ் இது சட்டத்தை மீறும் செயல் என்கிறார். 'ஆனந்த் முன்மாதிரி முழுவதுமே குறைபாடுகளைக் கொண்டது. வாடகைத்தாய்களை இதுபோன்று ஒரே இடத்தில் அடைத்து வைத்திருப்பது இந்தியத் தண்டனைச் சட்டத்தின்படி சட்டத்துக்குப் புறம்பான செயல்' என்று அவர் கூறுகிறார்.

‘விளம்பரங்கள் வழியாகவோ பிற முறைகளிலோ வாடகைத் தாய்களைத் தேடிக் கண்டுபிடிக்கும் பொறுப்பு தம்பதியினரிடம் இருக்க வேண்டும்’ என்று வழிகாட்டு நெறிமுறைகள் தெளிவாகக் கூறுகின்றன. இருப்பினும் அகான்க்ஷா வாடகைத்தாய்களுக்காக வட்டார மொழி செய்தித்தாள்களில் பல பகுதிகளில் விளம்பரம் செய்கிறது. பல மருத்துவமனைகள் ஆள்பிடிப்பவர்களைப் பணிக்கு அமர்த்தி தேவையை நிறைவேற்றிக்கொள்கின்றன.

மும்பையின் பிரமாண்டமான ஹிரனந்தானி மருத்துவமனையில், மருத்துவர் கேதார் கான்லா, சாயா பகரி என்ற ஒட்டி உலர்ந்த பெண்ணை எனக்கு அறிமுகம் செய்துவைக்கிறார். சாயாதான் சேரிகளுக்கான அவர்களுடைய நேரடித் தொடர்பாளர். ‘மருத்துவ சமூகப் பணியாளர்’ என்று கான்லா சாயாவை அழைக்கிறார். அவருடைய அலுவலகத்தில் அசௌகரியமாக அமர்ந்துகொண்டு எந்தத் தயக்கமும் இன்றி என்னுடைய கேள்விகளைச் சந்திக்கிறார். சாயாவுடைய குறுகிய தன்விவரப் பட்டியலைப் பார்க்கையில் ‘பணிக்கு ஆளெடுப்பவர்’ என்ற பெயர் இன்னும் பொருத்தமாக இருக்கும். கான்லா தாம் ஏற்றுக்கொள்ளும் ஒவ்வொரு வாடகைத்தாய்க்கும் சாயாவுக்கு 75000 ரூபாய் *(1750 டாலர்)* கொடுக்கிறார். இந்த ஆண்டுக்கு கான்லா ஏற்கனவே மூன்று பேரை ஏற்றுக்கொண்டுள்ளார் என்று சாயா தெரிவிக்கிறார். இதன் பொருள் சாயா அழைத்துக்கொண்டுவரும் பெண்களைவிட அதிகமாக அவர் சம்பாதிக்கிறார் என்பதாகும். ‘எங்களைப் போன்ற தரகர்களுக்கிடையே வாடகைத்தாய்களைக் கண்டுபிடிப்பதற்கான தொடர் போட்டி நடந்துகொண்டிருக்கிறது’ என்று சாயா மேலும் கூறுகிறார்.

மருத்துவர் அனூப் குப்தா எல்லாவற்றையும் சற்று வித்தியாசமாகச் செய்பவர். அவர் டெல்லி ஐவிஎஃப் மருத்துமனையை நடத்துகிறார். நான் அங்குதான் கலிஃபோர்னிய வாடிக்கையாளரான க்ரிஸ்டென் ஜோர்டனைச் சந்தித்தேன். மருத்துவருடைய காத்திருக்கும் அறை உரையாடிக் கொண்டிருக்கும் நோயாளிகளால் நிறைந்திருக்கிறது. அகான்க்ஷாவின் எளிமையான சூழலுக்கு அருகில் வைத்துப் பார்த்தால் இருளுக்கும் பகலுக்கும் இடையில் உள்ள வேறுபாடுபோலத் தோன்றுகிறது. இங்கு மரம் பதிக்கப்பட்ட சுவர்களும் மீன்கள் வளரும் ஒளிரும் கண்ணாடிக் கொள்கலமும் இந்திய மருத்துவமனைகளில் வழக்கமாக இல்லாமலிருக்கும் பாதுகாப்பு உணர்வையும் நட்புக்கு இணக்கமான சூழலையும் வெளிப்படுத்துகின்றன.

மருத்துவருக்குரிய அறுவை சிகிச்சை அறை அங்கியையும் தலையில் நீலநிற முடிவலையையும் அணிந்திருக்கும் குப்தா எப்போதும் அங்கும் இங்கும் சென்றுகொண்டிருப்பதால் அவருக்குக் கேள்விகளுக்குப் பதில் அளிப்பதற்கான நேரமே இல்லை. அதற்குப் பதிலாக அங்கு நீரோடை போலத் தொடர்ந்து வந்துகொண்டிருந்த நோயாளிகளைக் கவனித்துக்கொண்டிருப்பதற்காக என்னை விட்டுச் சென்றிருந்தார். அவர்கள் அயர்லாந்து, கலிஃபோர்னியா போன்ற வெகுதூரத்திலிருந்தும் சில வீடுகளுக்கு அப்பால் இருந்த அண்மைப் பகுதிகளி லிருந்தும் அவரைப் பார்ப்பதற்காக வந்திருந்தனர். அவர்களில் பெரும் பாலோர் வழக்கமான கருத்தரிப்பு சிகிச்சைகளுக்காக வந்திருந்தனர். குப்தாவுக்குக் குறைந்தது ஏழு வாடகைத்தாய்கள் இந்த மாதப் பட்டியலில் இருக் கின்றனர். 'இந்தியாவில் தத்தெடுக்க ஏற்பாடு செய்வதை அரசு கடினமாக்கியுள்ளது. அதே நேரத்தில் உங்களுடைய சொந்த மரபுக் கூறுகளைக்கொண்ட குழந்தையை வாடகைத்தாய் மூலம் பெறுவது சட்ட வரம்புக்கு உட்பட்டதாகவும் எளிதாகவும் இருக்கிறது' என்று அல்ட்ரா சவுண்ட் எந்திரத்தின் ஒரு துடிப்பில் ஜெல் பூசிக்கொண்டே கூறுகிறார்.[1] அவருடைய பார்வையில் இப்போதிருக்கும் ஒரே தடங்கல், நம்பிக்கையிழந்த நிலையால் தூண்டப்படாத வாடகைத் தாய்களைக் கண்டுபிடிப்பதில்தான் இருக்கிறது. இதற்காக அவர் தம்முடைய மருத்துவ ஒருங்கிணைப்பாளரான சீமா ஜிண்டாலை நம்பியிருக்கிறார். சீமா உரிமம் பெற்ற சமூகப்பணியாளராக இருப் பதோடு மருத்துவ மையத்தில் பதிவு செய்யப்பட்ட செவிலியாகவும் இருக்கிறார். அவருடைய ஆட்களைத் திரட்டும் முறையில் தீவிர சமயப் பிரச்சாரம் செய்யும் முறையின் சாயல் உள்ளது: 'நான் யதார்த்தமாக சந்திக்கும் எல்லாப் பெண்களிடமும் அவர்கள் வாடகைத்தாய்க் கருத்தரிப்பு குறித்து எப்போதாவது யோசித்திருக்கிறார்களா என்று கேட்கிறேன்.' அவர் கல்லூரிப் படிப்பை முடித்த, அடிப்படைத் தேவைகளுக்கு மருத்துவ மையம் கொடுக்கும் பணத்தை நம்பியிருக்கத் தேவையில்லாத, வசதியான பெண்களிடம் கவனத்தைக் குவிக்கிறார். இல்லாவிட்டால், 'அவர்களுக்கு தாம் சுரண்டப்படவில்லை என்பது எப்படி தெரியும்?' என்று கேட்கிறார் சீமா.

[1] முந்தைய இயல் ஒன்றில் நான் ஆய்வுசெய்தது போல முறைகேடுகளால் பாதிக்கப் பட்டிருந்ததால் இந்தியாவில் தத்தெடுப்புகள், அதிகமான கட்டுப்பாடுகளின் கீழ் வந்துள்ளன. இதற்கு அதிக ஆவணங்களும் எழுத்து வேலைகளும் தேவைப்படுகின்றன. இருப்பினும் இந்தப் புதுவிதிகள் தத்தெடுப்பு வலையமைப்பில் சட்டத்துக்குப் புறம்பான வணிகத்தைக் குறைக்க ஏதாவது செய்துள்ளனவா என்பது குறித்த விவாதங்கள் நடந்துகொண்டிருக்கின்றன.

எங்களுடைய நேர்காணலுக்குப் பல மாதங்களுக்கு முன்பு பட்டேலின் செயல்பாடுகளை நேரடியாகப் பார்த்துத் தெரிந்து கொள்வதற்காக, வேவு பார்க்க குஜராத்துக்குத் தொடர்வண்டியில் பயணம் செய்தார் சீமா. அவர் பணிபுரியும் மருத்துவ மையம் அதிக இலாபம் ஈட்டச் செய்வதற்காகவும், அதன் குறைகளை உன்னிப்பாகப் பார்ப்பதற்காகவும், தொழில் இரகசியங்களைத் திரட்டுவதற்காகவும் அவர் சென்றார். அவருடைய பார்வையில் ஒரே இடத்தில் குடியமர்த்தும் திட்டம் பெண்களைக் கால்நடைகளைப் போல நடத்துவதாக இருக்கிறது. அவர்களுடைய கர்ப்பகாலம் முழுவதிலும் அவர்கள் மூன்று செயல்களை மட்டுமே செய்கிறார்கள். 'அவர்கள் உட்கார்ந் திருக்கிறார்கள்; பேசிக்கொள்கிறார்கள்; தூங்குகிறார்கள். அது கொஞ்சம்கூட சரியில்லை' என்று கூறுகிறார் சீமா.

ஜிண்டாலால் புதிதாகச் சேர்க்கப்பட்ட முப்பத்து இரண்டு வயது சமூகப் பணியாளரான சஞ்சு ராணா, அல்ட்ரா சவுண்டுக்காக இங்கு வந்திருக்கிறார். பட்டேலின் வாடகைத்தாய்களைப் போலன்றி அவர் கல்லூரியில் படித்தவர்; தன்னுடைய கர்ப்பகாலம் முழுவதும் பணிக்குச் செல்லவும் திட்டமிட்டிருக்கிறார். அவருடைய சேவை களுக்காக 7500 டாலர் வழங்கப்படும் என்று அவருக்கு வாக்குறுதி அளிக்கப்பட்டுள்ளது. குப்தாவிடம் நேரடியாகப் பேசுவதற்கான தொலைபேசி எண்ணும் அவருக்குக் கொடுக்கப்பட்டுள்ளது. ஏற்கனவே இரண்டு குழந்தைகளுக்குத் தாயான ராணா, பரிசோதனையின் போது அவர் இரட்டைக் குழந்தைகளைச் சுமந்துகொண்டிருந்ததை அறிந்து வியப்படைந்தார். அவர் சற்று கலக்கத்துடன் இருக்கிறார் என்று என்னிடம் கூறுகிறார். ஆனால் இரு குழந்தைகளையும் கர்ப்பகாலம் முடியும் வரை அவரே சுமந்தாக வேண்டும். 'அவர்கள் நல்ல மனிதர்கள்; நீண்ட காலமாக குழந்தையின்றி இருக்கிறார்கள்' என்று அவரை வாடகைக்கு அமர்த்திய அமெரிக்கத் தம்பதியினரைப் பற்றிக் கூறுகிறார்.

மற்றெல்லா மனிதத் திசு சந்தையையும் போலவே, வாடகைத்தாய்க் கருத்தரிப்பும் தன்னலமின்மை, மனிதநேய தானங்கள் போன்ற கருத்துகளை, மருத்துவத் தொழிலை இலாபகரமாக்கும் அடிப்படையான கருத்தோடு ஒன்றாக இணைக்கிறது. இது வாடகைத் தாய்களுக்கான சந்தையை இந்தியாவுக்கு விரிவடையச் செய்து, கூடுதலான அதிக மேலைநாட்டுப் பெண்களுக்கு மருத்துவச் செயல்முறைக்கான வாய்ப்பை நிச்சயமாக அனுமதிக்கிறது. இல்லையென்றால் அவர்கள் அதிக செலவுசெய்ய முடியாதவர்களாக இருந்திருப்பதோடு குழந்தை பெறுவதற்கான வாய்ப்பையும் இழந்திருப்பார்கள். எனினும், இந்தப் புதிய சந்தை விலைப்பட்டியலை மக்கள் வரிசையில் கீழ்நோக்கி

அனுப்ப மட்டும் செய்திருக்கிறது. இந்தியாவில் வாடகைத்தாய் முறை வருவதற்கு முன்னால் அமெரிக்க உயர்வகுப்பினர் மட்டுமே வாடகைத் தாய்களுக்காகும் செலவைச் செய்ய முடிந்தது. ஆனால் இப்போது அது நடுத்தர வகுப்பினருக்கும் எட்டும் தூரத்தில் இருக்கிறது. வாடகைத்தாய்க் கருத்தரிப்பு எப்போதும் அறவியல் கேள்விகளை எழுப்பிக்கொண்டிருக் கிறது என்றாலும் இந்தத் தொழிலின் வளர்ந்துகொண்டிருக்கும் அளவு வீதம் இந்தப் பிரச்சினையை உடனே கவனிக்கப்பட வேண்டியதாக ஆக்கியிருக்கிறது. நூற்றுக்கணக்கான புதிய மருத்துவ மையங்கள் திறக்கப்படும் நிலையில் இருக்கும்போது வாடகைத்தாய்க் கருத்தரிப்பு களின் பொருளாதாரம் நாம் அதன் விளைவுகளைப் புரிந்துகொள்ளும் வேகத்தைவிட அதிக வேகத்தில் நகர்ந்துகொண்டிருக்கிறது.

புதிய குழந்தைகளுக்கான சிவப்புச் சந்தை தத்தெடுப்பு, சினைமுட்டை தானம், வாடகைத்தாய் முறை ஆகிய கேள்விக்குரிய செயல்முறைகளுக் கிடையில் இருக்கும் தூரத்தை இணைக்கிறது. இந்த மூன்று தொழில் களுமே, இனப்பெருக்கம் ஒரு மகிழ்ச்சியான குடும்பத்தை உருவாக்குவது போன்ற நம்முடைய மிகவும் அடிப்படை ஆசைகளால் ஒன்றாகக் கட்டப்பட்டுள்ளன. வாடிக்கையாளர்கள் என்ற முறையில் பெற்றோ ராகும் நோக்கம் உள்ளவர்கள் பெரும்பாலும் விநியோகச் சங்கிலித் தொடரின் சிக்கல்களை அறியாதவர்களாகவே இருக்கின்றனர். அதனால் முன்நோக்கமின்றி, தற்செயலாக அவர்கள் ஆபத்தான பரப்புக்குள் எளிதாக நுழைந்துவிட முடியும். குழந்தைகளுக்கான மூன்று சந்தைகளும் முன்னெப்போதும் இல்லாத வேகத்தில் விரிவடைந்து கொண்டிருக்கின்றன. இது ஒரு குழந்தையை சிவப்புச் சந்தையில் வாங்குவதை எப்போதும் இல்லாத அளவுக்கு எளிதாக்கியிருக்கிறது.

எஸ்டெர் கோஹெென் இப்போது குழந்தையில்லாதவர் அல்ல. நாங்கள் ஆனந்தில் சந்தித்த நாளிலிருந்து, புதிதாக இந்தியாவில் பிறந்த குழந்தையை ஓர் அமெரிக்கக் குடிமகன் என்ற தகுதியை இறுதியாக்குவதற்கு ஐந்து வாரங்கள் ஆயின. பளிச்சென்ற நீல-வெள்ளி அமெரிக்க கடவுச் சீட்டும் இந்திய அரசால் வழங்கப்படும் தடையின்மைச் சான்றிதழும் இந்த நடவடிக்கையை நிறைவு செய்கின்றன. அதன் பிறகு கோஹென் ஆனந்த் நகரத்தின் பனிப்புகையையும் அலங்கோலமான நிலையையும் விட்டு அவருடைய அமைதியான வடக்கு பெர்க்லியின் பகுதிக்குச் சென்றுவிட்டார். அங்கு தாய்மையின் யதார்த்தங்கள் வெளிப்படத் தொடங்கிவிட்டன.

அவரும் அவருடைய கணவர் ஆடமும் பகிர்ந்துகொண்டிருக்கும் சிறிய அடுக்குமாடிக் குடியிருப்பில் இப்போது இடப்பற்றாக்குறை ஏற்பட்டது போலத் தோன்றுகிறது. எனவே, வேறு வீட்டுக்குக் குடிபோக முயற்சி செய்துகொண்டிருக்கின்றனர். ஆடம் முன்பு தினமும் மீட்டிக்கொண்டிருந்த மின்சார பியானோ இப்போது பயன்படுத்தப்படாமல் ஒரு அறையின் மூலையில் இருக்கிறது. அந்த இடத்தில் குழந்தைக் கட்டிலும் பலவிதமான குழந்தைப் பொருள்களும் ஆதிக்கம் செலுத்துகின்றன. நாங்கள் உரையாடிக்கொண்டிருக்கும் போது கோஹென் நல்ல உடல் நலத்தோடு இருக்கும் நீலநிறக் கண்களுடைய பெண்குழந்தை டேனியலாவைத் தன்னுடைய ஒரு முழங்காலில் வைத்து ஆட்டிக் கொண்டிருக்கிறார். 'நாங்கள் இந்தியாவில் இருந்தது ஆயிரம் ஆண்டுகளுக்கு முன்னர் போலத் தோன்றுகிறது. ஆனால் சரோஜ் எங்களுக்குக் கொடுத்த இந்தக் குழந்தைக்காக நாங்கள் நன்றிக்கடன்பட்டிருக்கிறோம்' என்று கூறுகிறார்.

சரோஜ் குழந்தையை இயல்பாகப் பெற்றெடுக்க முடியும் என்ற எதிர்பார்ப்போடு இருந்தாலும், மருத்துவ மையம் டேனியலாவை சிசேரியன் அறுவை சிகிச்சை செய்து வெளியே எடுத்தது. சரோஜ் குழந்தையைக் கைமாற்றிக் கொடுத்தபோது, 'அவருடைய கண்களில் ஆழ்ந்த கவலைக்குறி இருந்தது. அவருக்கு அது ஒரு கடினமான செயல். அவர் டேனியலாவை எவ்வளவு அக்கறையுடன் பேணினார் என்பதைக் காணமுடிந்தது' என்று கோஹென் கூறுகிறார். இருந்தாலும், இறுதியில், குழந்தை தன் தாயுடன் இல்லத்துக்கு வந்தாக வேண்டியது தான்.

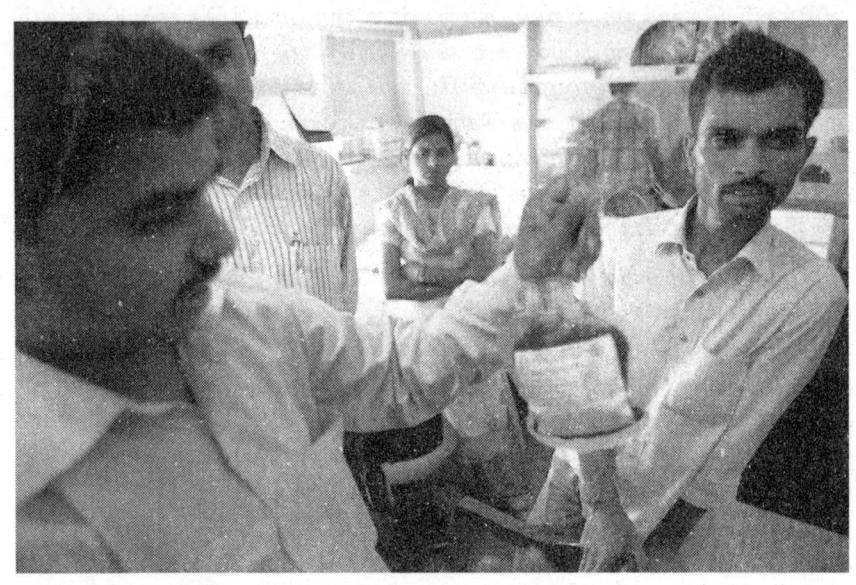

கோரக்பூரில் இருக்கும் சிட்லா மருத்துவமனையின் அடித்தளத்தில் நகரின் ஐந்து இரத்த வங்கிகளில் ஒன்றிலிருந்து அண்மையில் பெறப்பட்ட இரத்தம் நிறைந்த பையை ஒரு உதவிப் பணியாளர் காட்டுகிறார். இந்த நிழற்படம் எடுக்கப்படுவதற்கு ஒரு மாதத்துக்கு முன்னர் அருகிலுள்ள கிராமத்தைச் சார்ந்த ஒரு விவசாயி, இந்த மருத்துவமனைப் பணியாளர்கள் அவரைக் கடத்திச் சென்று, வலுக்கட்டாயமாக இரத்தத்தைத் திருடிவிட்டனர் என காவல்துறையிடம் புகார் அளித்தார்.

7

இரத்தப் பணம்

இந்தியா ஹோலிப் பண்டிகையைக் கொண்டாடுவதற்குச் சில நாட்களுக்கு முன்பு, சாம்பல் நிறமாகிக்கொண்டிருந்த தோல்; தரையைப் பார்த்துக் கொண்டிருந்த கண்கள்; இரு கைகளிலும் வரிசையான ஊதாநிறத்தில் ஊசிக் குத்தப்பட்ட அடையாளங்களோடு ஓர் இளைத்துப் போன மனிதர்; புழுக்கமான இந்திய எல்லைப்புற நகரமான கோரக்பூரில் இருந்த ஒரு விவசாயக் குழுவினரிடம் தற்செயலாக இடறிவிழுந்தார். நேபாளத்திலிருந்து வரிசையாக வந்து கொண்டிருந்த ஆயிரக்கணக்கான அகதிகளுக்கு இந்த நகரம்தான் முதல் நிறுத்தம். நேபாளம் இந்தியாவைவிட அதிக வறுமையில் தொடர்ந்து இருக்கும் நாடு. பல ஆண்டுகளாக அகதிகளின் முடிவற்ற துன்பக்கதை களைக் கேட்டுக் கேட்டு விவசாயிகளின் கருணை உணர்வு மழுங் கடிக்கப்பட்டுவிட்டது. உதவி கொடுக்கப்படுபவர்களின் பட்டியலில் போதைப்பொருள்களுக்கு அடிமையான நோயாளிகள் இன்னும் கீழே இருந்தனர். முதலில் அந்த மனிதர் பேருந்துக் கட்டணத்தைக் கொடுக்குமாறு வேண்டிக் கேட்டபோது விவசாயிகள் அதைக் கண்டு கொள்ளவில்லை. தாம் ஓர் அகதி அல்ல என்று மீண்டும் மீண்டும் அந்த மனிதர் கூறினார். அவர் ஒரு தற்காலிகச் சிறையிலிருந்து தப்பி வந்திருப்பதாகவும் அவரை அடைத்து வைத்திருந்தவர் தம்முடைய இரத்தத்தை ஆதாயத்துக்காக உறிஞ்சி எடுத்துக்கொண்டிருந்தார் என்றும் அவர் கூறினார். விவசாயிகள் அவர்களுடைய மதிமயக்க நிலையை உதறிவிட்டுக் காவல்துறையினரை அழைத்தனர்.

விவசாயிகள் தேநீர் குடித்துக்கொண்டிருந்த இடத்திலிருந்து சில நிமிடங்களில் நடந்து செல்லும் தூரத்தில் இருந்த செங்கல்-தகரக் கொட்டகையில் கடந்த மூன்று ஆண்டுகளாக அந்த மனிதர் கைதியாக அடைக்கப்பட்டிருந்தார். அவருடைய கைகளில் இருந்த அடை யாளங்கள் அவர் ஹெராயின் போதைப்பொருளுக்கு அடிமையாக இருந்ததைக் காட்டிக்கொடுக்கும் அடையாளங்கள் அல்ல. அவை

அவரை அடைத்து வைத்திருந்த இரக்கமற்ற நவீன இரத்தக் காட்டேறியும், உள்ளூர் பால்பண்ணை உரிமையாளரும், மக்களால் மதிக்கப்பட்ட நில உரிமையாளருமான பப்பு யாதவ், அவருடைய தோலை வெற்றிடக் குழல் இணைக்கப்பட்ட ஊசியைக் கொண்டு குத்தியதால் ஏற்பட்டவை. அவர் அந்த மனிதரின் இரத்தத்தை உறிஞ்சி எடுத்து இரத்த வங்கிகளுக்கு விற்பதற்காக அவரைக் கைதியாக வைத்திருந்தார். யாதவ் வெளியே சென்றபோது கதவைப் பூட்ட மறந்தநேரம் பார்த்து அந்த மனிதர் தப்பி வந்துவிட்டார்.

அந்த இளைத்திருந்த மனிதர் கடந்த மூன்று ஆண்டுகளாக தாம் இருந்த அந்தச் சிறைச்சாலைக்கு அதிகாரிகளை அழைத்து வந்தார். அது பப்பு யாதவின் காங்கிரீட் வீட்டுக்கும் பசுத்தொழுவத்துக்கும் இடையில் உட்புகுத்தி அவசரமாகக் கட்டப்பட்ட சிறு குடில். ஒரு பித்தளை கொண்டிப்பூட்டு இரும்புக் கதவின் உறுதியான தாழ்ப்பாளில் தொங்கிக் கொண்டிருந்தது. கால் அங்குல உலோகத் துவாரம் வழியாக மனித இனத்தின் முணுமுணுப்பு ஒலிகளை அதிகாரிகளால் கேட்க முடிந்தது.

அவர்கள் பூட்டைத் திறந்தபோது, திகில் திரைப்படத்துக்குப் பொருத்தமான மருத்துவப் பிரிவு ஒன்று கண்ணில் பட்டது. திரவச் சொட்டுகளை சிரைவழி செலுத்தப் பயன்படும் திரவக் குப்பிகளும் செலுத்துக் கருவிகளும் *(ஐவி டிரிப்ஸ் செட்)* தற்காலிகமாக அமைக்கப்பட்ட கம்பங்களிலிருந்து தொங்கிக்கொண்டிருந்தன. மனப்பிறழ்ச்சியிலிருந்து மீண்டு வந்துகொண்டிருந்தவர்களைப் போல நோயாளிகள் வேதனைக் குரலை எழுப்பிக்கொண்டிருந்தார்கள். சிறுபின்னல் கட்டில்களில் படுத்திருந்த, இளைத்துப்போன ஐந்து பேரால் தங்களைப் பார்க்க வந்தவர்களைக் காணுதற்காக அவர்களால் தலைகளைக்கூட தூக்க முடியவில்லை. அறைக்குள் இருந்த புழுக்கமான காற்றுக்கும் தொற்றுநீக்கத்திற்கும் எவ்விதத் தொடர்பும் இல்லை. அவர்களுடைய தலைக்கு மேலே இருந்த தகரக்கூரை வழியாக அடித்துக்கொண்டிருந்த சூரிய ஒளி தந்தூர் அடுப்பைப் போல வெப்பத்தைப் பல மடங்கு அதிகப்படுத்திக்கொண்டிருந்தது. ஒரு மனிதரின் இரத்தம் குழல் வழியாக நெளிந்து சென்று, தரையில் கிடந்த பிளாஸ்டிக் இரத்தப் பைக்குள் மெதுவாக வடிந்து கொண்டிருந்தபோது எந்த உணர்ச்சியையும் காட்டாத அவருடைய கண்கள் உட்கூரையை வெறித்துப் பார்த்துக் கொண்டிருந்தன. தன்னுடைய எதிர்ப்பைக் காட்டுவதற்குக்கூட அவருக்குத் தெம்பில்லை. அவருக்கு அருகில் கசங்கிக் கிடந்த நைலான் பையில் மேலும் ஐந்து பைண்ட் இரத்தம் இருந்தது. அறைக்குள் மேலும் பத்தொன்பது காலிப்பைகள் நிரப்பப்படுவதற்குத் தயாராக இருந்தன. ஒவ்வொரு பையிலும் உள்ளூர் இரத்த வங்கியால் கொடுக்கப்பட்ட

அதிகாரப் பூர்வமானது போல காணப்படும் சான்றிதழ் ஒட்டுவில்லைகளோடு, அவற்றில் பார்கோடுகளும் (பட்டைக் கோடுகள்) மத்திய கட்டுப்பாட்டு அலுவலகத்தின் ஒரு முத்திரையும் இருந்தன.

அந்த அறை அசாதாரணமானதாக இல்லை. அடுத்த பல மணி நேரங்கள் காவலர்கள் அந்தப் பால்பண்ணை உரிமையாளரின் நிலத்தில் இருந்த ஐந்து குடில்களைச் சோதனையிட்டனர். ஒவ்வொரு இடமும் அதற்கு முந்தையதைப் போல மோசமான நிலையில் இருந்தது. அங்கிருந்த நோயாளிகள் மரணத்தின் விளிம்பில் இருந்தனர். மொத்தமாகப் பதினேழு பேர் விடுவிக்கப்பட்டனர். அவர்களில் பெரும்பாலானவர்கள் படிப்படியாக வலுவிழந்துகொண்டே இருந்தனர். அந்தக் குடிலுக்குள் மருத்துவமனையால் வழங்கப்பட்ட இரத்தத்தை வடியவைக்கும் கருவிக்கு அருகில் கைதிகளாக வைக்கப்பட்டிருந்தனர். ஒரு இரத்தப் பரிசோதனையாளர் குறைந்தது வாரத்துக்கு இருமுறை அவர்களுடைய இரத்தத்தை வடியச் செய்தார் என்று அந்தக் கைதிகள் ஓர் அறிக்கையில் தெரிவித்தனர். சிலர், இரண்டரை ஆண்டுகளாக தாங்கள் அங்கு கைதிகளாய் இருந்ததாகக் கூறினர். பத்திரிகைகளில் விரைவாக இரத்தத் தொழிற்சாலை என்று அறியப்பட்ட அந்த இடம் நகரின் இரத்தத் தேவையில் குறிப்பிடத்தக்க அளவை வழங்கிக் கொண்டிருந்தது. ஒருவேளை அதுதான் கோரக்பூர் மருத்துவமனைகளை முழு இரத்த கையிருப்போடு வைத்திருக்க வேண்டும்.

அன்று மாலை காவல்துறையினர் அந்த மனிதர்களைக் குணப்படுத்துவதற்காக உள்ளூர் அரசு மருத்துவமனைக்கு அனுப்பி வைத்தனர். இதுபோன்ற எதையும் தாங்கள் முன்பு பார்த்ததே இல்லை என்று அங்கிருந்த மருத்துவர்கள் கூறினர். இரத்தத்தில் உள்ள பகுதிப் பொருளான ஹீமோகுளோபின் ஆக்சிஜனை உடலின் பல பகுதிகளுக்கும் எடுத்துச் செல்கிறது. அது குறைந்த அளவில் இருந்தால் மூளை சேதம், உடலுறுப்புச் செயலிழப்பு, மரணம் போன்றவற்றுக்குக் கொண்டு செல்லும்.

ஓர் ஆரோக்கியமான வயதுவந்தவருக்கு ஒவ்வொரு 100 மில்லி லிட்டர் இரத்தத்துக்கும் 14 முதல் 18 கிராம்வரை ஹீமோகுளோபின் இருக்கும். அங்கிருந்த ஆண்களுக்கு சராசரியாக 4 கிராம்களே இருந்தன. மரணத்தின் விளிம்பில் தள்ளப்படும் அளவுக்கு அவர்களுடைய உயிர் திரவங்கள் உறிஞ்சி எடுக்கப்பட்டதால் நீரிழப்பு ஏற்பட்டு அவர்களுடைய தோல் சுருங்கி சாம்பல் நிறத்தில் இருந்தது. 'அவர்களுடைய தோலை நீங்கள் கிள்ளினால் அது களிமண்ணைக் கொண்டு அச்சால் செய்யப்பட்டதுபோல அப்படியே இருக்கும்' என்று காவல்துறையின் பாதுகாப்பிலிருந்து நோயாளிகளை முதலில் ஏற்றுக்கொண்ட பொறுப்பு மருத்துவர் பி.கே. சுமன் கூறினார்.

அவர்களுடைய ஹீமோகுளோபின் அளவு மிகவும் குறைவான அளவில் இருந்ததால் அவற்றை வெகு விரைவாக அதிகரிப்பது குறித்து மருத்துவர்கள் கவலையடைந்தனர். அவர்கள் உடல்ரீதியாக இரத்த இழப்புக்கு அடிமையாகியிருந்ததாக ஒரு மருத்துவர் என்னிடம் கூறினார். அவர்களை பிழைக்க வைத்திருப்பதற்காக மருத்துவர்கள் இரும்புச்சத்து சேர்ப்புகளை அதிகமாகக் கொடுக்க வேண்டியதாயிற்று. அதோடு, அவர்களுடைய இரத்தசுழற்சி மண்டலத்தில் அதிக ஆக்சிஜன் இருப்பதால் அவர்களுக்கு மரணம் ஏற்படுவதைத் தவிர்க்க ஒரு குறிப்பிட்ட அளவு இரத்தம் வெளியேற்றப்பட்டது.

சிறை வைக்கப்பட்ட நிலையில் சில வாரங்களுக்குப் பிறகு, அந்தக் கைதிகள் அதிக இரத்தத்தை இழந்து மிகவும் பலவீனமடைந்ததால் அவர்கள் தப்பிப்பது குறித்து சிந்திக்கக்கூட அவர்களால் இயலவில்லை. உயிரோடு மீண்டுவந்த சிலர் தங்களுடன் இருந்த தொடக்ககாலக் குழுவில் இன்னும் அதிக நபர்கள் இருந்ததாகத் தெரிவித்தனர். ஒரு தானமளிப்பவர் உயிரிழக்கும் அளவுக்கு உடல்நலம் குன்றிக் கொண்டிருந்ததை யாதவ் உணர்ந்தவுடன் அவருடைய மரணத்தை வேறு யாருடைய தலையிலாவது கட்டுவதற்கு அவரை ஒரு பேருந்தில் ஏற்றி நகரைவிட்டு வெளியே அனுப்பிவிடுவார்.

பப்பு யாதவ், தாம் உள்ளூர் இரத்த வங்கிகளுக்கும், மருத்துவ மனைகளுக்கும், தனிப்பட்ட மருத்துவர்களுக்கும் விற்பனை செய்த இரத்தத்தின் அளவையும் அதற்காக அவருக்கு வந்த பெருந்தொகை யையும் மிகவும் நேர்த்தியாக பேரேடுகளில் பதிவு செய்து வந்தார். இந்தப் பதிவுகள் அவருடைய செயல்முறைகள் முழுவதையும் காவல்துறையினர் புரிந்துகொள்வதற்கு எளிதாக்கின. இந்த வழக்கின் பொறுப்பில் இருந்த கோரக்பூர் நகரின் காவல்துறை உதவிக் கண்காணிப் பாளரான விஷ்வஜித் ஸ்ரீவாஸ்தவ், பப்பு யாதவ் தன்னுடைய பால் பண்ணைத் தொழிலைத் தாங்கி நிற்பதற்காக மட்டுமே ஒரு சிறு வணிக முயற்சியாக இரத்தம் எடுப்பதைத் தொடங்கினார். தொடக்கத்திலாவது. அவர் கோரக்பூர் பேருந்து நிலையத்திலும் தொடர்வண்டி நிலையத் திலும் தேடிக் கண்டுபிடித்த, இரத்தம் கொடுக்கக்கூடிய போதைக்கு அடிமையானவர்களுக்கும் நலிவடைந்தவர்களுக்கும் நேர்மையான விலையைக் கொடுத்தார்.

ஒரு பைன்ட் இரத்தத்துக்கு அவர் கொடுத்த மூன்று டாலர் பல நாட்களுக்கு உணவு வாங்கப் போதுமானதாக இருந்தது. அது சட்டத்துக்குப் புறம்பானது, ஆனால் எளிதாக சம்பாதித்த பணம். பொதுவான இரத்த வகைகளை 20 டாலர் உடனடி இலாபத்துக்காக யாதவால் எளிதாகக் கொடுக்க முடிந்தது. அதே நேரத்தில் அரிதான

இரத்த வகைகள் ஒரு பைன்டுக்கு 150 டாலர்வரை பெற்றுத்தரும். இந்தச் சூழல் சீர்கெடுவதற்கு நீண்ட காலம் ஆகவில்லை. அவருடைய செயல்முறைகள் வளரவளர, நகரின் பயண இடைவழி மாற்று இடங்களில் (டிரான்சிட் பாய்ண்ட்) தூண்டில் போட்டுக்கொண்டிருந்தது அவருக்குச் சலித்துப் போயிற்று. எனவே யாதவ் தானமளிப்பவர்கள் தங்கியிருப்பதற்காக இடம்கொடுத்தார். அந்த மனிதர்கள் அவருடைய கூரையின் கீழ் வந்ததைத் தொடர்ந்து, அவர்களுடைய தலைவிதிகளை வற்புறுத்தல், பொய் வாக்குறுதிகள், பூட்டு போடப்பட்ட கதவுகள் போன்ற சேர்க்கையின் மூலம் தம்முடைய கட்டுப்பாட்டுக்குள் கொண்டுவருவதற்கு அதிக காலம் ஆகவில்லை.

இரத்த வியாபாரம் மிகப் பெருமளவில் வளர்ந்ததால் அவருக்கு உதவி தேவைப்பட்டது. ஜெயந்த் சர்கார் என்ற முன்னாள் இரத்தப் பரிசோதனையாளரை அவர் தம்முடன் சேர்த்துக் கொண்டார். சர்காருக்கு, 1990களின் பிற்பகுதியில் அவர் கல்கத்தா நகரிலிருந்து விரட்டியடிக்கப்படுவதற்கு முன்பு இரகசிய இரத்தப் பண்ணை நடத்திய அனுபவம் உண்டு. யாதவும் சர்காரும் இணைந்து அந்த வட்டாரத்தின் முக்கியமான இரத்த விநியோகஸ்தர்களாய் வளர்ச்சியடைந்தனர். அவர்களுடைய இரத்த வணிகக் கோட்பாடு யாதவின் பால்பண்ணையின் கோட்பாட்டை ஒத்ததாகவே இருந்தது. அந்த இரண்டுக்கும் நெருங்கிய தொடர்பு இருந்ததால், அவர் இடத்தைச் சிக்கனமாகப் பயன்படுத்துவதற்காக பசுக்கொட்டகைகளையும் மனிதக் கொட்டகைகளையும் ஒன்றுக்கொன்று பக்கத்தில் இருக்குமாறே அமைத்திருந்தார்.

முதல் திடீர்ச் சோதனை நடந்த இரண்டு மாதங்களுக்குப் பிறகு காவல்துறை ஒன்பது பேரைப் பிடித்தது: இரத்த சேகரிப்பை மேற்பார்வையிட்ட இரத்தப் பரிசோதகர், மேலும் அதிக இலாபத்தை சட்டைப் பையில் வைத்திருக்க விரும்பிய உள்ளூர் இரத்த வங்கிகளின் செயலாளர்கள், நகரெங்கும் இரத்தத்தை எடுத்துச் சென்ற இடைத்தரகர்கள், அடைத்து வைக்கப்பட்டிருந்தவர்களைப் பராமரித்த செவிலியர்கள் ஆகியோர் இவர்களில் அடங்குவர். சிக்கலை மோப்பம் பிடித்த சர்கார் நகரத்தை விட்டுத் தப்பிச்செல்ல முடிந்தது. ஆனால் பப்பு யாதவ் அவருடைய வீட்டுக்கு அருகில் பிடிபட்டார். அவர் மொத்தமாக ஒன்பது மாதங்களைச் சிறையில் கழித்தார். அரசு மருத்துவமனையில் ஒரு மாதம் இருந்த பிறகு யாதவின் முன்னாள் கைதிகள் இந்தியாவின் பல பகுதிகளிலும் நேபாளத்திலும் உள்ள தங்களுடைய வீடுகளுக்குத் திரும்பிச் சென்றனர்.

கோரக்பூர் இரத்தப் பண்ணையின் கோரங்களை மற்றவற்றோடு தொடர்பில்லாத நிகழ்வாக – அதாவது, நாகரிகமடைந்த உலகின்

இரத்தப் பணம் ❋ 179

இந்தியாவிலுள்ள கோரக்பூரில் இருக்கும் ஒரு இரத்த வங்கியில் உள்ள மொத்த இரத்தக் கையிருப்பு. இருப்போ மிகக் குறைவு; நோயாளிகளோ நீரோடைபோல மருத்துவமனையை நோக்கி தொடர்ந்து வந்து கொண்டிருந்தனர். சிகிச்சை அளிக்க இயலாத அளவுக்கு கவலை யளிக்கும் விதத்தில் இரத்தம் பற்றாக்குறை! இருப்புக்கும் தேவைக்கும் இடையே உள்ள வெற்றிடத்தை நிரப்புவதற்கு முன்னாள் பால்பண்ணை உரிமையாளரின் தலைமையில் ஒரு குற்றவாளிகள் கும்பல் பேருந்து நிலையங்களிலிருந்து மனிதர்களைக் கடத்திச் சென்று அவர்களுடைய இரத்தத்தை வலுக்கட்டாயமாக வடித்தெடுக்கத் தொடங்கியது. சில கைதிகள் மூன்று ஆண்டுகளுக்கும் அதிகமாக அங்கு பூட்டி வைக்கப்பட்டிருந்தனர். ஒவ்வொரு வாரமும் ஒரு தடவைக்கும் அதிகமாக அவர்களுடைய இரத்தம் வடித்தெடுக்கப்பட்டது.

விளிம்புகளில் மட்டுமே நடக்கக்கூடிய ஒருவிதப் பிறழ்ச்சி என்றும் உலகின் பிற இடங்களில் நடக்கும் இரத்த விநியோகத்தோடு தொடர்பு இல்லாததென்றும் பார்ப்பதற்கு ஆசையைத் தூண்டுகிறது. ஆனால் இரத்தப் பண்ணைகள் இருப்பது, சந்தையில் நடக்கும் மனிதப் பொருள்களின் புழக்கத்தில் ஆழமான பிரச்சினை இருப்பதை மறைமுக மாகத் தெரிவிக்கிறது. இரத்த விநியோகம் குறித்து அறியும் ஆர்வமோ, அதன் கிடைக்குமிடத்தைப் பற்றிக் கவலையோ யாருக்கும் இல்லை. ஆர்வத்துடன் இரத்தத்தை வாங்குவோர் இல்லையென்றால் இரத்தப் பண்ணைகள் அறவே இருந்திருக்க முடியாது. எந்தக் கேள்வியும் கேட்காமல் இரத்தத்துக்குப் பணம் கொடுக்கத் தயாராக மருத்துவப் பணியாளர்கள் இருக்கும்போது யாராவது இந்தச் சூழலைத் தனக்குச் சாதகமாகப் பயன்படுத்தி இலாபத்தைப் பெருக்குவது ஓரளவுக்குத் தவிர்க்க முடியாததுதான். உண்மையில், உலகத் தன்னார்வ இரத்ததான முறை எளிதில் உடையக்கூடியதாக இருப்பதால், இரத்தம் கிடைப்பதில் சிறு பாதிப்பு ஏற்பட்டாலும் அது உடனே இங்கு வளமாக நடந்தது போன்ற வணிக இரத்தக் கொள்ளையை நிகழ்த்தத் தூண்டும்.

பப்பு யாதவின் விடுதலைக்கு முந்தைய நாள் நான் கோரக்பூர் வந்து சேர்ந்தேன். இருபது இலட்சம் மக்களின் நகரம் எப்படி எளிதாக ஒரு இரத்தப் பண்ணையைச் சார்ந்து இருக்க நேர்ந்தது என்பதை நன்றாகப் புரிந்துகொள்ள வேண்டும் என்ற நம்பிக்கையோடு வந்தேன். இந்நகரில் நடந்த அட்டூழியங்கள் இயல்பு நிலையின் எல்லைகளைத் தாண்டிச் சென்ற போதிலும், இந்தச் சூழ்நிலை அறவே இந்தியாவுக்கு மட்டுமே உரியதல்ல. இந்திய-நேபாள எல்லையின் விளிம்பில் பாதுகாப்பற்ற முறையில் அமர்ந்திருக்கும் கோரக்பூர் தொழில்துறை பெருவளர்ச்சி யடைந்த நகரின் மாசு, அலங்கோலம் ஆகியவற்றோடு நாட்டுப்புற இந்தியாவின் தீராத வறுமையும் கலந்த கலவை. ஒரு ஒற்றைவழி தொடர்வண்டிப் பாதையும் சரியாகப் பராமரிக்கப்படாத சாலையும் கோரக்பூரை மாநிலத் தலைநகரான லக்னோவுடன் இணைக்கின்றன. இருப்பினும் அந்நகரம் வரிசையாக நெருங்கியிருந்த பல கிராமங் களின் இயக்க மையம். அது உலக நாட்டுப்புறப் பகுதிகளில் மக்கள் தொகை அடர்த்தி மிக அதிகமாக இருக்கும் பகுதிகளில் ஒன்று. கிட்டத்தட்ட நூறு மைல் தூரத்துக்குள் ஒரு நகருக்குரிய கட்டமைப்பு வசதிகள் உள்ள ஒரே குடியிருப்புப் பகுதி கோரக்பூர். இக்காரணத்தால் அது அவ்வட்டாரத்தில் அரசின் இருக்கைக்கான முக்கியமான சிறுநகரம். நாட்டின் ஒரு பெரும் பகுதிக்கு அடிப்படை சேவைகளை வழங்க வேண்டிய கடினமான நிலையில் அந்தச் சிறு நகரம் இருக்கிறது. இருப்பினும், அதே நேரத்தில் வளர்ச்சிக்குக் குறைவான முன்னுரிமையே

கொடுக்கப்படுகிறது. அது தட்டுப்பாடுகளின் அடித்தளத்தில் கட்டி யெழுப்பப்பட்ட நகரம்.

இதனால் மிகவும் அதிகமாகப் பாதிக்கப்பட்டிருப்பது கோரக்பூரின் அதிகப் பணிச்சுமையோடிருக்கும் மருத்துவ வசதிகள். அவை பல மில்லியன் கிராமப்புற விவசாயிகளுக்கும் வெளியிடங்களிலிருந்து வந்து குடியேறிய தொழிலாளர்களுக்கும் இன்றியமையாதவை. குறைந்த கட்டணத்தில், சிலருக்கு இலவசமாக, மருத்துவப் பராமரிப்பு வழங்கும் மருத்துவமனைகள் சமுதாயத்தில் வாய்ப்புகள் குறைந்தவர்களுக்குக் காந்தங்கள் போன்றவை. கிட்டத்தட்ட ஒரு டசன் கட்டடங்களும் பல ஆம்புலன்ஸ்களும் கொண்ட மிகப்பெரிய பாபா ராம் தாஸ் மருத்துவமனை வளாகத்திலும் முன் கதவு வழியாக நீண்ட வரிசையிலான நாட்டுப்புற நோயாளிகள் வெளியே வந்துகொண்டிருக்கிறார்கள். பிற முக்கிய மருத்துவமனைகளிலும் அதைவிடக் கூட்டம் நிறைந்து இருக்கின்றது.

மிகையான நோயாளிகள் பல பெரிய சவால்களை, குறிப்பாக இரத்தம் கிடைப்பதில் முன்வைக்கின்றனர். குழந்தை பிறப்பு போன்ற வழக்கமான செயல்முறைகள்கூட தேவையை அதிகப்படுத்துகிறது. சிசேரியன் அறுவை சிகிச்சை தேவைப்படும் ஒரு பெண்ணுக்கு, ஏதாவது சிக்கல்கள் ஏற்பட்டால் குறைந்தது இரண்டு பைன்ட் இரத்த மாவது கைவசம் இருக்க வேண்டியது அவசியம். நகரின் மருத்துவமனை களுக்கு வரும் பல மில்லியன் குடியேறிகள் ஏற்கனவே உடல்நலம் இழந்தவர்களாக இருப்பதால் தங்களுடைய இரத்த நாளங்களைத் திறந்துவிடும் நிலையில் இல்லை. இரத்ததானம் வழங்குவதற்குத் தகுதியானவர்கள் மிகவும் குறைவாகவே உள்ளனர்.

இது மருத்துவ முறைகேடுகள், அறவியல் ஆகியவற்றின் மிக மோச மான வடிவங்களுக்கு மிகப் பொருத்தமான, கொந்தளிப்பான சூழல். அங்கு வாழும் ஒப்பீட்டளவில் குறைவான உள்ளூர் மக்கள்தொகையால் தன்னார்வ தானங்கள் மூலம் இரத்த கையிருப்புகளை மீண்டும் நிரப்பு வதற்கு எந்த வாய்ப்புகளும் இல்லை. எனவே உள்ளூர் இரத்த வியாபாரி களின் இரகசிய சதித்திட்டங்களை நம்பியிருப்பதைவிட மருத்துவ மனைகளுக்கு வேறு வழியே இல்லை. யாதவின் முந்தைய இரத்தப் பண்ணையிலிருந்து ஐந்து நிமிட நேரத்தில் நடந்து செல்லும் தொலைவில் தொங்கிக்கொண்டிருக்கும் ஒரு நீல-வெள்ளை நியான் அறிவிப்பு விளக்கு, கோரக்பூரின் ஐந்து இரத்த வங்கிகளில் ஒன்றான ஃபாத்திமா மருத்துவமனையை அறிவிக்கிறது. பெருமளவிலான புனரமைப்பு வேலைகள் நடந்துகொண்டிருப்பதால் அந்த மருத்துவமனை ஒழுங் கற்றுக் கிடக்கிறது. அங்கே, மருத்துவமனையின் இரும்பு-செங்கல் நுழைவாயிலுக்குச் சற்று உள்ளே உடைந்த காங்கிரீட் துண்டுகளும்

கட்டுமான இடிபாடுகளும் சிதறிக் கிடக்கின்றன. இருப்பினும், கட்டடம் புதுப்பிக்கப்படும்போது, இரத்த வங்கி மிகவும் முக்கியமானதால் அதை நிறுத்தி வைப்பது அல்லது செயல்படாமல் விடுவது இயலாது. எனவே கட்டடப்பணிகளுக்கு நிதி வழங்கிய இயேசு சபை இரத்த வங்கிப் பணி முதலில் கட்டி முடிக்கப்படுமாறு பார்த்துக்கொண்டது. ஆனால், இப்போதைக்கு, குருதியியல் துறையைச் சென்றடைவதற்கு ஆங்காங்கே திரியும் பூனைகளைத் தவிர்த்து, வலுவூட்டும் கம்பிகள், மணல் ஆகியவற்றின் குவியல்கள் வழியாக பாதையைக் கண்டுபிடித்து கட்டி முடிக்கப்படாத மாடிப்படிகளில் ஏறிச் செல்ல வேண்டும்.

ஆனால் உள்ளே போய்ச் சேர்ந்தவுடன், அது வேறொரு உலகில் இருப்பதுபோலத் தோன்றுகிறது. அந்த இடம் சமகாலத் தொழில்நுட்பக் கருவிகளால் நிறைந்திருக்கிறது. இரத்தத்தை எவ்வளவு காலத்துக்கு வேண்டுமானாலும் கெடாமல் பாதுகாத்து வைக்கக்கூடிய குளிர்ச்சி பூஜ்ஜியத்துக்கும் குறைந்த குளிர்பதனப் பெட்டியும் இரத்தத்தை அதன் ஆக்கக்கூறுகளாகப் பிரித்தெடுக்கும் புத்தம்புது மைய விலக்கு எந்திரங்களும் (சென்ட்ரிஃப்யூஜ்) இவற்றுள் அடங்கும். அந்தப் பிரிவு, அந்த மருத்துவமனையை மறைமாவட்டத்துக்காக நடத்தும் அருட்தந்தை ஜீஜோ அந்தோணியின் மூளையில் உதித்தது. இருப்பினும், உலகிலுள்ள உயர் தொழில்நுட்பக் கருவிகள் எல்லாம் அவருடைய பெரும் பிரச்சினையில் உதவாது. அவருடைய மருத்துவமனையின் தேவைகளைச் சந்திப்பதற்கே போதுமான அளவு இரத்தம் கிடைப்பதில்லை. நகரத்தின் தேவைக்கு எங்கே போவது என்று அவர் என்னிடம் கூறுகிறார். பிரச்சினை என்னவென்றால், இந்தியாவிலுள்ள பெரும்பாலான மக்கள் தன்னார்வத்துடன் இரத்தத்தைக் கொடுக்கமாட்டார்கள். இங்குள்ள உள்ளூர் மக்கள் பலர் மூடநம்பிக்கைகள் கொண்டவர்கள், உடல்திரவங்களை இழப்பது எஞ்சியிருக்கும் வாழ்நாள் முழுவதற்கும் வலிமை குன்றியவர்களாக்கிவிடும் என்று அவர்கள் நம்புகிறார்கள் எனத் தெரிவிக்கிறார். நகரம் தொழில்முறை தானமளிப்பவர்களை ஏன் நம்பியிருக்கத் தொடங்கியது என்பதற்கு இது ஒரு காரணம்.

'பப்பு யாதவ் ஒரு பலியாடு மட்டுமே. இரத்த விற்பனைக்குப் பின்னால் அவரைப் போன்ற கீழ்மட்டத்தில் இருப்பவர்களைவிட மேலும் பல உள்ளூர்க்காரர்கள் இருக்கின்றனர்' என்று இந்த வழக்கு குறித்து நான் கேட்டபோது அவர் கூறுகிறார். மேலும், 'ஒவ்வொரு மருத்துவமனையிலும் முகவர்கள் உள்ளனர். ஒரு மருத்துவர் இரத்தம் கேட்கும்போது அது எப்படியும் ஏற்பாடு செய்யப்படுகிறது.'

ஆய்வகத்தை எனக்குச் சுற்றிக்காட்டிவிட்டுக் கீழ்மாடியில் இருந்த அவருடைய விசாலமான அலுவலகத்துக்கு அழைத்துச் சென்று, நறுமணச்

சுவையூட்டப்பட்ட ஒரு கோப்பைத் தேநீரை எனக்குக் கொடுக்கிறார். நாங்கள் வசதியாக அமர்ந்த பிறகு, அவர் மக்களின் வாழ்வுகளில் மாற்றத்தைக் கொண்டு வருவதற்காகவே அவர் பிறந்த கேரள மாநிலத்தைவிட்டுக் கோரக்பூருக்குக் குடிபெயர்ந்ததாகக் கூறுகிறார். ஆனால் தன்னார்வ இரத்த வங்கி தொடர்பாக எதைச் செய்தாலும் அது நெருக்கடியைக் குறைக்கப் போகிறது என்பதில் அவர் நம்பிக்கையுடன் இல்லை. உண்மையில், யாதவ் கும்பலின் இடத்தில் வேறு ஆட்கள் வந்துவிட்டனர் என்று அவர் கூறுகிறார். காவல்துறை யாதவைக் கைதுசெய்ததற்கு ஒரு வாரத்துக்குப் பிறகு இரத்த வங்கிக்கு வந்த இரத்தத்துக்கான கோரிக்கை 60 விழுக்காடு அதிகரித்தது. ஆனால் இப்போது ஓர் ஆண்டுக்குப் பிறகு, 'தேவை குறைந்துவிட்டது.' நகரில் புதிய இரத்த வங்கிகள் எதுவும் இல்லை; தானமளிப்பவர்கள் திடீரென்று குவியவும் இல்லை, ஆனால் இரத்தம் எங்கிருந்தோ வந்துகொண்டிருக்கிறது.

சட்ட அடிப்படையிலான இரத்த தானம் இந்தியாவில் உலகின் பிற பகுதிகளைவிட சற்று வித்தியாசமான முறையில் செயல்படுகிறது. தூய்மையான பிறர்நலத்தால் தானமளிக்க மிகச் சில இந்தியர்களே தயாராக இருக்கின்றனர். ஆகவே நோயாளிகள் தங்களுடைய அறுவை சிகிச்சையின்போது பயன்படுத்தப்படும் பைன்ட்களை அவர்களே ஈடு செய்ய வேண்டும்; இரத்த வங்கிக்கு இரத்தம் செலுத்துவதற்காக தங்களுக்காக தானமளிப்பவர்களைத் தர வேண்டும் என்று எதிர் பார்க்கப்படுகிறது. நண்பர் ஒருவர் மூலமாகச் செய்யப்பட்ட இரத்த தானம் நோயாளியின் பெயரில் வரவு வைக்கப்பட்டவுடன் அவர் அதே அலகிலான இரத்தத்தைத் தன்னுடைய அறுவை சிகிச்சைக்காகப் பெற்றுக்கொள்ளலாம். கோட்பாட்டளவில் இதன் பொருள் என்ன வென்றால் நண்பர்களும் குடும்பத்தினரும் நோயாளிக்கு உதவ முன்வர வேண்டும் என்பதுதான். ஆனால் இந்த நடைமுறையின் யதார்த்தம் வித்தியாசமானது. தங்களுடைய உறவினர்களிடம் இரத்ததானம் அளிக்கும்படி கேட்பதற்குப் பதிலாகப் பெரும்பாலானவர்கள், அமைப்புசாரா வலையமைப்பு உள்ள தொழில்முறை இரத்ததானம் அளிப்பவர்களைச் சார்ந்திருக்கின்றனர். அவர்கள் மருத்துவமனை களின் முன்புறத்தில் பொழுதுபோக்கிக் கொண்டிருப்பதோடு சிறு கட்டணத்திற்காக இரத்ததானம் கொடுக்க விரும்புகிறார்கள்.

இரத்த விற்பனையை நிறுத்துவதற்குத் தன்னால் எதையும் செய்ய முடியவில்லை என்று அருட்தந்தை அந்தோணி கூறுகிறார். மருத்துவமனைகள் அறுவை சிகிச்சை மேசையின் மேல் கிடக்கும் நோயாளிகளின் உயிரைக் காப்பாற்றுவதற்கும் தானமளிப்பவர்களைத்

தங்களுடைய ஆதாயத்துக்காகப் பயன்படுத்துவதற்கான வாய்ப்புக்கும் இடையே சிக்கலில் மாட்டிக்கொள்கின்றன. மருத்துவர் சார்ந்த கோணத்தில் பார்த்தால் ஒரு நோயாளி அறுவை சிகிச்சை மேசையில் உயிரிழந்து கொண்டிருக்கும்போது இரத்தத்தை வாங்குவது இரண்டு தீமைகளில் குறைந்த அளவிலான தீமையைப் போலத் தோன்றுகிறது. அவருடைய மருத்துவமனை மிகச் சிறியதாக இருப்பதால் ஓரளவு தொழில்முறை தானமளிப்பவர்களை ஈர்க்க முடியவில்லை என்று கூறுகிறார். ஆனால் நகரிலுள்ள எல்லா முக்கிய மருத்துவமனைகளுக்கும் தானமளிப்பவர்கள் உண்டு. காவல்துறையால் காப்பாற்றப்பட்ட பிறகு பப்பு யாதவின் கைதிகளுக்குச் சிகிச்சையளித்த அதே மருத்துவமனை புலனாய்வைத் தொடங்குவதற்கு ஏற்ற நல்ல இடம் என்று அவர் கூறுகிறார்.

மருத்துவர் ஓ. பீ. பாரிக், கோரக்பூர் அரசு மருத்துவமனையின் இயக்குநர். தம்முடைய வாழ்க்கையில் 13 பைண்ட் இரத்தம் தானம் செய்திருக்கிறார். அடுத்த ஆண்டு இறுதியில் பணியிலிருந்து ஓய்வு பெறுவதற்கு முன்பு அவர் மேலும் நான்கு பைண்ட் தானமளிக்க விரும்புகிறார். இருப்பினும் அவர் தம்மை விதிவிலக்கு என்று கூறுகிறார். நகரிலுள்ள மற்றவர்களும் அவரைப் போல் கொடுப்பதில்லை. மருத்துவமனையின் ஒட்டுமொத்த செயல்பாட்டுக்கும் பொறுப்பான அவர், எப்போதும் இருக்கும் பிரச்சினை இரத்தம் கிடைப்பதுதான் என்று கூறுகிறார். 'இங்குள்ள மக்கள் தானமளிக்கப் பயப்படுகிறார்கள். அவர்கள் இரத்தத்தைப் பரிமாற்றம் செய்ய விரும்புவதில்லை. அவர்கள் அதை வாங்க மட்டுமே விரும்புகிறார்கள்.' ஒரு பைண்டுக்கு 1500 ரூபாய் அல்லது இருபத்தைந்து டாலர் என்ற விலையில் தானமளிப்பவர் களைக் கண்டுபிடிப்பது சிரமம் அல்ல.

பாரிக்கின் கதவுக்கு வெளியே ஐம்பது அடி தூரத்தில் தற்காலிக நேநீர்க் கடைகளும் சிகரெட் விற்கும் கடைகளும் வரிசையாக இருக் கின்றன. அந்தக் கடைக்காரர்கள் இரத்தத் தரகர்களாகவும் இரட்டைப் பணி செய்கின்றனர். கீழ்வரிசைப் பற்கள் நெடுகிலும் வெற்றிலைப் பாக்கு கறைபடிந்த ஒருவரிடம் கவனமாக விசாரித்த பிறகு, சுன்னு என்ற பெயருள்ள ஒருவரைச் சந்திக்குமாறு கூறினார். அவர்தான் அங்கேயே குடியிருக்கும் தொழில்முறை இரத்த தானமளிப்பவர். 'நீங்கள் உங்கள் வியாபாரத்தை இரத்த வங்கியில் வைத்துக்கொள்வதில் உறுதியாக இருங்கள். அவருக்கு எச்ஐவி இருக்கிறது. இரத்தம் எப்போதும் பரிசோதனை செய்யப்படுவதில்லை' என்ற எச்சரிக்கையோடு அந்த மனிதர் என்னை சுன்னுவிடம் அனுப்பி வைத்தார். ஐந்து நிமிடங் களுக்குப் பிறகு மருத்துவமனைக்குப் பின்புறத்தில் இருந்த ஒரு சந்தில்

தலைக்கும் காதுகளுக்கும் மேலே சால்வையை பிடித்துக்கொண்டிருந்த சிறு உருவமுள்ள, தாடி வைத்த மனிதரை நேருக்குநேர் சந்திக்கிறேன். எனக்கு ஒரு பைன்ட் பி நெகடிவ் இரத்தம் முடிந்த அளவு விரைவாக வேண்டும் என்று நான் அவரிடம் தெரிவிக்கிறேன்.

'பி நெகடிவ் அரிதானது; இப்போதெல்லாம் அதைக் கண்டு பிடிப்பது சிரமம். உங்களுக்கு அது கிடைக்கும். ஆனால் அதை பைசலாபாத் அல்லது லக்னோவிலிருந்து அனுப்பி வைக்க வேண்டும்' என்று கூறுகிறார். இந்த இரு மாவட்டத் தலைநகரங்களும் இங்கிருந்து உத்தேசமாக நூறு கிலோமீட்டர் தூரத்தில் இருக்கின்றன. உயர்ந்த தொகையான **3000** ரூபாய்க்கு அதை ஏற்பாடு செய்ய முடியும் என்று கூறுகிறார். நான் அதுகுறித்து யோசிக்க வேண்டும் என்று சுன்னுவிடம் சொல்லிவிட்டு, அவரைப் பிற வாடிக்கையாளர்களிடம் பேசுவதற்காக மருத்துவமனையின் வெளியே விட்டுவிட்டு நான் நகர்ந்து விடுகிறேன்.

அரசு மருத்துவமனை நிராதரவாகிப் போன தோற்றத்தை ஏற்படுத்து கிறது. இரத்தப் பைகளை வைத்திருப்பதற்கான எஃகு குளிர்பதனப் பெட்டி காலியாகும் நிலையில் இருக்கிறது. இரத்தம் செலுத்துவதற்குத் தயாராக மூன்று பைகள் மட்டுமே இருக்கின்றன. 'நேற்று ஒருவர் இரத்தம் கேட்டு வந்தார். ஆனால் அவரைத் திருப்பி அனுப்ப வேண்டியதாயிற்று. இரத்தம் விற்பனைக்கு இல்லை என்றும் அது கிடைக்க வேண்டும் என்றால் அவர் கொடுக்க வேண்டும் என்றும் கூறுகிறேன். வந்தவர்கள் திரும்பிச் சென்றுவிட்டு ஒரு மணி நேரத்துக்குப் பின்பு ஒரு தானமளிப்பவரோடு வந்தனர். அவர்கள் அவருக்குப் பணம் கொடுத்தார்களா என்பதை நான் எவ்வாறு தெரிந்துகொள்ள முடியும்?' என்று அந்த இரத்த வங்கியின் இயக்குநரான கே.எம். சிங் கூறுகிறார்.

கோரக்பூரில் உள்ள ஐந்து இரத்த வங்கிகளும் அங்கு எவ்வளவு இரத்தம் தேவைப்படுகிறதோ அதில் பாதி அளவைத்தான் நிறைவேற்ற முடியும். அறுவை சிகிச்சைகளுக்குத் தேவையான இரத்தத்தைத் தாங்களே வழங்கும் பொறுப்பு நோயாளிகளுடையது. ஆனால் சில நேரங்களில் இரத்தத்தைப் பணம் கொடுத்து வாங்கும்போது அவர்கள் சட்டத்தை மீறுகிறார்கள் என்பது அவர்களுக்குத் தெரிவதுகூட இல்லை.

நகரின் மிகப்பெரிய அரசு மருத்துவ நிறுவனமான பாபா ராகவ் தாஸ் மருத்துவமனையின் மகப்பேறுப் பிரிவு ஓர் உயிரை உலகுக்குக் கொண்டு வருவதற்கு ஏற்க இயலாத இழிவான இடம். கண்களைக் கூச வைக்கும் ஒளியைக் குறைப்பதற்காகவே சுவரிலிருந்து முன்னால் துருத்திக்கொண்டிருக்குமாறு பெரிய சன்னல்கள் அமைக்கப்பட்டிருக் கின்றன. அவற்றில் பூசப்பட்டிருக்கும் ஒளிபுகும் பச்சை வண்ணச் சாயப்

பூச்சு காங்கிரீட் மருத்துவப் பிரிவுகளை நோயுணர்ச்சியைத் தோன்ற வைக்கும் ஒளியால் சூழ்ந்திருக்கச் செய்கிறது. அந்த இடப்பற்றாக்குறை யுடன் இருக்கும் மருத்துவப் பிரிவில் உத்தேசமாக ஐம்பது பெண்கள் உள்ளனர். அவர்கள் வீட்டிலிருந்து கொண்டுவந்த ஆடைகளை இப்போதும் அணிந்துகொண்டு மெலிதான கட்டில்களில் படுத்திருக் கிறார்கள்; சிசேரியன் அறுவை சிகிச்சைகளிலிருந்து குணமடைந்து கொண்டிருக்கிறார்கள். சிலருக்குப் படுக்கைகள் உள்ளன. ஆனால் பலர் காங்கிரீட் தரையில் படுத்திருக்குமாறு விடப்பட்டிருக்கிறார்கள்.

அந்த அறையில் பல டசன் புதிதாகப் பிறந்த குழந்தைகள் இருக் கின்றன. ஆனால் விசித்திரமாக எந்தக் குழந்தையும் அழுதுகொண்டி ருந்தது போலத் தோன்றவில்லை. ஒருவேளை அந்த அறையின் குகைபோன்ற தன்மை எல்லாச் சத்தங்களையும் விழுங்கியிருக்கலாம். ஒரு பெண்குழந்தையை அணைத்துக்கொண்டிருந்த பெண் ஒருத்தி தன்னுடைய உடையைச் சரிசெய்துவிட்டுத் தன்னுடைய சிறுநீர் வடிகுழாயை அகற்றி அதிலுள்ள சிவப்புச் சூப் *(சாற்றுக்கலவை)* போன்ற திரவத்தை அவளுடைய படுக்கைக்கு அடியில் இருந்த குப்பைக் கூடைக்குள் வடியச் செய்கிறாள். மோசமான நிலையில் இருந்தாலும், பாபா ராகவ் தாஸ் மருத்துவமனை அங்கிருந்தவர்களுக்கு மருத்துவர் ஒருவரைப் பார்ப்பதற்கான அரிய வாய்ப்பை வழங்குகிறது. மருத்துவ உதவி கிடைப்பதற்கான வாய்ப்பைப் பயன்படுத்துவதற்காக அவர்கள் கொடுக்கும் விலைதான் இந்த மருத்துவப் பிரிவு அறைகள்.

இடம்பெயர்ந்து வந்தவர்களில் குடியா தேவியும் ஒருவர். அண்டை மாநிலமான பீகாரிலுள்ள விவசாயக் கிராமத்திலிருந்து நூறு மைல் களுக்கும் அதிகமாகப் பயணம் செய்து வந்திருக்கிறார். குழந்தை பிறக்கும்போது ஏதாவது சிக்கல் ஏற்படலாம் என்ற அச்சத்தில் அவர் வந்திருக்கிறார். தன்னுடைய பெயரைத் தெரிவிக்காத மருத்துவர் ஒருவர் அவரைச் சந்தித்து, மொத்தமாக ஐந்து நிமிடங்களைச் செலவு செய்தார். குடியாவுக்கு சிசேரியன் அறுவை சிகிச்சை தேவைப்படும் என்று அவர் கூறினார். முன்னெச்சரிக்கை நடவடிக்கையாக அவர்களுடைய கையில் ஒரு பைன்ட் இரத்தம் இருக்க வேண்டும் என்றும் அதற்கான தானமளிப்பவரை **1400** ரூபாய்க்கு ஏற்பாடு செய்யலாம் என்றும் கூறினார். ‘அது எளிதாக இருந்தது. நாங்கள் அதுபற்றி யோசிக்க வேண்டிய தேவைகூட இல்லை. மருத்துவர் எல்லாவற்றையும் ஏற்பாடு செய்தார்’ என்று குடியா கூறுகிறார்.

அந்த இரத்தம் எங்கிருந்து வேண்டுமானாலும் வந்திருக்கலாம்.

தொழில்முறை தானமளிப்பவர்களை நம்பியிருப்பது தானமளிப்பவர், பெறுநர் இருவருக்குமே ஆபத்தானது. பிரிட்டிஷ் சமூகவியலாளரான ரிச்சட் டிட்மஸ்ஸின் இரத்த வணிகம் குறித்த விளக்கம், மேலை நாடுகளில் தானமளிப்பவர் அமைப்புகளை மாற்றியமைத்தது என அவர் கூறியது இந்நூலின் முன்பகுதியில் இடம்பெற்றுள்ளது. பணம் கொடுத்து பெறப்படும் இரத்தம், அது கிடைக்கும் அளவை அதிகரிப்பதற்காக, அறவியல் தரங்களைக் குறைத்து, வணிகம் சார்ந்த ஊக்குவிப்பை உருவாக்குகிறது; அதுமட்டுமின்றி இரத்த வங்கிகளில் இருக்கும் இரத்தத்தின் ஒட்டுமொத்த தரத்தையும் குறையச் செய்யும் என்று அவர் முன்கூட்டியே தெரிவித்திருந்தார். *த கிஃப்ட் ரிலேஷன்ஷிப்* என்ற அவருடைய நூலில் அவர் அமெரிக்காவிலும் ஐரோப்பாவிலும் உள்ள இரத்த வங்கிகளில் கல்லீரல் அழற்சி பரவியதை ஆய்வு செய்துள்ளார்; அத்துடன் பன்னாட்டு இரத்த விநியோகம் எச்ஐவி போன்ற வைரஸ் களால் சீர்கேடு அடைவதை, அது நடப்பதற்கு முன்னரே எதிர்பார்த்தார். இரத்தப் பரிமாற்றங்களில் பிறர் நலத்தை மட்டுமே அடிப்படையாக வைத்து அவர் எடுத்த முடிவுகள் மனிதத் திசுவுக்கான கருப்புச் சந்தையை வளர்ச்சியடையத் தூண்டியிருக்கலாம். அதே நேரத்தில் பண ஊக்குவிப்பு எப்படி மக்களைப் பொறுப்பற்ற உடல்நலம் சார்ந்த முடிவுகளை எடுக்க வைக்கிறது என்பதைத் துல்லியமாக எடுத்துக் காட்டுகளுடன் விளக்கினார்.

நான் அரசு மருத்துவமனையின் வெளிப்புறத்தில் சந்தித்த இரத்த விற்பனையாளர் எச்ஐவி தொற்று ஏற்பட்டதாகக் கூறப்பட்ட இரத்தத்தை அந்த வழியாகச் சென்ற ஒருவருக்கு விற்கத் தயாராக இருந்தார். அவருக்கு வேண்டியதெல்லாம் கொஞ்சம் பணம். இரத்த விநியோக ஒழுங்குமுறையின் செயலிழப்பு எப்படியெல்லாம் தொற்றுநோய்ப் பரவலைப் பெருகச் செய்யும் என்பதைக் காணுவது கடினமான விஷயமல்ல.

1998வரை இரத்த விற்பனை இந்தியாவில் சட்டபூர்வமானது மட்டு மல்ல, அது ஒரு சக்தி வாய்ந்த தொழில் சங்கத்தையும் வணிகமுறைசார் தானமளிப்பவர் உரிமைகளுக்கான அமைப்புகளையும் கொண்டிருந்தன. அத்துடன் நடைமுறையோடு இணைந்த தொழில் வாய்ப்பாகவும் அது இருந்தது. இந்தியா தன்னார்வ தானம் (கொடை) என்ற கொள்கைக்கு மாறியபோது இரத்தத்தின் விலை ஒரு பைன்ட் 5 டாலரிலிருந்து 25 டாலர் என்ற அளவுக்குத் திடீரென்று உயர்ந்தது. இந்த விலை சாதாரண நோயாளிகளால் எளிதில் வாங்க முடியாத அளவுக்கு உயர்ந்திருக்கிறது. பணம் கொடுத்து வாங்கப்படும் இரத்தத்தை சட்டவிரோதமாய் ஆக்குவதற்காக சட்டங்கள் மாற்றப்பட்ட போதும், அரசாங்கத்தால்

ஒரு மாற்று அமைப்பை உருவாக்க முடியவில்லை. தொடர்ந்து இரத்தம் கிடைப்பதைச் சார்ந்திருக்கும் எல்லா மருத்துவத் தொழில்களுக்கும் இந்தப் பற்றாக்குறை விரிவடைந்துகொண்டே செல்கிறது.

ஹீமோஃபிலியக் என்னும் இரத்த ஒழுக்கு நோய்க்கான சிகிச்சையில் இரத்தச் சிவப்பணுக்களும் உறைதல் காரணியும் தேவைப்படுகிறது: இரத்தத்தின் பகுதிப்பொருள்களான இவற்றின் தேவை பெருமளவில் அதிகரித்தபோது இந்தியா வெளிநாடுகளிலிருந்து ஒவ்வொரு ஆண்டும் 75 மில்லியன் டாலர் மதிப்பிலான இரத்தத்தின் பகுதிப்பொருள்களை இறக்குமதி செய்ய வேண்டியதாயிற்று (இதில் விசித்திரம் என்ன வென்றால் இந்தப் பகுதிப் பொருள்களில் பல அமெரிக்க இரத்ததானம் செய்வோரிடமிருந்து கிடைப்பவை. அமெரிக்கா உலகின் மிகப் பெருமளவில் இரத்தம் ஏற்றுமதி செய்யும் நாடுகளில் ஒன்று. அமெரிக்க இரத்த ஏற்றுமதித் தொழில் ஓராண்டில் பல பில்லியன் டாலரைச் சம்பாதிக்கிறது.)

இந்தியாவில் மருத்துவ சேவைகளை வாங்குவதையும் விற்பதையும் ஒழுங்குமுறைப்படுத்துவதற்கான சட்டங்களுக்கு எந்தக் குறைவும் இல்லை. ஆனால், இரத்தத்தை அறவியல்சார் முறையில் அல்லது தேசத்தின் தேவைகளை நிறைவு செய்யத் தேவையான அளவில் சேகரிப்பதற்கான திட்டம் அறவே இல்லை. சட்டம் வழங்கும் அதிகாரங்களுக்கும் காவல்துறை முன்னுரிமை அளிப்பவற்றுக்கும் இடையில் உள்ள வெற்றிடம் கருப்பு மருத்துவச் சந்தை செழித்து வளர்வதற்கான வாய்ப்பை உருவாக்கியிருக்கிறது.

கோரக்பூரில் நிலவும் கட்டற்ற சூழ்நிலை உலகெங்கும் தனியாருக்கும் அரசு சார்ந்த மருத்துவத்திற்கும் இடையே உள்ள அடிப்படை முரண் பாட்டின் கடுமையான ஓர் எடுத்துக்காட்டு மட்டுமே. அமெரிக்காவில் இந்த நிலைமைக்கு இணையான ஒரு போக்கு இருந்தது. அது 'புதிய ஒப்பந்தம்' என்னும் திட்டத்தில் சமூகவுடைமையாக்கப்பட்ட மருத்துவம் இரண்டாம் உலகப் போரிலிருந்து ஆதிக்கம் செலுத்திவரும் 'இலாப மாதிரிகளுக்கு' நிலைமாற்றம் ஆகும்போது ஏற்பட்டது.

அமெரிக்காவில் 1950வரை பெரும்பான்மையான மருத்துவ மனைகள் அரசோடு இணைக்கப்பட்ட அறநிலையங்கள். மருத்துவச் செலவுக்கு சொந்த பணத்தைச் செலவு செய்ய வேண்டும் அல்லது அவை பெருமளவில் அரசால் மானியம் அளிக்கப்பட்டவை. தனியார் காப்பீட்டுத் திட்டங்களால் ஊக்குவிக்கப்பட்ட இலாபத்துக்கான மருத்துவத்தின் காலம் குடியரசுத் தலைவர் ஐசனோவர் பதவிக்கு வந்த நேரத்தில்தான் தொடங்கிக்கொண்டிருந்தது. புத்தம் புதிய உயர்தர

மருத்துவப் பராமரிப்புக்கு அதிகப் பணம் கொடுக்க சிலர் தயாராக இருப்பதை மருத்துவ நிறுவனங்கள் அறிந்தன. தனியார் மருத்துவ மனைகள் சிறப்பு மருத்துவர்களோடு செயல்பட்டன. அவர்களுடைய மேம்பட்ட அறிவாற்றல் அக்காலத்தில் அரிதாகக் கிடைத்த மூலப் பொருள். இவ்விதமான தனியார் மருத்துவமனைகள் பெரும்பாலும் பொது மருத்துவர்கள் பணிபுரிந்த மிகப்பெரும் பொது நிறுவனங்களின் இடத்தைப் பிடிக்கத் தொடங்கின.

இரத்த விநியோகமும் இதுபோன்ற மேலாண்மை மாற்றங்களைக் கடந்து வந்தன. இரண்டாவது உலகப் போரின்போது போர் முனையில் இருந்த வீரர்களுக்குத் தங்கள் காயங்களைக் குணப்படுத்த உதவுவதற்குப் பெருமளவிலான இரத்தம் தேவைப்பட்டது. இரத்தத்தில் அனைத்து பகுதிப்பொருள்களும் உள்ள முழுஇரத்தம் விரைவில் கெட்டுவிடக் கூடியதால் அட்லாண்டிக்கைக் கடந்துசெல்லும் பயணத்தை மேற்கொள்ள முடியாது. இதற்கான மாற்றைக் கண்டுபிடிப்பதற்காக செஞ்சிலுவைச் சங்கம் இரத்தப் பிளாஸ்மாவிலிருந்து (ஊனீர்) இரத்த சிவப்பு அணுக் களைப் பிரித்தெடுப்பதற்கான மையவிலக்கு எந்திரத் தொழில் நுட்பத் தைப் பிரபலப்படுத்த உதவியது. பிளாஸ்மாவில் ஹீமோகுளோபின் இல்லையென்றாலும், அறுவை சிகிச்சையின் போது ஒருவரின் இரத்தச் சுழற்சி அமைப்பில் பிளாஸ்மா தேவையான கொள்ளளவைச் (வால்யூம்) சேர்க்கிறது. இரத்தம் கசியும் காயங்களுக்கு சிகிச்சையளிக்கும்போது அது ஒரு முக்கியமான காரணி. முழு இரத்தத்தைவிட பிளாஸ்மாவுக்குக் கெடாமல் இருக்கும் காலம் அதிகம். ஆகவே நீண்ட கடல்கடந்த பயணத்தை நன்றாகத் தாங்கிக்கொள்ளும். அமெரிக்கர்கள் தன்னார்வத் துடன் பெரும் அளவிலான இரத்தத்தை தானமளிப்பதற்கு பிளாஸ்மா சாத்தியமாக்கியது. போர்முனையில் இருந்த இராணுவ வீரர்களின் உயிரைக் காப்பதற்கு, குறிப்பாக ஒன்றைச் செய்துகொண்டிருப்பதாக குடிமக்கள் உணர்ந்தனர். ரிச்சட் டிட்மஸ் அமெரிக்கா, இங்கிலாந்து ஆகிய நாடுகள் தங்களுடைய இராணுவத்தினருக்கு உதவுவதற்காகச் செய்த உள்நாட்டுப் போர் முயற்சிகளால் அகத்தூண்டுதல் பெற்றார். இதனால் இரத்ததானம் ஒரு குறிக்கோளுக்காகச் செயல்படும் உணர்வையும் தேசிய நெருக்கடிகளின்போது ஒற்றுமை உணர்வையும் கொடுக்கிறது என்று அவர் எழுதினார்.[1]

[1] செப்டம்பர் 11, 2001 அன்று பல ஆயிரக்கணக்கான அமெரிக்கர்கள் ஒரே நேரத்தில் இரத்ததானம் அளிக்க ஒப்புதல் அளித்தனர். மருத்துவமனைகள் பலரைத் திருப்பி அனுப்ப வேண்டியதாயிற்று. இப்போது, தாக்குதல்களின் ஆண்டு நினைவு நாட்களில் மருத்துவமனைகள் நாடெங்கும் முனைப்பான இரத்ததான ஊக்குவிப்புத் திட்டங்களை நடத்துகின்றன.

போர்க் காலத்தில் அறுவை சிகிச்சை மருத்துவர்கள் அதிக அளவில் கிடைத்த இரத்தத்தோடு, அறுவை சிகிச்சை செய்வதற்குப் பழக்கமாகி விட்டனர். அத்துடன் அவர்கள் அறுவை சிகிச்சைத் துறையில் பெரும் முன்னேற்றத்தைக் கொண்டுவந்தனர்; மேலும் சிக்கலான அறுவை சிகிச்சை தொழில்நுட்பங்களையும் வளரச் செய்தனர். போர் முடிந்த பிறகும் மருத்துவர்கள் தங்கள் போர்க்கால அறிவை குடிமைச் சமூகப் பிரிவுக்கு *(சிவில் செக்டர்)* இடமாற்றம் செய்ததால் இரத்தத்துக்கான தேவை உயர்ந்த அளவிலேயே இருந்தது. ஆனால் தானத்தை ஊக்கு விக்கும் போர் முயற்சி இல்லாத நிலையில் இரத்தத்தை சேகரிப்பதற்கு அதிகத் திறனுள்ள ஓர் அமைப்பு நாட்டுக்குத் தேவைப்பட்டது.

1940க்கும் 1960க்கும் இடையில் பணம் கொடுத்து இரத்தம் சேகரிக்கும் மையங்கள் பணம் கொடுக்கப்படா தன்னார்வ தான மையங்களோடு நிலையற்ற முறையில் ஒரே நேரத்தில் செயல்பட்டன. ஆனால் வகுப்பு வேறுபாடுகள் அப்பட்டமாகத் தெரிந்தன. பணம் கொடுத்துச் சேகரிக்கும் மையங்கள், இரத்தம் வாங்கும் இடங்களைப் பெரும்பாலும் எந்தத் தொழிலும் இல்லாதவர்களும் குடிகாரர்களும் வாழும் நகர்ப்புறக் குடிசைப் பகுதிகளில் அமைத்தனர். அதே நேரத்தில் தன்னார்வச் செயல்திட்டங்களை நடத்தியவர்கள் தங்களுடைய இரத்தம் சேகரிக்கும் முயற்சிகளைத் தேவாலயங்களில் நடத்தியதோடு, நகரின் மிகவும் சமுதாய மரியாதைக்குரிய பகுதிகளில், தான வரவேற்பு மையங்களைப் பராமரித்தனர். தரத்திலும் தெளிவான வேறுபாடுகள் இருந்தன. பண ஊக்குவிப்புகளால் உந்தப்பட்ட பணம் பெறும் தானமளிப்பவர்கள் தங்களால் அளிக்கப்பட்ட இரத்தத்தின் பாதுகாப்புத் தன்மை குறித்துக் கவலைப்படவில்லை. அவர்களுடைய கவலை தானமளித்த பிறகு கிடைக்கும் காசோலையில் மட்டுமே இருந்தது. பணம் கொடுத்துப் பெறும் இரத்த சேகரிப்பு மையங்கள் துப்புரவிலும் கஞ்சத்தனமாக இருந்தன.

பணம் வாங்கிக்கொண்டு இரத்ததானம் அளிப்பவர்களுக்கு இரத்தத்தால் பரவும் நோய்கள் அதிக அளவில் அடிக்கடி ஏற்பட்டன என்பதை டிட்மஸ் கவனித்தார். இலாபத்துக்காக நடத்தப்படும் இரத்த வங்கிகளைச் சார்ந்திருக்கும் மருத்துவமனைகள் இரத்த செலுத்துதல்கள் மூலமாக கல்லீரல் அழற்சி நோய் (ஹெபடைடீஸ்) பரவுவதற்குப் பங்களித்தன என்று டிட்மஸ் எழுதுகிறார். மக்கள் தங்களுடைய இரத்தத்தைத் தன்னார்வத்துடன் கொடுத்தபோது இவ்வித நிகழ்வுகள் குறிப்பிடத்தகுந்த அளவில் குறைவாகவே இருந்தன. அப்போது இரத்த வங்கிகள் குறித்த செய்திகளைச் சேகரித்த பத்திரிகையாளர்கள் ஆதாயத்துக்காக நடத்தப்பட்ட இடங்களில் சூழல் கீழ்த்தரமாகவும்,

சில நேரங்களில் அழுக்குத் தரைகளோடும், உடைந்து விழும் சுவர் களோடும் 'தரையெங்கும் புழுக்களோடும்' இருந்ததாகக் குறிப்பிட்டனர் (டிட்மஸ் 1970: ப.160). கவனக்குவிப்பு இரத்தம் அறுவடை செய்வதி லேயே இருந்தது – தானமளிப்பவரின் நிலைமையில் அல்ல.

ஆதாயத்துக்காக நடத்தப்பட்ட இரத்த வங்கிகள் தொற்று ஏற்பட்ட இரத்தத்தை விற்பனை செய்துகொண்டிருந்த நேரத்திலும் பணம் சம்பாதித்தன. ஆனால் தரத்தில் இருந்த வேறுபாட்டை மருத்துவர்கள் கவனிக்கத் தவறவில்லை. சில நகரங்களில் தொற்று ஏற்பட்ட இரத்தத்தைப் பயன்படுத்துவது மூலம் வரும் ஆபத்துகளால் மருத்துவர்கள் பீதியடைந்தனர்; ஆகவே தங்கள் மருத்துவமனைகள் தன்னார்வ இரத்த வங்கிகளிடமிருந்து மட்டுமே வாங்க வேண்டும் என்று ஆணை யிட்டனர். தங்களுடைய தொழில் மாதிரிக்கு ஆபத்து வந்துகொண்டி ருந்ததை உணர்ந்த ஆதாயத்துக்காக நடத்தப்பட்ட மையங்கள் தங்களைப் பாதுகாத்துக் கொள்வதற்காக எதிர்த்தாக்குதல் தொடுத்தன. தனியார் இரத்த வங்கிகள், மருத்துவமனைகள் அமெரிக்க ஏகபோக உரிமைக்கு எதிரான சட்டத்தை (அமெரிக்கன் ஆன்டி ட்ரஸ்ட் லா) மீறியதாகத் திட்டமிட்டே வழக்குத் தொடரத் தொடங்கின. இரத்தம் வெளிப்படையாக விற்கப்பட்ட வணிகப் பொருளானதால், தன்னார்வ இரத்ததானம் மூலப்பொருட்களுக்கான நேர்மையற்ற போட்டியாக அமைகிறது என்று அவை வாதிட்டன. மருத்துவரின் மருத்துவம்சார் முடிவுகள் நோயாளியின் உடல்நலத்தைத் தொழில்நிறுவனங்களின் ஆதாயத்தோடு மோதச் செய்யும் பாதையில் நிறுத்தின.

1962இல் கேன்சஸ் நகரில் இரண்டு வணிகமுறைசார் இரத்த வங்கிகள் தங்களுடைய வழக்கை ஃபெடரல் ட்ரேட் கமிஷனுக்கு (அமெரிக்க மத்திய வணிக ஆணையம்) முன் எடுத்துச் சென்றன; ஆதாயத்துக்காகச் செயல்படாத மருத்துவமனைகள் தன்னார்வ தான இரத்தத்தைப் பயன்படுத்துவதற்கு எதிராகத் தடையுத்தரவு வாங்கியதால் அவை பிரபலமடைந்தன. அந்தத் தீர்ப்பின்படி மருத்துவமனைகளுக்கு அவை பாதுகாப்பான இரத்த அளிப்பைச் சார்ந்திருந்த எந்தவொரு நாளுக்கும் 5000 டாலர் அபராதம் விதிக்கப்பட்டது. ஃபெடரல் ட்ரேட் கமிஷனின் பெரும்பான்மை உறுப்பினர்களின் தீர்ப்பு ஆதாயத்துக்கு அல்லாத சமுதாய இரத்த வங்கி, மருத்துவமனைகள், நோய்க்குறியியல் வல்லுநர்க ள், மருத்துவர்கள் எல்லாம் ஒன்றிணைந்து 'முழு மனித இரத்தத்தில் வணிகத்தைத் தடுப்பதற்காக, சட்டத்துக்குப் புறம்பான சதித்திட்டத்தில் ஒன்று சேர்ந்தார்கள்' என்று அறிவித்தது.

அதைத் தொடர்ந்து வந்த ஆண்டுகளில், அமெரிக்க மருத்துவ சங்கம் ஃபெடரல் ட்ரேட் கமிஷனின் முன்வழக்கு தீர்ப்பு முறைக்கு எதிராக

மீண்டும் மீண்டும் போராடி இறுதியாக அந்தத் தீர்ப்பைச் செல்லாத தாக்குவதில் வெற்றிபெற்றது. ஆனால் அந்தத் தீர்ப்பு மருத்துவ சமுதாயத்தில் இருந்த பலரின் மனத்திலும் தொடர்ந்து இருந்தது. எனவே அவர்கள் மருத்துவத்துறை தனியார்மயமாக்கப்படுவதால் இதுபோன்ற பிரச்சினைகளை மனிதத் திசுக்களுக்கான பிற சந்தைகளிலும் உருவாக்கும் என்று எச்சரித்தனர். வணிக ரீதியிலான அழுத்தங்கள், மருத்துவர்கள் தேவையற்ற சிகிச்சைகளை வழங்குவதற்கு ஊக்குவிக்கும் என்று அவர்கள் கவலைப்பட்டனர்.

கேன்சஸ் இரத்த வங்கிகள் வணிகமுறைசார் இரத்த விற்பனையாளர் களிடமிருந்து பெறப்பட்ட இரத்தத்தை விற்பனை செய்யும் உரிமை களுக்காகப் போராடிக்கொண்டிருந்த அதே நேரத்தில் அமெரிக்காவில் இருக்கும் ஆர்கன்சஸ் மாநில சீர்திருத்தத்துறை, மருந்து தயாரிக்கும் நிறுவனங்களோடும் மருத்துவமனைகளோடும் சிறைச்சாலைக்குள் இருப்பவர்களிடமிருந்து எடுக்கப்பட்ட இரத்தப் பிளாஸ்மாவை (ஊனீரை) விற்பதற்கான ஒப்பந்தங்களைச் செய்தது. அந்தத் திட்டம் சிறைச்சாலையில் கைதிகளை வைத்திருப்பதற்காகும் செலவை குறைக்க உதவியதோடு, மாநிலத்தில் அதிக அளவில் இரத்தம் கிடைப்பதற்கும் உதவியது. ஆனால் அது பேரிழப்பில் முடிந்தது. சிறைச்சாலை அமைப்பில் தானமளிப்பவர்களின் இரத்தத் தரத்தை சோதித்தறிவதற்கான எந்த ஊக்குவிப்பும் கிடையாது. இந்த வழக்கம் நடைமுறையில் இருந்த முப்பது ஆண்டுகளுக்கும் அதிகமான காலத்தில் ஆர்கன்சஸ் இரத்தம் கல்லீரல் அழற்சி நோயின் அதிகமான பரவலோடு தொடர்புபடுத்தப் பட்டது. எச்ஐவியின் தொடக்ககால பரவலுக்கும் அது பங்களித்தது. ஆர்கன்சஸ் இரத்தத்தை அதிக அளவில் வாங்கியதில் கனடா நாட்டைச் சேர்ந்த இரத்த விநியோக நிறுவனமும் ஒன்று. அது தன்னுடைய விற்பனையை அதிகரிப்பதற்காக இரத்தம் எந்த ஆதாரத்திலிருந்து கிடைத்தது என்பதை வழக்கமாக மறைத்தே வைத்திருந்தது. உருவாகும் இடத்தை அறியாமல் உலகெங்கிலுமுள்ள வாங்குவோர் தொற்று ஏற்பட்டிருந்த பிளாஸ்மாவை இறக்குமதி செய்து ஜப்பான், இத்தாலி, இங்கிலாந்து ஆகிய நாடுகள்வரை தொற்றுக்குள்ளான இரத்தத்தைப் பரவச் செய்தனர்.

இறுதியாக அமெரிக்காவும் கனடாவும் இவ்வழக்கத்தைக் கட்டுப் படுத்தின. மேலும் கடைசியாக 1994இல், சட்டத்துக்குப் புறம்பான உடலுறுப்பு விற்பனைக்கு எதிரான ஒரே சீரான சட்டம் நிறைவேற்றப் பட்டது. இந்தச் சட்டம் நிறைறே ஏறக்குறைய பத்து ஆண்டுகளுக்குப் பிறகு, கைதிகளின் இரத்த விற்பனையை சட்டப்படிச் செல்லாததாக்கிய கடைசி மாநிலமாகியது ஆர்கன்சஸ். அதற்குப் பிந்தைய புலனாய்வுகள்

கனடாவில் மட்டுமே ஆயிரம் பேர் தொற்றுக்குள்ளான இரத்தத்தின் மூலமாக எச்ஐவியால் பாதிக்கப்பட்டார்கள் என்று குறைத்துக் கூறப்பட்டுள்ள மதிப்பீடுகள் தெரிவிக்கின்றன. மேலும் இருபதாயிரம் பேர் கல்லீரல் அழற்சி நோயால் பாதிக்கப்பட்டதாகவும் அது கூறுகிறது.

உலகின் பிற பகுதிகளின் சூழலை வைத்துப் பார்க்கையில் கோரக்பூரில் நடந்தது முந்தைய கால இரத்த முறைகேடுகளை நோக்கி மீண்டும் சென்றதே தவிர, அந்த அளவுக்கு ஒன்றும் இயல்புக்கு மாறானதல்ல. ஒரு பகுதியில் பற்றாக்குறை இருக்கும்போது ஒட்டுமொத்த மருத்துவ அமைப்பு முழுவதுக்கும் பிரச்சினை பரவுவதைக் காண்பதற்கு எளிதாக இருக்கிறது. பப்பு யாதவின் மட்டுமீறிய குற்றச்செயல்களுக்குப் பின்னரும் கடுமையான தட்டுப்பாடுகள், சட்டத்துக்குப் புறம்பான வேறு வகையிலான திட்டங்கள் மூலம் ஒட்டுமொத்த இரத்தம் கிடைக்கும் அளவை அதிகரிப்பதற்கு ஊக்கம் அளிக்கின்றன. இன்று இந்தப் பிரச்சினை பூட்டப்பட்ட கதவுகளுக்குப் பின்னால் மட்டுமே நடப்பதில்லை, அவை வீதிகளிலும் நடக்கின்றன.

குடியா தேவி தன் குழந்தையைப் பெற்றெடுத்த அரசு மருத்துவமனை குறைந்தது பொருத்தமான தோற்றத்துடனாவது இருக்க வேண்டும். அதைப் போன்ற தனியார் மருத்துவமனைகளுக்கு அவ்விதமான நெருக்கடி ஏதும் இல்லை. மூன்று அரசு மருத்துவமனைகள் மட்டுமே இருக்கும் நிலையில், சிறிதளவாவது பணம் இருந்தவர்கள், நல்ல சேவை என்று கூற முடியாவிட்டாலும் விரைவான சேவை கிடைப்பதற்காக தனியார் மருத்துவ மையங்களுக்குப் போகிறார்கள்.

நகரின் மருத்துவக் கட்டமைப்பு, பின்புற அறைகளில் செயல்படும் மருந்தக மையங்களும் தனியார் மருத்துவமனைகளும் அடங்கிய ஒரு குழப்பமான கலவை. மலிவான மருந்துக்கடைகளுக்கான விளம்பரங்கள் ஒவ்வொரு கட்டடத்திலும் வரிசையாக இருக்கின்றன. அவை போக்குவரத்துத் தூண்களிலும் தெருவிளக்குகளிலும் இயற்கையாக மேல்நோக்கி வளரும் கொடிகளைப் போலத் தோன்றுகின்றன. மருந்து விற்பனையாகும் அளவு அடிப்படையில் பார்த்தால் கோரக்பூர் புதுடெல்லியைவிட அதிகமாக விற்பனை செய்கிறது. அது நேபாள எல்லைக்கு மிகவும் அருகில் இருப்பதால் கடத்தல்காரர்களும் நோயாளிகளும் மிகப்பெருமளவிலான மருந்துகளை அண்டை நாட்டுக்குள் சுமந்து செல்கின்றனர். நேபாள நாட்டு மருத்துவமனைகள் கோரக்பூரில் இருப்பவற்றைவிட மோசமானவை. அரசு மருத்துவமனைகளில் பராமரிப்பு ஒரே மாதிரி இருக்கும்போது, தனியார் மருத்துவ மையங்களின் தரம் பெருமளவில் மாறுபடுகிறது. நல்லபெயர் வாங்கிய இடங்களில் தலைப்பாகை கட்டிய விவசாயிகள் நீண்ட வரிசைகளில் நிற்கின்றனர்.

அவர்களுடைய மெலிந்துபோன மனைவியர் கட்டடத்தைச் சுற்றி வருகிறார்கள். ஒரு மதிப்புக்குரிய மருத்துவரைப் பார்ப்பதற்காக ஒருநாள் முழுவதும் காத்திருப்பார்கள். பிற மருத்துவ மையங்கள் ஒரு நாளில் ஒரு நோயாளியையாவது கவர்வதற்கு முயலுகின்றன. பல நிகழ்வுகளில் நோயாளிகளுக்கான போட்டி வன்செயலில் முடிவதும் உண்டு.

கேதார் நாத் தம் வாழ்க்கையின் பெரும் பகுதியை குத்வாஹன் என்ற சிறிய கிராமத்தில் செலவழித்தார். அவர் ஒரு சிறு நிலப்பகுதியில் அரிசி, மாங்காய், வாழை போன்றவற்றைப் பயிரிட்டுக் கொண்டிருந்தார். அவருடைய முகம் அறுபது ஆண்டுகால நேர்மையான உழைப்பால் தளர்ந்து சுருக்கமடைந்து இருந்தது. அவருடைய மூன்று மகன்கள் கட்டுமானப் பணிகளில் வேலை செய்வதற்காக வெகுதூரத்திலிருந்த மும்பைக்கு இடம்பெயர்ந்துவிட்டனர். வீட்டில் விளக்கு எரிய வைத்துக் கொண்டிருப்பதற்காக அவர்கள் சிறுதொகையை மாதந்தோறும் வீட்டுக்கு அனுப்புகின்றனர். நாத், அவர் உழைக்க முடியாத அளவுக்கு வயதாகும் காலத்துக்காக, சிக்கனமாக இருந்து ஒரு சிறு தொகையைத் தனியாக எடுத்துவைக்க முடிகிறது. நான் அவரைச் சந்திக்கும்போது அந்த வெயிலிலும் மழையிலும் அடிபட்ட விவசாயி வெள்ளை வேட்டியும் சூரிய ஒளியால் நிறம் மங்கிப்போன தலைப்பாகையும் அணிந்திருக்கிறார். வயதால் அவருடைய கைகளில் புடைப்புகள் காணப் படுகின்றன. ஆனால் அவருடைய கண்கள் ஓர் இளைஞனுடையவை போல உயிர்த்துடிப்புடன் இருக்கின்றன.

அவருக்குப் பலவிதமான உடல்நலப் பிரச்சினைகளும் இருக்கின்றன. அதனால் மாதத்துக்கு ஒருமுறை ஒரு கழன்றுபோன பேருந்தில் கோரக்பூருக்கு வருகிறார். அவருடைய மருத்துவரான சக்ரபாணி பாண்டே அமெரிக்க சொற்பொழிவுத் தொடர் நிகழ்ச்சிகளில் அடிக்கடி காணப்படுகிறார். ஆனால் அவர் தம்முடைய வாழ்க்கையை ஏழைகளுக்கு சேவை செய்வதற்காக அர்ப்பணித்தவர். அதற்காக நகரின் மையத்தில் மிகக் குறைந்த கட்டண மருத்துவ மையம் ஒன்றை நடத்து கிறார். அவர் கோரக்பூரில் மிக அதிகமாக மதிக்கப்படும் மருத்துவர்களில் ஒருவர். அன்றாடம் காலை நேரத்தில் அவருடைய சேவைகளுக்காக வரும் நோயாளிகளின் வரிசை, அலுவலகம் தொடங்கும் நேரத்துக்கு மூன்று மணிநேரத்துக்கு முன்னரே உருவாகத் தொடங்குகிறது.

2009 மார்ச் மாதத்தில் நாத், பேருந்து நிலையத்திலிருந்து பாண்டே யின் அலுவலகத்துக்கு வருவதற்காக, ஆட்டோ ஒன்றை வாடகைக்கு அமர்த்தினார். அதை ஓட்டியவருக்கு வேறு எண்ணம் இருந்தது. நாத் பின்னிருக்கையில் அமர்ந்தபோது வெற்றிலைக்கறை படிந்த பற்களும் கொடூரமான முகங்களும் கொண்ட தசை முறுக்குடைய இருவர் அவரை

இரத்தப் பணம் ❈ 195

மற்றொரு நல்ல மருத்துவரிடம் அழைத்துப் போவதாகக் கூறினர். 'பாண்டே என்ன செய்துகொண்டிருக்கிறார் என்பது அவருக்கே தெரியாது என்றும் சிட்லா மருத்துவமனையில் இருப்பவர்கள் அவரைவிடச் சிறந்தவர்கள் என்றும் அவர்கள் சொன்னார்கள்' என்று அவர் கூறுகிறார். அவர் எதிர்ப்புத் தெரிவித்தபோது அந்த இருவரும் அவருடைய கைகளை இறுக்கமாகப் பிடித்து அவரைக் கீழே அழுத்தி வைத்தனர். உதவிக்காக அவர் கத்தியபோது யாரும் அதைக் கேட்கவில்லை.

சிட்லா மருத்துவமனை, கோரக்பூரில் வந்து குடியேறிய தொழிலாளர்களின் மருத்துவத் தேவைகளைக் கவனித்த, பல புது தனியார் மருத்துவமனைகளில் ஒன்று. அதன் உள்ளே, காத்திருக்கும் அறைகளும் அறுவை சிகிச்சை அறைகளும் கொண்ட நான்கு மாடிகளில் பலவிதமான பொது மருத்துவச் சேவைகள் வழங்கப்படுகின்றன. கோரக்பூரில் உள்ள பிற மருத்துவமனைளைப் போல அங்கும் எப்போதுமே ஓரளவு இரத்தத் தட்டுப்பாடு இருந்துகொண்டே இருக்கிறது.

நாத், மருத்துவமனைக்குச் செல்லும் சாய்தளப் பாதை வழியாக இழுத்துச் செல்லப்பட்டு முன்பக்கத்தில் இருந்த பணம் செலுத்தும் இடத்தில் கட்டணம் கொடுக்குமாறு கட்டாயப்படுத்தப்பட்டார். அதன்பின் அந்த மனிதர்கள் அவரை இரும்புக்கதவுகள் இருந்த சிறு தனி அறைக்கு இழுத்துச் சென்றனர். 'அதன்பின் அங்கு நான்குபேர் இருந்தனர். ஒவ்வொரு கை, காலுக்கும் ஒருவராக அவர்கள் என்னை அமுக்கிப் பிடித்து வைத்திருந்தனர்' என்று கூறுகிறார் நாத். அப்போது அவருடைய முகத்தில் கோபத்தின் வெப்பம் பளிச்சிட்டது. 'என்னால் எதையும் செய்ய முடியவில்லை.' உதவிப் பணியாளர்களில் ஒருவர் அவருடைய கையில் ஒரு ஊசியைக் குத்தி உத்தேசமாக ஒரு பைன்ட் இரத்தத்தை ஒரு கண்ணாடிக் கொள்கலத்தில் வடிய வைத்தார். அந்தச் செயல்முறை முடிந்தபோது அவருடைய வெள்ளை வேட்டி இரத்தத்தால் கறையாகிப் போனது. அதன்பின் சிறுநீர்க்குழாய்த் தொற்றுக்கான மருந்துச்சீட்டோடு அவரை அவர்கள் தெருவில் கிடத்திவிட்டுச் சென்றனர். கடும் சோர்வாலும் இரத்த இழப்பாலும் அவர் அரைகுறை நினைவிழந்த நிலையில் கிடந்தார். மீண்டும் எழுந்து நிற்பதற்கு அவருக்கு ஒரு மணி நேரம்வரை ஆனது. இறுதியாக, அவரால் நிற்க முடிந்தவுடன் பாண்டேயிடம் செல்வதற்காக ஒரு ரிக்ஷாவை வாடகைக்குப் பிடித்தார்.

கட்டுறுதியான உடலோடு கனிவான முகமும் கொண்ட பாண்டே ஒரு பெரிய இரும்பு மேடைக்குப் பின்னால் அமர்ந்திருக்கிறார். உள்கூரை

விளக்கு மெல்லிய வெள்ளை வயரிலிருந்து அவருடைய கண் மட்டத்துக்கும் கீழே தொங்குகிறது. அந்த அலுவலகம் வடதுருவத்தின் வெப்பநிலையை அடையும்வரை, குளிர்ந்த காற்றை பலமாக வீசிக் கொண்டிருக்கும் பெரிய குளிர்பதனியை (*ஏர்கண்டிஸனர்*) மட்டுமே ஆடம்பரத்தின் ஓர் அடையாளமாகக் கொண்டிருந்தது. கேதார் நாத்தின் பெயரைக் குறிப்பிட்ட உடனே மருத்துவரின் முகம் வாடுகிறது. குரலைத் தாழ்த்தி அவர் பேசுகிறார்.

'என்னுடைய அலுவலகத்துக்கு முன்னால் நிற்கும் வரிசையை நீங்கள் பார்த்தீங்க. நான் ஒரு பிரபலமான மருத்துவர் என்பது நகரில் உள்ள எல்லோருக்கும் தெரியும். பிற மருத்துவமனைகளின் முகவர்கள் அவர்களுடைய தொழிலை வளர்ப்பதற்காக ஒவ்வொரு நாளும் குறைந்தது மூன்று பேரை நான் இழக்குமாறு செய்துவிடு கின்றனர்' என்று கூறுகிறார். கோரக்பூரில் இரத்தம் கிடைப்பதற்காக மட்டுமின்றி வெதுவெதுப்பான நோயாளிகளின் உடல்களுக்கும் மருத்துவமனைகள் போட்டியிடுகின்றன என்று அவர் கூறுகிறார். அதற்காக அவர்கள் வாடகைக்கார் ஓட்டுநர்களையும் சாதாரண போக்கிரிகளையும் பணிக்கு அமர்த்துகின்றனர். அவர்கள் பிற மருத்துவமனைகளைக் கண்காணித்து, தங்களுக்குத் தரகு கொடுக்கும் மருத்துவமனைகளுக்கு, சில நேரங்களில் உடல் வலிமையைப் பயன்படுத்தி நோயாளிகளைக் கொண்டு வருகின்றனர். ஒருமுறை அவர் ஒரு முகவரைப் பிடிக்க முடிந்தது. மருத்துவமனைக்கு அதிகக் கட்டண வருமானத்தை உருவாக்க முடிந்த, நலம் குன்றிய நோயாளிகளுக்காகக் கிடைக்கும் பங்குத்தொகை **3000** ரூபாயைக்கூடத் தொடும் என்று அந்த முகவர் கூறியதாக அவர் தெரிவிக்கிறார். இந்தச் சிறிய வருமானம் வாடகைக்கார் பயணத்தை ஆபத்து நிறைந்ததாக ஆக்கப் போதுமானது.

'கேதார் நாத்திடமிருந்து அவர்கள் இரத்தத்தைத் திருடினர். அவர்களால் வேறு என்னவெல்லாம் செய்ய முடியும் என்பது யாருக்குத் தெரியும்?' என்று அவர் கேட்கிறார். அல்லது, மருத்துவத்தின் பெயரால் வேறு என்னென்ன குற்றங்கள் எல்லாம் செய்யப்படுகிறதோ?

விறைப்புக் குறைபாட்டுக்கு ஆய்வுநிலையிலிருக்கும் ஒரு மருந்து லெவிட்ரா. இந்த மருந்தின் மருத்துவ ஆய்வுச் சோதனையின்போது நான் பயன்படுத்திய அடையாள அட்டை. 2005இல் நான் ஒரு சிறு பரிசோதனை மையத்தில் கையில் பணமில்லாத கல்லூரி மாணவர்கள், தொழில்முறை ஆய்வகப் பரிசோதனைகளில் ஈடுபடுபவர்கள் ஆகியோரோடு அடைத்து வைக்கப்பட்டேன்; அப்போது எனக்கு லெவிட்ரா மருந்தின் பாதுகாப்பான, அதிக அளவை சோதிப்பதற்காகக் கொடுக்கப்பட்டது.

8

பரிசோதனைப் பிராணிகளின் மருத்துவ ஆய்வுசார் உழைப்பு

நான்தான் ஆணுறுப்பு விறைப்புக் குறைபாட்டின் சக் ஈகெர்[1] அல்லது, குறைந்தது அவர்களில் ஒருவன்.

2005 கோடைகாலத்தில் விஸ்கான்ஸின் மேடிசன் பல்கலைக்கழக மானிடவியல் பட்டப்படிப்பை முடித்து அப்போதுதான் வெளியே வந்தேன். மாணவர்களுக்குத் தரப்பட்ட சொற்ப உதவித்தொகை தீர்ந்துவிடும் நிலையில் இருந்தது. நான் காப்பீடு செய்துகொள்ள வில்லை. கல்விக் கடன்கள் வாங்கியதால் ஏற்கனவே கடனில் இருந்தேன். எனக்கும் அமெரிக்கா முழுவதிலுமுள்ள ஆயிரக்கணக்கான மாணவர் களுக்கும் விரைவாகப் பணம் சம்பாதிப்பதற்கான நிச்சயமான வழி களில் ஒன்று மருந்து ஆய்வுச்சோதனைக்கான மனிதப் பரிசோதனைப் பிராணியாகப் பணியில் சேர்வதுதான். அமெரிக்காவில் இருக்கும் முக்கியமான மருத்துவ ஆய்வுச்சோதனை மையங்கள் சிலவற்றில் மேடிசனும் ஒன்று. என்னுடைய உடலை வாடகைக்குக் கொடுப்பது மிகவும் எளிதானது. இதற்கான விளம்பரம் உள்ளூர் வாரப் பத்திரிகை களில் வரும் வகைப்பாட்டு விளம்பரப் பகுதியில் மெய்க்காப்பாளர் களுக்கான விளம்பரங்களுக்கும் எந்த நிபந்தனையும் அற்ற அந்தரங்க விளம்பரங்களுக்கும் அருகில் இடம்பெறும்.

விபச்சாரத்தைப் போலவே பணமும் கவர்ச்சியூட்டி ஈர்ப்பதுதான். பெரிய மருந்து தயாரிப்பு நிறுவனங்களுக்காக மருத்துவ ஆய்வுச் சோதனைகளை நடத்தும் உள்ளூர் ஒப்பந்த ஆய்வு அமைப்பான கோவன்ஸ், தன்னுடைய வலைத்தளத்தில் விளம்பரம் செய்திருந்த 3200 டாலர் பெரிய தொகையைப் போலத் தோன்றியது. நான் வழக்கமாக மூன்று மாதங்களில் சம்பாதிப்பதை சில வாரங்களிலேயே சம்பாதிக்க முடியும். ஆய்வுக்குரிய அந்த மருந்து எக்காலத்திலும் மிக

[1] சக் ஈகெர் – அமெரிக்க விமானப்படையின் சோதனை விமான ஓட்டுநராகப் புகழ்பெற்றவர். (மொ-ர்)

உயர்ந்த அளவில் விற்பனையாகும் மருந்துகளில் ஒன்றான வயாக்ராவின் மறுவுருவாக்கம்.

அந்நேரத்தில் ஆணுறுப்பு விறைப்புக் குறைபாட்டு மருந்துச் சந்தையை ஃபைசர் முழுமையாகத் தன்வசம் வைத்திருந்தது. பேயர் என்னும் மருந்துத் தயாரிப்பு நிறுவனம் அதில் ஒரு பங்கைப் பெற விரும்பியது. பேயரால் திட்டமிடப்பட்ட விறைப்புக்கூட்டும் மருந்து ஒரு நுட்பமான மறுவுருவாக்கம். அது அந்தத் தொழிலுக்குரிய வழக்குச் சொல்லில் *மீ டூ* (நானும்கூட) மருந்து என்று அறியப்படத் தொடங்கியது. அது ஏற்கனவே சந்தையில் இருக்கும் மருந்தின் அதே அடிப்படைப் பண்புகளைக் கொண்டிருக்கும்; ஆனால் அதில் தனிக் காப்புரிமைக்குத் தகுதி பெறுவதற்குப் போதுமான வேறுபாடும் இருக்கும். *மீ டூ* மருந்துகள் அதற்கு மேலும் கட்டுப்பாட்டுத் தடைகளையும் தாண்ட வேண்டும். பேயர் மருத்துவ ஆய்வுச் சோதனைகளை நடத்துவதற்கு மருத்துவ ஆய்வு மையமான கோவன்ஸைப் பணிக்கமர்த்தியது. ஒரு குறுகியகால பரிசீலனை செய்முறைக்குப் பிறகு கோவன்ஸ் என்னையும் மேலும் சுமார் முப்பது பேரையும் ஆணுறுப்பை விறைப்பாக்கும் பெரும் அளவிலான மருந்தை எடுத்துக்கொண்டு, ஒரே அறையில் நான்கு வார இறுதிநாட்களை ஒன்றாகக் கழிப்பதற்காகப் பணிக்கமர்த்தியது.

நான் அதற்காகப் பணம் பெறுகிறேன் என்பது உண்மை. ஆனால் மருத்துவ ஆய்வுச் சோதனைகள் பாதுகாப்பானவை அல்ல. 2006இல் எட்டு தன்னார்வப் பணியாளர்கள் ஒரு வார கால ஆய்வில் சேர்ந்து கொண் டனர். அதில் முடக்குவாதத்திற்கும் (ருமடாய்டு ஆர்த்ரைடிஸ்) இரத்தப் புற்றுநோய்க்கும் (லுயூகேமியா) சிகிச்சையளிப்பதற்காக டீஜிஎன்1412 என்ற பரிசோதனையில் இருக்கும் புதிய மருந்தை மருத்துவ ஆய்வுக்கு உட்படுத்தினர். முதல்முறை மருந்து கொடுத்த சில நிமிடங்களில் ஆறு பேர் வாந்தியெடுத்து நினைவிழந்தனர். லண்டனில் இருக்கும் நார்த்விக் பார்க் மருத்துவமனைப் பணியாளர்கள் அவர்களைத் தீவிர சிகிச்சை பிரிவுக்கு உடனே எடுத்துச் சென்றனர். அங்கு மருத்துவர்கள் பல உடலு றுப்புகளின் செயலிழப்புக்கான அறிகுறிகளை அடையாளம் கண்டனர். மருத்துவர்கள் அவர்களுடைய உயிர்களைக் காப்பாற்றினர். ஆனால் அந்த மருந்து அவர்களுடைய நோய் எதிர்ப்பாற்றல் அமைப்பை மீண்டும் சரிசெய்ய முடியாத அளவுக்குச் சேதப்படுத்தியிருந்தது. ஒருவர் கை, கால் விரல்களை இழந்தார். மற்றொருவருக்கு காலப் போக்கில் புற்று நோய் ஏற்பட்டது. ஒருவேளை அது அந்த மருந்தால் தூண்டப்பட்டிருக்கலாம்.

1999இல் ஃபிலடெல்ஃபியாவில் ஆபத்துக்கான வாய்ப்பு இன்னும் அதிகமாக இருந்தது. ஜெஸ் ஜெல்சிங்கர் 18 வயது மட்டுமே ஆகியிருந்த போது முதல் மரபணு மருத்துவக் கூட்டுமருந்துகளில் ஒன்றை மருத்துவ

ஆய்வுச் சோதனைக்காக எடுத்த 5 நாட்களுக்குப் பிறகு உயிரிழந்தார். மரபணு மருத்துவம் மரபியல் கோளாறுகளைத் தடுப்பதற்கான பரபரப் பூட்டும் வாய்ப்புகளை வழங்குகிறது. அது நோயாளியின் மரபு ஆக்கக் கூறுகளில் தோன்றியுள்ள குறிப்பிட்ட மாற்றங்களை இலக்கு வைத்து கெட்ட மரபணுக்களின் இடத்தில் நல்லவற்றை மாற்றிவைக்கிறது. இந்த மருந்து வெற்றியடைந்திருந்தால் மருத்துவத்துறையில் முற்றிலும் புதிதான பெரும் மாற்றங்களை ஏற்படுத்தியிருக்கும். அல்லது அந்த மாற்றங்களை நோக்கி எடுத்து வைத்த முதல் அடியாக இருந்திருக்கும். ஆனால் அவருடைய மரணம் திகிலடையச் செய்யும் விளைவை ஏற்படுத்தியது. ஊடகங்கள் முழு மரபணு மருத்துவத் துறையையும் முட்டுச்சந்து என்று முத்திரை குத்தின. இந்தச் சீற்றம் உண்மையில் அறிவியல் ஆய்வில் நம்பிக்கையளித்த ஒரு திசையை மூடிவிட்டது. அமெரிக்க அரசின் உணவு மற்றும் மருந்து நிர்வாகமும் (எஃப்.டி.ஏ) முதலீட்டாளர்களும் அவருடைய மரணத்தால் மிகுந்த அதிர்ச்சிக் குள்ளானதால் மற்றொரு மரபணு சிகிச்சை மருத்துவச் சோதனையைத் தொடங்குவதற்குப் பத்து ஆண்டுகள் ஆயின. அந்தச் சோதனையின் விளைவு பிற எல்லா நவீன சோதனைகளின் தலைமீதும் கத்தி போல தொங்கிக்கொண்டு, மருந்துத் தயாரிப்புத் துறை வளர்ச்சிக்கு ஆபத்து களை அதிகமாக்கியுள்ளது. ஒரு மருந்தின் ஆய்வில் தவறு ஏற்பட்டால் ஒருவர் உயிரிழப்பது மட்டுமன்றி, நூற்றுக்கணக்கான கோடி டாலர் முதலீடும் திடீரென பயனற்றுப் போய்விடும்.

ஆனால் புதிய வணிகப்பெயர் சூட்டப்பட்ட வயாக்ராவை ஒரு தடவை எடுப்பது அவ்வளவு ஆபத்தானதாய்த் தோன்றவில்லை. நாடெங்கிலுமுள்ள பல இலட்சக்கணக்கானவர்கள் அதை ஏற்கனவே பயன்படுத்திக்கொண்டிருக்கிறார்கள் அல்லவா? நகருக்கு வெளியே இருந்த தாழ்வான ஒரு மாடித் தொகுப்பு வீட்டில் முதல்முறையாகப் பணியில் சேர்ந்தபோது இரு பக்கங்களிலும் இறுக மூடிய சிறு அறை வழியாகச் செல்கிறேன். அங்கு செவிலி ஒருவர் என் கைச்சாத்தை வாங்கியபின் என் பைகளை எங்கே வைத்திருக்க வேண்டும் என்று கூறிவிட்டு ஒரு நிழற்பட அடையாள அட்டையை என் கழுத்தில் தொங்கவிட்டார். நான் கூடங்கள் வழியாகவும் ரப்பர், தொற்றுத் தடுப்பு மருந்துகள் ஆகியவற்றின் கடுமையான நெடியடித்த பொது அறைகள் வழியாகவும் செல்கிறேன். அப்போது அங்கிருந்த இரத்தக் கறையுள்ள மென்பஞ்சுத் துணிகளைத் தங்களுடைய முழங்கை மடிப்பு களில் வைத்திருந்த மற்றொரு ஆய்வில் பங்கெடுத்துக் கொண்டிருந்த சிலரைக் கடந்து செல்கிறேன். அவர்கள் தங்களுடைய முப்பதுகளில் இருந்தனர். அந்த மென்பஞ்சுத் துணிகள் சிறு அளவிலான ஜப்பான் நாட்டுத் தேசியக் கொடியை ஒத்திருந்தன.

லெவிட்ரா சோதனைக்காக, மெதுவாக வந்தவர்களில் கடைசி ஆள் வந்து சேர்ந்ததற்கு ஒரு மணி நேரத்துக்குப் பிறகு, தலைமைச் செவிலி தன்னார்வப் பணியாளர்கள் எல்லோரையும் ஒன்றுதிரட்டி உணவு உண்ணும் அறைக்கு அழைத்துச் சென்று அங்கு கடைப்பிடிக்க வேண்டிய விதிகளைப் பட்டியலிட்டார்:

1. கழிப்பறைக்குப் போவதற்குமுன் எப்போதும் அனுமதி கேட்க வேண்டும். சிறுநீர்ப்பையில் ஏற்படும் நுண்ணிய மாற்றங்கள் கூட லெவிட்ராவின் வளர்சிதைமாற்ற விகிதத்தை மாற்றலாம்.
2. குறித்த நேரத்தில் இரத்தம் கொடுக்க வரவேண்டும். யாருக்கும் விதிவிலக்கு கிடையாது. ஒரு நாளில் பத்தொன்பது முறை இரத்தம் எடுக்கப்படும்.
3. மது, பாலுறவு, காபி, போதைப்பொருள்கள், பாலுறவுச் சித்திரிப்புகள், உடற்பயிற்சி எதுவும் கூடாது. உண்மையில் மருந்தை அதன் செயல்முறைக்கு விடுவதைத் தவிர வேறெதுவும் எவ்வளவு குறைவாகச் செய்ய முடியுமோ, அவ்வளவுக்கு நல்லது.
4. வழக்கத்துக்கு மாறான எந்த பக்கவிளைவுகளையும் உடனடியாக தெரிவிக்க வேண்டும்.

'இது அடிப்படையில் உணவளித்து இரத்தமெடுக்கும் ஆய்வு. நாங்கள் இந்த மருந்து உங்களுடைய உடலில் எவ்வளவு காலம் நிலைத்திருக்கும் என்பதைக் கண்டுபிடிக்க முயலுகிறோம். உங்களுக்கு... அதாவது... ம்... விறைப்பு... ஏற்படுகிறதா என்பதை நாங்கள் அறிந்து கொள்ளத் தேவையில்லை. மருந்து விரும்பிய விளைவை ஏற்படுத்து கிறதா என்பதை நாங்கள் அறியவேண்டியதில்லை – அது இயல்புக்கு மீறியதாக இருக்கிறதா என்பதை மட்டுமே அறிய வேண்டும்' என்று செவிலி கூறினார். அவர் எங்களுடைய விறைப்புகளில் ஆர்வத்தோடு இல்லை என்ற பொருளில் அதைப் புரிந்துகொண்டது எங்களுக்கு நிம்மதியாக இருந்தது. நாங்கள் சந்திப்புக் கூடத்தைவிட்டு வெளியே வரிசையாக வந்தபிறகு, பெரிய தொலைக்காட்சிப் பெட்டி ஒன்றின் முன்னால் சாய்வுப்படுக்கையில் அமர்ந்துகொண்டு, ஆய்வின் வேறு உறுப்பினர்களோடு கைகுலுக்கினேன். அவர்களில் குறைந்தது பாதிபேராவது வாழ்வாதாரத்துக்காக இதைச் செய்கின்றனர்.

அவர்களில் ஏறக்குறைய ஐம்பது மருந்து ஆய்வுச் சோதனைகளில் பங்கெடுத்த அனுபவசாலியான நாற்பத்து நான்கு வயதான ஃப்ரேங்கும் ஒருவர். அவர் ஃப்ளோரிடாவிலிருந்து பேருந்தில் பயணம் செய்து இங்கு வந்தார். அவர் நீலநிற எலாஸ்டிக் இடுப்புள்ள முழுக்காற் சட்டையும் வெளிறிய சேம்பியன் டீசர்ட்டையும் அணிந்திருந்தார். அந்தச் சீருடை

நவீன பாணியில் இருந்ததைவிட அணிவதற்கு அதிக வசதியானதாக இருந்ததை வெளிப்படையாகக் காட்டியது. இந்த ஆய்வுச் சோதனையை வெற்றிகரமாக நிறைவு செய்வதற்கான உத்தி, மேலோட்டமான உடல் சிரமங்களோடு அமைதியாக இருப்பதே என்று அவர் என்னிடம் கூறினார். ஏதாவது கடுமையான தவறு ஏற்பட்டால் அது தனக்குத் தெரியும் என்று கூறினார்.

ஒருவர் தன்னுடைய இரத்தம் முதல்முறையாக எடுக்கப்பட்ட போது மயக்கமடைந்ததைத் தாம் பார்த்ததாக அவர் ஒருமுறை என்னிடம் கூறினார். ஆய்வில் பங்கெடுத்தவர் அந்த ஆய்வில் பயன் படுத்தப்பட்டுள்ள கூட்டுமருந்து அவருடைய கையை எரித்துக் கொண்டிருப்பதாகவும் அந்த இடத்தை விட்டுப் போகவேண்டும் என்றும் கத்தத் தொடங்கினார். அவர் அங்கிருந்து அப்போதே போவதற்கான வாய்ப்பை அங்கிருந்த செவிலி கொடுத்தார். 'ஆனால் அவருடைய உதவித்தொகையை இழக்க வேண்டியதிருக்கும்' என்று செவிலி கூறினார். அவர் ஓடிவிட்டார். ஆனால் ஃப்ரேங்க் அதில் தொடர்ந்து இருக்க முடிவு செய்தார். அவர் எந்த விதத்திலும் எளிதாகக் கிடைக்கும் பணத்தை விட்டுக் கொடுக்கத் தயாராக இல்லை. அவர்கள் அவருக்கும் குறிப்பிட்ட அளவு மருந்து கொடுத்தனர். அதற்குமுன் ஒருவர் உணர்ந்தது போன்ற அதே விதத்தில் எரிவது போன்று உணர்ந்தார். ஆனால் அச்சப்படுவதற்குப் பதிலாக, அமைதியாக இருந்தார்.

சில நாட்களில் மருத்துவர்கள் அந்த ஆய்வை நிறுத்தி அந்தக் கலவையை மறுவடிவமைப்புக்காக ஆய்வகத்துக்குத் திருப்பி அனுப்பினர். 'அது மிக விரைவாக நடந்தது போலத் தோன்றியது. அதுவரை தாக்குப் பிடித்த எங்களுக்கு மருத்துவ மையத்தில் சில நாட்களே இருந்த போதிலும் முப்பது நாள் ஆய்வுக்கான முழு ஊதியம் கொடுக்கப்பட்டது' என்று அவர் ஏளனப் புன்னகையோடு தெரிவிக்கிறார். அவருக்கு தம்முடைய உடலில் எந்தப் பகுதியாவது சேதமடைந்திருக்கிறதா என்பது பற்றி தெரியாது. ஆனால் வேறெங்கும் நகராமல் அங்கேயே இருந்தது அவருக்கு 8000 டாலர் எளிதாக சம்பாதித்துக் கொடுத்தது.

அது ஒரு விரைவான செயல் என்றால் எப்படிப்பட்ட விரைவான செயல்? மருந்து ஆய்வுச் சோதனைகளில் ஈடுபடுபவர்கள் பாரம்பரிய மான முறையில் பணி செய்பவர்கள் அல்ல. மருந்து ஆய்வுச் சோதனைகள் ஏதோ இலவசப் பணத்துக்கான ஆதாரம்போல பலர் தங்களுடைய அனுபவங்களைக் குறித்துக்கூட பேசுகின்றனர். இருப்பினும் அவர்கள் வேலை எதையும் முனைப்பாகச் செய்யாமல் இருந்தாலும் அவர்கள் மருந்து நிறுவனங்களுக்கு மதிப்பு மிக்க சேவைகளை வழங்கவில்லை என்று பொருளல்ல. இந்த மனித ஆய்வகப் பிராணிகள் வழங்கும்

விளைபொருள், உடல் அல்லது மன ரீதியிலான உழைப்பால் வருவ தல்ல. ஆனால் அவை ஆபத்துகள் வருவதற்கான வாய்ப்பைக் கொண்ட தாகவும் அதிக நேரத்தை விழுங்குவதாகவும் உள்ளன. இந்தச் சிக்கல் குறித்துக் குழப்பமடைந்த கேதரின் வால்ட்பை, மெலின்டா கூப்பர் ஆகிய சமூக மானிடவியலாளர்கள் ஃப்ரேங்க் தன்னுடைய வாழ்வா தாரத்துக்குச் செய்யும் 'ஏறக்குறைய வேலை' போன்ற, வேலையை விளக்குவதற்கு 'மருத்துவ ஆய்வுசார் உழைப்பு' என்ற சொற்றொடரை உருவாக்கினர். அவர்களுடைய மதிப்புமிக்க பங்களிப்பு இல்லை யென்றால் மருந்துத் தொழில்துறை முழுவதும் செயலற்று நின்றுவிடும்.

மருத்துவ ஆய்வுசார் உழைப்பு என்ற ஒன்று இருக்கக்கூடாது என்பது மருந்துத் தொழில்துறையின் அதிகாரப்பூர்வ நிலைப்பாடு. உலகின் வேறெல்லா சிவப்புச் சந்தைகளிலும் இருப்பதைப் போலவே மருந்து ஆய்வில் தன்னார்வத்துடன் பங்கெடுப்பதிலும் அதே பிறர்நலம், இலாபம் ஆகியவை கலந்திருக்கின்றன. ஒரு மருத்துவ ஆய்வுச் சோதனையில் தங்க ளுடைய நேரத்தைச் செலவழிப்பதற்காக அதில் ஈடுபடுத்தப்படும் ஆட் களுக்கு மருந்து நிறுவனங்கள் மன வெறுப்போடு இழப்பீடு கொடுக்கும். அதே நேரத்தில் மருத்துவ ஆய்வுச் சோதனையில் பங்கெடுப்பது ஒரு வேலை அல்ல என்பதை வலியுறுத்துகின்றன. அது ஒரு தானம்.

அமெரிக்காவில் கிட்டத்தட்ட பதினைந்தாயிரம் பேர் தங்களுடைய வருமானத்தில் பெரும்பங்கை மருந்து ஆய்வுச் சோதனைகள் மூலமாகப் பெறுவதை அந்நிலைபாடு நிறுத்தவில்லை. உள்நாட்டு வருமான வரித் துறையும் அதில் எந்தப் பிரச்சினையும் இருப்பதாகப் பார்க்கவில்லை. அது நிறுவனங்கள் வழங்கும் பணத்துக்கு மகிழ்ச்சியோடு வரி விதிக்கிறது.

வியர்வை சிந்திக் கடையில் உழைப்பது, வரவு செலவுக் கணக்கு எழுதிக் கொடுக்கும் பணி, விபச்சாரத்தில் ஈடுபடுவது ஆகியவை போலல்லாது ஒரு சோதனையில் ஈடுபடுபவர் எதையும் செய்ய வேண்டியது இல்லை. மருந்துத் தயாரிப்பு நிறுவனங்கள் வளர்சிதை மாற்றம் நடக்கும் வழிமுறையை ஆய்வு செய்வதற்காக அவர்களுடைய உடல்களை வாடகைக்கு மட்டுமே எடுக்கின்றன. ஆய்வில் கலந்து கொள்பவர்கள் அச்சோதனைக்கு உட்படும் நேரத்துக்காகவும் அவர் களுடைய உடல்நலத்துக்கு வர வாய்ப்புள்ள கடுமையான ஆபத்து களைச் சரிசெய்வதற்காகவும் ஆய்வகங்கள் பணம் கொடுக்கின்றன.

தரவுகளுடைய தரத்தின் கோணத்திலிருந்து பார்க்கும்போது தொழில் முறைப் பரிசோதனைப் பிராணிகளைச் சார்ந்திருப்பது ஒரு பிரச்சினையே. மிகச்சிறந்த முடிவுகள் கிடைப்பதற்கு மருத்துவர்கள் தங்களால் முடிந்த அளவுக்கு மாறிகளைப் (மாறக்கூடிய தன்மை உடையவற்றைப்)

பிரித்தெடுப்பதற்கான தேவை உள்ளது. ஆனால், ஆய்வில் பங்கெடுப் பவர்கள் ஒரு சோதனையிலிருந்து மற்றொன்றுக்கு நகர்ந்து தங்களுடைய உடல் பகுதிகளில் அறியப்படாத பரிசோதனைச் சேர்மானங்களின் கலவையை திரளச் செய்வது அதைச் சிக்கலாக்குகிறது. நீண்டகாலமாக இதைச் செய்துகொண்டிருப்பவர்கள் மருந்துகளைத் தங்களுடைய உடலில் செயல்முறைக்கு உள்ளாக்கி அதிகமாகப் பழகிவிட்டதால், அவர்களுடைய நோய் எதிர்ப்பாற்றல் அமைப்பு இயல்பான உலகில் காணப்படாத, எதிர்பாராத வழிகளில் எதிர்வினையாற்ற முடியும். அதனால் ஒரு நிறைவான சோதனைச் சூழலில் பங்கெடுக்கும் ஒருவர், அதற்கு முன் மிகக் குறைந்த அளவிலோ அறவே மருந்துகளுக்கு உட்படுத்தப்பட்டிருக்கவோ கூடாது. மிகச் சிறந்த சோதனை ஆய்வு களில் அதில் கலந்துகொள்பவர்கள் உண்மையாகவே மருத்துவப் பராமரிப்பை அறிந்திராதவர்களாக இருக்கிறார்கள். அதாவது அவர் களுக்குச் சொல்லிக்கொள்ளும் அளவுக்கு உண்மையாகவே மருத்துவ முன்வரலாறு எதுவும் கிடையாது. ஆய்வில் பங்கெடுப்பவரின் சிலேட்டுப் பலகை எந்த அளவுக்கு வெற்றிடமாக இருக்கிறதோ அந்த அளவுக்கு மருந்து தயாரிப்பு நிறுவனங்கள் அவர்களுடைய உடல்களிலிருந்து கிடைக்கும் தரவுகளை டாலராக மாற்றுவதற்கு எளிதாக இருக்கும்.

நடைமுறையில் தொழில்முறை பரிசோதனைப் பிராணிகளுக்குத் தரவுகள் குறித்த ஆர்வத்தைவிட தங்களுடைய ஆர்வங்களே அதிகமாக உள்ளன. சோதனை செய்யப்படுபவர்கள் மருந்துகளை எடுக்காமலோ ஆய்வுகளை ஆபத்து விளைவிக்கும் அளவுக்கு ஒன்றுக்கு ஒன்று அண்மையில் நடப்பதை ஊக்குவித்தோ அந்த அமைப்பை சூதாட்டக் களமாக ஆக்க முயலுகின்றனர். போலி மருந்துகளுக்கிடையிலான தாக்கங்கள் அதிக எண்ணிக்கையில் ஏற்பட்டால் அந்தச் சோதனை தொடக்கத்திலிருந்தே மறுபடியும் தொடங்கப்பட வேண்டியிருக்கும்.[2]

அதே நேரத்தில் மருந்தியல் மதிப்பீட்டாளர்கள் (*டெஸ்டர்*) இரட்டைச் சிக்கலில் மாட்டியிருக்கின்றனர். மருத்துவத்துறைசார் சோதனை அதற்குரிய இயற்பண்பாலேயே மிகவும் ஆபத்தான பணி. மேலும் சோதனை மையங்கள் தங்களுக்குத் தேவையான பணியாளர் பட்டியலை

[2] மருத்துவ ஆய்வுச் சோதனை வாழ்க்கைமுறை, தரவுகளை மருந்துத் தொழில் துறையின் தேவைக்கேற்ப மாற்றுவதில் காட்டும் ஆர்வம் ஆகியன குறித்த சிறந்த பகுப்பாய்வுக்கு கார்ல் எலியட்டின் *White Coat, Black Hat: Adventures on the Dark Side of Medicine – வெள்ளை கோட் கருப்புத் தொப்பி: மருத்துவத்தின் இருண்ட பகுதியில் சாகசங்கள்,* (பாஸ்டன்: பீகன் பிரஸ், 2010) என்ற நூலைப் பார்க்க. மருந்துத் தயாரிப்புத் தொழிலில் உள்ள போலிகள், தொழில்முறை ஆய்வக எலிகள், சோதனைகளில் பங்கெடுப்போரின் ஊழல்கள் ஆகியன குறித்த அவருடைய பகுப்பாய்வு உங்களை உங்களுடைய மருந்துப் பெட்டியைப் பார்த்து மிகவும் எச்சரிக்கையாக இருக்கச் செய்யும்.

அப்பணியில் விருப்பம் உள்ளவர்களால் நிரப்புவதிலும் பிரச்சினை இருக்கிறது. தூய்மையான பிறர் நலத்தால் செயல்படும் உண்மையான தன்னார்வத் தொண்டர்கள் கிடைப்பது அரிது. ஆனால் பணம் கொடுப்ப தென்றால் தொழில்முறை சோதனையில் பங்கெடுப்பவர்கள் வருவது தவிர்க்க முடியாததாகிவிடுகிறது. அதற்கான மாற்று, சோதனையில் பங்கெடுப்பவர்களைத் திரட்ட முந்தைய காலத்தில் கடைப்பிடிக்கப் பட்ட முறையை மீண்டும் கொண்டு வருவதுதான். இரண்டாம் உலகப் போருக்கும் 1970களுக்கும் இடைப்பட்ட காலத்தில் உத்தேசமாக 90 விழுக்காடு மருந்துகள் சிறைச்சாலைகளிலேயே முதலாவதாக சோதித்துப் பார்க்கப்பட்டன. தன்னார்வத்துடன் முன்வருவதைப் பொறுத்தவரை, கைதிகளுக்கு வேறெந்த வாய்ப்பும் இருக்கவில்லை – அவர்கள் ஒன்று கடுமையான உடல் உழைப்பைத் தேர்ந்தெடுக்க வேண்டும் அல்லது ஆய்வக எலிகளாகச் சேரவேண்டும். மருந்து உற்பத்தி நிறுவனங்கள் கைதிகளின் ஒவ்வொரு அசைவையும் கூர்ந்து கவனிப்பதைச் சிறைச் சாலைகள் அனுமதித்தன. கைதிகள் மருந்து தயாரிப்பு நிறுவனங்களை ஏமாற்றாமல் இருக்க வைப்பதற்கு அரசை நம்பலாம்.

இதன் கடுமையான நடைமுறை ஒழுங்குகள், மற்ற எந்த நவீனத் தொழிலிலும் இல்லாத அளவுக்கு மிகக் குறைந்த செலவில், மிக உயர்ந்த அளவில் துல்லியமான தரவுகள் கிடைத்ததால், மருந்து வளர்ச்சி விரிவடை வதற்கு வழிவகுத்தது. ஆனால் இறுதியாக கைதிகளின் உரிமைகளுக்கான ஆர்வலர்களால் இந்த நடைமுறையைத் தடைசெய்ய முடிந்தது. கைதிகள்மேல் நடத்தப்படும் மருந்து ஆய்வுகளின் ஆபத்துகளோடு 1930இல் தொடங்கி 1970கள் வரை தொடர்ந்து நடத்தப்பட்ட டஸ்கெகீ ஆய்வுகளை அவர்கள் ஒப்பிட்டனர். அந்த ஆய்வில் மேகப்புண் *(சிப்லிஸ்)* என்னும் பால்வினை நோய்க்கு எதிரான மருந்துகளின் ஆற்றலை சோதித்துக் கொண்டிருந்தபோது கட்டுப்பாட்டில் வைக்கப்பட்டிருந்த, நோயற்ற ஓர் ஏழை கருப்பினக் குழுவினர் மருத்துவர்களால் வேண்டுமென்றே சிகிச்சையளிக்கப்படாமல் விடப்பட்டிருந்தனர்.

சிறைச்சாலைகள் சோதனைத் தளங்களாக இருந்தது தடைசெய்யப் பட்டபோது, மருந்து தயாரிப்பு நிறுவனங்கள் சோதனைக்கு உட்படுத்தக் கூடிய மனித சதையின் முழு ஆதாரத்தையும் இழந்தன. எனவே அவை தங்களுடைய ஆய்வு உத்தியைக் கட்டாயப்படுத்துவதைவிட ஊக்கத் தொகை வழங்குவதற்கு சாதகமாக மறுவடிவமைக்க வேண்டியதாயிற்று.

பணம் வழங்கப்பட்ட தன்னார்வப் பணியாளர்கள் கைதிகளின் இடத்தில் இருந்தனர். விரைவில் பெருமளவில் உடலுழைப்பு சார்ந்த பணியாளர்கள், முன்னாள் கைதிகள், மாணவர்கள், வெளியிடங்களி லிருந்து வந்து குடியேறியவர்கள் எல்லாம் அடங்கிய ஒரு முழு வகுப்பைச்

சேர்ந்தவர்களும் மருந்து ஆய்வுச் சோதனைகள் பணச் சுயசார்புக்கான வழியாக இருக்க முடியும் என்பதைக் கண்டறிந்தனர். இந்தச் சூழல் மருந்து தயாரிப்பு நிறுவனங்களை ஓர் இக்கட்டான நிலையில் விட்டுவிட்டது.

ஒரு கட்டுரையில் மானிடவியலாளரான அட்ரியானா பெட்ரினா, மருந்து ஆய்வுச் சோதனைகளுக்கு ஆள் சேர்த்த அனுபவமிக்க ஒருவரை மேற்கோள் காட்டினார். ஆட்களைத் திரட்டுவது நீடித்திருக்கும் பிரச்சினை என்று அவர் கூறினார்: 'அந்தச் சிக்கலுக்கு யாராவது உண்மை யிலேயே தீர்வு கண்டார்களா என்பது எனக்குத் தெரியாது. சில நேரங் களில் உங்களுக்கு அதிர்ஷ்டம் இருந்தால் ஆய்வுக்குத் தேவையான காலியிடங்களை உடனே நிரப்பிவிடலாம். ஆனால் பெரும்பாலான நேரங்களில் தேவையான ஆட்களைக் கண்டுபிடிப்பது உண்மையிலேயே கடினமான செயல். எல்லோரும் அவர்களைத் தேடிக்கொண்டிருப்பதால் அவர்களைக் கண்டுபிடிப்பது கடினமாக இருக்கிறது.' (பெட்ரினா 2005: ப.185)

மருந்து ஆய்வுச் சோதனை நடக்கும் பொது அறையில், ஃப்ரேங்க் தாம் இந்தத் தொழிலின் உண்மையான அனுபவசாலி என்று என்னிடம் கூறினார். உயரமாகவும் பராமரிக்கப்படாத கருப்பு முடியோடும் இருந்த ஃப்ரேங்க் தம்முடைய சோதனையின் இறுதிக் கட்டத்தை நெருங்கிக்கொண்டிருந்தார். மருத்துவ ஆய்வுச் சோதனைகளை ஒரு தொழிலாக வைத்திருப்பதற்கான உத்தி முழுவதும் நேர்மையான ஒன்றல்ல. பருவகாலத்திற்கு ஏற்ப தொழிலாளர்கள் இடம்பெயர்வது போல, ஆய்வகப் பிராணிகளும் இடம்பெயர்வதற்கு ஏற்ற, மியாமி முதல் சியாட்டில் வரை தொடர்ச்சியாகப் பல சோதனை மையங்கள் இருக்கும் நீண்ட பகுதி ஒன்று இருக்கிறது. 'ஓர் ஆய்வகப் பிராணி ஒரு மாதம் விட்டு ஒரு மாதம் ஒரு சோதனையில் பங்கெடுப்பது சிறந்ததாக இருக்கும். அப்படிச் செய்வதால் முன்பு எடுத்த மருந்துகளை உடலி லிருந்து அப்பிராணிகளால் வெளியேற்றிவிட முடியும். எதிர்பாராத விளைவுகள் ஏதாவது ஏற்படுவதற்கான முப்பது நாள் பாதுகாப்புக் காலத்தை அது கொடுக்கிறது' என்று அவர் கூறினார். மேலும், தொழில் முறையில் இதில் பங்கெடுப்பவர்கள் (பெரும்பாலும் முன்னாள் கைதிகள், சட்டத்துக்குப் புறம்பான தொழிலாளர்கள் அல்லது மாணவர்கள்) உடனடியாகக் கிடைக்கும் பணத்துக்காக அதில் இருக்கின்றனர்.

மற்றொரு தகவல்: 'இதை நீங்கள் தொடர்ந்து செய்துகொண்டி ருந்தால், நீங்கள் உங்களுடைய சிரைகளைப் பராமரிக்க வேண்டும்;

அல்லது நீங்கள் போதைப் பொருள்களுக்கு அடிமையானவரைப் போலத் தோன்றுவீர்கள்.' போதைப்பொருள்களுக்கு அடிமையானவரைப் போலத் தோன்றுவது எதிர்கால ஆய்வுகளிலிருந்து நீங்கள் துரத்தப் படுவதற்கான நிச்சயமான வழி. ஊசி குத்தப்பட்ட இடங்கள் குணமடை வதை விரைவுப்படுத்த அந்த இடங்களில் எவ்வாறு ஈ வைட்டமினைத் தேய்ப்பது என்பதையும் இயலும்போதெல்லாம் எப்படிக் கைகளில் மாற்றி மாற்றி ஊசி போடுவது என்பதையும் எனக்குச் சொல்லிக் கொடுத்தார். 'முதல் முறை ஊசி குத்தப்படும்போது உங்களுக்கு வலிக்கும். ஆனால் மூன்றிலிருந்து பத்தாவது தடவை வரை நீங்கள் அதற்கு மேலும் அதுபற்றிக் கவலைப்பட மாட்டீர்கள். ஓர் ஆண்டு ஆய்வுகளில் பங்கெடுத்தபிறகு, இரத்தத்தை எடுப்பவரிடமிருந்து ஊசியை எடுத்து நீங்களே அதைச் செய்ய விரும்புவீர்கள். பயிற்சி பெறுபவர்கள் என்றால் அது ஒரு கேள்வியே அல்ல. அவர்கள் உங்களை சவரக் கத்தியைப்போல சீவிவிடுவார்கள்.' முழுநேர பரிசோதனை யாளர்களுக்கு அவர்களுடைய சிரைகள்தான் ஊதியக் காசோலை யைச் சம்பாதிக்கின்றன. அவருடைய இரத்த சுழற்சி மண்டலத்துக்குள் செலுத்துவதற்கான வழிமுறை இல்லையென்றால் ஃப்ரேங்கால் அவருடைய வாழ்வாதாரத்தைச் சம்பாதிக்க முடியாது.

இவற்றையெல்லாம் மனதில் வைத்துக்கொண்டு, ஆய்வின் இரண்டாவது நாளன்று காலை 6.45 மணிக்கு முதல்முறைக்குத் தேவையான அளவு மருந்து எனக்குக் கொடுக்கப்பட்டபோது நான் மனத்தளவில் தயாராக இருந்தேன். எனக்கு ஒரு கிண்ணம் மக்காச் சோள அவல்களும் எல்லாச் சத்துகளும் முழுமையாக இருந்த பாலும் கொடுத்தனர். மொத்த குழுவுக்குள் இருந்த உட்பிரிவோடு வரிசையில் நிற்குமாறு கேட்டுக்கொள்ளப்படுவதற்கு முன்பு தயாராவதற்குப் பதினைந்து நிமிடங்கள் கொடுக்கப்பட்டது. மருந்துப்போலிகள் *(பிளாசிபோ)*, இடைப்பட்ட அளவுகள், உயர் அளவுகள் ஆகிய முறையில் லெவிட்ரா கொடுக்கப்பட்டு படிப்படியான நிலைகளில் முழு ஆய்வு நடத்தப்படும் என்பதை நாங்கள் புரிந்துகொண்டோம். நான் ஃப்ரேங்கோடு கண்களால் தொடர்புகொண்டு புன்னகைத்தேன். அவர் செவிலியர் இருக்குமிடத்தை, பந்தயக்கார் ஓட்டுநர் ஒருவர் ஓடுபாதையை பகுப்பாய்வு செய்வது போல அதிக அனுபவத்தால் வரும் இயல்பான தன்மையோடு பார்த்தார்.

ஊசி எளிதாக உள்ளே சென்றது. காலை நேரத்துக்கான இரத்தத்தை எடுத்த அழகான இளம் செவிலி என்னை நட்புணர்வற்ற பார்வையோடு இருந்த தலைமைச் செவிலியிடம் அனுப்பி வைத்தார். தலைமைச் செவிலி ஒரு மேசையின் பின்னால் அமர்ந்திருக்கிறார். அவருடைய

வலது பக்கத்தில் கையில் டார்ச் விளக்கு வைத்திருந்த ஒருவர் நின்று கொண்டிருந்தார். அவர்களுக்கு முன்னால் நீலநிறக் காகிதத் துண்டின் மேல் ஒரு மாத்திரையும் ஒரு கிளாஸ் தண்ணீரும் இருந்தன.

'மாத்திரையை உங்களுடைய நாக்கில் வைத்துவிட்டு கிளாசில் இருக்கும் தண்ணீர் முழுவதையும் குடியுங்கள். மாத்திரை உள்ளே போவதை உறுதிபடுத்துங்கள். உங்கள் வாய்க்குள் அதை மறைத்து வைத்தால் நீங்கள் ஆய்விலிருந்து தகுதி நீக்கம் செய்யப்படுவீர்.' ஃப்ரேங் பரிசோதனைகளை எந்தக் கவலையும் இன்றி முடிப்பதற்கு ஒருவேளை இதுபோன்ற ஏமாற்று வித்தையைத் தயாராக வைத்திருப்பார் என்று புரிந்துகொண்டேன். நான் மாத்திரையை விழுங்கினேன். அந்தப் பெண் விளக்கால் என் வாயை சோதனையிட்டு மாத்திரை மறைத்து வைக்கப்படவில்லை என்பதை உறுதி செய்வதற்காக என்னிடம் நாக்கை அசைக்கக் கூறினார்.

லெவிட்ராவின் தற்போதைய உருவாக்கம் 2, 5, 10 மிகி அளவு களிலும் மிகக் கடுமையான நேர்வுகளில் 20 மிகி அளவிலும் கொடுக்கப் படுகிறது. எனக்கு 30 மிகி கொடுக்கப்பட்டது. இந்த உயர் அளவு மனிதர்களால் தாங்க முடிந்த உயரெல்லையை சோதிப்பதற்கானது. எதிர்காலத்தில் இந்த மருந்தை எடுக்கும் பல இலட்சக்கணக்கானவர் களுக்கு நச்சுப்பாதிப்பு ஏற்படாது என்பதை உறுதிப்படுத்துவதற் காகவே இந்த அளவு மருந்து கொடுத்துச் சோதிக்கப்படுகிறது. ஆய்வகப் பிராணிகளைப் பொறுத்தவரை நச்சுப் பாதிப்பு ஏற்படுவதன் உயரெல்லையை சோதித்தறிவதுதான் அந்த ஆய்வின் குறிக்கோள். ஒருவேளை 30 மிகி ஒருவரின் ஆணுறுப்பை விழவைப்பதற்குப் போது மானது. அதை யாரும் விரும்பவில்லை.

நான் இறுதியாக ஃபிராங்கைச் சந்தித்து அவர் அந்த மாத்திரையை உட்கொண்டாரா என்று கேட்கிறேன். தொழில்முறையில் செயல்படு பவர்களால் மருந்துகளை மறைத்து வைக்க முடியும். ஆனால் நாம் எடுத்துக்கொண்டிருக்கும் மருந்துக்கு அது தேவையில்லை.

'மீ டூ (நானும்கூட) மருந்துகள் மிகவும் பாதுகாப்பானவை. அதைக் குறித்துக் கவலைப்பட வேண்டியதில்லை' என்கிறார் அவர். அதில் அதிக ஆபத்தில்லை என்று ஃப்ரேங்க் கூறுவதை நான் ஓரளவு நம்பு கிறேன். இந்த மருந்து வயாக்ராவில் செய்யப்பட்ட ஒரு நுண்மையான மாற்றம்தான். உண்மையில் இரு மருந்துகளுமே இரத்த ஓட்டத்தை திசைமாற்றி அனுப்புபவை. அவை என்ன தீங்கை இழைக்க முடியும்?

ஒரு மருந்துக்கு அங்கீகாரம் கிடைப்பதற்கு அது மூன்று கட்டங் களிலான மருத்துவ ஆய்வுச் சோதனைகளைக் கடந்து செல்ல வேண்டும்.

கட்டம் I மிகவும் ஆபத்தானது. அதில் தன்னார்வத் தொண்டர்களில் ஒரு குழுவினர் சோதனை முறையிலான மருந்தை, அது ஆரோக்கியமான ஆட்களிடம் ஏற்படுத்தும் நச்சுத்தன்மையை சோதிப்பதற்காக உயர்ந்த அளவுகளில் கொடுக்கப்படுகின்றன. ஒரு மருத்துவர் மருந்து கொடுக்க அனுமதிக்கப்படும் மிக உயர்ந்த அளவை இந்தக் கட்டம் தீர்மானிக்கிறது. கட்டம் II அதைவிடப் பெரிய நோயாளிகள் குழுவின் மீது நடக்கிறது. அது ஒரு குறிப்பிட்ட உடல்நிலைக்கு சிகிச்சையளிப்பதில் அந்த மருந்து எப்படிப்பட்ட விளைவுகளை ஏற்படுத்துகிறது என்பதைச் சோதிக்கிறது. இறுதியாக பெருமளவில் நடத்தப்படும் கட்டம் III சோதனைகள் மிகவும் பாதுகாப்பானவையாக இருப்பதோடு, மருந்தின் மருத்துவப் பயன்பாட்டையும் அறுதியாக முடிவு செய்யும். தொழில்முறை சோதனைகளில் பங்கெடுப்போர் அதிக ஆபத்தான உயர்ந்த ஊதியம் கொடுக்கும் சோதனைகளைத் தவிர வேறு எதிலும் அரிதாகவே பங்கெடுக்கின்றனர்.

மேடிசனில் நடந்தது கட்டம் I சோதனை. அது ஆணுறுப்பு விறைப்புக் கூட்டிகளுக்கு மனிதன் தாக்குப்பிடிக்கக்கூடிய உயரெல்லையை நான் சோதித்துக் கொண்டிருந்ததை அறிய எனக்கு நீண்ட நேரம் ஆகவில்லை. ஒரு மணி நேரத்துக்குள் என்னுடைய தலை நடுவிலிருந்து பிளந்ததுபோல் வேகமாகத் துடித்தது. நான் படுக்கையில் விழுந்து வெளிச்சத்தைக் குறைத்து வைத்தேன். அனுமதிக்கப்பட்ட உயரெல்லையைக் கண்டறிவதென்றால் மருத்துவர்கள் அடிக்கடி பாதுகாப்புக் கோட்டை விட்டு விலகிச் சென்று விடுகின்றனர் என்று பொருள். அவர்கள் மருந்தின் அளவை மெல்லமெல்ல ஆபத்துப் பகுதிக்குள் கொண்டு சென்றதற்குப் பிறகுதான் அளவைக் குறைக்கின்றனர். கூடத்தில், இரக்கமற்ற வெள்ளொளியின் கீழ் மற்றொரு ஆய்வகப் பிராணி வாந்தியெடுத்துக் கொண்டிருந்ததை என்னால் கேட்க முடிந்தது. அவர் கழிப்புக் கலத்துக்குள் அரை மணி நேரம் வாந்தியெடுத்தார். கண்ணாடியிலான தடுப்புக்குப் பின்னாலிருந்தே செவிலியர்கள் அவருடைய தொடர் செயல்பாடுகளை கவனித்துக்கொண்டிருந்தனர்.

அவர் அட்வில் மாத்திரை கேட்டார். ஆனால் செவிலி அவருக்குத் தாம் சிகிச்சையளிப்பதற்கு முன்பு தன்னுடைய மேலதிகாரியிடமிருந்து அனுமதி பெற வேண்டும் என்று இன்டெர்காம் வழியாகப் பதிலளித்தார். செவிலி தரவுகள் திரிக்கப்படுவதை விரும்பவில்லை. தலைவலி நிவாரணத்துக்கான அனுமதி அதிகாரத் தொடரமைப்பு வழியாக மூன்று மணி நேரத்துக்குப் பின்னரே வந்து சேர்ந்தது.

ஆய்வில் கலந்துகொண்டவர்களில் இருவருக்கு மட்டுமே தலைவலி வரவில்லை. விறைப்புக் குறைபாட்டு மருந்தை நடைமுறையில் பயன் படுத்துவதற்கான உயரெல்லை 30 மில்லிகிராமுக்கும் குறைவு என்பதை இந்த ஆய்வு காட்டியது. காத்திருக்கும் அறை தலைவலிகளாலும் விறைப்புகளாலும் நிறைந்திருந்தது – இந்த இணைவுப் பொருத்தம் கண்டிப்பாக பாலுணர்வைத் தூண்டக்கூடியது அல்ல.

நான் அதற்கு மேலும் இரு வார இறுதிநாட்கள் மீண்டும் வர வேண்டும் என்று திட்டமிடப்பட்டிருந்தது. ஆனால் நான் வெளியே செல்லும் கதவை நோக்கிச் சென்றுகொண்டிருந்தபோது ஒரு செவிலி வந்து குறைக்கப் பட்ட தொகைக்கான காசோலை ஒன்றை என்னிடம் கொடுத்தார். வரும் வாரங்களில் நான் தேவைப்படமாட்டேன் என்றும் அவர் தெரிவித்தார். அதற்கான காரணம், என்னுடைய உடல் அவர்கள் எதிர்பார்த்த தரத்திலான தரவைக் கொடுக்கவில்லையா அல்லது உணவு மற்றும் மருந்து நிர்வாகத்திற்கு (எஃப்டிஏ) அதிகாரப்பூர்வமாக சமர்பித்தல் களில் குறைவானவர்களுக்கு மட்டுமே கடும் தலைவலி இருந்தது என்பதை காண்பிப்பதற்காகவா, எதற்காக என்று அவர்கள் என்னிடம் தெரிவிக்கவில்லை. ஆனால் நான் அந்தப் பணத்தை வாங்கிக் கொண்டேன். நீங்கள் முழுத் தொகையையும் பெற விரும்பினால் சில நேரங்களில் உங்களுக்கு ஏற்படும் அறிகுறிகளை வெளிப்படுத்தாமல் இருப்பது சிறந்தது என்று ஃப்ரேங்க் மின்னஞ்சல் மூலம் தெரிவித்தார். ஃப்ரேங்க் முழுத்தொகையையும் பெறுவதற்காக அந்த ஆய்வை நிறைவு செய்வதற்குச் சமாளித்துக் கொண்டார். அதன் பின்னர் அவர் ஒரு மாத கோடைகால பிற்பகுதி விடுமுறைக்காக மீண்டும் மியாமி சென்று விட்டார்.

ஆணுறுப்பு விறைப்புக் குறைபாட்டுக்கான தீர்வுகளைச் சோதிப்பதில் பங்கெடுத்து என் வாழ்க்கைக்குத் தேவையானவற்றை சம்பாதிக்க நான் உண்மையில் விரும்பினேனா என்று என்னிடமே கேட்டுக்கொண்டேன். ஆபத்துகள் மிகக் குறைந்த அளவிலேயே இருந்தாலும் இதிலிருந்து, ஒரு காசோலையையும் தலைவலியையும் தவிர வேறு எதை நான் அடையப் போகிறேன்? மற்றொரு வயாக்ராவைச் சந்தைக்குக் கொண்டு வருவதில் என்ன குறிக்கோள் இருக்கிறது?

நான் என்னுடைய மருத்துவ ஆய்வுத் தொழிலாளர் பணிக்காலத்தை விட்டு அகன்று, காப்பீடும் வேலைவாய்ப்பும் இல்லாதவர்களின் உலகுக்குத் திரும்பிவந்து, வாழ்வாதாரத்தைப் பெறுவதற்கான வேறு ஒரு வழியைத் தேடத் தொடங்கினேன். எல்லா ஆய்வகப் பிராணிகளையும் போல, என்னுடைய உடல்சதை மருந்துகளைக் கிரகித்து முடித்த நிமிடத்திலேயே என்னுடைய கடமைகள் முடிந்துவிடும். இந்தியாவில் பணியாற்றுவது குறித்து நான் சிந்திக்கத் தொடங்கினேன். என்னிடம்

முதுகலைப்பட்டம் இருந்தது. ஒருவேளை கல்லூரி மாணவர்களுக் கான வெளிநாட்டுச் செயல்திட்டங்களை நான் நடத்தலாம்.

வெளிநாடுகளில் வேலைவாய்ப்பைத் தேடிக்கொண்டிருந்தது நான் மட்டுமல்ல என்ற நிலைமை இருந்தது.

பரிசோதனை விதிமுறைகளால் சந்தைக்கு வரும் மருந்துகள் பாதுகாப்பான வையாகவும் கூடுமானவரை முழுமையாக, நுட்பமாக ஆய்வு செய்யப் பட்டவையாகவும் உள்ளன. அவற்றுக்கான அங்கீகாரம் கிடைப்பது நீண்ட, அதிக செலவாகும் நடைமுறையாகும். அதற்கு பத்து கோடி டாலர்வரை செலவாகும். அதற்குப் பின்பும் இறுதி அங்கீகாரம் கிடைப்பது நிச்சயமல்ல.

மாபெரும் வணிக வெற்றி பெற்ற வயாக்ரா போன்ற மருந்துகளும் அல்லது உயர்தரமான புற்றுநோய்க்கான மருந்துகளும் முதலீடுகளை எளிதாக ஈடுசெய்து விடுவது உண்மை. என்றாலும், மருந்துகளை உருவாக்குபவர்கள் அமெரிக்காவிலும் ஐரோப்பாவிலும் மருந்து சோதனைகளுக்காகும் அதிக செலவுகளால் பணப் பிரச்சினைக்கு ஆளா கின்றனர். இருப்பினும், சிறைச்சாலைக் கைதிகளிடம் ஆய்வுச் சோதனை செய்வது நிறுத்தப்பட்ட பிறகும் இருபது ஆண்டுகள் மருந்துத் தொழில்துறை அதிகரித்த செலவுகளைத் தாங்கிக் கொண்டது. 1990களில் சிறப்பான புதிய காலப்பகுதி தொடங்கியது. அது, புதிதாகத் தொடங்கப் பட்ட உயிரித் தொழில்நுட்ப (பயோ டெக்னாலஜி) நிறுவனங்களில் செய்யப்பட்ட பெரும் முதலீடுகளின் வடிவத்திலும் பன்னாட்டுப் பங்குச் சந்தைகளில் புதிய பங்கு வெளியீடுகள் மூலமாகவும் வந்தது. இவை மருந்துத் தயாரிப்புத் தொழிலை அதிக ஆதாயம்/அதிக பண இழப்பு தரக்கூடிய ரூலெட் சூதாட்ட விளை யாட்டைப் போல ஆக்கிவிட்டன.

உயிரித் தொழில்நுட்ப நிறுவனங்களும் மருந்துகளை உருவாக்கும் நிறுவனங்களும் மேலும் மேலும் அதிகமாக எம்பிஏ பட்டம்பெற்ற இயக்குநர்கள் குழுவால் வழிநடத்தப்பட்டன. நோயாளிகளுக்கு ஏற்படும் விளைவுகளில் தன்னலம் கலந்த, ஆர்வம்கொண்ட அறிவியல் ஆய்வாளர்களும் மருத்துவர்களும் தலைமைப் பொறுப்புகளில் இல்லை. ஊக வணிகம் செய்யும் முதலீட்டாளர்கள் மிகவும் குறைந்த விலையில் ஒரு நிறுவனத்துக்கு ஆதரவளிக்க முடியும். அதன்பின் அவர்கள் நம்பிக்கையூட்டும் மருத்துவ ஆய்வுச் சோதனை முடிவு களுக்காகக் காத்திருப்பார்கள். நல்ல முடிவு வந்தால் நிறுவனத்தின் பங்குவிலை ஒரே நாளில் இரண்டு மடங்காகி முதலீட்டாளர்களுக்குப் பல மில்லியன் டாலரைச் சம்பாதித்துக் கொடுக்கும். அந்த மருந்து

இறுதியில் பயனற்றதாகிக் கட்டுப்பாட்டு வழிமுறைகளின் பிந்தைய கட்டங்களில் தோல்வியடைந்தாலும் முதலீட்டாளர்கள் ஊக வணிகத்தால் அதற்கு முன்பே இலாபம் சம்பாதித்துவிடுவர்.

ஐபீஓ என்று அழைக்கப்படும் முதன்முறை பங்கு வெளியீட்டு மனநிலை, மருந்தின் உயிர்காக்கும் சிறப்பியல்புகளை நிறுவனம் சம்பாதிக்கும் இலாபத்தோடு இணைத்துப் பார்க்கவைத்தது. இரத்த அழுத்தக் கட்டுப்பாட்டு மருந்துகளும் இரத்த மிகை அழுத்தம், ஆணுறுப்பு விறைப்புக் குறைபாடு போன்றவற்றுக்கான மருந்துகளும் விரைவான வளர்ச்சியைக் கண்டுள்ளபோது இவற்றின் அளவுக்கு இலாபம் இல்லாத பிற ஆய்வுப் பகுதிகள் குறைந்த அளவு நிதி ஆதரவையே பெறுமாறு ஆகிவிட்டது.

1990களில் ஏராளமான மருந்து ஆய்வுச் சோதனைகள் நடந்து கொண்டிருந்தன. அதனால் மருந்து தயாரிப்பு நிறுவனங்கள் அவற்றை யெல்லாம் புரிந்துகொள்ள முடியாத நிலையில் இருந்ததோடு, அந்தச் சுமைக்கு ஈடுகொடுக்கவும் முடியவில்லை. மருந்து குறித்த தரவுகளுக்கான தேவையை சமாளிக்கவும் உதவவும் அவர்களுக்குக் குறிப்பிட்ட துறையில் நிபுணத்துவம் உடையவர்களின் உதவி தேவைப்பட்டது. ஓர் அமைப்புக்குள் அல்லது ஒரு பல்கலைக்கழகத்தின் அல்லது ஆராய்ச்சி மருத்துவமனையின் மேற்பார்வையின் கீழ் எல்லா ஆய்வுகளையும் செய்வதற்குப் பதிலாக ஏராளமான தனித்தியங்கும் ஒப்பந்த ஆராய்ச்சி அமைப்புகள் (சீஆர்ஓ – காண்ட்ராக்ட் ரிசர்ச் ஆர்கனைஷேசன்ஸ்) தோன்றியுள்ளன. அவை பணம் சம்பாதிப்பதற்கான மேலாண்மைத் திறமைகளை மருத்துவ நவீன நுட்பங்களோடு ஒன்றிணைக்கின்றன. அவர்களால் தொழில்துறை அளவிலான மருத்துவ சோதனைகளையும் வழங்க முடிந்ததோடு, மக்கள்திரள் சந்தை ஆய்வுச் சோதனைகளிலும் சிறப்புக் கவனம் செலுத்தின. அறிவியல் ஆய்வாளர் ஒருவர் செய்ய வேண்டியதெல்லாம் ஒரு நல்ல திட்ட உருவோடும் சோதனை விதிமுறை களோடும் முன்வருவது மட்டுமே. ஃபிலடெல்ஃபியாவில் இருக்கும் பிரிமியர் ரிசர்ச் குரூப், மேடிசன், விஸ்கான்ஸில் இருக்கும் கோவன்ஸ் போன்ற அமைப்புகள் முன்திட்டமிட்ட மருத்துவ ஆய்வுச் சோதனை களை நிறுவனங்களுக்கு வெளியே செய்து கொடுப்பார்கள்.

தொடக்கத்தில் அதிக அளவிலான ஒப்பந்த ஆராய்ச்சி அமைப்புகள் பல்கலைக்கழக நகரங்களில் நிறுவப்பட்டன. பணம் விரைவாகத் தேவைப்பட்ட மாணவர்கள் ஆய்வுகளில் சேர்ந்தனர். ஏராளமான சோதனைகளுக்குப் போதுமான மாணவர்கள் கிடைக்கவில்லை என்பதுதான் ஒரே பிரச்சினை. எனவே ஒப்பந்த ஆராய்ச்சி அமைப்புகள் நகரின் ஏழ்மையான பகுதிகளுக்கு இடம்பெயர்ந்தன. அவை அங்கு

வாழ்ந்த குறைந்த வருமானம் உடையவர்களை, 1950களில் இரத்த வணிகம் செய்தது போலவே, எளிதாக ஈர்த்தன. ஒப்பந்த ஆராய்ச்சி அமைப்புகள் தரவுகளுக்கு மட்டுமே பொறுப்பாளிகளாக இருந்ததால், அவையும் பிற வணிகக் குழுமங்களைப் போல செலவுகளைக் குறைக்க முடிந்தது. அவர்களால் எப்போதும் மலிவான தொழிலாளர்களுக்கான ஆதாரங்களைக் கண்டுபிடிக்க முடிந்தது. ஆகவே, இதைச் செய்ய முடிந்தது. இன்று அமெரிக்கா-மெக்சிகோ எல்லையிலுள்ள சிறு நகரங்களில் ஒப்பந்த ஆராய்ச்சி அமைப்புகள் பரவியிருக்கின்றன. அவை சோதனை மையங்களுக்கு அங்கு வந்து குடியேறியவர்களைக் கவர்ந்திழுத்தன. 1990க்கும் 2001க்கும் இடைப்பட்ட காலத்தில், குறைந்த வருமானப் பகுதிகளில் நடத்தப்பட்ட மருத்துவ ஆய்வுச் சோதனைகள் பதினாறு மடங்கு அதிகரித்தன என்று தலைமை ஆய்வாளர் அலுவலகம் குறிப்பிட்டது. 2007க்குள் இந்த எண்ணிக்கை இரட்டிப்பாகும் என்று அவர்கள் முன்னறிவித்தனர்.

அவர்களுடைய மதிப்பீடு தவறாகிப் போனது. உண்மையில் அமெரிக்காவில் முனைப்பாகச் செயல்படும் ஒப்பந்த ஆராய்ச்சி அமைப்பு களின் எண்ணிக்கை குறைந்துகொண்டிருக்கிறது. தலைமை ஆய்வாளர் உலகமயமாக்கத்தைக் கணக்கிலெடுக்காமல் விட்டுவிட்டார். தரவு சேகரிப்பை வெளிநாடுகளில் தளர்வான அறவியல் தரங்களோடும் குறைந்த செயல்பாட்டுச் செலவோடும், குறைந்த தனிநபர் வருமானத் தோடும் எளிதாகச் செய்து முடிக்க இயலும். ரேபோ இண்டியா ஃபைனான்ஸ் நிறுவனத்தால் 2004இல் நடத்தப்பட்ட ஆய்வு இந்தியாவில் அல்லது சீனாவில் வெளிநாட்டினரால் செய்து முடிக்கப்படும் சோத னைகள், ஒட்டுமொத்த மருந்து ஆய்வுச் சோதனைக்காகும் செலவை 40 விழுக்காடு குறையச் செய்யும் என்று கணக்கிட்டது. 2005க்குள் பன்னி ரண்டு மிகப்பெரிய மருந்து தயாரிப்பு நிறுவனங்களால் நடத்தப்பட்ட ஆயிரத்து இருநூறு மருத்துவ ஆய்வுச் சோதனைகளில் பாதி இங்கிலாந்து, ரஷ்யா, இந்தியா, சீனா ஆகிய நாடுகளில் நடத்தப்பட்டன. *(கூப்பர் 2008: ப. 8)*

இது அமெரிக்க மருந்து தயாரிப்பாளர்களைப் பொறுத்தவரை ஒரு நல்வாய்ப்பான சூழல். அதற்குக் காரணம் அவர்கள் பணத்தைச் சேமிப்பது மட்டுமல்ல, தங்களுடைய சொந்த நாட்டில் இருக்கும் தொழில்முறை ஆய்வகப் பிராணிகளின் முக்கியப் பிரச்சினைகளையும் மருந்து ஆய்வுச் சோதனைகள் கடந்துவர முடிகிறது. அவர்கள், அதற்குமுன் மருத்துவப் பராமரிப்புக்கான வாய்ப்புக் கிடைக்காத நோயாளிகள் இருக்கும் இடங்களில் தொழிலைத் தொடங்கினால், மருந்து ஆய்வுச் சோதனை களில் பங்கெடுப்பவர்கள் அதற்குமுன் மருத்துவ சிகிச்சை எதையும்

எடுக்காதவர்கள் என்று உத்தரவாதம் அளிக்க முடியும். இந்தியாவிலும் சீனாவிலும் அரசாங்கங்கள் குடிமக்களுக்கு போதுமான அளவு மருத்துவப் பராமரிப்பை வழங்க இயலவில்லை. எனவே இந்நாடுகளில் கடுமையான நோய்களுக்குக்கூட அதற்குமுன் மருத்துவச் சிகிச்சையே எடுத்திராத மக்கள்திரள் உள்ளது. இந்தியா 2010க்குள் இந்த ஒட்டு மொத்த மருத்துவப் பராமரிப்பு அனுபவமின்மைக்கான பயன்களை ஆண்டுக்கு 200 கோடி டாலர் என்ற அளவில் அறுவடை செய்து கொண்டிருக்கிறது.

இந்தியாவில், 'ஆராய்ச்சிக்கு ஆகும் செலவுகள் குறைவாக இருப்பது மட்டுமல்ல, சோதனைகளை நடத்துவதற்குத் தேவையான பயிற்சித் திறன் உடைய பணியாளர் தொகுதியும் உள்ளது' என்று சீன் ஃபில்பாட் கூறுகிறார். இவர் அமெரிக்கன் ஜர்னல் ஆஃப் பயோ எதிக்ஸ் இதழின் முன்னாள் நிர்வாக ஆசிரியரும் ஈபீஏ – என்விரோன்மெண்டல் புரடக்ஷன் ஏஜென்ஸியின் (சுற்றுப்புறச் சூழல் பாதுகாப்பு முகமை) மனித ஆய்வுகள் மறுசீராய்வு வாரியத்தின் இப்போதைய தலைவரு மாவார். ஆய்வுகளுக்கு விருப்பத்துடன் முன்வருபவர்களின் திடீர் அதிகரிப்பு அமெரிக்காவில் சிறைச்சாலை ஆய்வுகளைச் சட்டத்துக்கு எதிரானதாக ஆக்கிய அதே கேள்விகளை எழுப்புகிறது. 'இந்திய மருத்துவ ஆய்வுச் சோதனைகளில் பங்கெடுக்கும் தனிமனிதர்கள் வழக்கமாக கல்வியறிவு உள்ளவர்களாக இருக்கமாட்டார்கள். அங்கு நூறு டாலரை வழங்க முன்வருவது மட்டுமீறிய அளவில் கவர்ச்சி யூட்டுதல் ஆகும்: அவர்கள் கட்டாயப்படுத்தப்படுவதைக்கூட உணர்ந்திருக்க மாட்டார்கள்' என்று அவர் மேலும் கூறுகிறார்.

இந்தச் சூழ்நிலை சுனாமி நகரில் சிறுநீரகங்களை விற்பனை செய்வதற்குக் கொடுக்கப்பட்ட வற்புறுத்தலைப் போன்றது. இந்தியாவில் மருத்துவ ஆய்வுச் சோதனைகளில் சேரும் அதே மக்கள், சிறுநீரகத் தரகர்களாலும், வாடகைத்தாய் இல்லங்களாலும், இரத்தக் கொள்ளையர்களாலும் தங் களுக்கு சாதகமாகப் பயன்படுத்தப்பட்ட அதே சமூகப் பொருளாதார வகுப்பைச் சேர்ந்தவர்கள். இந்தச் சந்தைகளுக்கிடையில் உள்ள கண்காணிப்புகளும் வற்புறுத்தல்களும் அச்சமூட்டும் விதத்தில் பழக்கப் பட்டதாக உள்ளன. அமெரிக்க உணவு மற்றும் மருந்து நிர்வாகம் (எஃப்டிஏ) போன்று கடமையாற்றும் இந்திய மருந்துக் கட்டுப்பாட்டுத் தலைமை அதிகாரிக்கு, பொதுவாக மேற்பார்வையிடும் அதிகாரம் மிகவும் குறைவு. ஆகவே, மருந்து தயாரிப்பு நிறுவனங்கள் நல்ல தரவுகளை உருவாக்குவதற்காக அறவியல் நியதிகளைவிட்டு விலகிச் செல்வதற்கான சபலத்துக்கு உள்ளாகின்றன. ஏற்கனவே பல தவறுகள் நடந்துள்ளன.

2004இல் இந்திய மருந்துக் கட்டுப்பாட்டுத் தலைமை அதிகாரி, பெங்களூரில் புதிதாகத் தொடங்கப்பட்ட சாந்தா பயோடெக், பயோகான் ஆகிய பிறர் கவனத்தை ஈர்த்த புது உயிரித் தொழில்நுட்ப நிறுவனங்களை ஆய்வு செய்தார். அந்நிறுவனங்கள் சட்டத்துக்குப் புறம்பாக மரபணு மாற்றம் செய்யப்பட்ட இன்சுலின் மருத்துவ ஆய்வுச் சோதனை நடத்தியது. அந்த நிகழ்வில் எட்டு நோயாளிகள் மரண மடைந்தனர். இரு நிறுவனங்களும் அதில் பங்கெடுத்தவர்களின் அறிவார்ந்த சம்மதத்தைக் கூட கேட்டுப் பெறவில்லை; நோயாளிகளுக்கு வரும் ஆபத்துக்கான வாய்ப்புகளைக் குறைப்பதற்கான எந்த நடவடிக்கை யும் எடுக்கவில்லை என்பதைச் சொல்லவே வேண்டாம்.

மற்றொரு நிகழ்வில் சன் ஃபார்மசியூட்டிக்கல்ஸ் மார்பகப் புற்று நோய் மருந்தான லெட்ரோசோலை, கருத்தரிப்பு மருத்துவத்துக்கான மருந்தாகப் பயன்படுவதற்கு நானூறு மருத்துவர்களை இணங்க வைத்தனர். அவர்கள் அந்த மருந்தின் இரண்டாம் நிலைப் பயன்பாட்டுக் கான அங்கீகாரம் கிடைக்கும் (விற்பனையை இரண்டு அல்லது மூன்று மடங்காக்க முடியும்) என்ற நம்பிக்கையில் இருந்தனர். ஆனால், மருந்து கொடுத்த நோயாளிகளிடம் அவர்கள் ஓர் ஆய்வுப் பரிசோதனையில் சேர்க்கப்பட்டிருக்கிறார்கள் என்ற உண்மையைத் தெரிவிக்கவில்லை.

அதில் பங்கெடுத்த பெண்கள் எந்தக் கடுமையான பக்கவிளைவு களையும் தெரிவிக்கவில்லை என்றாலும் அதில் பெரும் சேதத்துக்கான வாய்ப்பு அதிகமாக இருந்தது.

கருவுற்றிருந்த அல்லது கருத்தரிக்கும் நம்பிக்கையில் இருந்த பெண்கள் மீது புற்றுநோய் மருந்து சோதித்துப் பார்க்கப்பட்டது அதுவே முதல் முறை அல்ல. லெட்ரோசோல் பரிசோதனைக்கு இரண்டு ஆண்டு களுக்குப் பிறகு, நான் சென்னையில் வாழ்ந்துகொண்டிருந்தபோது சைக்லோபியா என்று அழைக்கப்படும் ஓர் அரிதான மரபியல் கோளாறால் ஏற்பட்ட கடுமையான முகச் சிதைவுகளோடு, ஒரு குழந்தை பிறந்ததை வயர்ட் நியூஸ் இதழில் நான் தெரிவித்தேன். இந்தக் கோளாறில் மூளையின் இடது, வலது அரைக் கோளப் பகுதிகள் ஒன்றாக இணைந்து விடுகின்றன. இந்த நேர்வில் அது குழந்தையின் நடு நெற்றியில் ஒரேயொரு கண் இருக்கும் விளைவை ஏற்படுத்தியது. அதனால்தான் அதற்கு சைக்லோபியா என்ற பெயர் வந்தது. அந்தக் குழந்தை பிறந்த கஸ்தூரிபாய் காந்தி மருத்துவமனைக்கு நான் சென்றேன். அப்போது குழந்தையின் தாய், பல ஆண்டுகளாகத் தாம் கருத்தரிக்க முயற்சி செய்துகொண்டிருந்ததாகவும் உள்ளூர்க் கருவள மையம் அவருக்குப் பெயர் தெரியாத மருந்தைக் கொடுத்ததாகவும் கூறியதாக மருத்துவ மனைப் பணியாளர்கள் என்னிடம் தெரிவித்தனர்.

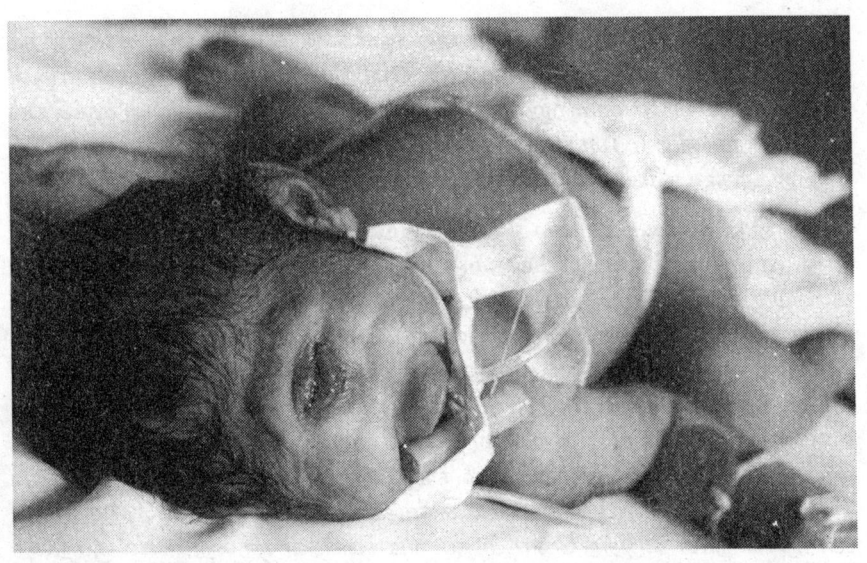

இந்தக் குழந்தையின் பிறப்புச் சான்றிதழில் 'கோமதியின் குழந்தை' என்ற பெயர் இருக்கிறது. குழந்தை சைக்லோபியா என்று அறியப்படும் கடுமையான மண்டையோடு, முகம் சார்ந்த குறைபாட்டோடு பிறந்ததால் குழந்தையின் பெற்றோர் அக்குழந்தைக்குப் பெயர் வைக்க மறுத்து விட்டனர். இந்த அரிய மரபியல் கோளாறு சைக்லோபமைன் மருந்தைப் பயன்படுத்திய கருவள சிகிச்சைக் குளறுபடியின் விளைவாக இருக்கலாம் என்று சென்னையிலிருக்கும் கஸ்தூரிபாய் காந்தி மருத்துவமனைப் பணியாளர்கள் இரகசியக் குறிப்பு எழுதினர். அந்நேரத்தில் அமெரிக்காவில் சைக்லோபமைன் புற்றுநோய் சிகிச்சைக்கான சோதனையில் இருந்தது. இந்த நிழற்படம் எடுக்கப்படுவதற்கு ஓர் ஆண்டுக்கு முன்பு மருந்துத் தயாரிப்பு நிறுவனங்கள் பல நூறு கருவுற்ற பெண்கள்மீது புற்றுநோய்க்கு எதிரான மற்றொரு மருந்தைக் கருவள சிகிச்சைக்காக சோதித்துப் பார்த்தது. ஒழுங்குமுறைப்படுத்தப்படாத மருந்து ஆய்வுச் சோதனையை நடத்தியது. அதில் சைக்லோபமைன் இந்தியாவில் விற்பனையில் இருக்கிறது. இருப்பினும் அதை இந்தியாவில் ஆய்வுக்கு உட்படுத்தியதாக எந்த நிறுவனமும் ஒத்துக் கொள்ளவில்லை.

எனக்கு வாசிக்க அனுமதியளிக்கப்பட்ட ஓர் இரகசிய அறிக்கையில், அந்தத் தாய்க்கு சைக்லோபமைன் என்னும் ஆய்வுச் சோதனையில் இருக்கும் புற்றுநோய் எதிர்ப்பு மருந்து கொடுக்கப்பட்டிருக்கலாம் என்று அந்த மருத்துவமனை நிர்வாகம் எழுதியிருந்தது. என்னுடைய ஆய்வின்போது, அந்நேரத்தில் அமெரிக்காவில் சைக்லோபமைன்மீது மருத்துவ சோதனைகள் நடத்தப்பட்டுக்கொண்டிருந்தன என்பதை நான் கண்டுபிடித்தேன். வட அமெரிக்க கான் லில்லி செடியிலிருந்து உருவாக்கப்பட்ட அந்தச் சேர்மம் அமெரிக்க பூர்வக் குடிமக்களால் நீண்ட காலமாக கருத்தடை மருந்தாகவும் வலி நிவாரணியாகவும் பயன்படுத்தப்பட்டு வந்தது. 1950களில் அமெரிக்க இடையர்கள் கான் லில்லி செடிகளைச் சாப்பிட்டுக்கொண்டிருந்த, கருத்தரித்த

ஆடுகள் ஒரு முழு தலைமுறை ஒற்றைக்கண் குட்டிகளை ஈன்றதைக் கவனித்தனர்.[3] சைக்லோபமைன் என்னும் அந்த வேதிப்பொருள் மூளை, பிராஸ்டேட் புற்றுநோய் ஆகியவற்றின் வளர்ச்சியில் முக்கியப் பங்காற்றும் ஒரு மரபுப் பாதையைத் தடுக்கிறது என்பதை கான் லில்லி மீது நடத்தப்பட்ட கூடுதலான சோதனைகள் காட்டின.

சுத்திகரிக்கப்பட்ட சைக்லோபமைன் பிராஸ்டேட் புற்றுநோயை அது முழுவளர்ச்சியடைவதற்கு முன்பே தடுக்க முடியும் என்று மாபெரும் உயிரித் தொழில்நுட்ப நிறுவனங்களான ஜீனென்டெக்கும் சிரஸூம் நினைத்தன. இரு நிறுவனங்களுமே இந்தியாவில் மருத்துவ ஆய்வுச் சோதனைகள் நடத்தியதை மறுத்தன; அந்தச் சேர்மம் கருவுற்ற பெண்களால் பயன்படுத்தப்படுவது மிகவும் ஆபத்தானது என்றும் கூறின. இருப்பினும், அந்த மருந்தை விற்கத் தயாராக இருப்பதாக தொலைபேசியில் தெரிவித்த மருந்து விநியோகஸ்தர்களை மும்பை யிலும் டெல்லியிலும் என்னால் கண்டுபிடிக்க முடிந்தது. அடுத்த சில வாரங்கள் நான் எடுத்த தொடர் நடவடிக்கைகள் ஒற்றைக்கண் குழந்தை நேர்வு குறித்த எந்தப் புதுத் தகவலையும் வழங்கவில்லை. எனினும் அவை சில நூறு மைல்களுக்கு மட்டுமே அப்பால் நடந்த லெட்ரோசோல் பரிசோதனைகள் ஏற்படுத்திய அச்சத்தை வலுப்பெறச் செய்தன.

'மூன்றாம் உலக உயிர்களின் மதிப்பு ஐரோப்பிய உயிர்களின் மதிப்பைவிட மிகவும் குறைவானது. காலனித்துவம் குறித்த எல்லாமே இதுதான்' என்று விஸ்கான்ஸின்-மேடிசன் பல்கலைக்கழக மருத்துவ வரலாற்று வருகைப் பேராசிரியரான சிறீரூப பிரசாத் கூறினார்.

சீனாவில் இந்தச் சூழ்நிலை மேலும் அதிக ஆபத்தானதாக ஆவதற்குரிய வாய்ப்பு உண்டு. அங்கு அரசு, மருத்துவப் பராமரிப்பு இல்லாமையைப் பயன்படுத்தி பெரும் இலாபம் சம்பாதிக்கும் நிலையில் இருக்கிறது. அதிக வெறுப்பூட்டும் எடுத்துக்காட்டுகள் ஹெனான் மாநிலத்தில் நடந்துள்ளன. அங்கு ஏழ்மையில் வாடும் விவசாயிகள் சிவப்புச் சந்தைக்காரர்களின் வழக்கமான இலக்குகள். அவர்களுடைய திசுக்கள் அறுவடை செய்யப்பட்டிருப்பதோடு, அதற்குப்பின் அவர்களுக்குத் தெரியாமலே மருந்து ஆய்வுச் சோதனை செய்யப்படுபவர்களாகவும் பயன்படுத்தப்பட்டனர்.

1990களில் ஹெனான் மாநில சுகாதாரத்துறைத் தலைவர் உயிரித் தொழில்நுட்ப நிறுவனம் ஒன்றைத் தொடங்கினார். இந்நிறுவனம் இரத்த சேகரிப்புக்காகப் பணம் கொடுத்தது. இந்தச் சூழல் இந்தியாவின் தொழில்முறை தான நாட்களை ஒத்திருந்தது. ஆனால் இரத்த தானம்

[3] ஒற்றைக் கண் ஆடுகளின் படங்களை கூகுளில் எளிதாகத் தேடிக் காணலாம்.

செய்தவர்களுக்குப் பேரம் பேசி இரத்தத்தின் விலையை உயர்த்துவதற்கான திறமை இல்லை என்பது மட்டும் ஒரு விதிவிலக்கு. அந்த ஆய்வகம் இரத்தத்தை அதன் பகுதிப்பொருள்களாகப் பிரித்தெடுத்து அவற்றை உள்நாட்டுச் சந்தைகளில் (ஒருவேளை பன்னாட்டுச் சந்தைகளிலும்) விற்பனை செய்தது. உயிரித் தொழில்நுட்பத் தொழில்துறை இரத்தத்தை அதற்கே உரிய தகுதிகளால் ஒரு சந்தைப்படுத்த முடிந்த பொருளாக மாற்றிவிட்டது என்று மானிடவியலாளர் ஆன் எஸ். அனக்னாஸ்ட் எழுதினார் (அனக்னாஸ்ட் 2006: பக்.509-29). அது தங்கத்தைப்போல் விற்பனை செய்யப்படுகிறது. இடையீட்டாளர்களும் தரகர்களும் தாங்களாகவே இரத்தத்தைச் சேகரித்தனர். அது எவ்வாறு பெறப்பட்டது என்ற எந்த அக்கறையும் இல்லாது அவர்கள் அதைப் பணம் கொடுக்கும் வணிகக் குழுமங்களுக்குத் திருப்பிக் கொடுத்தனர். இந்த முயற்சிகளை ஒருங்கிணைப்பதற்கு இராணுவமும் உதவி செய்கிறது என்று அனக்னாஸ்ட் எழுதுகிறார்.

இந்தியாவின் கோரக்பூரிலிருந்த இரத்தக் கொள்ளையர்களை ஒத்த ஒரு சூழலில் முக்கியமான ஒரே காரியம், இரத்தத்தின் அளவே தவிர சேகரிப்பு வழிமுறை அல்ல. சேகரிப்பில் பணம் சேமிப்பதற்காக, பயிற்சி பெறாத பணியாளர்கள் நோயாளிகளுக்கிடையில் ஊசிகளை மறுபடியும் பயன்படுத்தி தானமளிப்பவர் தொகுதி முழுவதும் எச்ஐவி வைரஸைப் பரப்பினர். விரைவில் சீனாவில் வேறெங்கும் இல்லாத அளவுக்கு ஹெனானில் எய்ட்ஸ் மிக உயர்ந்த அளவுகளில் இருந்தது. பல ஆண்டு பாதுகாப்பற்ற நடைமுறை வழக்கங்களுக்குப் பிறகு, அரசு இறுதியாக இரத்தத்துக்குப் பணம் கொடுத்ததை நிறுத்தியது. ஆனால் சேதம் ஏற்கனவே நிகழ்த்தப்பட்டுவிட்டது.

இருப்பினும், 2002இல் உயிரித் தொழில்நுட்ப முதலீட்டாளர்கள் இரத்த சேகரிப்பால் தூண்டப்பட்ட எய்ட்ஸ் பரவலை மருத்துவ ஆராய்ச்சிக்கான ஒரு வாய்ப்பாக மாற்றியமைத்தனர். அவர்கள் பரிசோதனை முறை எய்ட்ஸ் மருந்துகளை சோதித்துப் பார்ப்பதற்கு ஏற்ற பரிசோதனை ஆட்களுக்காக முன்னாள் இரத்ததானம் செய்தோர் எல்லோரையும் தேடத் தொடங்கினர். 2003இல் கலிஃபோர்னியாவைத் தலைமையிடமாகக் கொண்ட வைரல் ஜெனெடிக்ஸ் என்னும் நிறுவனம் நடத்திய முன்னோடி ஆய்வில், எய்ட்ஸ் நோயின் இறுதிக் கட்டத்தில் இருந்த ஹெனானைச் சார்ந்த, சிகிச்சை எதையும் அறிந்திராத முப்பத்து நான்கு ஆட்களைத் தேர்வு செய்தனர். அவர்களுடைய உடல்நிலை மிகவும் மோசமான நிலையில் இருந்ததால் ரெட்ரோ வைரஸ் எதிர்ப்பு (*ஆண்டி ரெட்ரோவைரல்*) மருந்துகள் நல்ல விளைவுகளை ஏற்படுத்த முடியாது. ஆய்வுச் சோதனையிலிருக்கும் மருந்தான பிஜிவி-1 பழைய

தலைமுறை மருந்துகளின் குணப்படுத்தும் ஆற்றலை மீண்டும் கொண்டு வந்து, எய்ட்ஸ் நோயாளிகளுக்குச் சற்று அதிக காலம் வாழலாம் எனும் நம்பிக்கையைக் கொடுத்தது. அரசு அவர்களுக்கு எய்ட்ஸுக்கான சிகிச்சை ஒருபோதும் வழங்காததால் அவர்கள் ஆய்வில் கலந்து கொள்வதற்கு மிகவும் தகுதியானவர்கள்.

முன்னாள் இரத்த தானமளிப்பவர்களில் பெரும்பாலோருக்கு மருத்துவப் பராமரிப்புப் பெறுவதற்காகக் கிடைத்த முதல் வாய்ப்பு இந்த மருத்துவ ஆய்வுச் சோதனைதான். அந்தச் சோதனை தொடங்கிய போது அதிலுள்ள ஆபத்துகள் குறித்தோ அந்த மருந்து அவர்களு டைய நோய் குறித்த முன்கணிப்புக்கு எவ்வாறு உதவமுடியும் (அது உதவாது) என்பது குறித்தோ எந்தத் தகவலும் தெரிவிக்கப்படவில்லை. பன்னாட்டு வலையமைப்பைச் சார்ந்த ஆர்வலர்களின் உதவியோடு அந்தக் குழுவினர் அமெரிக்காவில் ஆய்வுச் சோதனை வடிவமைப்பு களுக்கு அனுமதி வழங்கும் இன்ஸ்டிடியூஷனல் ரிவ்யூ போர்டுக்குத் (நிறுவன மறுசீராய்வு வாரியத்துக்குத்) தகவல் தெரிவிக்க முடிந்தது. இந்த ஆய்வுச் சோதனைகளுக்கு, அது அவற்றில் கலந்துகொள் வோரிடமிருந்து பெறவேண்டிய புரிந்துணர்வுடன் சம்மதம் குறித்த கொள்கைகளில் சில வெளிப்பகட்டான மாற்றங்கள் தேவைப் பட்டிருக்கலாம் என்று அந்த போர்டு (வாரியம்) பதிலளித்தது.

ஆனால் மானிடவியலாளர் மெலின்டா கூப்பர் குறிப்பிடுவதாவது: அந்த வாரியம், மருத்துவ ஏமாற்று வேலைகளுக்கு எப்போதும் பலியாகிக் கொண்டிருக்கும் மக்கள் குறித்தோ திட்டமிட்ட சுரண்டலுக்கு அவர்கள் உட்படுத்தப்படுவது குறித்தோ தன் கவனத்தைக் குவிப்பதைவிட சம்மதம் பெறுவதில் குறைந்த அளவில்தான் கவனத்தைக் குவித்தது. ஒப்பந்தச் சிக்கல்களை விட்டுவிடுங்கள்; மருத்துவ ஆய்வுசார் உழைப்பாளி களுக்கு 'தங்களுடைய நோயின் பாதிப்பை விற்பனை செய்வதைத் தவிர அவர்களிடம் விற்பதற்கு வேறு எதுவும் இல்லை' என்றும் அவர் எழுது கிறார். ***(கூப்பர் 2008: ப.16)***

இன்னுமோர் ஆழமான நிலையில் பார்த்தால், ஹெனான் மருந்து ஆய்வுச் சோதனை எப்படி ஆய்வுக்கு உட்படுத்தப்படுவோர் அச்சோதனைகளின் பயன்களைப் பகிர்ந்துகொள்ள முடிவதில்லை என்பதைத் தெளிவுபடுத்திக் காட்டுகிறது. மருந்து உருவாக்கச் செயல்முறையில் சமமான பங்குதாரர் களாக இல்லாத அவர்கள், தங்களுடைய பங்களிப்புக்கான சந்தை வீதத் தைச் சம்பாதிப்பதோ, அந்த மருந்துக்கு அங்கீகாரம் அளிக்கப்பட்ட பிறகு அந்தக் காப்புரிமை பெற்ற மருந்தைப் பெறுவதற்கான வாய்ப்போ இல்லை.

ஹெனானில் உருவாக்கப்பட்ட புதிய மருந்துக்கு இறுதியாக அமெரிக்க உணவு மற்றும் மருந்து நிர்வாகத்தின் (எஃப்டிஏ) அனுமதி கிடைத்தால், அந்த நோயாளிகளின் வாழ்நாளில் அந்த மருந்து சீனச் சந்தையில் கிடைப்பதற்கான வாய்ப்பு மிகவும் குறைவே. சிறுநீரகங்கள், சினைமுட்டைகள் மற்றும் பிற எல்லாவித சிவப்புச் சந்தைகளிலும் போலவே ஆய்வுக்கு உட்ப'டுத்தப்படுவோரின் சதையும் சமூகப் படிநிலையில் மேல்நோக்கி மட்டுமே நகர்கிறது. அயலாக்கப் பணியின் *(அவுட்சோர்சிங்)* மூலமாக செய்யப்படும் மருத்துவ ஆய்வுச் சோதனைகளால் மருந்து உற்பத்தி நிறுவனங்களுக்குக் கிடைக்கும் பெருமளவிலான ஆதாயங்கள் கீழ்நோக்கி மீண்டும் சமுதாயத்துக்குள் பரிவர்த்தனை செய்யப்படுவதே இல்லை. ஏழைகளும் நலிவடைந்தோரும் மருந்து ஆய்வுச் சோதனைகளின் ஆபத்தைத் தாங்கிக்கொள்கின்றனர். ஆனால் அவற்றால் வர வாய்ப்புள்ள பயன்களைச் செல்வந்தர்கள் மட்டுமே பெறுகின்றனர். 2006ஆம் ஆண்டு ஏனஸ்ட் அண்ட் யெங் நிறுவனத்தால் நடத்தப்பட்ட ஆய்வின்படி, மிக உயர்ந்த அளவாக சீனாவின் மக்கள் தொகையில் பத்து விழுக்காட்டினர் மட்டுமே, அதாவது மருத்துவக் காப்பீட்டுடன் இருந்த விழுக்காட்டு மக்கள், காப்புரிமை பெற்ற மருந்துகளை வாங்குவதற்கான பணவசதியுடன் இருந்தனர்.[4]

மனித உடல்களை மதிப்பிடுவது என்று வரும்போது ஒரு இரட்டைத் தரநிலை உள்ளது. ஆராய்ச்சியின் போது மருத்துவ ஆய்வுச் சோதனைகளில் சேர்பவர்கள் அறிவியலின் நிலையை மேம்படுத்த உதவும் தன்னலமற்ற, தன்னார்வத் தொண்டர்கள். மருந்து ஆய்வுச் சோதனை முடிந்த பிறகு அவர்களுடைய பங்களிப்புகள் மறக்கப்பட்டு விடுகின்றன. அதில் பங்கெடுப்பவர்கள் காப்புரிமை பெற்ற மருந்து களால் கிடைக்கும் நிதிசார்ந்த வெகுமதிகளையோ, புதிய மருத்து வத்தின் பயன்களையோ பகிர்ந்துகொள்ள முடிவதில்லை. மருந்து உருவாக்கத்தின் போது உடல் சார்ந்த முழு ஆபத்தையும் ஆய்வுச் சோதனையில் பங்கெடுப்போர் தாங்கியிருந்தாலும் மருந்து விற்பனை மூலமாக மருத்துவ நிறுவனங்கள் பல பில்லியன் டாலரைச் சம்பாதிக்க முடிகிறது. ஒரு மருந்தை உருவாக்க சதைக்கும் அப்பாற்பட்ட *ஒன்று* – உண்மையான மக்களின் மனங்களும் உடல்களும் – தேவைப்படுகின்றன என்பதை அந்நிறுவனங்கள் அங்கீகரிக்கவில்லை.

[4] இந்த நிலைமை குழப்பமூட்டும் பன்னாட்டு விதிமுறைகள், வணிகம் ஆகியவற்றால் ஓரளவு தணிக்கப்பட்டுள்ளது. சீன அரசு பொதுவாக உலக வணிக அமைப்பின் விதிகளைப் புறக்கணித்துவிட்டு, உள்நாட்டு மருந்து தயாரிப்பு நிறுவனங்கள் காப்புரிமைகளை மீறி, பிற நாட்டு மருந்துகளின் நகல்களை சந்தைக்குக் கொண்டுவர அனுமதிக்கிறது.

கலிஃபோர்னியாவிலுள்ள ஆர்கனோவோ ஆய்வகத்திலிருக்கும் முப்பரிமாண அச்சு எந்திரம். இந்த எந்திரம் மனிதத் திசுக்கனை அச்சிடுவதற்கு ஸ்டெம் செல்களால் உருவாக்கப்பட்ட மையைப் பயன்படுத்துகிறது. இந்த அச்சு எந்திரம் ஒருநாள் செயற்கை உடலுறுப்புகளைத் தயாரிக்கும். அப்போது சட்டத்துக்குப் புறம்பாக மனிதத் திசுக்களின் சந்தைகள் விரிவடைவதை நிறுத்த அவற்றைப் பயன்படுத்தலாம். இருப்பினும் தொழில்நுட்பம் இன்னும் பல கடுமையான சவால்களைக் கடந்து வரவேண்டியதிருக்கும்.

9

அழியாத வாக்குறுதிகள்

சைப்ரஸில் இருந்த கருவள மையம் ஒன்றில் வசீகரமான கருவியலாளரான ஸவ்வாஸ் கூண்டுரோஸ், என்னுடைய கேள்வி என் வாயை விட்டு வெளியே வரும் முன்பே அதை அழிப்பதுபோல காற்றில் கையை அசைக்கிறார். அவர் மனிதச் சினைமுட்டைகள் வணிகத்தில் இருக்கிறார். ஆம், ஆனால் இனப்பெருக்கத் தொழிலில் குழந்தைகளை மட்டுமே உருவாக்குவதைவிட ஏராளமானவை உள்ளன. தன்னுடைய தாழ்ந்த குரலோடும் அடர்ந்த சிகரெட் புகையோடும் என்னுடைய குறிப்பேட்டைப் பிடுங்கி அதில் சில குறிப்புகள் எழுதத் தொடங்குகிறார்:

> 'இங்கிருக்கும் உண்மையான கதை ஸ்டெம் செல்கள். வெகு விரைவில் மனிதச் சினைமுட்டைகளைப் பயன்படுத்தத் தேவை இல்லாமலேயே கருமுளையத்திற்குரிய ஸ்டெம் செல்களைப் படைப் பதற்கான புதிய செயல்முறையை உருவாக்குவேன்.'

பார்ப்பதற்கு அமைதியற்றது போன்ற தோற்றத்தை ஏற்படுத்திய அவருடைய விரல் தாம் பிற திசுக்களிலிருந்து கருமுளையத்திற்குரிய ஸ்டெம் செல்களைப் (முதல்நிலை உயிரணுக்களைப்) படைப்பதற்கான ஒரு வழிமுறையை உருவாக்கிக்கொண்டிருந்தது பற்றி விளக்கும்போது, மேல்நோக்கி உயர்கின்றன. ஒரு நாள் தம்முடைய ஆய்வு அமெரிக்காவில் கருமுளையத்திற்குரிய ஸ்டெம் செல் ஆய்வுமீது விதிக்கப்பட்டுள்ள சட்டத் தடையைத் தந்திரமாய்ச் சுற்றிச் சென்று மீறும் என்று அவர் கூறுகிறார். அந்தத் தடை அமெரிக்காவில் குடியரசுத் தலைவர் ஜார்ஜ் வாக்கர் புஷ் புது மரபுக்கூறு வரிசைகளைத் தடை செய்வதற்குமுன், விதிவிலக்கு அளிக்கப்படும் அளவுக்கு ராசியான, சில தேர்ந்தெடுக்கப் பட்ட மரபுக் கூறுகள் தொகுதிகளுக்கு மட்டுமே என அறிவியலாளர்களை வரையறைக்கு உட்படுத்தியது. புதுப்பொருள்கள் இல்லாமை மருத்துவ முன்னேற்றத்துக்கான ஒரு முக்கியமான முட்டுக்கட்டை. அமெரிக்கக் குடியரசுத் தலைவர் ஒபாமா 2009இல் அந்தத் தடையை ரத்து செய்தார்.

ஆனால் ஆராய்ச்சிக்கான முட்டுக்கட்டைகள் மத்திய நீதிமன்ற தடை உத்தரவுகள், சமய ஆர்வலர்களின் எதிர்ப்புகள் ஆகியவை வழியாக தொடர்ந்து வந்துகொண்டிருப்பது போலத் தோன்றுகிறது.

பல பத்தாண்டுகளாக கருமுளையத்திற்குரிய ஸ்டெம் செல் ஆராய்ச்சி முற்போக்குச் சிந்தனையுடைய அறிவியலாளருக்கும் சமயக் குழுக் களுக்கும் இடையே உள்ள மோதலில் கருத்துவேறுபாட்டுக்குரிய போர்க்களமாக இருந்துகொண்டிருக்கிறது. அறிவியலாளர் ஸ்டெம் செல்களைப் பெருமளவில் பயனுடைய மருத்துவப் பிரிவுக்கான கட்டடக் கற்களாகப் பார்க்கும்போது, சமயக்குழுவினர் கருமுளைய ஆராய்ச்சிகள் மனித உயிராக வளர சாத்தியமுள்ள ஒன்றைக் கொல் கின்றன என்னும் கொள்கையின் அடிப்படையில் அந்த ஆய்வுகளை எதிர்க்கின்றனர். இதுவரை, புதிய ஸ்டெம் செல் தொகுதி வரிசைகளை வளர்ச்சிடைய வைப்பதற்கான ஒரேவழி கருமுளையங்களை அழிப்பதுதான்.

இருப்பினும் கூண்டுரோஸ் தம்முடைய ஆய்வகம் சமய எதிர்ப்பு களைத் தவிர்த்து சினைமுட்டைகளை அழிக்காமலேயே இருக்க முடியும் என்று கூறுகிறார். அவர் அதை எலும்பு மஞ்ஞையிலிருந்து அல்லது தோல் திசுவிலிருந்து எடுத்து முதிர்ச்சியடைய வைப்பார். ஆய்வுக்கான அறிவியலின் நோக்கங்கள், அடிப்படையில் ஒன்றாகவே இருப்பதால் அவர் ஒரு சிக்கலான அரசியல் விவாதத்தைத் தொழில்நுட்பத் தீர்வால் தீர்த்துவைக்கலாம். அதன்பிறகு அறிவியலாளர் மருத்துவத்தில் ஒரு புதிய காலப் பகுதியைத் தொடங்கி வைக்க முடியும் என்று அவர் உற்சாகத்துடன் கூறுகிறார். ஒருவேளை முன்னேற்றங்கள் மூலமாக ஆய்வகங்கள் முழு உடலுறுப்புகளை மறுபடியும் வளர்க்கவும் சேத மடைந்த திசுக்களைச் செப்பனிடவும் முடிந்தால் உயிரை எல்லாக் காலத்துக்கும் நீடிக்கச் செய்யலாம்; அதற்கான வாய்ப்பு முடிவற்றது.

விரைவில் என்னுடைய குறிப்பேடு மனிதச் சினைமுட்டைகள், டிஎன்ஏ இழைகள், நமது உடல்களுக்குள் ஒளிந்திருக்கும் எல்லையற்ற குணப்படுத்தும் ஆற்றல் ஆகியவற்றைச் சித்திரிக்கும் குறுக்கு வெட்டுக் கோடுகளாலும் வட்டங்களாலும் நிறைந்து வழிகிறது. அவரிடமிருந்து, இறுதியாகக் குறிப்பேட்டை இழுத்து எடுக்கவும், அதே ஆய்வுப்பொருள் குறித்த என்னுடைய குறிப்புகளை எழுதுவதற்கான இடத்தைக் கண்டுபிடிப்பதற்கும் பொறுமையும் சரியான நேரத்தில் செய்யும் திறமையும் தேவைப்படுகின்றன. அந்தப் பக்கத்தில் எனது பேனாவின் வேகம் குறைவதற்கும் என் ஆர்வம் குறைவதற்கும் அதிக நேரம் ஆகவில்லை. அது அவருடைய தவறு அல்ல. அவருக்கு அவருடைய ஆய்வுப் பொருள் மீதிருந்த ஆர்வத்துக்கு என்னால் ஈடுகொடுக்க

முடியவில்லை. அதற்குமுன் நான் பலமுறை கேட்டிருந்த அதே கதைதான். ஸ்டெம் செல்கள்தான் எதிர்காலமாக இருக்கலாம். ஆனால் மருத்துவத்துறையில் முக்கிய முன்னேற்றங்கள் ஏற்படுவதற்கு எதிரான தடைகள் வெறும் கட்டுப்பாடுகளை மட்டுமே சார்ந்தவை அல்ல.

நாம் பல பத்தாண்டுகளாக அறிவியல் புரட்சியின் விளிம்பில் நின்றுகொண்டிருக்கிறோம். ஓர் அறிவியலாளர் அல்லது மற்றொரு அறிவியலாளர் நாம் எதிர்காலத்தின் மிக அண்மையில் ஊர்ந்து செல்லும் அரணையைப் போல இழந்த கை, கால்களை மீண்டும் வளர்ப்போம் என்று முன்னறிவிப்பது போலத் தோன்றுகிறது. அல்லது மரபியல் ரீதியாக குறைகளற்ற, புதிய உடலுறுப்புகளை உயிர்வழி உற்பத்திக் கலன்களில் (உயிரியல் உலைகளில்) வளர்க்க உதவும் புத்தம்புது கண்டுபிடிப்புகளின் விளிம்பில் ஓர் ஆய்வகம் இருக்கிறது என்றோ ஒருநாள் கணினித் தொழில்நுட்பம் நம் மூளைகளை ஒரு வன் இயக்ககத்தில் (ஹார்ட் ட்ரைவில்) பதிவிறக்கம் செய்து நாம் மெய்யான வாழ்வில் இருப்பதுபோல நம்முடைய மெய்நிகர்நிலையின் – பொய்த் தோற்றத்தின் *(விர்சுவல்)* வடிவத்தைத் தொடர்ந்திருக்கச் செய்வதற்கு உதவும் நிலையில் இருக்கிறது என்றோ ஓர் இதழ் புகழ்ந்து எழுதி, அதன் மதிப்பை மக்களுக்குத் தெரிவிக்க முயலும். அவை தோல்வியடைந்தாலும் நமது உடல்களைக் கடுங்குளிரூட்டும் தொழில்நுட்பத்தால் உறைய வைக்கும் சேவையை வழங்கும் நிறுவனங்கள் ஏற்கனவே இருக்கின்றன. அதன் காரணமாக மரணத்தின் சிக்கல்களைத் தீர்க்கும் நிலையை மீளாக்க மருத்துவம் *(ரீஜெனரேடிவ் மெடிசின்)* எட்டிப் பிடிக்கும்வரை காத்திருக்கும் வாய்ப்பு நமக்கிருக்கிறது. எல்லாவற்றுக்கும் மேலாக, ஒரு சமூகமாக, ஸ்டெம் செல் மருத்துவச் சிகிச்சைகள் எதிர்கால மருத்துவத்துக்கான பாதையை அமைத்துக் கொடுக்கும் என்று மீண்டும் மீண்டும் வலியுறுத்தும் பல செய்திகளில் நாம் நம்முடைய முழு நம்பிக்கையையும் வைத்திருக்கிறோம்.

ஸ்டெம் செல்கள் என்றழைக்கப்படும் முதல்நிலை உயிரணுக்கள் உடலிலுள்ள வேறெந்த உயிரணுவாகவும் மாறமுடியும் என்பதை டொரேண்டோவைச் செயலிடமாகக்கொண்ட உயிரணு அறிவியலாளர் களான ஏனஸ்ட் ஆம்ஸ்ட்ராங் மெக்கல்லோவும் ஜேம்ஸ் டில்லும் **1963**இல் காட்டியபோது ஸ்டெம் செல்கள் பற்றி உலகம் முதல் முறையாகக் கேள்விப்பட்டது. பல ஆற்றல்கள் உடையவை என்று நம்பப்படும் ஸ்டெம் செல்கள் சேதமடைந்த மனிதத் திசு எதையும் செப்பனிடவோ, மாற்றீடாக வைக்கவோ இன்றியமையாத தாக இருக்கலாம். நம் சொந்த உடல்களையே புதுப்பிக்கக்கூடிய

ஆதாரங்களாகக் கருதுவதற்குரிய ஒரு காலத்துக்காக, ஒரு தலை முறைக்கும் அதிகமாகப் பொறுமையாகக் காத்துக்கொண்டிருக்கிறோம். நம் அக நிலைகளை – அதாவது நான் ஆன்மா என்று அழைத்த ஒன்றை, நம்மை உலகெங்கும் அலைய வைக்கும் சதையிலிருந்து கட்டவிழ்ப்ப தற்கான வாய்ப்பை ஸ்டெம் செல்களும் மீளாக்க மருத்துவமும் நமக்குக் கொடுக்கலாம். நாம் பிறக்கும்போது நம்முடன் வந்த உடல்கள் இப்போது நம்மிடம் இல்லை. அழிவற்ற வாழ்வு கைக்கெட்டும் தூரத்திலேயே இருக்கிறது.

அறிவியல் வியக்கத்தக்க நிவாரணங்களைக் கொடுக்கும் என்ற நம்பிக்கை ஒருவேளை அலெக்சாண்டர் ஃப்ளெமிங்கிடமிருந்து 1928இல் நமக்கு வந்திருக்கலாம். அந்த ஸ்காட்லாந்தைச் சார்ந்த மருந்தியல் ஆய்வாளர் தம் பணியிடத்தை அலங்கோலமாக வைத்திருந்தார். ஒரு நீண்டவார இறுதி விடுமுறையின்போது அவர் தம் ஆய்வகத்தில் சாதாரண வகை நுண்ணுயிரிகள் இருந்த மூடப்பட்ட தட்டுகளை விட்டுச்சென்றார். அவர் திரும்பிவந்தபோது, அந்த வாய்ப்பைப் பயன் படுத்திய பூஞ்சைக் காளான் அந்தத் தட்டுகளை ஆக்கிரமித்து நுண்ணுயிரி களைக் கொன்றிருந்தது. இது தற்செயலாக பென்சிலினின் கண்டு பிடிப்புக்கும் நவீன மருத்துவத்தின் முதல் புரட்சிக்கும் வழிவகுத்தது. சில ஆண்டுகளுக்குள் மருத்துவமனைகளில் உள்நோயாளிப் பிரிவு, அதுவரை அறுவை சிகிச்சைக்குப்பின் வழக்கமாக ஆட்களைக் கொன்று வந்த தொற்றுக்களை எதிர்த்து வெற்றிகாண முடிந்தது. வேகமாகப் பரவும் கொள்ளைநோய் ஓரளவு முழுமையாக ஒழிக்கப்பட்டது. மரணத்தை விளைவித்த தொண்டைத் தொற்று, காசநோய், மேகப்புண் போன்றவை வந்த வழியிலேயே நிறுத்தப்பட்டன. தொண்டைவலி ஏற்பட்டால் மரணம் ஓரளவு நிச்சயமாக இருந்த காலத்தை நம்மில் பெரும்பாலோர் கேள்விப்பட்டிருக்கவே மாட்டார்கள். ஆனால் அந்தக் காலத்தில் வாழ்ந்தவர்களுக்கு நோயுயிர்முறிகள் (ஆண்டிபயோடிக்) கடவுளிடமிருந்து கிடைத்த பரிசுகள் போன்றவை. அமிர்தம்.

மனிதகுலத்தின் மகிழ்ச்சியை இலக்கங்களாக மாற்ற முடியும். இடைக்காலத்தின்போது ஒரு மனித உயிரின் ஆயுள் அரிதாகவே இருபத்தைந்தைத் தாண்டியது. 1900க்குள் அமெரிக்காவில் பிறந்த ஒரு குழந்தை நாற்பத்து ஏழு வயதுவரை உயிர் வாழலாம் என்று எதிர் பார்க்கப்பட்டது. இன்று பிறந்த ஒரு குழந்தை எழுபத்து எட்டு வயதுவரை வாழமுடியும். நோயுயிர்முறிகளின் கண்டுபிடிப்போடு பாதுகாப்பான இரத்தத்தைச் செலுத்துதல், பொது சுகாதார மேம்பாடுகள், குழந்தைகள் இறப்பு விகிதத்தைக் குறைக்கும் மருத்துவமனைப் பராமரிப்பு ஆகியவை ஒன்றுசேர்ந்து வளர்ச்சியடைந்த உலகில்

உயிரோடிருக்கும் கால எதிர்பார்ப்பு முப்பது ஆண்டுகள் அதிகமானது. புகழ்பெற்ற அறிவியல் எழுத்தாளரான ஜானதன் வெய்னர் இவ்வாறு தொகுத்துக் கூறுகிறார்: '20ஆம் நூற்றாண்டின் போது, அதற்குமுன் வாழ்க்கைப் போராட்டம் நடந்த முழுக்காலத்திலும் நமது இனம் எவ்வளவு வாழ்நாள் காலத்தை அதிகமாகப் பெற்றதோ, அதே அளவை அதிகமாகப் பெற்றோம்.' (வெய்னெர் 2010: ப.11)

லாங் ஃபார் திஸ் வேள்ட் என்னும் தம்முடைய நூலில் வெய்னர் எதிர்காலவியலாளரும் அழியாமையை நம்பியவருமான ஆப்ரே டி க்ரேயின் வாழ்க்கை வரலாற்றைச் சுருக்கமாகக் கொடுக்கிறார். மீளாக்க மருத்துவம் வாழ்நாள் காலத்தில் மற்றொரு தாவலை முன்னறிவிக்கிறது. அது நம்மை முடிவற்ற காலத்துக்கும் வாழவைக்கும் என்பதை க்ரே உறுதியாக நம்புகிறார். டி க்ரே மரணத்தை, தீர்வு காண்பதற்காகக் கெஞ்சிக்கொண்டிருக்கும் மற்றொரு மருத்துவநிலை மட்டுமே என்று பார்க்கிறார். எல்லா நோய்களும் குணப்படுத்தப்படும் நிலையை அடையுமளவுக்கு மருத்துவம் மேம்படும்போது மரணம் காப்பீடு செய்யப்படாதவர்களின் பிரச்சினையாக மட்டுமே இருக்கும். டி க்ரேயும் அவருடைய சீடர்களும் அறிவியல் சமுதாயத்தின் வெளிப் புறத்தில் இருந்தவர்கள். ஆனால் நமது நோய்களை மருத்துவ அறிவியல் குணப்படுத்தும் என்ற நம்பிக்கை முழுவதும் மனித இயல்பு சார்ந்ததே. நூறு ஆண்டுகளில் மருத்துவ அற்புதங்களை வைத்துப் பார்க்கும் போது ஆய்வகச் சீருடையில் இருக்கும் மனிதர்கள் நமது நோய்களுக்கான இன்னும் சிறந்த சிகிச்சைகளோடு ஒரே சீரான முறையில் வர மாட்டார்கள் என்ற கருத்தை மனத்தில் நினைத்துப் பார்ப்பதே கடினமானது. நீண்ட ஆரோக்கியமான வாழ்க்கைக்குக் கடவுளை நோக்கி இறைஞ்சும் பழக்கம் இருந்த இடத்தில் இப்போது நாம் நம்மைக் கொல்ல முடிந்த நோய்களுக்கான மருத்துவங்களை உருவாக்க அறிவியல் அறிஞர்களை நோக்கி வேண்டுகிறோம்.

அற்புத மருத்துவங்களின் காலத்தில் வாழ்ந்துகொண்டிருப்பதில் உள்ள சிக்கல் என்னவென்றால் அவை தொடர்ந்து வந்துகொண்டிருக்க வேண்டும் என்று நாம் எதிர்பார்க்கிறோம். சில நேரங்களில் சிறு முன்னேற்றங்கள் அடுத்த முன்னோக்கிய பாய்ச்சலை ஏங்க வைக்கும் அளவுக்கு அண்மையில் இருப்பது போலக் காட்டுகின்றன. சிக்கல்கள் நிறைந்த உடலுறுப்புகளின் செயற்கை வடிவங்கள் அரை நூற்றாண்டுக்கும் மேலாக ஆயத்த நிலையில் இருந்துகொண்டிருக்கின்றன. இப்போது சாதாரண சிறுநீர் பிரித்தெடுக்கும் எந்திரம் என்றறியப்படும் முதல் செயற்கை சிறுநீரகம் 1946இல் கண்டுபிடிக்கப்பட்டது. மனித நோயாளிக்கு செயற்கை இதயம் 1969இல் முதல்முறையாகப் பொருத்தப்பட்டது.

உயிரியல் அடிப்படையிலான அணுகுமுறைகளும் அதிக வளர்ச்சியடைந்துகொண்டிருக்கின்றன. உயிர்வழி உற்பத்திக் கலன்கள் *(பயோரியாக்டர்ஸ்)*, தாக்குப்பிடிக்கும் ஆற்றலுள்ள உயிரணுக்கள் ஆகியவற்றின் உதவியோடு ஆய்வகத்தில் மனிதத் தோலை மாற்றிப் பதியமிடுவதற்காக வளர்ப்பது சாத்தியமாகியுள்ளது. மாற்றிப் பதியமிடுவதற்காகத் தங்களுடைய உடல்களிலிருந்தே தோலை அறுவடை செய்துகொள்ளலாம். தீப்புண்களால் பாதிக்கப்பட்டவர்கள் இப்போதுபோல எப்போதுமே மகிழ்ச்சியாக இருந்ததில்லை (ஆண்களைப் பொறுத்தவரை மிகவும் அகன்ற தோல் கிடைக்கும் பகுதி பெரும்பாலும் விதைப்பை).

இந்தச் சிறு அளவிலான முன்னேற்றங்கள் மட்டுமே ஒரு நச்சரிக்கும் கேள்வியைத் தடுத்து வைத்துக்கொண்டிருக்கின்றன. மருத்துவ அறிவியல் தேக்கநிலையை அடைந்துகொண்டிருந்தால் என்ன ஆகும்? இருபதாம் நூற்றாண்டில் நோயுயிர்முறிகள் தொற்றுகளால் ஏற்படுத்தும் பிரச்சினையைத் தீர்த்ததுபோலத் தோன்றியது. ஆயினும் கடந்த முப்பது ஆண்டுகளில் மருந்துகளுக்கு எதிர்ப்பாற்றல் பெற்ற நுண்ணுயிர் வகைகள் உருவாகியுள்ளன. அவை பழைய முதல் வரிசை சிகிச்சைகளில் பெரும்பான்மையானவற்றைப் பயனற்றவையாக்கிவிட்டன. நோயுயிர்முறிகளுக்கு எதிர்ப்பாற்றல் பெற்ற நுண்ணுயிரிகளால் ஸ்டாஃப் (Staph) என்னும் தொற்றுகள் உருவாக்கப்படுகின்றன; அவை மருத்துவமனைகளில் விரைவாக முதன்மைக் கொலையாளிகளாகி வருகின்றன. மரபணு மருத்துவம் மருத்துவ சோதனையின் போது ஒரு நோயாளி மரணமடைந்ததால், வளர்ச்சி காண முடியாத நிலையை எட்டியுள்ளது. சில விதிவிலக்குகளைத் தவிர அமெரிக்க உணவு மற்றும் மருந்து நிர்வாகம் (எஃப்டிஏ) அனுமதி பெற்ற ஸ்டெம் செல் மருத்துவங்கள் இன்னும் பல பத்தாண்டுகள் தொலைவில் இருக்கின்றன. பல வழிகளில் நாம் பார்க்கும்போது எங்கிருந்து தொடங்கினோமோ அங்கே திரும்பிப்போவது போன்ற உணர்வை ஏற்படுத்துகிறது.

நோயுயிர்முறிகளைத் தவிர மருந்தியல்துறையின் வளர்ச்சியைப் பொறுத்தவரை, கடந்த நூற்றாண்டில் மருந்து உருவாக்க மேம்பாட்டில், ஐயத்துக்கிடமின்றி குணப்படுத்தும் எந்த மருந்தும் இல்லை. மருந்துப் போலிகளோடு *(பிளாசிபோ)* புதிய மருந்துகளைச் சோதித்துப் பார்த்ததில் பெருமளவிலான மேம்பாடுகள், இருபதாம் நூற்றாண்டின் தொடக்கத்தில் இருந்த மருத்துவங்களைவிட மிகக்குறைவான அளவே அதிகத் திறன் உள்ளவையாக இருக்கின்றன. புற்றுநோயைக் குணப்படுத்துவதற்கான மாத்திரை எதுவும் கிடையாது. எச்ஐவியால் பாதிக்கப்பட்டவரை மரணத்தை நோக்கிச் செல்லவிடாமல் அதை ஒரு நாள்பட்ட நோயாகப் பராமரிப்பதற்கு, உடலை பலவீனப்படுத்தும் பெருமளவிலான

மருந்துத் தொகுதிகள் தேவைப்படுகின்றன. அழற்சிக்கு எதிரான மருத்துவத்தில் பயன்படுத்தப்படும் வையாக்ஸ் போன்ற சில மருந்துகள் மாரடைப்புக்கான வாய்ப்பை உண்மையில் அதிகரித்ததால் அவற்றைத் திரும்பப் பெறவேண்டியதாயிற்று. அதிக ஆதாயத்தைக் கொடுக்கும் புரோஸேக் போன்ற மனச்சோர்வு எதிர்ப்பு மருந்துகள் நோயாளிகளின் தற்கொலைகளோடு தொடர்புடையன. பல நேரங்களில் அவை மனச்சோர்வைத் தவிர்ப்பதில் சாதாரண மருந்துப்போலிகளைவிட (பிளாசிபோ) எந்த விதத்திலும் சிறப்பானவை அல்ல. ஒவ்வொரு ஆண்டும் அமெரிக்க உணவு மற்றும் மருந்து நிர்வாகம் (எஃப்டிஏ) அது முன்பு அனுமதி வழங்கிய மருந்துகளையும் கருவிகளையும் திரும்பப் பெறுகிறது. இந்த எல்லா செயல்பாடுகளுக்குப் பின்னரும் மருத்துவம் வளர்ச்சியடைந்துகொண்டிருக்கிறது என்பது தெளிவாக இல்லை. அது பக்கவாட்டில் மட்டுமே சென்றுகொண்டிருக்கலாம்.

இதில் ஒரு முக்கியமான எச்சரிக்கை உள்ளது. ஸ்டெம் செல்கள் மூலம் உருவாக்கப்பட்டுள்ள அற்புத மருத்துவங்களும் மருந்து மேம்பாடும் தானியங்கி எந்திரனியல் (ரோபோடிக்ஸ்) அல்லது இணையம் ஆகிய வற்றில் ஏற்பட்டுள்ள தொழில்நுட்ப முன்னேற்றங்களுக்கு இணையான வேகத்தில் நகரவில்லை. அறுவை சிகிச்சை தொழில்நுட்பங்களிலும் மருத்துவ உருவமாக்கத்திலும் (இமேஜிங்) புரட்சிகரமான மாற்றங்கள் சில ஆண்டுகளுக்கு ஒருமுறை மட்டுமே வரும். இருபதாம் நூற்றாண்டில் வெட்டுதல், தைத்தல், வெவ்வேறு உடலியலான அமைப்புகளை மாற்றுவழியில் செலுத்துதல் ஆகியவை அடங்கிய அறிவியல் திடீர் முன்னேற்றம் அடைந்துள்ளது.

1800களில் அறுவை சிகிச்சை மற்றொரு மரண தண்டனையாக இருந்தது. நீங்கள் அறுவை சிகிச்சை மேசையில் இரத்த இழப்பால் உயிரிழக்கவில்லை என்றால் நீங்கள் குணமடைந்துகொண்டிருக்கும் போது ஏற்படும் தொற்று பெரும்பாலும் உங்களைத் திணறடிக்கும். அக்காலத்தில் மிகவும் சாதாரணமாக நடந்த அறுவை சிகிச்சைகள் கைகால்களை வெட்டியெடுப்பதோடு தொடர்புடையவை. இந்த நேர்வுகளில் வெற்றி என்பது அறுவை சிகிச்சை மருத்துவரின் செயல் திறமையாலோ அவருடைய உடலியல் அறிவாலோ முடிவு செய்யப் படவில்லை. மாறாக மருத்துவர் மனிதச் சதையை வெட்டி, காயத்தைச் சுட்டு இரத்தக் கசிவையும் நுண்ணுயிரி தொற்றுக்களையும் அகற்றும் வேகத்தால் முடிவு செய்யப்படுகிறது. அக்காலத்தில் மிகவும் புகழ்பெற்ற அறுவை சிகிச்சை வல்லுநரான ராபர்ட் லிஸ்டன் ஒரு கை அல்லது காலை இரண்டரை நிமிடங்களில் வெட்டி எடுத்துவிடுவார்.

இன்று அறுவை சிகிச்சை அறைகள் புதிய உயர்தொழில்நுட்பச் செயல்முறைகளின் கட்டுப்பாட்டு மையங்களாக இருக்கின்றன. அதைவிட முக்கியமாக அவை வெற்றிக்குரிய இடங்களாக உள்ளன. முற்காலத்தில் மரணத்தை ஏற்படுத்திய குருதி நாள அழற்சி (அனியூரிசம்) முதல் துப்பாக்கிச் சூட்டுக் காயங்கள்வரை, எலும்பில் கூட்டு முறிவுகள், மாரடைப்பு, கட்டிகள் போன்றவற்றுக்கெல்லாம் சரியான நேரத்தில் அவசர சிகிச்சை அறைக்குச் சென்றால் உயிருடன் இருப்பதற்கான நல்ல வாய்ப்பு இருக்கிறது. சிறுநீரகமாற்று அறுவைசிகிச்சைகள் இப்போது சில மணி நேரங்களே எடுக்கின்றன. இடுப்பெலும்புமாற்று சிகிச்சைகள் இப்போது சர்வசாதாரணமாகிவிட்டன. நுண்துளை அறுவைசிகிச்சைகள் கிட்டத்தட்ட எந்த வடுவையும் ஏற்படுத்துவதில்லை. நாம் அறுவை சிகிச்சை அறையின் பொற்காலத்தில் வாழ்ந்துகொண்டிருக்கிறோம்.

அறுவை சிகிச்சை புதுமைகளுக்கும் மருந்தியல்துறை முன்னேற்றம், மீளாக்க மருத்துவம் ஆகியவற்றுக்கும் இடையில் உள்ள முரண்பாடு, உலகெங்கிலுமுள்ள சிவப்புச் சந்தைகளில் மனிதத் திசுவுக்கிருக்கும் தணிக்க முடியாத தேவையின் மையக் காரணமாக இருக்கிறது. மருந்தியல்சார் முன்னேற்றமும் மீளாக்க மருத்துவமும் அறுவை மருத்துவத்தின் மடக்கை வளைகோட்டைத் (லோகரிதமிக் கர்வ்) தொடர்ந்து மேற்செல்லவில்லை. புதிய மருந்து கண்டுபிடிப்புகள் அடிக்கடி நிகழ்வதில்லை. இருந்தாலும் நோயாளிகள் அவை உடனே வேண்டுமென்று கேட்கிறார்கள். நொடித்துப்போன சிறுநீரகங்களையும் நோயுற்ற இதயங்களையும் செப்பனிடுவதற்கு நோயாளிகள் ஸ்டெம் செல்களைக் கேட்கிறார்கள். அவர்களுக்குத் தேவைப்படும் மருத்துவங்களை மீளாக்க மருத்துவத்தில் கண்டுபிடிக்க முடியாததால், நோயாளிகள் அறுவை சிகிச்சைத் தீர்வுகளைத் தேர்ந்தெடுக்க வேண்டியதாகிறது.

எலிகளின் மேலுள்ள உண்ணிகளால் பரவும் கொள்ளைநோய்க்கு எதிரான பாதுகாப்பு, வெடித்த குடல்வாலுக்கான அறுவை சிகிச்சை, வலிக்கு நிவாரணம் போன்றவற்றை எதிர்பார்ப்பதற்கான உரிமை ஒவ்வொரு மனிதனுக்கும் உள்ளது. ஆனால் சிகிச்சைகள் மற்றொருவரின் திசுவையோ உடல்நலத்தையோ அறுவடை செய்யும்போது அந்தப் பிரச்சினை இன்னும் அதிகச் சிக்கலாகிறது.

***

பரிசோதனைப் பிராணிகளாகும் மனிதனின் பணியை விளக்க, 'மருத்துவ ஆய்வுசார் உழைப்பு' என்ற தொடரை மானிடவியலாளர் கேதரின் வால்ட்பை உருவாக்கியது இந்த நூலில் மருத்துவ ஆய்வுச் சோதனைகள் குறித்த இயலில் குறிப்பிடப்பட்டுள்ளது. அவர் 'மீளாக்கம் செய்யப்பட்ட

உடல் (*ரீஜெனரேடிவ் பாடி*) என்ற மீமிகைக் கற்பனையைக் கட்டுப்படுத்த முடியாமை, சந்தை ஆதிக்க சக்திகளின் அடிப்படைக் கோட்பாடுகள் வழியாக காலத்தையும் மரண பயத்தையும் வெற்றி காண்பதற்கான ஆசையோடு நெருங்கிய தொடர்புடையது' என்பதை மனிதத் திசுக் களுக்கான சந்தைகள் விளக்குகின்றன என்று எழுதுகிறார். (வால்ட்பை **2006: ப. 177)**

மீளாக்க மருத்துவம்குறித்த நம்பிக்கைகள் மிகவும் தொலைவான எதிர்காலத்தில் தொழில்நுட்ப அடிப்படையில் சாத்தியமானாலும், அவற்றை நம் வாழ்நாளுக்குள் எதிர்பார்ப்பதற்கான எந்தக் காரணமும் இல்லை. வளர்ச்சியடைந்த உலகில் நாம் அறுவை மருத்துவம், மருந்துகள் ஆகியவற்றின் தலையீடுகளோடு வாழ்க்கையை ஒரு நேரத்தில் சில ஆண்டுகள் நீட்டிப்பதற்காகப் பெருமளவிலான பொருள்சார்ந்த ஆதாரங் களையும், செல்வத்தையும், நம்பிக்கையையும் முதலீடு செய்கிறோம். ஓரளவுக்கு அது வெற்றி அளிக்கக்கூடியதாகவும் இருக்கிறது. ஒரு புது சிறுநீரகம் ஒருவரை சில ஆண்டுகளுக்கு சிறுநீரகத்தைப் பிரித்தெடுக்கும் எந்திரம் இல்லாமல் இருக்க உதவும். இதயதானம் பெற்ற ஒருவருக்கு மேலும் பத்து ஆண்டுகள் வாழ்வதற்கான 50 விழுக்காடு வாய்ப்பு இருக்கிறது. அது அழிவற்ற தன்மை அல்ல; ஆனால் அது குறிப்பிடத் தக்கதுதான். பல நோர்வுகளில் உறுப்புமாற்று சிகிச்சைக்குக் காப்பீடு அல்லது அரசு உதவி கிடைத்தாலும் நோயாளிகள் பெரும் தொகையிலான பணத்தைச் செலவு செய்கின்றனர். உறுப்புமாற்று சிகிச்சைக்குப் பிறகு புதிய உடலுறுப்பை உடல் நிராகரித்துவிடக்கூடாது என்பதற்காக நிராகரிப்பை எதிர்க்கும் மருந்துகளுக்கும் சிகிச்சைகளுக்கும் ஏராளமாய் செலவழிக்கிறார்கள். இதன்மூலம் தங்களையும் தங்கள் குடும்பத் தினரையும் நொடித்துப் போகச் செய்கின்றனர்.

மருத்துவத் தொழிற்துறை மரணத்தைத் தள்ளிப் போடுவதற்கான உரிமையை, அதிகாரத்தை வாங்குவதோடு குழப்பாமல் இருக்கு மளவுக்கு எளிதாக்குகிறது. உறுப்புமாற்றுச் சிகிச்சை இல்லாவிட்டால் உடலுறுப்புச் செயலிழப்பு ஒரு மரணத்தில்தான் முடியும். மரணம்தான் இறுதியான நிகழ்வு என்ற நிலையை ஏற்றுக்கொண்டு, பராமரிப்பு இல்லத்துக்குச் சென்று, தவிர்க்க முடியாத நிகழ்வுக்கு அன்புக்குரியவர் களைத் தயார் செய்வதை விடுத்து சட்டபூர்வமான, சட்டத்துக்குப் புறம்பான இரு சந்தைகளும் மேலும் அதிக வாழ்நாட்களுக்கான நம்பிக்கையை விற்பனை செய்கின்றன. நான் முன்பே எழுதியுள்ளது போல மருத்துவக் குறைபாட்டால் கருத்தரிக்க முடியாத ஒரு பெண் உள்நாட்டில் தத்தெடுப்பதற்கான சாத்தியத்தை ஒரு மாற்றாக சிந்தித்துப் பார்க்கலாம்; அல்லது மருத்துவர்களும் சமூகப் பணியாளர்களும்

அவருடைய இரத்தத் தொடர்புள்ள சந்ததியை உலகுக்குக் கொண்டு வருவதற்குரிய பலவகைகளிலான மருத்துவ வாய்ப்புகளை அவருக்குக் கொடுக்கலாம்.

மனித உயிர்கள் விலை மதிப்பற்றவையாகவும் சில வழிகளில் சமமானவையாகவும் இருக்கும் உலகில் நாம் உயிர்வாழ விரும்பினால், எந்த மனிதர்களுக்கு மற்றவர்களுடைய உடல்களுக்கான உரிமை உள்ளது என்பதைச் சந்தை சிறந்த முறையில் முடிவு செய்ய முடியாது. மிகச் சிறந்த திசு தானம் அமைப்புகூட ஒரு நிலையில் செயலிழந்து குற்றவாளிகளை உள்ளே அனுமதிப்பதைத் தவிர்க்க இயலாது. பெரும் பாலான நேரங்களில் அது மக்களைச் சுரண்டாமல் செயல்பட்டாலும் குற்றங்கள், அவை நடக்கும்போது அதிக தீவிரத்தன்மையோடு இருப்பதால், அந்த முழு அமைப்பினால் ஒட்டுமொத்த சமுதாயத் துக்கும் கிடைக்கும் பயன்களைக் குறைத்து மதிப்பிட வைக்கின்றன.

பிறர்நல தானங்களிலும் சதையைப் பரிமாற்றம் செய்யும் வணிக அமைப்பை அறவியல் வழியில் கட்டியெழுப்புவதற்கான வழி உள்ளது என்ற ஊகம்தான் உலகெங்கிலுமுள்ள சிவப்புச் சந்தைகளை வழிநடத்தும் சமகால சமுதாயப் பண்புக்கூறாய் இருக்கிறது. இருப்பினும் உலகம் முழுவதிலுமுள்ள பிறர்நலப் பற்றாக்குறை ஒட்டுமொத்த அமைப்பையும் நிலைத்திருக்க முடியாததாக்குகிறது. வழங்கல் (அளித்தல்) குறையும் போது அதன் அளவை அதிகரிப்பதற்காகக் குற்றவாளிகள் திருட்டுத் தனமான வழிகளைத் தேடுகின்றனர்.

இந்தக் கபட நாடகத்துக்கான ஒரு தீர்வு மனிதத் திசுக்களுக்கும் உடல் களுக்குமான எல்லாவிதப் பணப்பரிமாற்றத்தையும் சட்டப்படி செல்லாததாக்குவதுதான். இதில் மருத்துவர்களுக்கு அவர்களுடைய சேவைகளுக்காகவும் திசு விநியோக நிறுவனங்களுக்கும் மருத்துவப் போக்குவரத்து ஊர்திகளுக்கும் இந்தத் தொழில் செயல்பாடுகளின் போது ஈடுபடும் பிற எல்லோருக்கும் பணம் கொடுப்பதற்கான தடையும் அடங்கும். இது கருப்புச் சந்தையை வலுவடையச் செய்து, அந்தத் தொழிலை மறைவான இடங்களுக்கு எடுத்துச் செல்லும். அதேநேரத்தில் சட்டப்படியான பரிமாற்றங்களை மிகவும் குறைத்துவிடும் என்பதில் ஐயமில்லை.

அதற்கு மாற்றாக, உள்ளார்ந்த மனித சமத்துவம் என்ற கருத்தை அகற்றிவிட்டு, மனித உடலை வேறெந்த வணிகப் பொருளைப்போல ஏற்றுக்கொள்ளலாம். சந்தையைத் தழுவுவது மனிதர்களை இயந்திர சாதனங்களைப் போல நடத்தலாம் என்ற கருத்தை முன்கூட்டியே நம்பவைத்து, சிலர் எப்போதும் சதையை அளிப்பார்கள்; அதே

நேரத்தில் மற்றவர்கள் அதை நுகர்வார்கள் என்ற அடிப்படை நியாய மின்மையை ஏற்றுக்கொள்ளவும் நிர்ப்பந்திக்கிறது. இந்த ஒருங்கமைவில் திசு அறுவடையின் மிக மோசமான குற்றங்களைக் கட்டுப்படுத்துவது சாத்தியமாகி, குற்றவாளிகள் தாங்களாகச் செயல்படுவதற்கான ஊக்கு விப்பு துண்டிக்கப்படுகிறது. இருப்பினும், இரண்டு தனித்தனி வகுப்பு மக்களை முறைப்படி உருவாக்குவதால், ஒரு சமூகமாக நாம் எவற்றை இழப்போம்?

உண்மையில், இந்தத் தீர்வுகள் அதிக வசீகரமானவையாக இல்லை. ஒரு சமூகமாக நாம் மனிதத் திசுக்களில் வெளிப்படையான வணிகத்தை ஏற்றுக்கொள்ளவோ வாழ்நாளை நீட்டிக்கும் சிகிச்சைகள் கிடைப் பதற்கான வாய்ப்பைக் குறைக்கவோ விரும்பவில்லை. வேறு சொற் களில் சொல்வதென்றால், கூழுக்கும் ஆசை; மீசைக்கும் ஆசை.

தத்துவ அறிஞர்களும் சமூக அறிவியலாளர்களும் மனிதத் திசுச் சந்தைக்கும் அதை அறுவடை செய்வதில் உள்ள அறவியலுக்கும் இடையில் நடக்கும் விவாதத்தில் இந்தக் கருத்துக்கு வந்து சேரும்போது, யாராவது ஒருவர் எப்போதும் பின்கதவைத் தேடி, செயற்கைத் திசுக் களின் சந்தைக்கான சாத்தியத்தைக் குறித்த கேள்விகளை எழுப்பு கின்றனர். தொழில்நுட்பம் அறவியல் சிக்கல்களை உருவாக்கியது என்றால் அதற்கான தீர்வையும் அது ஒருவேளை கண்டுபிடிக்கலாம்.

'நாம் மிக முக்கியமான கண்டுபிடிப்பின் விளிம்பில் இருக்கிறோம்' என்று ஸ்வ்வாஸ் கூண்டுரோஸ் தமது ரம்மியமான ஐவிஎஃப் அலுவலகத்தில் இருந்துகொண்டு கூறுகிறார். புதிய ஸ்டெம் செல் மருத்துவங்கள் மிக அண்மையில் இருக்கின்றன என்று அவர் உறுதியாக நம்புகிறார். அந்தப் புரட்சி இங்கிருந்து தொடங்க முடியாமலிருப்பதற்கான எந்தக் காரணமும் இல்லை. சைப்ரஸ் தீவு, மருத்துவ அறிவெல்லையில் விதிகளை மீறும் மருத்துவர்களுக்கான ஒருவித பாதுகாப்பான புகலிடமாக இருக்கிறது. 1986இல் கூண்டுரோஸின் போட்டியாளரான க்ரினாஸ் ட்ரொகூடிஸ், சோதனைக்குழாய்க் கருத்தரிப்பு மூலமாக நாற்பத்து ஆறு வயதான ஒரு பெண்ணைக் கருத்தரிக்க வைத்து கின்னஸ் உலக சாதனைகள் புத்தகத்தில் இடம் பிடித்தார். மேலும் அதிக கருத்து வேறுபாடுகளை உருவாக்கிய ஒரு நேர்வில், சைப்ரஸ் நாட்டு மருத்துவ ரான பனயோடிஸ் மைக்கேல் ஸாவோஸ் ஒரு மனிதனை வெற்றி கரமாக நகலுருவாக்கம் (குளோனிங்) செய்த முதல் மருத்துவர் ஆவதற்காக சட்டத்தை மீறும் விருப்பத்தை மகிழ்ச்சியுடன் வெளிப் படையாக அறிவித்தார். அவர் 2002ஆம் ஆண்டை 'மனித குளோன்களின்

ஆண்டு' என்று அறிவித்துவிட்டு, தம்முடைய ஆய்வகத்தில் புதுக்கண்டு பிடிப்புக்கான முயற்சியைத் தொடங்கினார். அவர் பிறக்கப்போகும் குழந்தைகளின் உயிர்களையும் அடையாளங்களையும் பாதுகாப்பாக வைத்திருப்பதுபோல தம்முடைய அலுவலகம் இருந்த இடத்தையும் இரகசியமாக வைத்திருந்தார். மேலும் 2009வாக்கில் அவர், குழந்தை களைப் பெறத் தயாராக இருந்த பெண்களுக்குள் பதினொன்று குளோன் செய்யப்பட்ட கருமுளையங்களைப் பதியமிட முயன்றதை *இண்டிபென்டென்ட்* இதழின் செய்தியாளர்களிடம் தெரிவித்தார். எந்தக் கருமுளையும் உயிரோடிருக்கக்கூடிய குழந்தைகளை உருவாக்க முடியவில்லை. ஆனால் அவர் தம்முடைய முயற்சிகளை நிறுத்து வதற்கான எண்ணத்தை இதுவரை குறிப்பிடவில்லை. 'டாலி' என்ற செம்மறி ஆட்டை குளோன் செய்வதற்கு இங்கிலாந்து விஞ்ஞானி களுக்கு 277 முயற்சிகள் தேவைப்பட்டன. அவர் அல்லது மற்றொருவர் ஒரு மனிதக் குளோனை உருவாக்க அதிக காலம் ஆகாது என்று ஸாவோஸ் கூறியதை *இண்டிபென்டென்ட்* இதழ் மேற்கோள் காட்டியது.

மனிதக் குளோன்கள் பதிலி உடலுறுப்புகளுக்காக வளர்க்கப்படுவதைச் சித்திரிக்கும் கசுவோ இஷிகுரோவின் *நெவர் லெட் மி கோ* போன்ற நாவல்களின் உலகத்துக்கு வெளியே, அவை மனித உடல்களுக்கான இடைவிடாத தேவையை நிறுத்தப் போவதில்லை. இருப்பினும் உலகெங்குமுள்ள ஆய்வாளர்கள் செயற்கை (தனிமனிதப் பண்புகள் அகற்றப்பட்ட) மனிதத் திசுக்களின் சீரான அளிப்பை உருவாக்கு வதற்கான நம்பிக்கையை ஏற்படுத்தும் கண்டுபிடிப்புகளைத் தேடிக் கொண்டிருக்கிறார்கள். அதில் வெற்றி கிடைத்தால், சிவப்புச் சந்தை களின் உலகமே தலைகீழாக மாறிவிடும்.

உயிரியல் அடிப்படையில் குறையற்ற செயற்கை திசு, உடலுறுப்புகள் ஆகியவற்றைத் தொழிற்சாலை அளவில் உற்பத்தி செய்ய முடிந்தால், ஒரு இரத்தப் பண்ணையை நடத்தவோ ஒரு சிறுநீரகத்தைத் திருடவோ எந்தக் காரணமும் இருக்க முடியாது. ஒரு ஸ்டெம் செல் ஊசியைப் போட்டுக்கொள்வது புது எலும்பை வளர்க்க முடிந்தால் எலும்புப் பதியன்கள் யாருக்கும் தேவைப்படாது. உறுப்புமாற்று வட்டாரங்களில் மக்கள் எவ்வாறு எதிர்காலமே மீளாக்க மருத்துவமாக ஆகப்போகிறது என்பது குறித்து ஏக்கத்துடன் பேசுகின்றனர். இன்றைய சிவப்புச் சந்தையின் சிக்கல்களை வைத்துப் பார்க்கையில், மீளாக்க மருத்துவம் மட்டுமே மனித உடல்பகுதிகளுக்கான இன்றைய சந்தையைத் தனியாகப் பிரித்து, சதை அறுவடை வலையமைப்புகளை அகற்று வதற்கான ஒரு விவேகமான, இறுதி வழியாக இருக்கலாம்.

செயற்கைப்பொருள் ஒன்று மனிதப் பொருள்களுக்கான சந்தையை அழித்த நேர்வு 1985இல் நடந்தது. இதுதான் மிகப்பெரும் வெற்றியடைந்த முதலாவது நேர்வா என்பது வாதத்துக்குரியது. மாபெரும் உயிரித் தொழில்நுட்ப நிறுவனமான ஜீனென்டெக் மனித வளர்ச்சி ஹார்மோனை (எச்ஜிஎச்), மறுயிணைவு மரபணு தொழில்நுட்ப அறிவுமூலம் இரு நுண்ணுயிரிகளை இணைத்து ஒரு புதிய மரபியல் குறியீடுடைய ஆர்என்ஏவை (ரிகாம்பினண்ட் எம்ஆர்என்ஏ) செயற்கையாக உருவாக்கி, அதோடு மறுஇணைவு செய்தபோது இது நடந்தது. அதற்கு முன்பு மனித வளர்ச்சி ஹார்மோன் ஊசிமருந்துகள் சிறுகுழந்தைகளுக்கு ஏற்பட்ட சிலவகை குள்ளத்தன்மையை ஒழிப்பதில் நன்கு செயல்பட்டதாகக் காட்டப்பட்டிருந்தன. உடலைக் கட்டாக வைத்திருக்க பயிற்சி செய்தவர்கள் மனித வளர்ச்சி ஹார்மோன் தங்களுடைய உடல் தோற்றத்திற்கு திண்மமூட்டுவதற்கும் தசைகளை மிக உயர்ந்த அளவு எடுப்பாகவும் வலுவாகவும் ஆக்குவதற்கும் பயன்படுத்தலாம் என்பதை அறிந்தனர். போட்டிகளில் சாதகமான நிலையை அடைவதற்கு மனித வளர்ச்சி ஹார்மோனைப் பயன்படுத்துவது முன்பும் இப்போதும் சட்டத்துக்குப் புறம்பானதாகவே இருக்கிறது. இருப்பினும் தடகள விளையாட்டு வீரர்கள் அதைக் கேட்பதை நிறுத்தவில்லை. ஆனால் மனித வளர்ச்சி ஹார்மோன் கிடைப்பது எளிதல்ல. 1985க்கு முன்னர் ஹார்மோன்களைப் பிரித்தெடுப்பதற்காக அந்தச் சிறு உறுப்பிலிருந்து சாறுகளைப் பிரித்தெடுக்க பிணங்களிலிருந்து பிட்யூட்டரி சுரப்பிகளை அறுவடை செய்வது மட்டுமே ஒரே வழியாக இருந்தது. இந்தச் செயல்முறை திறனற்றதாக இருந்தது. ஒரு தடவைக்கான மருந்தளவைத் (டோஸ்) தயாரிப்பதற்கு மிகப்பெரும் எண்ணிக்கை யிலான சுரப்பிகள் தேவைப்பட்டன. அத்துடன் அந்த மூலப்பொருள் தொடர்ந்து சீராகக் கிடைக்கவில்லை.

*1960*களிலிருந்து *1980*களின் நடுப்பகுதி வரையிலான காலத்தில் காவல்துறைக்காகப் பிரேதப் பரிசோதனைகள் நடத்திய இறுதிச்சடங்கு ஏற்பாடு செய்தவர்களும் நோய்க்குறியியல் வல்லுநர்களும் இலட்சக் கணக்கான பிட்யூட்டரிகளை அறுவடை செய்து அவற்றை மருந்து உற்பத்தி நிறுவனங்களுக்கு விற்பனை செய்தனர். அந்த நிறுவனங்கள் அவற்றை செயல்முறைகளுக்கு உட்படுத்தி ஊசிவழியாக செலுத்தப் படக்கூடிய கரைசல்களாக ஆக்கின. அது ஓர் இயல்பான நடைமுறையாக இருந்தது; தங்களுடைய அன்புக்குரியவர்கள் வெட்டி விற்கப்படு கிறார்கள் என்பது பெரும்பாலானவர்களுக்குத் தெரியவே இல்லை. இருப்பினும் மனித வளர்ச்சி ஹார்மோன் மிகவும் அதிக விலை உயர்ந்ததாகவும் கிடைப்பதற்கு அரியதாகவும் இருந்ததால், மருத்துவ

மனைகள் தங்களிடமுள்ள இருப்பை மிகக் கவனமாகப் பாதுகாக்க வேண்டியதாயிற்று.

செயற்கைத் தயாரிப்புகள் சந்தைக்குள் வந்தபோது பிட்யூட்டரி சுரப்பி வணிகம் ஒரே நாளில் மறைந்துவிட்டது. மனித வளர்ச்சி ஹார்மோனை செயற்கையாக உற்பத்தி செய்யும் வழிமுறை எளிதான தாகவும் செலவு குறைந்ததாகவும் இல்லாவிட்டாலும், அந்த ஹார்மோன் அதற்கு முன்பு ஒருபோதும் இல்லாத அளவுக்குத் திடீரென்று மிகப் பெரும் அளவில் கிடைக்கத் தொடங்கியது. ஒரு பிணத்திலிருந்து அறுவடை செய்யப்பட்ட ஒன்றை ஊசி மருந்தாகச் செலுத்துவதால் ஏற்படும் பேயுரு, மோசமான பக்கவிளைவு ஆகியன எதுவும் இல்லா மலேயே புதிய மருந்து கிடைத்தது. மனித வளர்ச்சி ஹார்மோனை ஊக்க மருந்தாக எடுக்கும் வழக்கம் விளையாட்டு உலகை விடாமல் தொல்லைப்படுத்திக்கொண்டிருந்தாலும், அதன் விநியோகத் தொடர் சதைச்சந்தையில் இருந்த அதன் வேர்களிலிருந்து நகர்ந்துவிட்டது.

செயற்கைத் தயாரிப்புகள் பல வகைகளிலான சிவப்புச் சந்தை களிலும் நம்பிக்கையூட்டுகின்றன. இன்று பல நூறுகளில் இல்லா விட்டாலும் – பல சிறு நிறுவனங்கள் மீளாக்க மருத்துவ ஆய்வில், அது ஒருநாள் நல்ல பயனைத் திருப்பிக் கொடுக்கும் என்ற நம்பிக்கையில் முதலீடு செய்துகொண்டிருக்கின்றன. மொத்தத்தில் அவை இரு தனித்தனிக் குழுக்களாகப் பிரிந்திருக்கின்றன. முதலாவதாக, உடலுக்குள் தன்னைத்தானே குணப்படுத்துவதற்காக இருக்கும் சுய ஆற்றலைத் தூண்டிவிடுவதற்கான வழிமுறைகளை ஆராய்ச்சி செய்யும் ஆய்வகங்கள். உடைந்த அல்லது வயது முதிர்ந்த பகுதிகளைக் குணப்படுத்துவதற் கான உயிரணு மூலப்பொருட்களைக் கொடுத்தோ, மறைந்திருக்கும் மரபியல் குறியீடுகளை வெளிக்கொணர்ந்து செயலற்றிருக்கும் குணப் படுத்தும் பண்புகளுக்கு செயலூக்கமளித்தோ அதைச் செய்யலாம். இந்த நம்பிக்கையுடைய ஆய்வாளர்கள், உடலுக்குத் தம் பிரச்சினை களை எப்படித் தீர்ப்பது என்பது ஏற்கனவே தெரியும் என்றும், அந்தப் பணியை முடிப்பதற்கு ஒரு சிறு உதவி மட்டுமே அதற்குத் தேவை என்றும் கருதுகின்றனர். அதில், மீளாக்க ஆற்றலைத் திறந்துவிடும் ஸ்டெம் செல் மருத்துவர்களும் மரபணு மருத்துவங்களும் மாற்று மருத்துவமுறைகளில் கிட்டத்தட்ட எல்லாத் துறைகளும் அடங்கும்.

மீளாக்க மருத்துவத்தின் இரண்டாவது குழு, சுய மீளாக்கம் (புத்துயிரூட்டுதல்) என்ற கருத்தில் அவ்வளவாக நம்பிக்கை இல்லாத வர்கள்; ஆனால் போதுமான தரவுகள் இருந்தால், நம்முடைய தொழில்நுட்ப அறிவை எல்லாவித உடல்சார்ந்த பிரச்சினைகளையும்

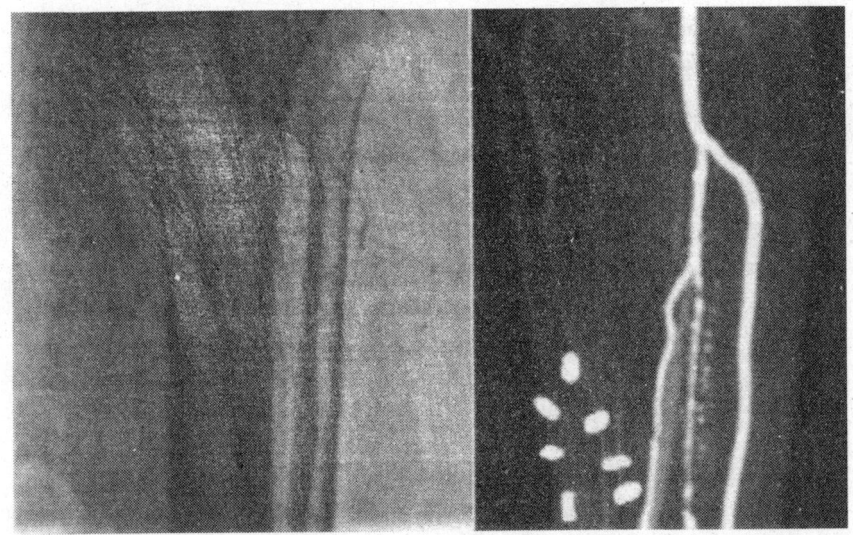

வாமல் கட்டாச்சாவின் ஆஞ்சியோகிராம் (இரத்தநாளப்பாய்வுவரை). சென்னையில் கொடுக்கப்பட்ட ஆய்வுமுறை ஸ்டெம் செல் (முதல்நிலை உயிரணு) சிகிச்சைக்குப் பிறகு அவருடைய காலில் இருந்த சிரைகளைக் காட்டுகிறது. புதிய சிரைகள் ஒளிரும் வெள்ளைக் கீற்றுகளாக வளர்ந்திருப்பதை இந்தப் படம் காட்டுகிறது. இந்த சிகிச்சை வெற்றியடைந்திருக்கிறது. இல்லையெனில் மருத்துவர்கள் அவருடைய காலை வெட்டியெடுக்க வேண்டிய நிலை ஏற்பட்டிருக்கும். ஆனால் அந்த வெற்றி அதன்பிறகு மீண்டும் நிகழ்த்தப்படவில்லை.

சரிசெய்யப் பயன்படுத்தலாம் என்று கருதுகின்றனர். மாற்றீடு செய்யக்கூடிய உடல்களைத் தொடக்கநிலையிலிருந்து வளர்ச்சியடையச் செய்து, உருவாக்கி அவற்றை அறுவை சிகிச்சையால் திறமையாகக் கையாண்டு செயல்பட வைக்கலாம். இது செயற்கை மற்றும் தானியங்கு அவயவங்கள், செயற்கை திசுக்கள், உடலுறுப்புகள், செயற்கை ஹார்மோன்கள் ஆகியவற்றின் காலம்.

இந்த இரண்டு குழுக்களின் சிந்தனை முறைகள் பல இலட்ச நோயாளிகளுக்கு நம்பிக்கை ஒளியூட்டியுள்ள, அடிப்படை முன்னேற்றங் களை அடைந்துள்ளன. இருப்பினும் ஆய்வுகுறித்த முன்கணிப்பு வெகு தொலைவில் இருப்பதால் இரண்டு முறைகளுமே மனிதத் திசுக் களுக்கான தேவையை விரைவில் எந்த நோக்கத்திலும் நிறுத்துவதற்கான வாய்ப்பு இல்லை.

எடுத்துக்காட்டாக, ஸ்டெம் செல்களையும் ஒவ்வொரு ஆண்டும் நடப்பதாக அறிவிக்கப்படும் நூற்றுக்கணக்கான அற்புத நிகழ்வுத் துணுக்குகளையும் எடுத்துக்கொள்ளுங்கள்.

அழியாத வாக்குறுதிகள் ✤ 237

2006இல், சர்க்கரை நோயால் பாதிக்கப்பட்ட வாமல் கட்டாச்சா என்ற எழுபது வயதான பெண் நோயாளி சென்னையிலுள்ள நல்ல காற்றோட்ட முள்ள மருத்துவ உள்நோயாளிப் பிரிவில் மருத்துவமனைப் படுக்கையில் சாய்ந்து படுத்திருக்கிறார். நான் மருத்துவர் எஸ். ஆர். சுப்பிரமணியனோடு அறையில் நுழைந்தபோது அவர் புன்னகைத்தார். மருத்துவர் சுப்பிரமணியன் பொத்தான்களிடப்பட்ட நீலநிறச் சட்டையும் தேய்க்கப்பட்ட ஆய்வக வெள்ளைக் கோட்டையும் அணிந்திருந்தார். அவருடைய உதவி கிடைத்திருக்கவில்லையென்றால் தன்னால் மீண்டும் நடந்திருக்கவே முடியாது என்று கட்டாச்சா நம்புகிறார். அவர் மீண்டும் நலம் பெற்றதை ஆவணப்படுத்துவதற்காக நான் வந்திருந்தேன். அந்த ஆண்டின் தொடக்கத்தில் தம்முடைய காலில் ஊசிமுனை குத்திய அளவிலான சிறிய வெட்டை அவர் கவனித்தார். ஆனால் அது தானாகவே போய்விடும் என்று அவர் நினைத்தார். அதற்குப்பின் சில வாரங்கள் அதைக் கவனிக்காமல் விட்டதால் அது, குதிகாலிலிருந்து நடுக் கெண்டைப் பகுதிவரை நீடித்த இருபத்து இரண்டு அங்குல நீளத்திற்குப் பிளந்த புண்ணாகப் பரவியிருந்தது.

அவருக்கு ஏற்பட்டது போன்ற கால்புண்கள் சர்க்கரை நோயாளி களுக்கு பொதுவாகக் காணப்படுவதுதான். அந்த நோய் வளர்ச்சியடையும் போது கால்களிலுள்ள சிரைகளும் தமனிகளும் மெலிவடைந்து, சுருங்கி மறைந்துவிடும். இது சாதாரணமானது போலத் தோன்றும் காயங்களிலிருந்து குணமடைவதைக் கடினமாக்குகிறது. சிறு காயங்கள் பெரும் பிரச்சினைகளுக்கு வழிவகுத்து மக்களை நிரந்தர ஊனத்துடன் விட்டுவிடும். அமெரிக்க நீரிழிவு நோயாளிகள் சங்கத்தின் கருத்துப்படி, கட்டாச்சாவுக்கு வந்தது போன்ற புண்கள், அமெரிக்க மருத்துவமனை களில் நடக்கும் உடல்காயம் சாராத அவயவத் துண்டிப்புகளில் உத்தேச மாக 60 விழுக்காட்டுக்குக் காரணமாக உள்ளன. அதாவது அமெரிக்காவில் ஒவ்வொரு ஆண்டும் உத்தேசமாக அது போன்ற எண்பத்து இரண்டா யிரம் அவயத் துண்டிப்புகள் நடக்கின்றன. இந்தியாவில் நடக்கும் அவயவத் துண்டிப்புகளின் எண்ணிக்கைகுறித்த அதிகாரப்பூர்வத் தகவல் எதுவும் இல்லை. எனினும் இந்தியத் துணைக் கண்டத்தில்தான் அமெரிக்காவைவிட கூடுதலாக நீரிழிவு நோயாளிகள் இருக்கின்றனர்.

கட்டாச்சா காலைத் துண்டித்தெடுப்பதைத் தமக்குரிய தீர்வாக ஏற்றுக்கொள்ளத் தயாராக இல்லை. வேறு ஏதாவது தீர்வைக் கொடுக்க முடிந்த மருத்துவர் ஒருவரைத் தேடி தென்னிந்தியா நெடுகிலும் பயணம் செய்தார். ஒரு சிறு நம்பிக்கைக் கீற்றுகூட போதுமானது. இறுதியாக அவர் மருத்துவர் சுப்பிரமணியனைச் சந்தித்தார். அவர் அண்மையில், புதுவகை மீளாக்க மருத்துவ சிகிச்சைகளைச் சோதிக்க விரும்பிய

ஜப்பான் நாட்டு ஸ்டெம் செல் நிறுவனத்தோடு இணைந்து செயல்பட ஒப்பந்தம் செய்திருந்தார். கட்டாச்சாவின் காலில் உள்ள பிளந்த புண்ணைத் தவிர்த்துப் பார்த்தால் அவர் நல்ல உடல்நலத்துடன் இருந்தார். இதனால் அவர் சோதனையில் கலந்துகொள்ளப் பொருத்தமானவராக இருந்தார்.

திட்டம் நம்பமுடியாத அளவுக்கு எளிமையானது. சுப்பிரமணியன் கட்டாச்சாவின் இடுப்பிலிருந்து முதிர்ந்த ஸ்டெம் செல் நிறைந்திருந்த எலும்பு மஞ்ஜையை எடுத்து, அதை ஒரு மையவிலக்கு *(சென்ட்ரிஃபியூஜ்)* எந்திரத்தின் உதவியோடு இயல்பான சிவப்பணுக்களிலிருந்து ஸ்டெம் செல்களைப் பிரித்தெடுத்தார். அடுத்து வந்த வார நாட்களில் ஸ்டெம் செல்களிலிருந்து அவர் உருவாக்கிய ஒரு கரைசலை ஊசி மூலமாக நோயாளியின் காலுக்குள் செலுத்திவிட்டு, காயத்தின் மேல் தோலின் ஒரு துண்டை ஒட்டினார்.

அறுபது நாட்களில் புண் பார்க்கும் அளவுக்கு ஆறியிருந்தது. சிகிச்சைக்குப் பிந்தைய ஆஞ்சியோகிராமில் எங்கும் தமனிகளின் ஒளிரும் வெள்ளை அடையாளங்கள் ஒளிக்கீற்றுகளைப் போல பரவியிருந்தன. ஊசிமருந்து காலில் செலுத்தப்படுவதற்கு முன்பு காலில் இரத்த ஓட்டம் கிட்டத்தட்ட இல்லை. ஸ்டெம் செல்கள் அவருடைய காலில் உள்ள மெலிவடைந்து சுருங்கிப் போன சிரைகளையும் தமனிகளையும் குறிப்பிடத்தக்க அளவுக்கு மீளுருவாக்கம் செய்திருந்தது போலத் தோன்றியது.

சுப்பிரமணியன் ஊடகங்களை அழைத்தார். விரைவில் உள்ளூர் செய்தித்தாள்கள் வித்தியாசமாகச் செயல்பட்ட மருத்துவமனையின் நற்பயன்களைப் புகழ்ந்து எழுதின. இருப்பினும், இந்த வெற்றிக்குப் பின்னரும் அந்த மருத்துவரின் விளக்கம் புரியாத புதிராகவே இருந்தது. ‘அது எவ்வாறு செயல்படுகிறது என்பது யாருக்கும் தெரியாது. ஆனால் எப்படியோ, ஊசிவழியாகச் செலுத்தப்பட்டவுடன், சரியான வகை உயிரணுக்களாக எப்படி மாறுவது என்று ஸ்டெம் செல்களுக்குத் தெரிகிறது’ என்று சுப்பிரமணியன் கூறினார்.

கட்டாச்சாவின் வலி போய்விட்டது. ஆனால் ஒரே ஒரு முறை நடந்த வெற்றி நிகழ்வு ஸ்டெம் செல் மருத்துவ சிகிச்சையில் ஒரு புரட்சியாக இருக்க முடியாது. நான் முதல்முறையாக இந்த மருத்துவம் குறித்த செய்தியை *வயர்ட் நியூஸில்* அறிவித்த நேரத்தில் அமெரிக்க மருத்துவர்கள் அந்த சோதனை முடிவு திட்டமிட்டபடி நடந்ததென்று கருதுவதற்கு எதிராக எச்சரித்தனர்.

'அது எந்த ஒழுங்குமுறைக் கட்டுப்பாடுகளும் இல்லாமல் நடந்த ஒரு நேர்வு. எந்த நோயுற்ற நிலையிலும், சில நோயாளிகள் எந்த மருத்துவப் பராமரிப்பும் இல்லாத நிலையிலும் நம்மால் முழுமையாகப் புரிந்து கொள்ள முடியாத காரணங்களால் உடல்நலம் மேம்படுகிறார்கள் என்பது நமக்குத் தெரியும்' என்று சர்க்கரை நோய்ப் பராமரிப்பு வல்லுநரும், ஸ்டேன்ஃபோர்ட் பல்கலைக்கழக அறுவை சிகிச்சை இணைப் பேராசிரியருமான ஜெஃப்ரி குர்ட்னெர் ஒரு மின்னஞ்சலில் எழுதினார்.

அடுத்த மூன்று ஆண்டு காலத்திற்கு, அந்த மருத்துவமனையிலிருந்து அரை மைல் தூரத்தில் நான் வாழ்ந்துகொண்டிருந்தேன். அப்போது, அந்த வெற்றியை அவர்களால் மீண்டும் நிகழ வைக்க முடிந்ததா என்பதை யும், அல்லது கட்டாச்சா குணமடைந்ததற்கான நிறைவான விளக்கத்தை யாவது கொடுக்க முடியுமா என்பதையும் அறிவதற்காக மருத்துவர் களிடம் விசாரித்துக்கொண்டிருந்தேன். ஆனால் உண்மையான செய்தி எதுவும் கிடைக்கவில்லை. அவர்கள் மனிதர்கள்மீது ஸ்டெம் செல் சிகிச்சைகளைத் தொடர்ந்து சோதித்துக்கொண்டிருந்தனர். கைகால் செயலிழப்பால் அவதிப்பட்ட நோயாளிகள், கட்டாச்சாவுக்குச் செலுத்தப்பட்டது போல ஸ்டெம் செல் செலுத்தப்பட்டபின் ஓரளவு உடல் இயக்கத்தை மீண்டும் பெற்றதான செய்தி, அறிக்கைகள் அவ்வப்போது வெளியிடப்பட்டன. நான் விசாரித்து, சரிபார்த்த ஒவ்வொரு நேர்விலும், அற்புதம் போலத் தோன்றியதை மீண்டும் நிகழ வைக்க முடியாமல் போனதோடு, விளைவுகளும் விளக்க முடியாதவையாக இருந்தன.

ஸ்டெம் செல்கள் குணப்படுத்தும் மருத்துவச் சூழலில் எவ்வாறு செயல்படுகின்றன என்பதைப் பெரும்பாலும் யாரும் உண்மையில் புரிந்துகொள்ளவில்லை என்பதுதான் இதிலுள்ள அடிப்படையான பிரச்சினை. உடலுக்குத் தன்னைத்தானே எப்படிக் குணப்படுத்திக் கொள்ள வேண்டும் என்பது தெரியும் என்பதும், ஸ்டெம் செல்கள் உடலில் அவை எங்கு மிக அதிகமாகத் தேவைப்படுகின்றன என்பதை எவ்வாறோ அறிந்து பிரச்சினைகளைத் தாமாகவே சரிசெய்யத் தொடங்குகின்றன என்பதும்தான் இதன் கோட்பாடு. ஆய்வாளர்கள் பெரும்பாலும் இந்த மருத்துவத்தில் தங்களுடைய பங்கை, கொண்டு சேர்ப்பிக்கும் முகவர்களின் பணியாகவே பார்க்கின்றனர்.

இருப்பினும் இந்தப் பரிசோதனையின் கவர்ச்சி எளிதாகப் புரிந்து கொள்ள முடிந்த ஒன்று. நம்பிக்கைக்கு உகந்த எந்த மருத்துவமும் இல்லாத நிலையில், அதிர்ச்சியூட்டும் விபத்தொன்றில் காயமடைந்த ஒருவர் அல்லது உடைந்த முதுகெலும்பாலோ, செயலிழக்கும் உடலு றுப்புகளாலோ அவதிப்படும் ஒருவர் இழப்பதற்கு எதுவும் இல்லை. தங்களுடைய உடல்கள் மீது பரிசோதனை நடத்தும் மருத்துவர்களோடு

சிறிது நம்பிக்கையைக் காட்டும் பாதையில் நடப்பது நல்லதா அல்லது தேர்ந்தெடுக்க எந்த நல்ல வாய்ப்பும் இல்லாத உலகில் பிறர் உதவியற்ற நிலையில் சிக்கிக்கொண்டிருப்பதாக உணர்வது நல்லதா?

சென்னையிலிருந்து விமானத்தில் மூன்று மணிநேரப் பயணத் தூரத்தில் இருக்கும் புதுடெல்லியில், கீதா ஷ்ராஃப் மனிதர்கள்மீது ஆய்வு ரீதியான ஸ்டெம் செல் மருத்துவ சிகிச்சை நடத்தும் முன்னோடி மருத்துவர். அவர் ஸ்டெம் செல்களின் துல்லியமான செயல்முறையைப் புரிந்துகொள்வது குறித்து கவலைப்படுவதைவிட புதிய வழிமுறைகளைச் சோதிக்க முயன்று முடிவுகளுக்காக நம்பிக்கையுடன் எதிர் நோக்கியிருப்பது குறித்தே கவலைப்படுகிறார். பிற எல்லா இடங்களுக்கும் சென்று வந்தவர்களுக்கு அவர்தான் நம்பிக்கையூட்டும் கடைசி மருத்துவர். தாமே வடித்தெடுத்த கருமுளையத்திற்குரிய ஸ்டெம் செல் கரைசலை உலகெங்கிலிருந்தும் நீரோடை போன்று வரும் நோயாளிகளுக்குத் தம்முடைய ஆய்வகத்தில் வைத்து உற்சாகத்துடன் ஊசி வழியாகச் செலுத்துகிறார். அந்தக் கரைசலை உடைந்த தண்டுவடத்துக்கும் அதிகரித்துக்கொண்டே வரும் நரம்பியல் நோய்களுக்கும் மரணத்தின் விளிம்பில் இருக்கும் நோயாளிகளுக்கும் அளிக்கும் சிகிச்சையில் பயன்படுத்துகிறார். ஒரு முறை சிகிச்சை அளிப்பதற்கான கட்டணம் 20,000 முதல் 30,000 டாலர்வரை.

நெறிப்படுத்தும் அமைப்புகளின் நிழல்கள் அவர்களை அச்சுறுத்திக் கொண்டிருக்கும் நிலையில், மேலை உலகில் வெகு சில அறிவியல் ஆய்வாளர்களே ஆய்வுசார் ஸ்டெம் செல் கலவையை முதலில் விலங்குகள் மீதான சோதனைகளிலும் நச்சுத்தன்மை சோதனைகளிலும் பல ஆண்டு காலங்கள் ஈடுபடுத்தாமல் நோயாளிகளின் சிகிச்சைக்குப் பயன்படுத்த அவசரப்படுவார்கள். ஆனால் இந்தியாவில் கட்டுப்பாடின்மை ஷ்ராஃப்புக்குத் தம் ஆய்வை வடிவமைப்பதற்கான சிறிதளவு சுதந்திரத்தையாவது கொடுக்கிறது. மேலும் மருத்துவ ஆய்வுச் சோதனைத் தொழில் வளர்ந்துகொண்டிருக்கிறது. ஷ்ராஃப் ஸ்டெம் செல்லின் இரகசியத்தைக் கண்டறிந்துவிட்டதாக நோயாளிகள் முழு நம்பிக்கையுடன் கூறுகின்றனர். ஆனால் அவர் பலரையும் தம்முடைய ஆய்வகத்தின் உட்புறத்தைப் பார்க்க விடுவதில்லை; தம்முடைய தோல்வி அளவு குறித்தும் ஒரு வார்த்தைகூட ஒருபோதும் கூறியதில்லை.

அவர் ஒழுக்க நியதிப்படி நடப்பவரா அல்லது ஒரு முன்னோடியா என்பதைத் தெரிந்துகொள்வதற்கான எந்த வழியும் இல்லை. அவர் தமக்குக் கிடைத்த முடிவுகளை ஓர் ஆய்வுக் கட்டுரையாகக்கூட

வெளியிடாததால், அவருடைய ஆய்வகம் வியப்பூட்டும் வெற்றிகள் குறித்த செய்தித் துணுக்குகள் மூலமாக அவப்புகழ் பெறுகிறது. மதிக்கப் படும் எந்த அறிவியல் ஆய்வாளரும் அவருடைய வழிமுறைகளைக் கவனமாக ஆய்வு செய்ய முடியவில்லை. ஷ்ராஃபின் பணியைக் கூர்ந்து கவனித்துக் கொண்டிருந்த டெல்லிப் பத்திரிகையாளரான மிரிது குல்லருக்கு ஓர் அரிய, தனிப்பட்ட நிகழ்வில் அவருடைய ஆய்வகத்தைப் பார்க்க முடிந்தது. அவர் நாள்பட்ட லைம் நோயால் அவதிப்பட்டுக் கொண்டிருந்த இருபத்து ஏழு வயதான அமெரிக்கப் பெண் ஒருத்தி 2009இல் அந்த மருத்துவ மையத்தில் அனுமதிக்கப்பட்டது குறித்த செய்திகளை எழுதினார். அந்த நோயாளி தன் சொந்த நாட்டுக்குத் திரும்பிச் சென்றபோது அவருடைய ஆலோசனை மருத்துவர் அவருக்கு நோய்க்கான அறிகுறி இல்லை என்று தெரிவித்தார். குல்லர் தம் கட்டுரையில், ஷ்ராஃப் அவருடைய கண்டுபிடிப்பை மருந்துக்கடை களில் விநியோகிக்க விரும்புவதாகவும் அவருடைய சிகிச்சை புதிய பென்சிலின் போன்றதாக இருக்கலாம் என்று கூறுவதாகவும் குறிப் பிட்டார். 'அது நோயுயிர்முறிகளின் காலத்தின் தொடக்கம், அது உலகெங்கிலுமுள்ள தொற்றுகளின் எல்லாக் கூறுகளையுமே மாற்றி விட்டது. இதுவும் அதுபோன்றதுதான்' என்று ஷ்ராஃபை மேற்கோள் காட்டி அவர் எழுதினார்.

ஆபத்துகள் மிகப்பெரியவை என்பது உண்மை. ஸ்டெம் செல் களைத் தனித்தியங்க விட்டால், இரத்த ஓட்டத்தில் இருக்கும் ஸ்டெம் செல்கள் நோயைக் குணப்படுத்தி பிரச்சினைகளைத் தீர்க்கவும் முடியும்; அல்லது பிற எந்த செல்லின் கட்டமைப்பு போல அவற்றால் உருமாற்றம் செய்துகொள்ளவும் முடியும். இதில் மிகக் கடுமையான விளைவு டெரட்டோமாவாக உருமாற்றம் செய்வது; அது கட்டுப் பாடற்ற முறையில் மரபியல் மாற்றத்துக்குள்ளாகும் ஒருவித கட்டி. இந்தக் கட்டிகள் தங்களுக்குள் எலும்புத் துண்டுகளையும் பற்களையும் சில நேரங்களில் உள்ளே பொதிந்து வைத்திருப்பதற்காக நன்கு அறியப்பட்டவை. உடலில் மோசமான இடத்தில் வைக்கப்பட்ட டெரட்டோமா மரணத்தை விளைவிப்பதாகக்கூட இருக்கலாம்.

ஸ்டெம் செல்கள் எவ்வாறு செயல்படுகின்றன – எந்த சூழல் களில் அவை உதவிமிக்க கட்டமைப்புகளாக மாறுகின்றன அல்லது கட்டுப்பாடின்றிப் பரவுகின்றன – என்பதைச் சரியாகப் புரிந்து கொள்ளாமல் மனிதர்களிடம் சோதித்துப் பார்ப்பது மிகவும் ஆபத் தானது. ஷ்ராஃபின் கலவையைச் செலுத்தும் ஒவ்வொரு ஊசியும் ரஷ்ய ரூலெட் விளையாட்டைப் போன்றதுதான். முடிவுகள் இரத்த வகை களுக்கிடையிலான வேறுபாடுகளைப் புரிந்துகொள்ளாமல், இரத்தம்

செலுத்துவதால் கிடைக்கும் முடிவுகளைப் போன்றுதான் இருக்கும். சில நேரங்களில் அது மரணத்தில்கூட முடியும். சில நேரங்களில் அது உயிரைக் காப்பாற்றவும் செய்யும்.

முன்னறிந்து கூறுவதற்கான இயலாமையோடு வரும் ஆபத்தைத் தணிப்பதற்குரிய முயற்சியாக, சான் டியாகோவிலிருக்கும் ஒரு நிறுவனம் ஸ்டெம் செல்களைத் தனித்தனியாகச் சாரங்களில் வைப்பதன் மூலம் அவை உடலில் துல்லியமாக எங்குச் செல்ல வேண்டும் என்பதைக் கட்டுப்படுத்துகிறது. மனித உடற்செயலியல் குறித்த போதுமான தரவு களைச் சேகரிப்பது சாத்தியம் என்ற கருத்தின் அடிப்படையில், அது மாற்றிவைக்க முடிந்த உடலுறுப்புகளைத் தொடக்கநிலையிலிருந்தே உருவாக்க முடியும் என்று நம்புகிறது. புறநகர்ப்பகுதி சாலையோரக் கடைகளை ஒத்திருந்த சிறிய அலுவலக வளாகத்தில் அமைந்திருந்த ஆர்கனோவோ, ஒரு சிறிய உயிரித் தொழில்நுட்ப நிறுவனம். அது, வருங்காலத்தில் ஒருநாள் நோயாளிகளுக்குள் அறுவை சிகிச்சைமூலம் பதியமிட முடிந்த மாற்றீடுகளையும் திசுக்களையும் உருவாக்குவதற்கு ஒரு முப்பரிமாண அச்சு எந்திரத்தைப் பயன்படுத்துகிறது.

அந்த நிறுவனத்தின் தலைமைச் செயல் அலுவலரான கீத் மர்ஃபி எம்ஐடி (மாசசூசெட் இன்ஸ்டிடியூட் ஆஃப் டெக்னாலஜி) பின்புலத் தோடு வணிகத்தில் பட்டமும் பெற்றவர். பெரும்பாலான தொழில் நிறுவனங்கள் ஸ்டெம் செல் மருத்துவத்தைப் பின்னோக்கிக் கொண்டு சென்றுவிட்டன என்று அவர் கூறுகிறார். 'பிரச்சினை என்னவென்றால் அவர்கள் ஸ்டெம் செல்களை ஊசிமூலம் செலுத்தி அவற்றைத் தம் போக்கில் செயல்பட விட்டுவிடுகின்றனர். ஆனால் அந்த செல்கள் இரத்த ஓட்டத்தில் கலந்தால் அவற்றில் பெரும்பாலானவை உடலெங்கும் தடையின்றி மிதந்து செல்கின்றன. அவை எங்குச் செல்கின்றன என்பது யாருக்கும் தெரியாது' என்று அவர் கூறுகிறார். அது ஆபத்தானதாக இல்லையென்றாலும் அந்த மருந்து சென்று சேரவேண்டிய இடத்தைச் சென்றடையாததால் எந்த மருத்துவரும் ஆய்வகத்தில் எந்தவித மருத்துவ விளைவையும் இதுவரையில் காட்டவில்லை என்று அவர் கூறுகிறார்.

ஸ்டெம் செல்கள் தம் சுற்றுச்சூழலுக்கு எதிர்வினை செய்து, சரியான சமிக்ஞைகள் கிடைக்கும்போது அவை எந்த உயிர்ப்பொருட்கூறாகவும் (ஆர்கானிக் ஸ்ட்ரக்சர்) உருவெடுக்க முடியும் என்று மர்ஃபி நம்புகிறார். 2007இல் அவருடைய நிறுவனத்தின் பங்குதாரர் மிசூரியைச் செயல்பாட்டு மையமாகக் கொண்ட ஒருவர், துடிக்கும் இதய செல்கள் வரிசையாக ஒரே இடத்தில் ஒன்றாக வைக்கப்படும்போது, ஒருங்கிணைந்து துடிக்கின்றன என்பதற்கு செயல்விளக்கம் அளித்தார். இந்தக் கண்டு

பிடிப்பு, செல்கள் ஒரு செயற்கையான சூழலில் தங்களுக்கு அண்மையில் இருப்பவற்றோடு தகவல் பரிமாற்றம் செய்ய முடியும் என்பதைத் தெளிவுபடுத்தியது. அது துடிக்கும் செயற்கை இதயத்தை அச்சிட்டு எடுப்பதற்கான முன் தேவை. இருப்பினும், இத்தருணத்தில் உடலுறுப்பு அச்சிடும் *(ஆர்கன் பிரிண்டிங்)* தொழில் மழலை நடைதான் பயின்று கொண்டிருக்கிறது.

மார்ஃபி என்னை மருத்துவ உடைகள், ஷூ உறைகள், முகமூடி, முடி மறைப்பு ஆகியவற்றை அணிய வைத்து ஒரு தொற்றுநீக்கம் செய்யப் பட்ட அறைக்குள் அழைத்துச் செல்கிறார். மூன்று தொழில்நுட்பப் பணியாளர்கள் அடங்கிய குழு ஒன்று நீண்ட உலோகக் கருவியைச் சுற்றி நெருக்கமாக அமர்ந்திருக்கின்றது. அந்தக் கருவி வளர்க்கப் பட்ட நுண்ணுயிர்த் தொகுதியின் மேல் இங்க்ஜெட் (மை பீச்சும்) அச்சு எந்திரத்தைப் போல முன்னும் பின்னுமாக ஓர் ஓடக்கட்டையை *(ஷட்டில்)* நகர்த்துகிறது. அது உண்மையிலேயே துல்லியமாக முப்பரிமாண அச்சு எந்திரம்தான். அது செல்களை வார்ப்பட அச்சில் வைத்து இறுதியாக, பதிலீடாக (மாற்றீடாக) வைக்க முடிந்த சிரைகளையும் தமனிகளையும் உருவாக்குகிறது. நான் அங்கு சென்ற நாளன்று ஏஞ்சல் ஹேர் (ஒரு நிறுவனம் வழங்கும் நூடில்ஸின் வணிகப் பெயர்) ஒரு நூடிலைவிட சற்றே அகலமான வெள்ளைக் கோடு போன்ற மெல்லிய நூல் ஒன்று, அச்சு எந்திரத்துக்கு அண்மையில் இருந்த குளிர்பதனப் பெட்டியில் இரண்டு இடுக்கிகளுக்கு நடுவில் தொங்க விடப்பட்டிருந்தது. அந்தச் சிறிய திசுத் துணுக்கு இன்னும் முதிர்ச்சியடைந்து கொண்டிருக் கிறது. ஆனால் அச்சிடும்போது சாரங்களில் வைக்கப்பட்ட செல்கள் சில நாட்களில் அவற்றைவிட்டு வளர்ந்து ஒன்றாகச் சேர்ந்து இணையும். இறுதியாக அது மனித இரத்த அழுத்தத்துக்கு சமமான அழுத்தத்தைத் தாங்கக்கூடிய ஆற்றல் பெற்று மாற்றீடாக வைப்பதற்குத் தயாராகிவிடும்.

உடலுறுப்பு அச்சு எந்திரத்தை *(ஆர்கன் பிரிண்டர்)* வடிவமைத்தவர்கள் உடலை ஒரு கொத்தனார் செங்கல் கட்டடத்தைப் பார்ப்பதுபோன்றே பார்க்கின்றனர். மனித உயிரி நம்பமுடியாத அளவுக்குச் சிக்கலான தாகவும் ஒன்றோடொன்று நெருங்கிய உறவுடையதாகவும் இருக் கிறது. ஆனால் இறுதியில் நாம் ஒன்றன்மேல் ஒன்றாக அடுக்கி வைக்கப் பட்ட செல்களின் தொகுதிகள் மட்டுமே. ஒவ்வொரு செல்லின் இருப் பிடத்தையும் வகையையும் காட்டக்கூடிய போதுமான அளவு விளக்க மான வரைபடங்கள் இருக்க முடியுமென்றால் ஒரு நுட்பத்திறன் உடைய எந்திரம் குறைபாடற்ற புதிய மனிதனை உருவாக்க முடியும். அல்லது, மேலும் அதிக நடைமுறைக்கு சாத்தியப்படி, மனித உதிரி பாகங்களை அவை தேவைப்படும்போது அச்சிட்டுக் கொடுக்கும்.

யாருக்குத் தேவையோ அந்தப் பெறுநரிடமிருந்து அறுவடை செய்யப் பட்ட செல் சார்ந்த (உயிர்மங்களால் ஆன) பொருட்களிலிருந்து செல்கள் வளர்க்கப்படுவதோடு செயல்முறை தொடங்குகிறது. இதற்கு வெளியே எடுக்கப்பட்ட எலும்பு மஞ்ஞை அல்லது கல்லீரலிலிருந்து எடுக்கப்பட்ட உயிர்த்திசு (செல்களின் தொகுப்பு) பெரும்பாலும் தேவைப்படலாம். அந்தச் செல்கள் தேவையான அளவு பருண்மை அடையும்வரை ஆய்வகத்தில் வளர்க்கப்படுகிறது. அவற்றைச் செல்களாக அச்சிடக்கூடிய மை போன்ற மென்கட்டிகளாக வளர்த்தெடுக்கலாம். அதன்பின் அச்சு எந்திரம் ஒவ்வொரு செல்லையும் ஏற்கனவே ஆயத்தம் செய்யப்பட்ட ஒழுங்கமைவில் வைத்து திசுக்களையும் உடலுறுப்புகளையும் உருவாக்கு கிறது. 2010இல் ஆர்கனோவோ விலங்குகளில் நரம்பு செல்கள், தமனிகள் ஆகியவற்றின் சோதனைகளைத் தொடங்கியது. விரைவில் மனித ஆய்வுச் சோதனைகளுக்கு முன்னேற முடியும் என்று அது நம்புகிறது.

உடலுறுப்பு அச்சிடுதலுக்கு (ஆர்கன் பிரிண்டிங்) ஸ்டெம் செல் மருத்துவத்தைவிட அதிகமான, சில தெளிவான அனுகூலங்கள் இருப்பது போலத் தோன்றுகிறது. ஆனால் அது உண்மையான வெற்றியைக் கொடுப்பதற்கு இன்னும் பல பத்தாண்டுகள் தொலைவில் இருக்கிறது. அதன் மிகக் கடினமான இடர்ப்பாடு உலகின் ஒவ்வொரு பகுதியிலும் இருக்கும் பல்வேறு செல் வகைகளை மேலாண்மை செய்வதுதான். எலிக்குள் ஒருநாள் இடம் பிடிக்கப் போகும் செயற்கை இரத்த நாளங்களை மர்ஃபி சுட்டிக்காட்டுகிறார். 'நான் நாளை ஒரு கன சதுர கல்லீரல் செல்களை உங்களுக்கு அச்சிட்டுக் கொடுக்க முடியும். ஆனால் கல்லீரல் செல்களை அச்சிடும் அதே நேரத்தில் கல்லீரலுக்குள் இருக்கும் இரத்த நாளங்களை எங்களால் இதுவரை உருவாக்க முடியவில்லை.' உயிர்ச் சத்துக்கள் சீராகச் செல்லவில்லை யென்றால், செல் தொகுதியின் நடுவில் இருக்கும் செல்கள் இறந்துவிடும். சமகாலத் தொழில்நுட்பம் இரத்தநாள அமைப்பிலுள்ள செல்கள் உறுதியடைந்து, மனித இரத்த அழுத்தத்தைக் கையாளும் ஆற்றலைப் பெறுவதற்குச் சில நாட்களை எடுத்துக் கொள்கிறது. திரவங்களை அதற்கு முன்னரே செலுத்துவது சின்னஞ்சிறு கட்டமைப்புகளை வெடித்துச் சிதற வைத்துவிடும்.

முழுமையான சதைத்துண்டின் உள்ளேயிருக்கும் பல தரப்பட்ட செல்வகைகளை, முதிர்வடையச் செய்வதில் உள்ள தொழில்நுட்பத் தடைகளைத் தாண்டி வருவதுதான் இப்போதுள்ள முக்கியமான பிரச்சினை.

'நம் முன்னேற்றத்தைத் தடுத்து நிறுத்தும் ஒரே காரியம் முதலீடு. அரசாங்கங்கள் இது முன்னுரிமை தரப்படவேண்டியது என்று முடிவு

செய்தால் இந்தத் தொழில்நுட்பம் சில ஆண்டுகளுக்குள் முழுமை யடைந்துவிடும்' என்று மர்ஃபி, நான் அவரிடம் அவருடைய நிறுவனத் திற்குமுன் இருக்கும் சவால்களை எப்படித் தாண்டி வரப் போகிறது என்று கேட்டபோது கூறினார்.

ஆர்கனோவோ இந்தியாவிலுள்ள அதே போன்ற நிறுவனங்களை ஒத்த நிலையிலேயே இருக்கிறது. நீடித்த பிரச்சினை ஒன்றுக்குச் சாத்தியமான தீர்வை தொழில்நுட்பம் சுட்டிக் காட்டுகிறது. ஆனால் அது பயனளிக்கும் மருத்துவ சிகிச்சை என்று அதன் குணப்படுத்தும் திறனை நிரூபிப்பதற்கு இன்னும் நீண்ட காலம் ஆகலாம். ஆர்கனோவோ, இந்தச் சூழலில், முதலில் தோன்றியபோது இணையதளம் முழுவது முள்ள ஊடக வெளியீடுகள் (மீடியா அவுட்லெட்ஸ்) பதிலீட்டு உடலுறுப்புகளின் (உடலுறுப்பு மாற்றீடுகளின்) காலம் அருகில் இருக்கிறது என்று முன்னறிவித்தன. ஆயினும் அறிவியல், அதன்மேல் நாம் வைத்திருக்கும் எதிர்பார்ப்புகளைவிட இப்போதும் பின்தங்கியே இருக்கிறது. செயல்படக்கூடிய செயற்கை உடலுறுப்புகளுக்காகப் பெரும் தொகை முதலீடு செய்யப் பட்டாலும் அவை பத்து ஆண்டுக்குள் கிடைக்கும் என்று குறிப்பிடுவதற்குக்கூட மர்ஃபி தயங்குகிறார். அதை விட நீண்டகாலம் காத்திருக்க வேண்டியதற்கான வாய்ப்புதான் அதிகம்.

செயற்கைப் பதிலீட்டுத் (மாற்றீட்டுத்) திசுக்கள் வியத்தகு சிகிச்சைகள், அழியாத செல்களின் வரிசைகள் ஆகியவை உலகளாவிய திசுக் கட்டுப்பாட்டுப் பிரச்சினையைத் தீர்ப்பதற்கு ஒருநாள் இன்றியமை யாதவையாக இருக்கலாம். தொழிற்சாலை உற்பத்தி வசதிகள், வாழ்நாளை நீட்டிப்பதற்காக மனித உடல்களை அறுவடை செய்வதன் மீது கட்டியெழுப்பப்பட்ட சிவப்புச் சந்தைகளின் இடத்தை ஒருநாள் பிடிக்கும். ஆக்கத் திறமுடைய அறிவியல் ஆய்வாளர்களான தொழில் முனைவோர் இன்றைய பிரச்சினைகளைத் தீர்ப்பதற்கான மாற்றுகளை உருவாக்கி நம்மைக் காப்பாற்றுவார்கள் என்பன போன்ற கதைகளை நம்புவதற்கு நாம் எல்லோரும் விரும்புகிறோம். அவை அறிவியல் உண்மைகளாக ஆவதற்கு முன்னால் நம்முடைய நம்பிக்கைகளை அறிவியல் புனைகதைகளின் விளிம்புகளில் வைப்பதற்கு ஆகும் விலை என்ன? இன்று பணம் கொடுக்க முடிந்த நோயாளிகளுக்குப் பெரும் அளவிலான மனிதப் பொருட்களை வழங்கும் பொருளாதார அமைப்பு ஒன்று ஏற்கனவே இருக்கிறது. நாம் மனிதத் திசுக்களை, அதிலுள்ள ஒரே பிரச்சினை மூலப்பொருட்களை வாங்குவது மட்டுமே என்பது போலக் கருதுகிறோம்.

ஒவ்வொரு சிவப்புச் சந்தையின் மையத்திலும், மற்றொரு மனிதப் பிறவியிடமிருந்து அறுவடை செய்யப்பட்ட ஒரு சிறு துண்டு, ஏதோ

வொரு விதத்தில் அதைப் பெறுபவரின் வாழ்க்கையை மேம்படுத்தும் என்ற நம்பிக்கை விதை உள்ளது. சில நேர்வுகளில் அவ்வாறே நடக்கிறது. இருப்பினும், அது கிடைக்கும் வாய்ப்பு குறித்த கேள்வி, அது எளிதாகக் கடந்துவர முடிந்த, துறைசார்ந்த மற்றொரு கூறு மட்டுமே என்பது போலப் பின்னணியில் பொறுமையாகக் காத்துக் கொண்டிருக்கிறது. இப்போதைய சூழலை மாற்றுவதற்கான மனவுறுதி இல்லை. ஏனென்றால் இன்றைய அறிவியல் புதிர்கள் வெகு விரைவில் பழங்காலத்திலிருந்து வந்த கால முரண்கள் போலத் தோன்றும். நிச்சயமற்ற எதிர்காலத்தில் நம் வாழ்க்கைகள் வாழ்வதைவிட, சிவப்புச் சந்தை விநியோகத் தொடர் நெடுகிலும் உண்மையில் என்ன நடந்து கொண்டிருக்கிறது என்பதைத் தேடிக் கண்டுபிடிப்பது அதை விடச் சிறந்ததாகும்.

***

சைப்ரஸுக்கு மீண்டும் வந்து, ஸவ்வாஸ் கூண்டுரோஸ் தம்முடைய கசங்கிய அட்டைப் பெட்டியிலிருந்து ஐந்தாவது சிகரெட்டை எடுத்து, அதை ஆழ்ந்து உள்ளே இழுப்பதைக் கவனித்துக்கொண்டிருக்கிறேன். நாங்கள் அந்தக் கட்டடத்தின் கூரையில் நிற்கிறோம். அதிக முக்கியத் துவம் இல்லாத உயிரியலுக்குரிய பொருள்களை சிறிய குளிர்பதனப் பெட்டியில் வைத்திருக்கிறார். அதற்கு அவருடைய அலுவலகத்தில் போதிய இடம் இல்லாததால், இங்கே அவருக்கு அருகில் தாழ்ந்த ஒலியை எழுப்பிக்கொண்டிருக்கிறது. அவருடைய ஆய்வகத்துக்கு உள்ளே ஓரிடத்தில் மற்றொரு கடுங்குளிர் பாதுகாப்புப் பெட்டகம் நூற்றுக்கணக்கான கருத்தரித்தக் கருமுளையங்களை உள்ளே வைத்திருக் கிறது. அவர் இந்த மரபியல் சிப்பத்தை மற்றொரு பெண்ணின் கருப்பைக்குள் பதியமிடுவதற்கான வாய்ப்புக்காக அவை காத்துக் கொண்டிருக்கின்றன.

‘ஆம், ஸ்டெம் செல்கள்தான் எதிர்காலம்’ என்று கூறிவிட்டு தலையை மேலும் கீழும் ஆட்டுகிறார். ஆனால் இப்போதைக்கு, அவர் கருமுளையங்களுக்காகப் பணம் கொடுக்க முடிந்த பெண்களுக்கு அவற்றை அறுவடை செய்து விற்பனை செய்யும் தொழிலைச் செய்கிறார்.

இந்தியாவிலுள்ள திருப்பதியில், இந்து சமய பக்தர்களின் தலைகளிலிருந்து அறுவடை செய்யப்பட்ட முடி. சென்னையில் இருக்கும் ஓர் அடுக்குச் சட்டத்தில் காய்கிறது. இந்த முடிக் கற்றைகள் இறுதியாக அமெரிக்காவையும் ஐரோப்பாவையும் சென்றடைந்து விக்குகளாகவும் முடிப்பின்னல்களாகவும் மாற்றப்படுகின்றன.

10

கருப்புத் தங்கம்

பழைய பாணியிலான வங்கியில் பணம் கொடுக்கும் சன்னல் மாதிரியான ஒன்றின் வழியாக எட்டிப் பார்க்கும் ஒரு பணியாளர், என்னுடைய ஷூக்களை வாங்கி அவை போன்ற ஆயிரக்கணக்கான சோடிகளோடு ஒரு பெரும் குவியலில் பாதுகாப்பாக வைக்கிறார். இங்கிருந்து வெளியே செல்வதற்கு எந்த வழியும் இல்லை. ஒரு மனிதக் கும்பல் தொடர்ச்சியான பல இரும்பு வாயில் கதவுகள் வழியாக என்னைத் தள்ளிக்கொண்டு செல்கிறது. உடைந்த காங்கிரீட் துண்டுகள் வழியாக நான் தடுமாறிக்கொண்டே செல்கிறேன். நுழைவாயிலிலிருந்து உள்பிரகாரத்துக்குள் நுழையும்போது உடைந்த தரைக்குப் பதிலாகக் குளிர்ச்சியான வெள்ளைக் களிமண் ஓடுகள் பதிக்கப்பட்டிருக்கின்றன. கால்நடைகளைப் போல முண்டியடித்துச் செல்லும் மக்கள்மந்தை வழியாக அங்குலம் அங்குலமாக நகர்ந்து ஒரு சிறு அறையிலிருக்கும் சீருடை அணிந்த மனிதரைச் சென்றடைவதற்குப் பதினைந்து நிமிடங்கள் ஆகிறது. அவர், இந்துக் கடவுளான விஷ்ணுவின் அவதாரமான வெங்கடாசலபதியின் படமும், பட்டைக்கோட்டுக் குறியீடும் (பார் கோட்) அச்சிடப்பட்ட காகித அடையாள வில்லை ஒன்றை என் கையில் கொடுக்கிறார். சில அடிகளுக்குப் பிறகு மற்றொரு அலுவலரைச் சந்திக்கிறேன். பழுப்பு நிற, கறை படிந்த சட்டை அணிந்திருந்த அவர் இரண்டு சவர பிளேடுகளை என்னிடம் கொடுக்கிறார்: ஒன்று என் தலைக்கு, மற்றொன்று என் முகத்துக்கு.

ஆண்களும் பெண்களும் அடங்கிய மக்கள்திரள் அகலமான மாடிப்படி வழியாகக் கீழ்நோக்கிச் செல்கிறது. அது கீழே சென்று சேரும் இடத்தில் வெதுவெதுப்பான தண்ணீரும் கருமையான முடிப்பந்துகளும் ஈரக்கலவையாய் பரந்து கிடக்கின்றன. காற்று ஈரப்பசையோடும் ஊசிப்போன தேங்காய் எண்ணெய் வாசனையோடும் வீசுகிறது. மாடிப்படி, அக்கறை காட்டாமல் விடப்பட்ட ஒலிம்பிக் நீச்சல்

போட்டி நடத்தும் இடத்தைப் போல மிகப்பெரிய, தரை ஓடு இடப் பட்டிருந்த அறையில் முடிவடைகிறது. அங்கு நீண்ட வரிசையில் ஆண்கள், சுவர்கள் நெடுகிலும் சென்ற ஓடு பதிக்கப்பட்ட பெஞ்சு களைப் பார்த்து நிற்கின்றனர். (பெண்கள் ஒரு மந்தைபோல தனி அறைக்குள் அனுப்பப்படுகின்றனர்.) நடுவில் நான்கு மிகப்பெரிய எஃகு அண்டாக்கள் இருக்கின்றன.

என்னுடைய அடையாள வில்லை எண்ணான எம்எச் 1293ஐ சுவரிலிருந்த ஓர் அறிவிப்போடு ஒத்துப் பார்த்து அங்கு நின்ற வரிசையில் இடம்பிடிக்கிறேன். அதில் கருப்பு வேட்டிகள் அணிந்து, திறந்த மார்போடு கிட்டத்தட்ட ஐம்பது பேர் நிற்கின்றனர். வரிசையின் முதல் இடத்தில் நின்ற புனிதப்பயணி தலையைக் குனிந்து காட்டும்போது, நேரான சவரக் கத்தி வைத்திருந்த ஒருவர் அவருடைய சுருள்முடியை விரைவாக மழித்தெடுக்கிறார். திருப்தியுடன் அந்த சவரத் தொழிலாளி மேனோக்கிப் பார்த்து, என்னைக் கண்டவுடன் முன்னோக்கி வருமாறு அழைக்கிறார். அவர் பட்டைக் கோடிட்ட டவுஸர்மேல் இடுப்பைச் சுற்றி ஒரு கந்தல் துணியைக் கட்டியிருக்கிறார். அவர் தலைமைப் பூசாரி அல்ல என்பது தெளிவாகத் தெரிகிறது. புனிதக் கூட்டுக்கான வெறும் ஓர் உழைப்பாளித் தேனீ.

அவர் சவரக் கைப்பிடியில் என்னுடைய பிளேடுகளைப் பொருத்தும் போது, நான் இருக்க வேண்டிய விதத்தில் அமர்கிறேன். 'பிரார்த்தனை யைத் தொடங்குங்கள்' என்று அவர் கூறுகிறார். நான் அந்தக் கடவுளின் முகத்தை நினைவுக்குக் கொண்டு வர முயலுகிறேன். ஆனால் ஆழ்ந்து சிந்திப்பதற்கு நேரமில்லை. அந்த மனிதர் என்னுடைய தலையைக் கீழ்நோக்கி அழுத்திப் பிடித்துவிட்டு அனுபவசாலியான ஒரு செம்மறி யாட்டு இடையரின் திறமையோடு என் தலை உச்சியிலிருந்து கீழ்நோக்கி பிளேடைக் கொண்டு இழுக்கிறார். திருப்தியுடன், என்னுடைய முகவாய்க்கட்டையைப் பிடித்து, கட்டைவிரலை என் வாய்க்குள் திணித்துக்கொண்டே அவர் என்னுடைய தாடியை அகற்றத் தயாரா கிறார். பழுப்பு நிற முடி, கற்றைகளாகக் கீழே விழுந்து, காலடியில் கிடந்த கருமையான ஈரக் கலவையில் சேர்வதை நான் கவனித்துக் கொண்டிருக்கிறேன்.

எனக்கு முன்னால் நின்ற சுருட்டை முடிக்காரரும் இப்போது மொட்டைத் தலையுடன் இருக்கிறார். அவருடைய தலையிலிருந்த சிறு வெட்டுகளிலிருந்து இளஞ்சிவப்பு நிற இரத்தம் முதுகுவழியாக சொட்டிக்கொண்டிருக்கிறது. அவர் என்னுடைய கண்களைப் பார்த்து புன்னகை செய்கிறார்.

'வெங்கடாசலபதி மகிழ்ச்சியடைவார்.' அவருடைய மனைவியும் தம்முடைய முடியை அடுத்த அறையில் காணிக்கையாகக் கொடுத்துக் கொண்டிருக்கிறார். அவர்கள் ஒன்றாக, எல்லோரும் அடையாளம் காண முடிந்த தன்னடக்கம், பக்தி ஆகியவற்றின் குறியீடுகளோடு தங்களுடைய ஊருக்குத் திரும்பிப் போவார்கள். நீலச்சேலை அணிந் திருந்த பெண்ணொருவர் வேகமாக வந்து கீழே கிடந்த முடியை அள்ளி வாளியில் போடுகிறார். வாளி நிறைந்தவுடன் ஒவ்வொரு முறையும் கால் நுனியில் ஊன்றி நின்றுகொண்டு, உயரமான எஃகு அண்டா ஒன்றுக்குள் முடியைக் கொட்டி வாளியைக் காலி செய்கிறார். நாள் முடிவில் நான்கு எஃகு அண்டாக்களும் முடியால் நிறைந்து ஏலம் நடக்கும் இடத்தை நோக்கிப் பயணம் செய்யும்.

இந்தியாவின் ஆந்திர மாநிலத்திலுள்ள அருள்மிகு திருமலை திருக்கோவிலில் உள்ள கலியாண காட்டா மொட்டையடிக்கும் மையத்துக்கு உங்களை வரவேற்கிறேன்: இதுதான் உலகின் மிக அதிக இலாபம் தரும் மனிதக்கழிவு வணிகத்தின் தொடக்கப் புள்ளி. இங்கு சேகரிக்கப்படும் முடி ஐந்து இலட்சம் டாலர் அழகுசாதனப் பொருள் தொழில்துறைக்கு மூலப்பொருளாக உள்ளது. அது உண்மையான, 'உயர்தர' இந்திய முடியை, நீண்ட, நேரான முடியை விரும்பும் பெருமளவிலான ஆப்பிரிக்க, அமெரிக்கப் பெண்களின் தலைகளில் நெய்து வைக்கிறது. மனித முடிகளுக்கான உலகளாவிய சந்தை 90 கோடி டாலர் விற்பனையைத் தாண்டுகிறது. அதில் பயன்பாட்டுக்கு ஏற்றதாக ஆக்குவதற்குரிய செலவும் அழகுநிலையக் கட்டணமும் சேர்க்கப்படவில்லை.

உயர்நவீனத் தோற்றத்தை விரும்பும் பெண்களுக்கு எதைக் கேட்க வேண்டும் என்பது தெரியும். அது 'ரெமி முடி' என்று அழைக்கப் படுகிறது. அது கிட்டத்தட்ட இந்தியாவிலிருந்து வரும் முடியின் மறுபெயராகவே உள்ளது. ஒரே வெட்டில் நறுக்கப்பட்டு முடி சேகரிக்கப்படும் வழிமுறைக்காகவே உயர்தர அழகுநிலையங்கள் அதை மிகவும் மதிக்கின்றன. இதனால் முடியின் நுனிநோக்கி சிறுத்துச் செல்லும் வெளிப்புற அடுக்கில் இருக்கும் இயற்கையான பண்பு அழியாமல் பாதுகாக்கப்படும்போது, அதன் வலு, பளபளப்பு, மிருதுத்தன்மை ஆகியவையும் காக்கப்படுகின்றன. இவைதாம் ரெமியை வரையறை செய்கின்றன. இதனால் அவை அதிகவிலை கிடைப்பதற்கான தகுதி யைப் பெறுகிறது. பக்தர்களின் தலையிலிருந்து மழிக்கப்பட்டு, அமெரிக்காவின் நவீன கவர்ச்சிப் பெண்களின் தலைகளில் தைத்து வைக்கப்படும் முடியின் பயணம், வேறு எதையும்விட வித்தியாசமான ஒரு சிவப்புச் சந்தையின் விநியோகச் சங்கிலித் தொடர். இந்த நேர்வில்

மட்டுமாவது பிறர்நலம், வெளிப்படைத்தன்மை, வணிகத்தன்மை ஆகியவை குறைவின்றி சமச்சீராக இருக்கின்றன; ஆகவே பேசுவதற்கு கருப்புச்சந்தை எதுவும் இல்லை.

பழம்பெரும் இந்து இதிகாசமான மகாபாரதத்தில் குறிப்பிடப் பட்டுள்ள திருமலை, ஐம்பதாயிரம் புனிதப்பயணியர் தெற்கு ஆசியா முழுவதிலிருந்தும் தங்களுடைய கடவுளிடமிருந்து உதவிகளைக் கேட்ப தற்காக வந்து சேரும் புனிதத்தலம். அவர்கள் ஒவ்வொரு ஆண்டும் வருபவர்கள். பணத்தைக் காணிக்கை ஆக்குவதற்கும் மேலாக, அவர் களில் கிட்டத்தட்ட நான்கில் ஒருவர் தங்களுடைய முடியை காணிக்கை யாகச் செலுத்துகின்றனர். அதன் பிறகு அந்த முடி சந்தையின் கடவுள் களுக்குக் கொடுக்கப்படுகிறது. இதன்மூலம் ஒவ்வொரு ஆண்டும் 1 முதல் 1.5 கோடி டாலரைத் திருமலைக் கோவில் சம்பாதிக்கிறது என்று கூறப்படுகிறது. நன்கொடைகளையும் சேர்த்து வாடிகனைவிட இந்தக் கோவிலுக்குத்தான் அதிக வருமானம் கிடைப்பதாகச் சொல்லப் படுகிறது. இது ஐயத்துக்கிடமான கருத்து. எப்படியாயினும், கோவில் பொறுப்பாளர்கள் கர்ப்பக் கிரகத்தில் தங்கத்தகடு பதிக்கும் திட்டத்தை அறிவித்தனர். முடி விற்பனையிலிருந்து கிடைக்கும் இலாபம் கோவில் செயல்திட்டங்களுக்கும் ஏழைகளுக்கு உணவு வழங்குவதற்கும் பயன்படுத்தப்படுகிறது.

இந்திய முடி இரு தனித்தன்மையுடைய சந்தைகளில் விற்கப் படுகிறது. அதில் பெருமளவு என்னைப் போன்ற குட்டை முடி மனிதர்களிடமிருந்து ஆண்டுதோறும் பெறப்படும் கிட்டத்தட்ட ஐந்நூறு டன்கள், வேதிப்பொருள் நிறுவனங்களால் வாங்கப்படுகிறது. அது உரத் தயாரிப்புக்கும் முடிக்கு வலுவைக் கொடுக்கும் எல். சிஸ்டின் என்ற அமினோ அமிலத்தைத் தயாரிப்பதற்கும் பயன்படுத்தப்படுகிறது. சிஸ்டின் பேக்கரி (அடுமனை) உணவுப்பொருள்களுக்கும் பிற தயாரிப்பு களுக்குமான மிகச்சிறந்த சேர்க்கைப் பொருளாகவும் பயன்படுத்தப் படுகிறது. அதிக ஆதாயத்தைக் கொடுப்பது பெண் பக்தர்களின் முடி. கோவில் பணியாளர்கள் அதை 'கருப்புத் தங்கம்' என்று அழைக்கின்றனர். பெண்களின் முடி தனித்தனிக் கட்டுகளாக மொட்டையடிக்கும் மையத்தின் மேல் மாடிக்குக் கொண்டு வரப்படுகிறது. பூ போட்ட மலிவான சேலைகள் அணிந்த பெண்கள் முடியின் சிறு குவியல்களை நீள அடிப்படையில் பிரித்தெடுக்கின்றனர். வெளியே போகும் எல்லோரையும் ஆயுதம் தாங்கிய காவலர் ஒருவர் சோதனையிடுகிறார். விலை மதிப்புமிக்க ஒற்றை மயிரிழையோடுகூட யாரும் அவரைத் தாண்டிப் போவதற்கு எந்த வழியும் இல்லை. மனித முடி வியர்வை, இரத்தம், உணவுத் துணுக்குகள், பேன், முடிப் பராமரிப்புக்காக

இந்தியர்கள் பயன்படுத்தும் தேங்காய் எண்ணெய் போன்றவை அடங்கிய எல்லாவித சுரப்பி நீர்களையும் கொண்டுள்ளது. இதில் இருபத்தொரு டன்களை பூஞ்சைகளும் காளான்களும் வளர்ந்திருக்கும் அறையில் வைத்திருக்கும்போது நாற்றம் தாங்க முடியாத அளவுக்கு இருக்கிறது. தன்னுடைய சொந்த முடியை இறுக்கமாகப் பின்னிக் கட்டி வைத்திருக்கும் ஒரு தன்னார்வத் தொண்டர் என்னைப் பார்த்துப் புன்னகைப்பதுபோலத் தோன்றுகிறது. ஆனால் அந்தப்பெண் வாய், மூக்கு ஆகியவற்றின்மீது ஒரு துணித் துண்டைக் கட்டியிருக்கிறார். அவர் முகஞ்சுளித்துக் கொண்டிருந்திருக்கலாம். அந்தப் பெண்கள் வேலை செய்துகொண்டிருந்தபோது அந்தக் கருந்திரள் கட்டிகளில் சில தாமாகவே குதிப்பதுபோலவும், நெளிவது போலவும் தோன்றுகின்றன. திடீரென்று ஒரு அடி நீளமுள்ள எலி ஒன்று இந்தக் குவியலிலிருந்து வெளியே ஓடிவந்து அறையின் குறுக்காக வேகமாக ஓடி, கித்தான் பைக்குவியலுக்குள் மறைந்து விடுகிறது. இந்த நாற்றமடிக்கும் குவியலின் துண்டுகள் ஒரு நாள் அமெரிக்கப் பாப்பிசை நட்சத்திரங்களின் தலைகளை அலங்கரிக்கலாம் என்பதைக் கற்பனை செய்வதுகூடக் கடினமாக இருக்கிறது.

கோவில் முடி அழகுசாதனப் பொருளாக மறுஅவதாரம் எடுத்தது ஒரு சாதாரண நிகழ்விலிருந்து தொடங்கியது. 1960களின் தொடக்கக் காலம்வரை கோவிலில் சேகரிக்கப்பட்ட முடியை நிர்வாகம் எரிக்க மட்டுமே செய்தது. சுற்றுப்புறச்சூழல் மாசுபடுவதைக் காரணம் காட்டி அரசு 1990களில் அந்த வழக்கத்தைத் தடை செய்தது. ஆனால் அந்நேரத்துக்குள் கோவில் அந்தக் கழிவை ஒழிப்பதற்கான அதிக ஆதாயமான வழியைக் கண்டுபிடித்திருந்தது. 'விக்' செய்பவர்கள் மூலப்பொருள்களுக்காகத் திருமலையைத் தேடிவரத் தொடங்கினர். 1969இல் கோவிலில் நடந்த முதல் ஏலத்தில் முடி ஒரு கிலோ 16 ரூபாய்க்கு விற்கப்பட்டது. இன்று அது முன்பைவிட பத்து மடங்கு அதிக விலையைப் பெற்றுத் தருகிறது. மேலும் ஏலங்கள் மூர்க்கமான நிகழ்வுகளாகிவிட்டன.

ஏலம் நடப்பதை நேரடியாகப் பார்ப்பதற்காக, பரபரப்பாக இயங்கும் சிறுநகரான திருப்பதிக்கு சில மைல்தூரம் வாகனத்தை ஓட்டிச் செல்கிறேன். உலர்ந்துகொண்டிருக்கும் முடிகள் நிறைந்த வரிசையான பண்டக சாலைகளிலிருந்து கோவிலின் விற்பனைப்பிரிவு செயல்படுகிறது. ஆட்சிக்குழுக் கூட்டம் நடக்கும் பெரிய அறை ஒன்றில் நாற்பத்து நான்கு நிறுவனங்களின் பிரதிநிதிகளாக வந்த வியாபாரிகள் மேசையைச் சுற்றிக் கூட்டமாக நிற்கின்றனர். இரகசியமான பேரங்கள் நடக்கும் சிக்கலான செயல்முறையில் அவர்கள் பல இலட்சம் டாலரைக் கொட்டத் தயாராக இருக்கின்றனர்.

‘முடி வியாபாரம் மற்ற எதையும்விட வித்தியாசமானது’ என்று கூறுகிறார் ஷாபனேசா என்னும் முடி ஏற்றுமதி நிறுவனத்தின் உரிமையாளரான விஜய். பல தென்னிந்தியர்களைப் போலவே அவருக்கும் ஒற்றைப் பெயர்தான் உண்டு. ‘வேறு எந்த வணிகத்திலும் பொருளை வாங்குவது எளிது. அதைச் சில்லறை விற்பனையாளர்களுக்கு விற்பது தான் கடினம். இங்கு அவையெல்லாம் தலைகீழாக உள்ளன. முடியை விற்பது எளிது. ஆனால் வாங்குவது கடினம்.’

ஒருவிதத்தில் இந்திய முடிவணிகம் பிற சிவப்புச் சந்தைகளை ஒத்திருக்கிறது. ஏனென்றால் மனித மூலப்பொருள்களை அறுவடை செய்வது கடினமாக இருப்பதோடு அது மொத்தமாகக் கிடைப்பதற்கு அரிய ஆதாரம். தங்களுடைய முடிகளைக் கொடுக்கும் ஆண்களும் பெண்களும் அதைக் கடவுளின் பெயரில் செய்கிறார்கள். தங்களுடைய முடியைக் காணிக்கையாகச் செலுத்துவதற்காக நாள்தோறும் வரும் ஆயிரக்கணக்கானவர்களுக்கும் இடம்கொடுப்பதற்காகக் கோவில் நிர்வாகம் பல கட்டடங்களைக் கட்டியுள்ளது. ஆனால் பெருமளவில் கிடைக்கும் முடியிலிருந்து மேலும் அதிக ஆதாயம் அடைவதற்கு வருமாறு அங்கு வரும் திரளான மக்களிடம் விளம்பரம் செய்வதில்லை. இருப்பினும், பிற சிவப்புச் சந்தைகளைப் போலன்றி மனிதமுடி இறுதியில் ஒரு கழிவுப்பொருள்தான். அதன் சந்தை மதிப்பு அண்மையில் தொடங்கிய வணிகத்தால் உருவாக்கப்பட்டது. (பிற உடலுறுப்புகளைக் குறித்தும் இதையே கூற முடியும். மருத்துவத் தொழில்நுட்பம் சிறுநீரக மாற்று சிகிச்சையை சாத்தியமாக்கியதற்கு முன்பு அதற்கான சந்தையே இல்லை என்பதுதான் உண்மை.)

அதனால்தான் மொத்தமாக விற்பனை செய்யப்படும்போது முடி மட்டுமே சாதாரண விற்பனைப் பொருளாகக் கருதப்படும் ஒரே மனிதத் திசு. அது முக்கியமான உயிரியல் வரலாறுடைய, தனிப் பண்புடைய பொருளாக அல்லாமல் கிலோ கணக்கில் வாங்கப்படுகிறது, விற்கப் படுகிறது. மனிதப் பொருள்களுக்கான சந்தையில் தூய்மையான தன்னலமின்மையுடன் உண்மையாகவே செயல்படும் ஒரே நேர்வு இது மட்டுமே. ஆனால் முடி விற்பனையாளர்கள் இலாபத்துக்காகக் கூச்சலிட்டு வாதிடுவதில்லை என்பது அதன் பொருளல்ல.

ஏலத்தில் இருக்கும் பதற்றங்களை என்னால் பார்க்க முடிகிறது. கோவில் கடந்த ஆண்டைவிட அதிக விலைக்காக வற்புறுத்திக் கொண்டிருக்கிறது. உலகளாவியப் பொருளாதார வீழ்ச்சி, ‘தோற்றத்தை மேம்படுத்துவதற்காக சேர்க்கும் பகுதிகளுக்கான சந்தையை நொறுக்கி விடும்’ என்று வணிகர்கள் கவலைப்படுகிறார்கள். மாலைப்பொழுது பாதிநேரம் கழிந்த நிலையில் இந்தியாவின் மிகப்பெரும் முடி வணிகம்

செய்பவரான கே.கே.குப்தா கோவில் இயக்குநர்கள் மிக உயர்ந்த விலையை நிர்ணயம் செய்ய முயல்வதாகக் குற்றஞ்சாட்டி வெளி நடப்பு செய்கிறார். அவருடைய குப்தா எண்டர்பிரைசஸ் 2008இல் 4.9 கோடி டாலருக்கு சுறுசுறுப்பாக வணிகம் செய்தது. குப்தா ஏராளமான தொலைபேசி அழைப்புகளிலும் பத்திரிகைகளைத் தொடர்புகொள்ளப் போவதாக அச்சுறுத்திக் கொண்டிருக்கிறார். இவ்வாறாக, வாகனங்கள் நிறுத்துமிடத்தில் செலவழித்த ஒரு மணி நேரத்துக்குப் பிறகு, விலை சற்று குறைவாக நிர்ணயிக்கப்படுகிறது. அப்போது மற்றொரு விற்பனையாளர் குப்தா சந்தையை தன்வயப்படுத்த முயலுவதாக உரத்த குரலில் குற்றம்சாட்டுகிறார். கைகலப்புகளைத் தடுப்பதற்காக வலுவான ஏலதாரர் ஒருவர் இருவருக்கும் இடையில் வரவேண்டியதாயிற்று.

மேலும் மூன்று மணிநேரம், நடுஇரவு நெருங்கிக் கொண்டிருக்கிறது. மிக நீளமான, அதிக உறுதியான முடியின் விலை ஒரு கிலோவுக்கு 193 டாலர் என்ற அளவில் நிலைகொள்கிறது. (இது கடந்த ஆண்டு விலையை விட 70 டாலர் குறைவு என்று எனக்குத் தெரிவிக்கப்படுகிறது.) அடுத்த சில நாட்களாக சரக்குந்துகள் முடியை விநியோகஸ்தர்களின் தொழிற் சாலைகளுக்குக் கொண்டு சேர்க்கும். அங்கு மனிதக்கழிவு ஆடம்பரப் பொருளாக மாற்றம் பெறும் இரசவாதம் நிகழும்.

ஏலம் நடந்த இடத்திலிருந்து கிட்டத்தட்ட எண்பத்தைந்து மைல் தொலைவில் உள்ளது கடற்கரைப் பெருநகரான சென்னை. அதன் புறநகர்ப் பகுதியிலிருந்த தொழிற்பேட்டையில் இந்தியாவின் மிகப் பெரும் முடி ஏற்றுமதி நிறுவனங்களின் தலைவரான ஜார்ஜ் செரியன், முடி வந்துசேர்வதற்காகக் காத்திருக்கிறார். முடி, பேன்களுக்காக சோதிக்கப்பட்டு மிகக் கவனமாக சிக்குகள் நீக்கப்பட்டு, பல அண்டா அழுக்கு நீக்கியில் சுத்தம் செய்யப்பட்டு ஏற்றுமதித்தரம் அடையும்வரை சீப்பால் வாரப்படுகிறது. 'நாங்கள் செய்பவற்றின் உண்மையான மதிப்பு இங்கேதான் இருக்கிறது. நாங்கள் முடியைத் தரவரிசைப்படுத்தி அதைக் கழிவு என்ற நிலையிலிருந்து அழகான ஒன்றாக மாற்றும் போதுதான் அதற்கு மதிப்பு கிடைக்கிறது' என்று செரியன் கூறுகிறார். அவர் சாட்டைக் கைப்பிடி அளவிலான சிக்குகள் அகற்றப்பட்ட மென்மையான முடியை இழுத்தெடுத்து அது பன்னாட்டுச் சந்தையில் 15 டாலர் பெற்றுத்தரும் என்று குறிப்பிடுகிறார்.

இந்தியாவில் விற்கப்படும் பெருமளவு முடி மழித்தெடுக்கப்பட்ட தல்ல என்று அவர் குறிப்பிடுகிறார். அது குப்பைத் தொட்டிகளிலிருந்தும் முடிதிருத்தும் கடைகளிலிருந்தும் நீண்ட முடியுடைய பெண்களின்

சீப்புகளிலிருந்தும் வருகிறது. நாடோடிகளின் குடும்பத்தினரும் சிறு வியாபாரம் செய்பவர்களும் வீடு வீடாகச் சென்று முடிக்குப் பதிலாக முடி கிளிப்களையும் இரப்பர் பேன்ட்களையும், சிறு ஒப்பனைப் பொருள்களையும் பண்டமாற்று செய்கின்றனர். 'இந்தியாவெங்கிலு முள்ள பல்லாயிரக்கணக்கான மக்கள் முடியைச் சேகரித்துத் தரம் பிரிக்கும் குடிசைத்தொழில் பணியால் வாழ்வாதாரம் பெறுகின்றனர். இத்தொழிலின் விதி மிக எளிமையானது. ரெமி முடி அமெரிக்காவுக்குப் போகிறது, எஞ்சியவை ஆப்பிரிக்காவுக்குப் போகிறது' என்று செரியன் கூறுகிறார்.

ஒரு சரக்கு வைப்பறையில் பெட்டிகளில் சிப்பங்களாக வைக்கப் பட்டிருக்கும் 400 கிலோ ரெமி முடியை அவர் எனக்குக் காட்டு கிறார். அவை உலகெங்குமுள்ள நகரங்களுக்குச் செல்லப் போகின்றன. அவருடைய பண்டக சாலையில் மேலும் பல டன்கள் ஏற்றுமதிக்குத் தயாராக இருக்கின்றன. 'மிகப்பெரும் தேவை இருக்கிறது, ஆனால் இந்தியாவுக்கு வெளியே உள்ள எவரும் இதை ஒருபோதும் செய்ய முடியாது என்று நான் நினைக்கிறேன். மலிவான தொழிலாளர்கள் கிடைப்பதால் நாங்கள் இதில் நீடித்திருக்கிறோம். இத்தாலியிலோ கலிஃபோர்னியாவிலோ உள்ள எவரும் முடியை இதைவிடக் குறைந்த செலவில் ஆயத்தம் செய்ய முடியாது' என்று செரியன் கூறுகிறார்.

ரெமி அல்லாத முடித்தொழில் குறித்து நான் அவரிடம் கேட்ட போது அவர் வடசென்னை ரயில்பாதை ஓரங்களில் வாழும் நாடோடிக் குழுவினரோடு தொடர்புகொள்ளுமாறு கேட்டுக்கொண்டார். அவர்களைக் கண்டுபிடிக்க வேண்டுமென்றால் நான் அதிகாலையில் போக வேண்டும் என்றும் அவர் கூறுகிறார்.

காலை எட்டு மணிக்கு சென்னை நகரின் குறுகிய தெருக்கள் வழியாக வேகமாகச் சென்றுகொண்டிருக்கும் கருப்பு நிற ஹுன்டாய் சேன்ட்ரோ காரின் ஸ்டீயரிங் பின்னால் நான் அமர்ந்திருக்கிறேன். என் பக்கத்தில் செரியனின் முகவர்களில் ஒருவரான தாமோதரன் அமர்ந்திருக்கிறார். அவர் நாடோடிகள் இருக்கும் இடத்துக்குச் சென்று அவர்களுடைய பொருள்களை மொத்தமாக வாங்குபவர். அவர், ரயில்பாதை தொழிலாளர்களின் குடியிருப்புக்கு அருகிலிருந்து பிரிந்து சென்ற மண் சாலையைச் சுட்டிக்காட்டுகிறார். தரிசுநிலம் போலத் தோன்றிய ஓர் இடத்தை நோக்கித் திரும்புகிறோம். உன்னிப்பாகப் பார்க்கும்போது சிறிய திறந்தவெளி, நெருப்பைச் சுற்றி நிழலில் குந்தி உட்கார்ந்திருந்த ஒரு மக்கள் குழுவினரைக் காண முடிகிறது. தாமோதரன் கீழே இறங்கி ராஜ் என்பவரைச் சந்திப்பதற்காக என்னை கூட்டிச் செல்கிறார். ராஜ் ஒல்லியாக, இருபது வயதுக்கும் சற்று அதிகமான,

தலையில் அடர்ந்த கருமையான முடி வைத்திருந்த ஒரு நபர். நான் முடி விற்பனை குறித்து அறிந்துகொள்வதில் ஆர்வமாக இருக்கிறேன் என்று அவரிடம் கூறுகிறேன். அவர் சிரித்துக்கொண்டே அவருடைய கூடாரத்துக்கு மீண்டும் நடந்துசெல்கிறார்; மிகுதியான தண்ணீரைக் கொண்டு செல்வதற்குப் பயன்படுவது போலத் தோன்றிய பெரிய குழாயின் உள்ளே எதையோ தேடிக்கொண்டிருக்கிறார். அதன்பிறகு அதற்குள்ளிருந்து சற்று உற்சாகத்துடன் ஒரு பெரிய பிளாஸ்டிக் பையை இழுத்து எடுத்து என்னிடம் கொண்டுவருகிறார்.

நான் ஆர்வத்துடன் பார்த்துக்கொண்டிருக்கும்போது அவர் எண்ணெய்ப் பிசுக்கோடிருந்த தலையணை அளவிலான கருமுடிப் பந்தொன்றைக் காட்டுகிறார். 'நீங்கள் முடியை கிட்டத்தட்ட எங்கு வேண்டுமானாலும் பார்க்கலாம்' என்று அவர் கூறுகிறார். காலை நேரங்களில் பெரிய கித்தான் கோணிப்பையை முதுகில் போட்டுக் கொண்டு, சந்துகளில் இருக்கும் குப்பைத் தொட்டிகளுக்கும் சாலை ஓரங்கள் நெடுகிலும் பார்த்துக்கொண்டே முடிகளைத் தேடுகிறார். 'மக்கள் அதை வெளியே வீசிவிடுகிறார்கள். அல்லது சில நேரங்களில் அதை எங்களுக்காகச் சேர்த்து வைத்திருந்தால் நாங்கள் பண்டமாற்று செய்கிறோம்' என்று அவர் கூறுகிறார். தாமோதரன் ராஜூவுக்கு அவர் சேகரித்திருந்த, தூக்கி வீசப்பட்ட ரெமியல்லாத ஒரு கோணிப்பை முடிக்கு **1200** ரூபாய் (**20** டாலர்) கொடுக்கிறார்.

முடி, ராஜ் இம்பெக்ஸ் தொழிற்சாலைக்குக் கொண்டுவரப்பட்ட பிறகு, தொழிலாளர்கள் இதுபோன்ற ஆயிரக்கணக்கான அச்சுறுத்தும் முடிப்பந்துகளைச் சீப்பால் வாருகின்றனர். முடி தனித்தனியாகப் பிரித்தெடுக்கப்பட்ட பிறகு தொழிலாளர்கள் அவற்றைப் பலவகை களாகப் பிரிக்கின்றனர். அதன்பிறகு அவை துணித்துண்டுகளில் வைத்து தைக்கப்படுகின்றன. ரெமியல்லாத முடியைப் பக்குவப்படுத்துவதற்கு மிக அதிக உழைப்பு தேவைப்படுகிறது. ஆனால் அதில் மூன்றில் ஒரு பங்கு மட்டுமே இலாபம் தரும். அவை சுமாரான அளவு நீளத்தைக் கொண்டிருந்தால் குறைந்தவிலை விக் தயாரிப்புக்குச் செல்கிறது. இல்லாவிடில் அது மெத்தைகளில் திணித்து அடைக்கும் பொருளாக மாற்றப்படுகிறது; அல்லது அவற்றிலிருந்து உணவுச் சேர்மானப் பொருட்கள் பிரித்தெடுக்கப்படுகின்றன. எனினும், ஆயிரக்கணக்கான டன் முடி கிடைப்பதால், முடி விற்பனையாளர்கள் அதிலிருந்து ஆதாயம் அடைவதற்கான வழியைக் கண்டுபிடிக்க முடியும். பிற பண்டகச் சந்தைகளில் இருப்பது போலவே, ஏராளமான மலிவான முடி கிடைத்தால், யாராவது அதைப் பயன்படுத்துவதற்கான வழியைக் கண்டுபிடித்து, எங்காவது அதற்கான தேவையை அதிகரிக்கச் செய்வார்.

சென்னையிலிருந்து மிக உயர்தர முடி இந்தப் பூவுலகில் உள்ள ஓரளவு எல்லா அழகு நிலையங்களுக்கும் முடி ஒப்பனை நிலையங்களுக்கும் செல்கிறது. ஆனால், முன்பே குறிப்பிட்டதுபோல, பெருமளவில் ஆப்பிரிக்க அமெரிக்கர்கள் வாழும் பகுதிகளில் மிக அதிக இலாபத்தைத் தரும் வரவேற்பைப் பெறுகிறது. அந்த வாடிக்கையாளர்கள் இந்திய முடியை அதன் கருமையான, நேர்த்தியான வண்ணங்களுக்காகவும் நேராக இருப்பதற்காகவும் உயர்வாகக் கருதுகின்றனர். அந்த இடங்களில் ஒன்றான புரூக்லின் நோஸ்ட்ரேண்ட் அவென்யூவில் இருக்கும் 'க்ரூமிங்ரூம்', முடி ஒப்பனையில் ஒரு தலைமை குருவான டிஃபானி பிரவுனால் நிர்வகிக்கப்படுகிறது.

அந்த அகன்ற வீதியில் அழகுப்பொருள் விற்பனை நிலையங்கள் அடர்த்தியாக நிரம்பியிருப்பதால் அந்தப் பகுதி அதற்காகவே தனியாகப் பிரித்து வைக்கப்பட்டிருப்பது போலத் தோன்றுகிறது. நான் வெள்ளிக்கிழமையன்று டிஃபானி பிரவுனை முதல்முறையாகச் சந்திக்கும் போது அவருடைய முகம் குட்டையாக வெட்டப்பட்ட நெற்றி முடிகளாலும் முகவாய்வரை தொங்கிக்கொண்டிருக்கும் நீண்ட முடிக்கற்றைகளாலும் சட்டம் அமைக்கப்பட்டது போல இருக்கிறது. சனிக்கிழமையன்று அவர் முற்றிலும் வேறு விதமாகத் தோன்றுகிறார். முடி உச்சந்தலைமேல் இறுக்கமாக இழுக்கப்பட்டு ஒரு அங்குல நீள குதிரைவால் மாதிரி போட்டிருக்கிறார். ஞாயிற்றுக்கிழமையன்று அவர் முதுகின் கீழாகத் தொங்கும் கவர்ச்சியான முடியை அணியலாம். பிரவுனின் பச்சோந்தி ஆற்றலின் இரகசியம்: ராஜ் இம்பெக்ஸ் போன்ற தொழிலகங்களிலிருந்து வரும் ரெமி முடிதான்.

அது, 'காதணிகள் அல்லது கழுத்துமாலை போன்ற தேவையான துணைப்பொருள். ஒரு நாளைக்கு நான் விரும்பும் யாரைப்போல் வேண்டுமானாலும் ஆகலாம்' என்று அவர் கூறுகிறார். அவருடைய வாடிக்கையாளர்களும் அவ்வாறே உணர்கின்றனர். அவர்கள் மாதந்தோறும் 400 டாலர்வரை, சிலர் ஆயிரம் டாலர்வரை, தங்களுடைய முடியைப் பராமரிப்பதற்காகச் செலவிடுகின்றனர். அவர் நடத்துவது போன்ற கடைகளுக்கும் ஒரு விக் அல்லது பின்னலுக்கு 10,000 டாலர் அல்லது அதற்கு மேலும் செலவிடும் புகழ்பெற்ற மனிதர்களுக்கும் இடையே இந்திய முடிகளுக்கான ஓரளவு நிலையான தேவை இருந்து கொண்டிருக்கிறது. 'உங்களுக்கு மலிவான முடி வேண்டுமென்றால், உங்களுக்கு மட்டமான தோற்றமுடைய முடி ஒப்பனையே கிடைக்கப் போகிறது' என்று thelookhairandmakeup.com என்னும் வலைப்பூ கூறுகிறது.

'வாங்குவதற்கு ஏற்ற ஒரே முடி ரெமி மட்டுமே. அது கன்னிப் பெண்களின் தலைகளிலிருந்து வெட்டியெடுக்கப்படுகிறது என்று

கூறப்படுகிறது' என பிரவுனின் வாடிக்கையாளர் ஒருவர் கூறுகிறார். முடியைச் சுருட்டையாக்கும் பெரிய உருளைகளில் அவருடைய முடி சுற்றி வைக்கப்பட்டிருக்கிறது. இது முழுமையாக உண்மையில்லை என்றாலும் அவருடைய தலையில் பின்னி வைக்கப்பட்டிருக்கும் முடி, கடவுளின் பெயரிலான, பணிவான, தன்னலமற்ற ஒரு செயலிலிருந்து அமெரிக்காவில் நன்கறியப்பட்ட கவர்ச்சி மேம்படுத்துவோரிடம் சென்று சேர்ந்திருக்கிறது.

இந்த நிழற்படத்தின் முதல் தலைப்பு இவ்வாறிருந்தது: 'ஏராளமான பழைய எலும்புகள் தோண்டி எடுக்கப்பட்டுள்ள இடுகாட்டில் உடலியல் ஆய்வுக்கான பொருள்கள் தாராளமாக இருக்கின்றன. மொன்டானாவிலுள்ள புட்டேவைச் சேர்ந்த மாணவி லொரெட்டா ஹாடெஸ்டி.' இந்த நிழற்படம் லைஃப் ஜனவரி 14, 1947 இதழில் வெளிவந்தது. (யுவான் குஸ்மான் அனுமதியுடன்.)

பின்னுரை

லொரெட்டா ஹாடெஸ்டிக்கு ஒரு வாழ்த்துப்பா

1946ஆம் ஆண்டின் இறுதியில். அந்த மாணவிக்கு ஏறக்குறைய இருபது வயது இருக்கும். கணுக்கால்வரை நீளப் பாவாடையும் ஒளிரும் நிறங்களுடைய பூத்தையல் போட்ட வெள்ளைச் சட்டையும் அணிந்திருந்தார். மெக்சிகோவில் உள்ள சேன் மிகுவெல் டி ஆலென்டே இடுகாட்டில் இருந்த ஒரு நிலைச்சட்டத்தின் மேலிருந்த கேன்வாஸ் துணியில் அவர் ஓவியம் தீட்டிக்கொண்டிருந்தார். இப்போது கெட்டுப் போன மரத்துண்டுகளாகத் தோன்றும் பாழடைந்த மரச் சிலுவைகள் தாறுமாறான கோணங்களில், தளர்ந்த மண்ணின் மேல் துருத்திக் கொண்டிருக்கின்றன. பயனற்றவை என்று தூக்கியெறியப்பட்ட எலும்புகள் தரையில் கிடக்கின்றன. தொடை எலும்புகள், விலா எலும்புகள், பல்லில்லா மண்டையோடுகள் ஆகியவை தளர்ந்த மண்ணிலிருந்து வெளியே தள்ளிக்கொண்டு தாறுமாறாகக் காத்திருக்கின்றன. எனவே எந்த எலும்பு எந்த உடலுக்குச் சொந்தமானது என்று சொல்வது சாத்தியமில்லை. அந்தப் பெண் கேன்வாஸில் மரக்கரியைக் கொண்டு அந்தக் கோரமான காட்சியை வரைந்ததை இரு சிறுவர்கள் பார்த்துக் கொண்டிருந்தனர். முன்னதாக மொன்டானாவின் புட்டேவைச் சார்ந்த லொரெட்டா ஹாடெஸ்டி, பல்கலைக்கழக நுண்கலைத் துறையில் ஓவியம் கற்பதற்காக அமெரிக்க எல்லையிலிருந்து தெற்கு நோக்கிப் பயணம் சென்றவர்.

ஹாடெஸ்டியின் ஓவியத்தை சில அடி தூரத்தில் நின்று, நிழற்படக் கலைஞர் ஒருவர் தம்முடைய லென்சை அந்தக் காட்சியில் குவித்து தொடர்ச்சியான பல நிழற்படங்களை எடுத்தார். இவர் ஜெர்மனியில் பிறந்து, தன் நாட்டில் நடந்த கொடுமைகளிலிருந்து தப்பியோடி, தன்னுடைய பெயரை யுவான் குஸ்மான் என்று மெக்சிகோ நாட்டுப்

பெயர் போன்று மாற்றிக்கொண்டவர். அவர் எடுத்த நிழற்படங்களில் ஒன்று 1947 ஜனவரி 4ஆம் தேதி *லைஃப்* இதழில் வெளிவந்தது.

அந்தக் கட்டுரை பெரும் தாக்கத்தை ஏற்படுத்தியதால் ஐம்பது அமெரிக்க மாணவர்கள் மட்டுமே படித்த அந்தப் பள்ளி அடுத்த ஆண்டு ஆறாயிரம் விண்ணப்பங்களைப் பெற்றது. அந்தக் கட்டுரை சாதாரண அமெரிக்கப் படை வீரர்களில் புதிய தலைமுறையினரை வசீகரித்தது. குறைவான செலவில் வாழ்ந்து மெக்சிகோவில் மண்டை யோடுகளையும் நிர்வாண மனிதர்களையும் ஓவியம் தீட்டுவது சொந்த நாட்டில் செலவைச் சமாளித்து வாழ்க்கை நடத்துவதைவிட அதிக மகிழ்வூட்டுவதாக இருக்கும் என்று அவர்கள் நினைத்தனர். அந்தப் பள்ளிக்கூடம் விண்ணப்பங்களுக்கு அனுமதி மறுத்தது அதுவே முதல்முறை.

ஓவியத்துறைக்குக் குறைந்தது இருவகை உடல்களாவது தேவைப் பட்டன. பாடப் பயிற்சிக்காக முதலாம் உலக நாடுகளின் அளவுக்குக் கட்டணம் செலுத்தக்கூடிய உயிரோடிருக்கும் மாணவர்கள் தேவைப் பட்டனர்; உடலியல் வரைபடங்களுக்கு அவர்களுக்குத் தெரியாமலேயே மூலப்பொருளான உள்ளூரைச் சார்ந்தவர்களின் இறந்த உடல்களும் தேவைப்பட்டன. *லைஃப்* இதழில் வந்த நிழற்படம் கவனத்தைக் கவர்ந்ததற்குக் காரணம், அது ஒரு கொடூரமான குற்றத்தைச் சித்திரித்ததால் அல்ல; மாறாக எலும்புகள் சிதறிக் கிடந்த களமும், அதிலிருந்த அழகிய இளம்பெண்ணும் அருகருகே வைத்துப் பார்க்கப் பட்டதுதான். ஒரு ஓவிய மாணவருக்கு எலும்புகள் எப்படிக் கல்லறையை விட்டு வெளியே வந்தன என்பது ஒரு பொருட்டல்ல; அவை உடலியல்சார் கல்விக்கு நன்கு உகந்தவை என்பதுதான் முக்கியம். அந்த நிழற்படம் ஒவ்வொரு சிவப்புச் சந்தையிலும் இருக்கும் எல்லா வற்றையும் சித்திரித்த சின்னஞ்சிறு உலகம். குஸ்மான், ஹாடெஸ்டி இருவரும் மனிதத் துன்பியலில் தொடங்கும் விநியோகத் தொடரின் முனைப்பற்ற பார்வையாளர்கள்.

அந்த நிழற்படத்தைப் பார்க்கும்போது, நான் கொல்கத்தாவுக்கு வெளியே சந்தித்த இடுகாட்டுப் பராமரிப்பாளரான முஹம்மது முல்லா பக்ஷ் அதைப் பார்த்தால் என்ன நினைப்பார் என்று யோசித்துப் பார்க் கிறேன். அவர் ஒவ்வொரு இரவும் கிராமத்துக் கல்லறைத் தோட்டத்தைச் சோதனை செய்துவிட்டு, உடல்களைப் பாதுகாப்பின்றி விட்டுச் செல்வது தனக்குப் பாதுகாப்பானதா அல்லது மண்வாரிகளின் சத்தத்துக்காக இரவு முழுவதும் விழித்திருந்து கவனித்துக் கொண்டே இருக்க வேண்டுமா என்று நினைத்துப் பார்க்கிறார். கல்லறைத் திருடர்கள் மீண்டும்

தாக்குதல் நடத்துவதற்கு நீண்டகாலம் ஆகாது என்றும், தன்னிடமிருந்த மூங்கில் குச்சியால் அவரால் எதையும் செய்ய முடியாது என்பதும் அவருக்குத் தெரியும். ஹர்பதி கிராமத்தினருக்கு கல்லறைத் திருட்டுக் குறித்து நடுநிலை என்று ஒன்றும் இல்லை.

சிவப்புச் சந்தைகளின் பரப்பைக் கிட்டத்தட்ட நான்கு ஆண்டுகள் ஆய்வு செய்த பிறகு, அதற்கு மேலும் பிரேதப் பரிசோதனைகுறித்த இரத்தம் தோய்ந்த விவரங்களாலோ மனிதப் பொருள்களை அறுவடை செய்வதற்காகக் குற்றவாளிகள் எவ்வளவு கீழ்த்தரமாக நடக்க முடியும் என்பதாலோ நான் அதிர்ச்சியடைவதில்லை. மாறாக, நாம் தோள்களை மேல்நோக்கி அசைத்துக்கொண்டு விநியோகத் தொடரை எவ்வளவு இயல்பாக ஏற்றுக்கொள்கிறோம் என்பதுகுறித்து மட்டுமே நான் வியப்படைகிறேன்.

நாம் உடல்களையும் உடல் பகுதிகளையும் வாங்குவது குறித்த கருத்தோடு, அவை எங்கிருந்து வருகின்றன என்பது உண்மையில் தெரியாமல் இருக்கும்வரை, பெரும்பாலும் மன அமைதியுடனேயே இருக்கிறோம். இலட்சிய நோக்கில் நாம் மனித சிறுநீரகங்களை ஒரு பலபொருள் அங்காடியில், பிற எந்த இறைச்சியும் வாங்குவதுபோல வாங்கலாம். பிளாஸ்டிக்கிலும் ஸ்டைரோஃபோமிலும் பொதியப் பட்டு, கசாப்புக் கடையின் எந்த அறிகுறியும் இல்லாமல் ஒரு மனித உடலைச் சந்தைக்குக் கொண்டு வருவதற்கு ஒரு தியாகம் தேவைப் படுகிறது என்பது ஏதோ ஒரு நிலையில், நம் எல்லோருக்கும் தெரியும்; ஆனால் மிக அதிகமான விவரங்கள் நமக்குத் தேவையில்லை.

ஓர் அவசரநிலை இரத்த செலுத்துகையால் உயிர் காப்பாற்றப்பட்ட ஒருவரை அல்லது வெளிநாட்டுக் குழந்தை ஒன்றைத் தத்தெடுத்திருந்த குடும்பத்தை நம்மில் பெரும்பாலானவர்களுக்குத் தெரியும். கருத் தரிப்பு சிகிச்சைகளால் பயனடைந்தவர்களையும் நாம் சந்தித்திருக்கலாம். உண்மையான மனித எலும்புக்கூடுகளைக்கொண்டு உடலியல் படித்த மருத்துவர்களை நிச்சயமாகத் தெரிந்திருக்கிறோம். மனித ஆய்வுச் சோதனைப் பிராணிகளிடம் முதலில் சோதனை செய்யப்பட்ட மருந்துகளை எடுத்திருக்கிறோம்.

இவை எல்லாம் இருப்பது மோசமானதல்ல. சில மிக முக்கியமான அறிவியல் முன்னேற்றங்கள் நாம் மக்களைப் பொருள்களாக நடத்து வதால்தான் சாத்தியமாகி இருக்கிறது. மனிதர்கள் என்ற வகையில் நாம் யார் என்பது சதை என்ற வகையில் நாம் என்பதிலேயே பெருமளவு சார்ந்திருக்கிறது. பொதுவாக நாம் நம் உடலின் இயற்பண்புகளுக்கும் பிற நல்ல கருத்துரு இல்லாததால் ஆன்மா என்றழைக்கப்படும்

நம்முடைய மற்றொரு பகுதிக்கும் இடையே உள்ள கடினமான பரப்பைச் சிறப்பாகவே மேலாண்மை செய்கிறோம்.

குற்றவியல் சார்ந்த, அறவியல் சாராத சிவப்புச் சந்தைகள் அவற்றை யொத்த நேர்மையான சந்தைகளைவிட மிகச் சிறியவையே. உலக உறுப்புமாற்று சிகிச்சைகளில் கிட்டத்தட்ட பத்து விழுக்காடு உடலுறுப்புகள் கருப்புச் சந்தைகளில் பெறப்பட்டவை என்று உலக சுகாதார அமைப்பு தெரிவிக்கிறது. ஒரு விதியாக, அந்த எண்ணிக்கை ஓரளவு பிற எல்லா மனித உடல்களுக்கான சந்தைக்கும் பொருந்தும்.

வெற்றி தோல்விக்கான வாய்ப்புகள் உயர்ந்த அளவில் இருக்கின்றன. ஒரு சமூகம் என்ற வகையில் நாம் யார் என்பது அந்த மீதமிருக்கும் 10 விழுக்காட்டை நாம் எவ்வாறு கையாளுகிறோம் என்பதைச் சார்ந்துள்ளது. இரத்தத் தரகர்களையும் குழந்தை கடத்துவோரையும் அவர்களுடைய தொழிலை நடத்த அனுமதித்துவிட்டு, மனிதர் களுக்கு ஏற்படும் ஆபத்தான விளைவுகளை வணிகம் செய்வதில் வரும் மற்றொரு இழப்பு மட்டுமே என்று ஒரு வாராக்கடனைப் போல நாம் அவற்றை கணக்கிலிருந்து அகற்றிவிடுகிறோமா? மூன்றாம் உலகில் சிறுநீரகத் தரகர்கள் இருப்பதற்கும் முன்னாள் சோவியத் நாடுகளில் சுரண்டப்பட்ட கிழக்கு ஐரோப்பிய சினைமுட்டை விற்பனையாளர்கள் இருப்பதற்கும் காரணம், உலகளாவியப் பொருளாதார சமத்துவ மின்மை அளவுக்கு நாம் சிவப்புச் சந்தைகளை மேலாண்மை செய்யும் வழிமுறையே.

எல்லா சிவப்புச் சந்தைகளிலும் ஏற்படும் சேதத்தை, மிகக்குறைந்த அளவுக்குக் கொண்டு வருவதற்கான ஒழுங்கமைப்பு முறையை ஏற்படுத்துவதற்கான வாய்ப்பு ஏதாவது உண்டா? குற்றவாளிகளின் எண்ணிக்கையைக் குறைப்பது சட்டம் சார்ந்த பிரச்சினை மட்டுமல்ல; அதற்கான தீர்வு, மனித உடலின் புனிதத்தன்மை, பொருளாதாரம், பிறர் நலம், அந்தரங்கம் ஆகியவற்றைக் குறித்த நம் நீண்டகால நம்பிக்கை களை, அடிப்படையிலேயே மறுமதிப்பீடு செய்வதிலிருந்துதான் கொண்டுவர முடியும். உடல்களுக்கும் மனிதத் திசுக்களுக்குமான தேவையை, அதன் ஒட்டுமொத்த கிடைக்கும் அளவை அதிகரிப்பதால் மட்டுமே, தீர்க்க முடிந்த நிலையான பிரச்சினையாகப் பார்ப்பதை நாம் நிறுத்துவது அவசியம். மாறாக அது உடலுறுப்புகள், முடி, குழந்தைகள், எலும்புகள் ஆகியவற்றுக்கான தேவை, முதன்மையாக கிடைக்கும் ஒட்டுமொத்த (நம்மால் உணர்ந்தறிய முடிந்த) அளவால் ஏற்படும் விளைவு. எலும்புகள் ஆசியாவில் தாராளமாகக் கிடைக்கின்றன என்றால், அவற்றைப் பயன்படுத்துவதற்கான ஒரு வழியை யாராவது

கண்டுபிடிப்பார்கள். அதிக சிறுநீரகங்கள் சந்தைக்குள் வந்தால், மருத்துவர்கள் மேலும் அதிகமானவர்கள் சிறுநீரக மாற்று அறுவை சிகிச்சைக்குத் தகுதியானவர்கள் என்று கருதுவார்கள். தத்து முகமைகள் கூட்டம் நிறைந்து வழியும் அநாதைக் காப்பகங்களை அதிக அளவில் விளம்பரம் செய்யும்போது குழந்தைகளைத் தங்களுடைய வீடுகளுக்கு எடுத்துச் செல்வதற்காக மேலும் அதிகமானவர்கள் முன்வருவார்கள். வெளிப்படையான சந்தையில் அதிக சினைமுட்டைகள் கிடைப்பதாக இருந்தால், அதிகமானவர்கள் அவற்றைப் பெற்றுக்கொள்வதற்காக பிற நாடுகளுக்குப் பறந்து செல்வர்.

தானாகவே ஏற்படும் தேவை பொருளற்றது. அதிக ஆற்றலும் வேகமும் கொண்ட கார்களுக்கும், அணுகுண்டுகளுக்கும், ஸ்பைடர்மேன் படக்கதையின் முதல் வெளியீட்டுக்கும், ரோலக்ஸ் கைக்கடிகாரங் களுக்கும் அதிக அளவு தேவை இருப்பதால் மட்டுமே, அவற்றோடு தொடர்புடைய எல்லாவற்றின் தயாரிப்பையும் அதிகமாக்க முடியும் அல்லது அதிகமாக்க வேண்டும் என்பது பொருளல்ல. வழங்கல் (அளித்தல்) இல்லையென்றால் தேவைக்கு எந்த முக்கியத்துவமும் இல்லை.

இரத்தத்துக்கான தேவையை எடுத்துக்கொள்ளுங்கள். கடந்த நூற்றாண்டின் முதல் பாதியில் இரத்தம் அதிக அளவில் சேமித்து வைக்கப்பட்டிருந்ததால், அறுவை சிகிச்சை மருத்துவர்களால் பெரும் மேம்பாடு அடைந்த அறுவை சிகிச்சைத் தொழில்நுட்பங்களை உருவாக்க முடிந்தது. அப்போது, சில சமயக் குழுவினர் – குறிப்பாக யெகோவாவின் சாட்சிகள் – எந்தவித இரத்தம் செலுத்தும் செயலுக்கும் எதிராக இருந்தனர். ஆண்டுகள் செல்லச் செல்ல, இந்த மக்கள் மத்தியில் மனித இரத்தத்துக்கான தேவை முழுமையாக இல்லாமலிருந்தது. இதனால் தனியார் முதலீடுகளுக்கும், அதன் விளைவாக இரத்தமில்லா அறுவை சிகிச்சைத் துறையில் பெரும் முன்னேற்றங்கள் ஏற்படு வதற்கும் வழிவகுத்தது. தொடக்கத்தில் மருத்துவர்கள் அதிக அறுவை சிகிச்சை நுட்பங்களைப் பெறுவதற்காக இரத்தத்தை வீணாக்கினர். இருப்பினும் சாதாரண அறுவை சிகிச்சை செயல்முறையின் பயன்களை எல்லோருக்கும் விரிவாக்கம் செய்ய முடியவில்லை. அப்போது, இரத்தப் பயன்பாட்டுக்கான தடை, உலகெங்கும் அறுவை சிகிச்சைகளின்போது இரத்த இழப்பு ஏற்படுவதைக் குறைக்கும் தொழில்நுட்பங்களில் பெரும் வளர்ச்சியை ஏற்படுத்தியது.

இன்று, அமெரிக்காவிலும் ஐரோப்பாவிலும் வளர்ச்சியடைந்த தொழில்நுட்பங்களைப் பயன்படுத்தும் மருத்துவமனைகளில் பலவகை

அறுவை சிகிச்சை அறை செயல்முறைகள் சிறிதளவு இரத்தத்தைப் பயன்படுத்துகிறது அல்லது இரத்தத்தையே பயன்படுத்துவதில்லை. அறிவியல் மேலும் அதிகம் முன்னேற வேண்டிய தேவை இருந்தாலும், ஒருநாள் செயற்கை உடலுறுப்புகள், உயிரோடிருக்கும் உறுப்புமாற்று சிகிச்சைகளைப் பொருத்தமற்றவையாக்கிவிடும் என்பதும் உண்மை.

அதைவிட முக்கியமாக, மூலப்பொருள்களுக்கான ஆதாரமாக தன்னலமின்மையை நம்பியிருக்கும் பொருளாதார அமைப்பை உருவாக்குவதற்குச் சாத்தியமில்லை. லட்சிய உலகில் யாரும் மற்றொரு மனிதப் பிறவியை வாங்கவோ விற்கவோ மாட்டார்கள். மனித குலத்தின் பரிமாற்றங்கள் எல்லாம் பரஸ்பரம் கொடுத்து வாங்குதல் அல்லது எல்லோரிடமும் பரிவுணர்ச்சி என்ற அடிப்படையில் நடக்கும். இருப்பினும், நாம் வாழ்ந்துகொண்டிருப்பது, அவ்வாறான உலகம் அல்ல. வெகு சிலரே, தூய நல்லெண்ணத்தால், தங்களுடைய சிறுநீரகங் களையும் சினைமுட்டைகளையும் பிறருக்குக் கொடுக்கின்றனர் அல்லது மருத்துவ ஆய்வுச் சோதனையில் தங்களுடைய உடல்நலத்தைப் பணயம் வைக்கின்றனர். மனிதத் திசுக்களுக்கான வணிகப் பரிமாற்றங்கள் கருப்புச் சந்தைகள் இருப்பதைக் குறைக்கும் என்பதை நான் நம்ப வில்லை. அதேவேளையில், மலிவான மூலப்பொருள்களை வாங்கு வதற்கான சாக்குப்போக்காக தன்னலமின்மையைப் பயன்படுத்தும் பாசாங்கு உயர்ந்த நல்லொழுக்கத்துக்கு உதவாது என்பது தெளிவு. தங்களுடைய உடல்களை விற்பவர்களுக்கு வழங்கப்படும் குறைந்த தொகை, சமூகப் படிநிலையில் மிகவும் தாழ்ந்த நிலையில் இருப் பவர்கள் மீது மட்டுமே சதையை விற்பதற்கான அழுத்தத்தைச் சுமத்துகிறது.

பன்னாட்டுத் தத்தெடுப்பைப் பொறுத்தவரை, பிறர்நலம் சில நேரங்களில் மிக வக்கிரமான முடிவுக்குக் காரணமாக இருக்கிறது. ஏற்கனவே அநாதைக் காப்பகங்களில் சிக்குண்டிருக்கும் குழந்தை களுக்கு உதவுவதற்குப் பதிலாக, சில ஊழலில் ஈடுபடும் முகமைகள், அறச் செயல்களுக்குப் பயன்படுத்துவதற்காகக் கொடுக்கப்படும் தத்தெடுப்புக் கட்டணத்தை, சட்டத்துக்குப் புறம்பான நிறுவனங் களுக்கு நிதி கொடுப்பதற்காகப் பயன்படுத்துகின்றன.

எழுத்துகளிலும் பாராளுமன்றத்திலும் தன்னலமின்மை சிறப்பானது போலத் தோன்றினாலும், அது மனித உடல்களை சேகரிப்பதற்கும் விநியோகிப்பதிலும் நம்பிக்கைக்குரிய அடிப்படையாக இருக்க முடியாது என்பது தெளிவு. அதன் மிகச்சிறந்த நிலையில் அது மக்கள் சிவப்புச் சந்தைகளுக்கு உடல் பகுதிகளை அளிப்பதற்கான

ஊக்குவிப்புகளைக் குறைக்கிறது; அதன் மிக மோசமான நிலையில் அது தானம் செய்பவர்களைச் சாதகமாகப் பயன்படுத்துவதற்கு வசதியான முகப்பு அட்டைச் செய்தி.

இறுதியாக, சட்டப்படியான உடல் சந்தைகள் வெளிப்படையாக இல்லாதவரை சிவப்புச் சந்தைகள் செழித்து வளரும். எந்தவிதமான அறவியல் சார்ந்த உடல் அல்லது திசு பரிமாற்றத்துக்கான சூழலும் விநியோகத் தொடரின் முழுமையான வெளிப்படைத் தன்மையைச் சார்ந்திருக்கிறது.

அமெரிக்காவிலிருக்கும் மிகச்சிறந்த மருத்துவமனைகளில்கூட, மற்றொருவர் உயிர்வாழ்வதற்காகத் தன்னுடைய உறுப்பை விட்டுக் கொடுத்த, மூளை மரணமடைந்த, தானமளிப்பவரின் அடையாளத்தை அறிந்துகொள்வது பெரும்பாலும் சாத்தியமே இல்லை. பெரும்பாலான தத்தெடுக்கும் முகமைகள் தத்தெடுக்கப்பட்ட குழந்தைகளைப் பெற்ற பெற்றோரின் அடையாளங்களை இரகசியமாக வைத்திருக்கவே விரும்பு கின்றன. வருங்காலத்தில் அவர்களிடம் சங்கடத்தை உண்டாக்கும் கேள்விகள் கேட்கப்படுவதைத் தவிர்க்கவே இவ்வாறு செய்யப்படுகிறது. செவிலியர்களும் மருத்துவர்களும் வழக்கமாக சினைமுட்டை தானமளித் தவர்களின் பெயர்களை அதிகாரப்பூர்வ ஆவணங்களிலிருந்து அழித்து விடுகின்றனர். நோக்கங்கள் பொதுவாக உயர்ந்தவையாக இருந்தாலும் விருப்பமில்லாத தானமளிப்பவர்களிடமிருந்து நெறிகெட்ட செயல் பாட்டாளர்கள் உடலுறுப்புகளை அறுவடை செய்வதும், குழந்தைகளைக் கடத்துவதும், அவர்களைத் தத்தெடுக்கும் நீரோட்டத்தில் விற்பனை செய்வதும், கைதிகளிடமிருந்து இரத்தத்தைத் திருடுவதும் ஆபத்தான சூழல்களில் பெண்களை சினைமுட்டைகளை விற்பதற்கு கட்டாயப் படுத்துவதும் எளிதாக உள்ளன. எல்லா நேர்வுகளிலும் குற்றவாளிகள் தங்களுடைய முறைகேடான விநியோகத் தொடர்களைப் பாதுகாப் பதற்கு அந்தரங்கம் என்ற வேடத்தைப் பயன்படுத்துகின்றனர்.

மனிதத் திசுவிலிருந்து தனிமனிதப் பண்புகள் அகற்றப்படுவது நவீன மருத்துவத்தின் பொதுப்படையான பலவீனம். விநியோகத் தொடருக்குள் மனித அடையாளங்களின் தனிமனிதப் பண்புகள் மீண்டும் கொண்டு வரப்பட்டு, அதன் அங்கமாக்கப்படுவது இந்த நூற்றாண்டின் இலக்காக இருக்க வேண்டும். ஒவ்வொரு இரத்தப் பையும் அதை முதலாவதாக தானம் செய்தவரின் பெயரைக் கொண்டி ருக்க வேண்டும். தத்தெடுக்கப்பட்ட ஒவ்வொரு குழந்தைக்கும் தங்களுடைய தனிப்பட்ட வரலாற்றை அறிவதற்கான வாய்ப்பு கிடைக்க வேண்டும். உறுப்புமாற்றம் பெற்ற ஒவ்வொருவரும் அந்த உறுப்பை யார் கொடுத்தது என்பதைத் தெரிந்திருக்க வேண்டும்.

இதற்கு, மனித உடல்களைப் பயன்படுத்துவதும், அதை மீண்டும் பயன்படுத்துவதும் குறித்து நாம் சிந்திக்கும் முறையில் பெரும் மாற்றம் தேவைப்படுகிறது. ஒவ்வொரு மனிதனுக்கும், அவனுடைய அல்லது அவளுடைய உடல் சிவப்புச் சந்தை வழியாக நகரும்போது, சொல்லப் பட வேண்டிய வரலாறு உள்ளது. நாம் இயற்கையாகவே வணிகப் பண்டமாற்றுப் பொருளின் நிலைக்குத் தள்ள முடிந்த, குறிப்பிடத் தகுந்த எந்தச் சிறப்புக்கூறும் இல்லாத உற்பத்திப் பொருள்களாகப் பிறந்தவர்கள் அல்ல. ஆனால் சந்தேகமில்லாமல் நாம் எல்லோரும் சிவப்புச் சந்தையின் வாடிக்கையாளர்கள். அதை எவ்வளவு விரைவாக ஏற்றுக்கொள்கிறோமோ அவ்வளவு விரைவாக அதுகுறித்து நாம் எதை யாவது செய்ய முடியும்.

எனவே, பயன்படுத்தப்பட்ட கார்களை வாங்குவதற்குப் பயன் படுத்தும் அதே நியதிகளை உடல் பகுதிகளை வாங்குவதிலும் பயன் படுத்த வேண்டும். திருடப்பட்ட கார்களை விற்பது சட்டப்படியான செயல் அல்ல; அதேபோல நிச்சயமாகப் பழுதடையப் போகும் காரை விற்பதும் சட்டம் சார்ந்ததல்ல. அனுபவ அறிவுள்ள வாடிக்கையாளர்கள் பயன்படுத்தப்பட்ட வாகனங்களில் பணத்தை முதலீடு செய்வதற்கு முன்பு விபத்துகள் குறித்த அறிவிப்புகளைப் பெறுகின்றனர். கார்களுக்கு ஒரு வரலாறு உண்டென்றால் உடல்களுக்கும் ஒன்று இருக்க வேண்டும். அப்படியென்றால், ஒரு குழந்தையை வளர்க்கும் பெற்றோருக்கு ஏன் அவர்கள் தத்தெடுத்த குழந்தையின் உண்மையான பெற்றோர் இருக்கும் இடத்தைத் தேடிக் கண்டுபிடிக்கும் வாய்ப்பைக் கொடுக்கக் கூடாது? பதியமிடுவதற்காக சினைமுட்டையை வாங்கிய ஒருவர் தான மளித்தவரின் குடும்ப மருத்துவ வரலாற்றைப் பார்த்து சோதிப் பதற்கு ஏன் வாய்ப்பளிக்கக்கூடாது? நம் மருத்துவரின் அலமாரியில் தொங்கும் எலும்புக்கூடு யாருடையது என்று நாம் தெரிந்துகொள்ள வேண்டாமா?

வெளிப்படைத் தன்மை எல்லாப் பிரச்சினைகளையும் தீர்த்துவிடாது; குற்றச் செயல்களில் ஈடுபடுபவர்கள் போலி ஆவணங்களைத் தயாரிக் கவும் பின்புலக்கதைகளைப் புதிதாக உருவாக்கவும் முடியும் என்பதில் ஐயமில்லை. அவர்களால் அறநெறிக்கு எதிரான நடைமுறைகளைப் புதிய கற்பனைத் திறனுடைய வழிகளில் மறைத்து வைக்க முடியும். பன்னாட்டு எல்லைகளும் சட்ட அதிகார எல்லைகளில் உள்ள மாற்றங ்களும் குற்றவாளிகள் தங்களுடைய தடங்களை மறைப்பதை எளிதாக்கு கின்றன. இருப்பினும், தெளிவான ஆவணத் தடம் ஆபத்தான வணிகத்தில் ஈடுபடுவோரின் வலுவை எளிதாகக் குறைத்துவிடும்.

*1946*இல் லொரெட்டா ஹாடெஸ்டி, மெக்சிகோ நாட்டுக் குடியான வர்களின் துண்டாக்கப்பட்ட உடல்களை வரைந்தார் – அந்த எலும்புகள் அவர்களுடைய கல்லறையை விட்டு எவ்வாறு வெளியே வந்தன என்பது குறித்து அதிகம் கவலைப்படாமல். அறுபது ஆண்டுகளுக்கு மேலாகிவிட்ட பிறகும் லொரெட்டா கேட்காத கேள்விகளை, நம்மால் கேட்க முடிகிறது என்று நான் நம்புகிறேன்.

நன்றியுரை

எழுத்தாளர்கள், தங்களுடைய நூல்களின் பதிப்பாசிரியர்கள் போன்றே சிறப்பானவர்களாக இருக்க முடியும் என்று நான் நம்புகிறேன். இத்தொழிலில் அதிகத் திறமைசாலிகளான சில வார்த்தைவினைஞர்கள் அரைகுறையாக உருவான என்னுடைய கருத்துகளோடு பணியாற்று வதற்கான நல்வாய்ப்பு எனக்குக் கிடைத்திருக்கிறது. அவர்கள் அரை குறையாக உருவான என்னுடைய கருத்துகளோடு போராடியதோடு, சில நேரங்களில் சவால்கள் நிறைந்த ஆபத்தான பணிகளைச் செய்யும் போது எனக்கு ஆலோசனைகளையும் கொடுத்துள்ளனர். இந்தச் செயல்திட்டத்தை அதன் தொடக்கத்திலிருந்தே பார்த்துவந்த வில்லியம் மோரோவில் இருக்கும் மேத்யு பெஞ்சமின் இல்லாமல் இந்த நூல் சாத்தியமாகியிருக்காது. என் நெறியாளரும் நம்பிக்கைக்கு உரியவருமான டெட் கிரீன்வால்ட், வயர்ட் இதழின் மூத்த ஆசிரியர் என்ற முறையில் என்னை செய்திக்கட்டுரை எழுதுவதற்கு அறிமுகப்படுத்தி, இதழியல் துறையில் பணியாற்றுவது சாத்தியமே என்பதை எனக்குக் காட்டினார். மதர் ஜோன்ஸில் பணியாற்றிய மைக் மெக்கேனிக்கும் மோனிகா போர்லினும் தடுமாற்றமில்லா கைகளோடும், விரைவான வழிகாட்டுத லோடும் இந்நூலின் முதல் மூன்று இயல்களையும் நிறைவு செய்ய உதவினர். பில் லோடெர்ஸ், சாரா ஸ்பைவாக், ஜெஃப் சு ஆகியோருக்கும் என்னுடைய கருத்து களைச் செப்பம் செய்வதில் ஒரு பங்குண்டு.

வயர்ட், மதர் ஜோன்ஸ் இதழ்களில் பணிபுரிந்த ரேசெல் ஸ்வேபி, சோனியா ஷார்ப், ஜெனிஃபர் ஃபிலிப்ஸ் ஆகியோர் தகவல்களின் உண்மையை சோதித்த குழுவினர், இந்நூலில் கூறப் பட்டுள்ள ஓரளவு எல்லாத் தகவல்களின் துல்லியத்தையும் உறுதிப் படுத்த உதவினர். சில நேரங்களில் அவர்கள் எண்ணற்ற மணிநேர ஒலி நாடாக்களைக் கவனித்துக் கேட்டு, இந்நூலின் வரைப்படிவத்தின் பெரும்பகுதிகளில் இருந்த நேரடியான மேற்கோள்களை உறுதி செய்ததோடு, சில கட்டுரைகள் முழுவதையும் தலைகீழாக எடுத் துரைக்கும் அளவுக்குச் சென்றனர்.

மிகவும் கடினமான சில ஆய்வுப் பொருள்கள் இந்தியா, சைப்ரஸ், ஸ்பெயின் ஆகிய நாடுகளில் இருந்த கள உதவியாளர்களின் சிறப்பான உதவியால் எளிதாக்கப்பட்டன. திவ்யா திரிவேதி, வடஇந்தியாவில் உள்ள நான்கு மாநிலங்களில் இரத்தப் பண்ணைகள், வாடகைத்தாய் மருத்துவ மையங்கள் தொடங்கி காவல்நிலையங்கள், தீவிரவாதிகள் முகாம்கள்வரை, ஆய்வுப் பணிக்காக என்னுடனேயே பயணம் செய்திருக்கிறார். சென்னையில் ஹஸன் முஹம்மதும் ஸ்ரீபிரியா சோமசேகரும் சிறுநீரக விற்பனையாளர்கள், தரகர்கள் ஆகியோருடனான நேர்காணல்களை மொழிபெயர்த்தனர். மேற்கு வங்காளத்தில் அரூப் கோஷ் எலும்பு வியாபாரிகள், கல்லறைத் திருடர்கள் ஆகியோரின் பாதாள உலகம் வழியாக வழிநடத்தினார். ஸ்பெயினிலும் சைப்ரஸிலும் ரேபியா வில்லியம்ஸ், சில்லாகிஸ், க்ரிஸ்டினா போடிலினா ஆகியோர் மனிதச் சினைமுட்டை வணிகத்தின் இருண்ட பக்கத்துக்குள் தகவல் கேட்டறிய உதவினர்.

2006க்கும் 2010க்கும் இடைப்பட்ட காலத்தில் ஃபண்ட் ஃபார் இன்வஸ்டிகேடிவ் ஜர்னலிஸம் (இதழியல் புலனாய்வுக்கான நிதியம்), புலிட்ஸர் சென்டர் ஆன் க்ரைசிஸ் ரிபோர்ட்டிங் (இடர் அறிவிப்புகளுக்கான புலிட்ஸர் மையம்) ஆகிய அமைப்புகளோடு நியூயார்க், ஓமியில் இருக்கும் லெடிக் ஹவுஸ் ரைட்டர்ஸ் ரிட்ரீட் (எழுத்தாளர்களின் ஓய்விடமான லெடிக் ஹவுஸ்) குறுகியகால உள்ளுறை வசதி போன்றவை எனது பணிக்கும் தாராளமான ஆதரவைக் கொடுத்துள்ளன.

இந்நூல் வெளியிடப்பட்டிருப்பதற்கான பாராட்டு என்னுடைய முன்னாள் இலக்கிய முகவரான கிரியேட்டிவ் கல்ச்சரைச் சார்ந்த மேரி ஆன் நேபிளுக்கே சேர வேண்டும். எந்தத் திட்டங்கள் தொடர்ந்து செயல்படுத்தத் தகுதியானவை, எவை புனைகதை சாரா இலக்கியத்தின் குப்பைத் தொட்டிக்குள் போடப்படவேண்டும் என்பன குறித்துப் பரிவுடன் சொல்லிக் கொடுத்தார். அவர் புதிய நிகழ்நிலைப் (ஆன்லைன்) பணியைத் தொடங்கியபோது என்னை டிஃபையோர் அண்ட் கம்பெனியின் லாரா நோலனின் திறமையான கைகளில் விட்டுச் சென்றார். அவர்தான் எனது பணி நிறைவடைவதற்கு வழிகாட்டினார். அவரோடு நீண்டகால உறவு வைத்திருப்பதற்கு ஆசைப்படுகிறேன்.

இந்தப் பணி நடந்துகொண்டிருந்த போது பலரும் அறிவுரை வழங்கினர். அதன்மூலம் மூடப்பட்டிருந்த கதவுகளைத் திறக்க உதவினர். ஒரு குறிப்பிட்ட வரிசையில் அன்றி பின்வருபவர்களுக்கு நன்றி தெரிவிக்க விரும்புகிறேன். ஜெயா மேனன், நேகா தீக்ஷித், பப்பா மஜூம்தார், டேவிட் ஷெர், கேதரின் வால்ட்பை, ஸ்டெஃபனோஸ் எவ்ரிபிடோ, ராமராவ், டோரோஸ் போலிகார்பூ, அருண் டோஹ்லே,

மேக்ஸ் கவான், ஜுஸ்ட் வான் டெர் வாக், டிம் பெரெல், ஜேஸன் மிக்லியான், டாம் பியெட்ராஸிக், ஜான் வீலர்-ரேப்பே, டேனியல் அனஸ்டெஸியன் ஆன் யாங், வென்-யி, லிஸா லிங், ரேய்மன்ட் டெல்லெஸ், மார்ஷல் கார்டெல், கேட்டியா பேக்ஹோ, எஸ்ஓஎஸ் இன்டர்நேஷனல், கயா காவல்நிலையம், கயா மருத்துவக் கல்லூரி, ஜோயல் கை டன் லீ, டேன் மேக்னமாரா, கேரலின் ஃபாத், க்ரெய்க் கில்கோர், டி டபிள்யூ கிப்ஸன் ஆகியோர்.

என் தகவல்களுக்கு ஆதாரமான எல்லோருக்கும் நன்றி கூறுகிறேன். இந்தப் புத்தகம் முழுவதிலும் பலருடைய பெயர்களை, அவர்களுடைய அடையாளம் அறியப்படாமல் இருக்கவேண்டும் என்ற நிபந்தனை யோடு பேச முன்வந்தவர்களின் வேண்டுகோளின் அடிப்படையில் மாற்றியுள்ளேன்; அடையாளம் தெரிவது ஆபத்தை ஏற்படுத்தும் வாய்ப்புள்ளவர்களுடைய பெயர்களையும் மாற்றியுள்ளேன்.

என் பெற்றோரான லிண்டா, வில்ஃப்ரெட் கார்னி; என் சகோதரிகள் லாரா, அலிசல், என் மாற்றாந்தாய் ஜோன் மொரியார்டி கார்னி, என்னுடைய மாமி இந்திரா, மாமா கோவி ஆகிய எல்லோரும் இயல்புக்கு மாறான என் பணித் திட்டங்களின் பாதிப்புகளைத் தாங்கிக் கொண்டனர். நான் ஆபத்து நிறைந்த பணிகளுக்காகப் பயணம் செய்த போது, இந்நூலின் அலங்கோலமான முன்வரைவுகளை வாசித்துப் பார்த்தும் கொடுத்தார்கள்.

மிகவும் முக்கியமாக, என் மனைவி பத்மா கோவிந்தன், இருண்ட நேரங்களின்போதும் மிகவும் எழுச்சியூட்டும் தருணங்களிலும் தளர்வில்லாத தோழியாக இருந்துள்ளார். அவர் என்னுடைய எல்லாக் கருத்துகளுக்கும் எதிர்வினை செய்பவராகவும், சிக்கலான பிரச்சினை களின் போது வழிகாட்டியாகவும் இருந்துகொண்டிருக்கிறார். அவர் என் வாழ்வில் இருப்பது என் நற்பயனே.

உசாத்துணை

அனக்னாஸ்ட், ஆன் எஸ். 'Strange Circulations: The Blood Economy in Rural China' – 'விசித்திரமான சுழற்சிகள்: நாட்டுப்புற சீனாவில் இரத்தப் பொருளாதாரம்.' எகொனொமி அண்ட் சொசைடி 35, எண் 4 (நவம்பர் 2006) 509-29.'

இஷிகுரோ கசுவோ. Never Let Me Go – என்னை ஒருபோதும் போகவிடாதே, நியூ யார்க், கேநோஃப், 2005.

ஏனஸ்ட் & யெங். Progressions 2006: Capturing Global Advantage in the Pharmaceutical Industry – படிநிலை வளர்ச்சிகள் 2006 மருந்துத் தயாரிப்புத் தொழில் உலகளாவிய சாதக நிலையைப் பிடித்தல், நியூ யார்க்: ஏனஸ்ட் மற்றும் யெங்கின் உலகளாவிய மருந்து தயாரிப்புத்துறை பராமரிப்பு, 2006.

எலியட், கார்ல். Black Hat, White Coat: Adventures on the Dark Side of Medicine – கருப்புத் தொப்பி, வெள்ளைக் கோட்டு; மருத்துவத்தின் இருண்ட பகுதியில் சாகசம், பாஸ்டன்: பீக்கன் (2010).

ஃபைன்மேன், மார்க். 'A Serene, Spiritual Mecca Has Become a Nation of Assassins' – 'ஒரு சாந்தமான, ஆன்மிக மெக்கா கொலைகாரர்களின் தேசமாகி விட்டது' சிகாகோ டிரிபியூன். செப்டம்பர் 27, 1985.

—. 'Living Off the Dead Is a Dying Trade in Calcutta' – 'செத்தவர்கள் மூலமாக வாழ்வது இப்போது கல்கத்தாவில் செத்துக்கொண்டிருக்கும் தொழில்', லாஸ் ஏஞ்சலிஸ் டைம்ஸ், பிப்ரவரி 19, 1991.

கார்னி, ஸ்காட். 'My Stint as a Lab Rat' – 'என் ஆய்வக எலிப் பணிக்காலம்', இஸ்த்மஸ், டிசம்பர் 12, 2005.

—. 'Testing Drugs on India's Poor' — 'இந்தியாவின் ஏழைகளின் மீது மருந்துப் பரிசோதனை செய்தல்', வயர்ட் நியூஸ், டிசம்பர் 19, 2005.

குல்லர், மிரிது. 'Americans Seek Stem Cell Treatments in India' — 'அமெரிக்கர்கள் இந்தியாவில் ஸ்டெம்செல் சிகிச்சைகளைத் தேடுகின்றனர்' குலோபர் போஸ்ட், அக்டோபர் 6 2009.

கூப்பர், மெலின்டா, 'Experimental Labour - Offshoring Clinical Trails to China' — 'பரிசோதனைசார் உழைப்பு – 'நாட்டுக்கு வெளியே சீனாவில் மருத்துவ ஆய்வுச் சோதனைகள்', ஈஸ்ட் ஆசியன் சயின்ஸ், டெக்னாலஜி அண்ட் சொசைடி 2, எண் 1 (2008) 73-92.

கேப்லன், ஆர்தர். 'Transplantation at Any Price?' — 'உறுப்புமாற்று அறுவை சிகிச்சை - என்ன விலையானாலும்?', அமெரிக்கன் ஜர்னல் ஆஃப் டிரான்ஸ்பிளென்டேஷன் 4, எண் 12 (2004) 1933-34.

கோயல், மாதவ், ரவீந்திர எல்.மேத்தா, லாரன்ஸ் ஜெ ஷ்னெய் டெர்மேன், அஷ்வினி ஆர்.சேகல். 'Economic and Health Consequences of Selling a Kidney in India' — 'இந்தியாவில் சிறுநீரகம் விற்பதால் ஏற்படும் பொருளாதார, உடல்நல விளைவுகள்', ஜர்னல் ஆஃப் தி அமெரிக்கன் மெடிகல் அசோசியேஷன் 288, எண் 13 (2002) 1589-93.

கோஹென், லாரென்ஸ். 'Where It Hurts: Indian Material for an Ethics of Organ Transplantation', — 'எங்கு இது காயப்படுத்துகிறது: உடலுறுப்பு மாற்றத்தின் அறவியலுக்கான இந்தியப் பொருள்', டயெடாலஸ் 128, எண்.4 (1999): 135-65.

சாப்போல், மைக்கேல். 'The Odd Case of Charles Knowlton: Anatomical Performance, Medical Narrative, and Identity in Antebellum America — சார்லஸ் நோல்டனின் விசித்திரமான நேர்வு: ஆன்டிபெல்லம் அமெரிக்காவில் உடலியல்சார் நிகழ்த்துதல், மருத்துவ விவரணைகளும் அடையாளமும்', புல்லெடின் ஆஃப் த ஹிஸ்டரி ஆஃப் மெடிசின் 83, எண் 3 (2009): 460-98.

—. A Traffic in Dead Bodies — சடலங்களில் சட்டத்தை மீறிய வணிகம், நிஜே: பிரின்ஸ்டன் யுனிவர்சிடி பிரஸ், பிரின்ஸ்டன், 2002.

செய்னி, ஆன். Body Brokers: Inside America's Underground Trade in Human Remains — உடல் தரகர்கள்: மனித உடல்களில் எஞ்சியிருப்பவற்றுக்கான அமெரிக்க இரகசிய வணிகத்தின் உள்ளே, நியூ யார்க்: பிராட்வே நூல்கள், 2006.

டிட்மஸ், ரிச்சர்ட். *The Gift Relationship – பரிசு உறவு,* லண்டன்: ஜார்ஜ் ஆலன் மற்றும் அன்வின், 1970.

பெட்ரினா, அட்ரியானா. 'Ethical Variability: Drug Development and Globalizing Clinical Trials' – 'அறவியல் வேறுபாடுகள்: மருந்து உருவாக்கமும் மருந்து ஆய்வுச் சோதனைகளை உலகமயமாக்குதலும்', *அமெரிக்கன் எத்னால்ஜிஸ்ட்* 32, எண் 2 (2005) 183-97.

மாட்டாஸ், டேவிட் மற்றும் டேவிட் கில்கோர். *Bloody Harvest: Revised Report into Allegations of Organ Harvesting of Falun Gong Practitioners in China – குருதி தோய்ந்த அறுவடை: சீனாவில் ஃபலுன் கோங் கடைப்பிடிப்போரின் உடலுறுப்புகள் அறுவடை செய்யப்பட்டதான குற்றச்சாட்டுகள் மீதான திருத்தப்பட்ட அறிக்கை,* (2007) www.organharvestinvestigation.net.

மில்லிமேன் ஆய்வறிக்கை. *2008 U.S. Organ and Tissue Transplant Cost Estimates and Discussion – 2008 அமெரிக்க உடலுறுப்பு மற்றும் திசு மாற்றும் அறுவை சிகிச்சைச் செலவு மதிப்பீடு மற்றும் விவாதம்,* புரூக்ஃபீல்ட், 2008.

ரிச்சேட்சன், ரூத். *Death Dissection and the Destitute – மரணத்தைக் கூறுபடுத்தலும் நலிவடைந்தோரும்,* சிகாகோ யுனிவர்சிடி பிரஸ், 2000.

வாங், குவோகி. 'Habeus Corpus – ஹேபியர் கார்பஸ் - ஆட்கொணர்வு உத்தரவு', *ஹார்பெர்ஸ் இதழ்,* பிப்ரவரி 2002.

ரோச், மேரி. *Stiff: The Curious Lives of Human Cadavers – விறைப்பு: மனிதப் பிணங்களின் விசித்திரமான வாழ்க்கைகள்,* நியூ யார்க்: நார்டன், 2004.

லெஸ்லி, ஷார்ப். *Strange Harvest – விசித்திரமான அறுவடை,* பெர்கலி: கலிஃபோர்னியா யுனிவர்சிடி பிரஸ், 2006.

வால்ட்பை, கேதரின் ராபெர்ட் மிட்செல். *Tissue Economics: Blood, Organs, and Cell Lines in Late Capitalism – திசுப்பொருளாதார நிலைகள்: பிந்தைய முதலாளித்துவத்தில் இரத்தம், உடலுறுப்புகள், செல்வரிசைகள்* டர்ஹாம் என்சி: டியூக் யுனிவர்சிடி பிரஸ், 2006.

வெய்னெர், ஜானதன். *Long for This World: The Strange Science of Immortality – இந்த உலகுக்காக ஏங்கு: அழியாமையின் விசித்திரமான அறிவியல்,* நியூ யார்க்: எக்கோ, 2010.

வெர்சியு, ஜான். *Leonard and Reva Brooks: Artists in Exile in San Miguel de Allende – லியோனாட்டும் ரேவா புரூக்கும்: சேன் மிகுவெல் டி ஆலென்டேயில் நாடு கடந்து வாழும் கலைஞர்கள்,* கியூபெக், கனடா: மக்கில்-குயின் யுனிவர்சிடி பிரஸ், 2001.

ஷெபெர்-ஹியூஸ், நேன்சி. 'The Global Traffic in Human Organs — மனித உடலுறுப்புகளில் உலகளாவிய சட்டத்தை மீறிய வணிகம்', சமகால மானுடவியல் – *Current Anthropology 41* எண் *2 (2000) 191-224.*

சுட்டி

அகான்க்ஷா இன்ஃபெர்டிலிடி க்ளினிக் *152-155, 157-162, 164-166, 168, 169,*
அந்தரங்கம் குறித்த சிக்கல்கள் *16, 99*
அந்தோணி, ஜீஜோ *183*
அப்பல்லோ மருத்துவமனை *78*
அமெரிக்க இனப்பெருக்க மருத்துவக் கழகம் *126, 168*
அமெரிக்க நீரிழிவு நோயாளிகள் சங்கம் *238*
அமெரிக்க மருத்துவ சங்கம் *192*
அருள்மிகு திருமலை திருக்கோயில் *251-253*
அறவியல் பிரச்சினைகள்
  சிறுநீரகத் தேடல் *67-99*
  சினைமுட்டை அறுவடை *126, 130, 142, 146*
  வாடகைத் தாய்மை *150, 152, 160, 161, 163, 164, 166, 167, 169, 170, 171, 172*
அறிவார்ந்த சம்மதம் *217*
அனக்னாஸ்ட், ஆன்.எஸ். *219, 273*
அனாமதேயம் *16, 81*
ஆதாயம் அடையும் ஆர்வம் *88, 254, 257*
  இரத்த தானங்களில் *218*
  உள் உடலுறுப்பு விற்பனைகளில் *74, 82, 87, 90, 193*
  பன்னாட்டுத் தத்தெடுப்புகளில் *8, 9, 100, 104, 113, 114, 115*
  மருத்துவ சோதனைகளில் *213*
  வாடகைத்தாய்ப் பயன்பாட்டில் *150, 152, 160, 161, 163, 164, 166, 167, 169, 170, 171, 172*
ஆதில் மருத்துவமனை *87*
ஆப்பிரிக்க அமெரிக்கப் பெண்களும் ரெமி முடியும் *250, 252, 256, 258*
ஆப்பிரிக்கா, எலும்புத் தொழிற்சாலை *43-64*
ஆர்கனோவோ *222, 243, 245, 246*
ஆரோன், லெவி *61, 62, 148-151*
ஆரோன், வினேஷ் *61, 62, 148-151*
ஆன்மா *3, 226, 263*
இணையதளம் *4, 3, 88, 93, 114, 119, 131, 160, 161, 246*
இதய மாற்று அறுவைசிகிச்சைகள் *13*
இந்தியப் பெருங்கடல் சுனாமி *67-72, 74, 75, 77, 80, 88, 215*
இந்திய மருத்துவ ஆராய்ச்சி நிறுவனம் *161, 167*
இந்தியா
  இந்தியாவில் நூலாசிரியரின் பணி *17-19*
  இரத்தப் பண்ணைகள், *பார்க்க:* இரத்தப் பண்ணைகள்
  எமிலியின் மரணமும், உடலும் *22-41*
  எலும்புத் தொழிற்சாலைகள்,

பார்க்க: எலும்புத் தொழிற்
சாலைகள்
சிறுநீரகத் தேடல், பார்க்க: சிறு
நீரகத் தேடல்
தத்தெடுப்பு முறைகேடுகள்,
பார்க்க: தத்தெடுப்புகள்
மருத்துவ சோதனைகள் 218
சினைமுட்டை அறுவடை 126,
130, 142, 146
முடி அறுவடை 249-259
வாடகைத்தாய்ச் சுற்றுலா, பார்க்க:
வாடகைத்தாய்ச் சுற்றுலா
ரகுபதி, கே. 112, 113
இரண்டாம் உலகப் போர் 10, 11,
26, 189, 206
இரத்தப் பண்ணைகள் 179, 181,
182, 234, 271
இரத்தப் பிளாஸ்மா 190, 193
இரத்த வணிகம் 11, 179, 188, 214
டிட்மசும் இரத்த வணிகமும்
11-16, 188, 190-192, 275
தன்னார்வத்துக்கு எதிராக பணத்
துக்கான தானங்கள் 28, 135,
167, 181- 184, 188, 190-192, 200,
202, 204, 206, 210, 221, 253
சீனாவில் 219
வரலாறு 11, 179, 188, 214
இராமச்சந்திரன், கே.கே.எஸ்.
எஸ்.ஆர். 70
இழப்பீடு வழங்குதல் Vs பணம்
வழங்குதல் 90, 136, 141, 147
இனப்பெருக்க மரபியல்சார் நிறு
வனம் 131
இனம்சார்ந்த சிக்கல்கள் 54
இஸ்ரேல் 20, 126, 130, 131, 132,
142, 143, 148, 149, 155, 167
இஷிகுரோ, கசுவோ 234, 271
ஈரான் 83, 90, 98

உடலியல்சார் எலும்புக்கூடுகள்
1, 42-44, 48-50, 54-60, 62, 263, 268
உடல் திருட்டு 52, 53, 54
உணவு மற்றும் மருந்து நிர்வாகம்
161, 201, 211, 215, 221, 228, 229
உலக சுகாதார அமைப்பு 88, 264
உடலுறுப்பு அச்சிடுதல் 244, 245
உடலுறுப்புத் தட்டுப்பாடு 90,
182, 194, 196
ஊ, ஹாரி 92
எச்ஐவி/எய்ட்ஸ் 219, 220
எமிலியின் உடல் 22-41
எலும்புத் தொழிற்சாலைகள் 43-64
ஆணுறுப்பு விறைப்புக் குறை
பாட்டுச் சோதனை 199-202
ஏ ட்ராஃபிக் இன் டெட் பாடீஸ் 51
ஏனஸ்ட் ஆம்ஸ்ட்ராங், மேக்கல்லோ
225
ஐரோப்பிய ஒன்றியம் 126, 129,
135, 136
ஐவனோவினா, கேலினா 132-135
ஐஸ்வர்யா கருவள மையம் 162
ஒப்பந்த ஆய்வு அமைப்புகள் 199
ஒப்பளிப்புப் பத்திரம் 104, 106, 116
ஒபாமா, பராக் 223
ஒப்ரா (தொலைக்காட்சி நிகழ்ச்சி)
153
ஓஸ்டா பன்னாட்டு நிறுவனம் 62, 63
ஃப்ளெம்மிங், அலெக்சாண்டர் 226
ஃபலூன் கோங் 91
ஃபாத்திமா மருத்துவமனை 182
ஃபைசர் 200
கட்டாச்சா, வாமல் 237-240
கயா மருத்துவக் கல்லூரி 25, 27,
272
கர்கானிஸ், அமித் 166, 168
கருப்புச் சந்தைகள் 5, 75, 188, 232,
264, 266

கருப்பையா, கே. 84
கல்லறைத் திருட்டுகள் 50, 52, 55, 56, 263
கல்லீரல் அழற்சி 11, 79, 188, 191-194
கஸ்தூரிபாய் காந்தி மருத்துவமனை 216, 217
கான், ஜாவேத் அஹமத் 60, 63
கில்கோர், கிரெய்க் 55, 58, 59, 272
கில்கோர், சார்ல்ஸ் 61
கில்கோர், டேவிட் 90, 98, 275
குப்தா, அனூப் 161, 169
குப்தா, கே.கே. 255
குமார், ராஜீவ் 64
குருதி தோய்ந்த அறுவடை (மாட்டாஸ், கில்கோர்) 275
குல்லர், மருது 242
குழந்தைகளின் எலும்புக்கூடு 56
குழந்தை வளர்ச்சியும் காப்பகங்களும் 101, 106-110, 114, 115, 265, 266
கூண்டுரோஸ், ஸவ்வாஸ் 134, 140, 223, 224, 233, 247
கூப்பர், மெலின்டா 204, 274
கேப்லன், ஆர்தர் 89, 274
கேன்சஸ் இரத்த வங்கிகள் 192, 193
கைதிகள் 11, 19, 54, 91-98, 155, 177-180, 185, 193, 206, 207, 212, 267
   இரத்ததானம் 11
   உடற்கூறு எலும்புக்கூடுகள் 1, 42-44, 48-50, 54-60, 62, 263, 268
   சீன சிறுநீரக அறுவடை 92
   மருந்து சோதனைகள் 213
கோர், அல் இரத்தப் பண்ணைகள் 179
கோரக்பூர் இரத்தப் பண்ணைகள் 179

கோரக்பூர் முறைகேடு 179
கோவன்ஸ் 199, 213
கோஹென், எஸ்டெர் 164, 165, 172, 274
சங்கர், எஸ் 80, 109, 110, 120
சட்ட வரன்முறைக்குள் வராத வணிகம் 5
சடல தானம் 81
சமோவா, தத்தெடுத்தல் முறைகேடுகள் 9, 107
சர்கார், ஜெயந்த் 179
சன் ஃபார்மசியூட்டிக்கல்ஸ் 216
சாந்தா பையோடெக் 216
சிகாகோ டிரிபியூன் 55
சிங், கே.எம். 186
சிங்கர், பீட்டர் 139
சிசேரியன் அறுவை சிகிச்சை 159, 167, 168, 173, 182, 187
சிட்லா மருத்துவமனை 174, 196
சிவகாமா 102-104, 118, 120, 121
சிறுநீரகக் காத்திருப்போர் பட்டியல் 90
சிறுநீரகத் தேடல் 67-99
   அந்தரங்க அறவியல் 82
   உறுப்புமாற்றுச் சிகிச்சை பட்டியல்கள் 85
   சிறுநீரகங்களை விற்பதால் ஏற்படும் பக்கவிளைவு 8
   சீனாவில் 87
   சுனாமி நகர் அகதிகள் முகாம் 71
   தட்டுப்பாடு போன்ற தோற்றம் 67-99
   பொருளாதாரப் பிரச்சினைகள் 67-99
சிஸ்டி, க்லாடியா 246
சுப்பிரமணியன், எஸ்.ஆர் 238
சுபாஷ் 103, 104, 105, 109, 111, 121
சுரண்டல் 11, 16, 75, 82, 89, 98,

108, 139, 167, 170, 220, 232, 264
சுனாமி நகர் அகதிகள் முகாம் 67, 68, 71, 74, 75, 77, 80, 215
செரியன், ஜார்ஜ் 255, 256
செல்வம், மரிய 67, 69, 71
சென், ஹுவா 95
சென்னை உயர்நீதிமன்றம் 110, 113
சேப்போல், மைக்கேல் 51, 233, 274
சைக்லோபமென் 216-218
சைக்லோப்பியா 216-218
சைப்ரஸ் கருவள மையங்கள் 124-132, 135, 137-140, 149, 233, 271
சோதனைக்குழாய்க் கருத்தரிப்பு 123-126, 130, 140, 141, 144, 150, 151, 160, 233
ட்ரொகூடிஸ், க்ரினாஸ் 123, 124, 128, 130, 136
டிட்மஸ், ரிச்சர்ட் 11, 13, 16, 188, 190-192, 275
டில்லி - சோதனைக்குழாய்க் கருத்தரிப்பு 188
டூல், லின் 113
டோம் இனம் 54
த கிஃப்ட் ரிலேஷன்சிப் (பரிசு உறவு) 11
தத்தெடுப்புகள் 8, 9, 17, 21, 22, 100, 104-116, 161, 166, 170, 172, 266
   அருவத்திலிருந்து நிஜமான குழந்தை வரை 4
   ஆதாய நோக்கம் 100
   கட்டணம் 9, 53, 73, 80, 89, 104, 106, 109, 114, 116, 125, 144, 159, 160, 175, 182, 184, 195, 196, 197, 241, 251, 262, 266,
சிக்கல்கள் 106, 114
சுபாஷ் நேர்வு 109, 111
பானுவின் வழக்கு 112, 113
தி ஹேக் உடன்படிக்கை 108, 116

தலசீமியா 134, 135
தலாய்லாமா 18
தானமளிப்பவர் அனாமதேயமாக இருத்தல் 16, 81
தேசிய உறுப்புமாற்றுச் சிகிச்சைச் சட்டம் 86
தேநீர்க் கடைகள் 49, 175
தேவகி மருத்துவமனை 75, 76
நாத், கேதார் 195, 197
நெவர் லெட் மி கோ (என்ன ஒரு போதும் போக விடாதே) இஷி குரோ 9/11 தீவிரவாதிகளின் தாக்குதல்கள் (2001) 234
நேபாளம் 157, 175, 179, 181, 194
நோல்டன், சார்ல்ஸ் 50, 274
நோயுயிர்முறிகள் (ஆண்டி பயோ டிக்ஸ்) 226, 228, 242
ப்ரீத் மந்திர் 114-116
பகரி, சாயா 169
பட்டேல், நாய்னா 153, 154, 157, 160, 161, 164, 166, 168, 171
பணம் வழங்கப்பட்டு பெறும் நன்கொடைகள் 206
பதிலீட்டு உடல் பகுதிகள் 85 246
பர்க், வில்லியம் 54, 56
பயோகான் 216
பன்னாட்டு தரநிர்ணய அமைப்பு 87
பாபா ராகவ் தாஸ் மருத்துவமனை 186, 187
பாரிக், ஓ.பி. 185
பால், மனோஜ் 46
பாண்டே, சக்கரபாணி 195, 196
பாண்டே, டேவிட் 107
பிரசாத் 218
பில்கிரீம், டேவிட் 115
பிஸ்லாரு, கார்மென் 138
பீட்டர்சன், பெத் 114
புத்தகயா 24, 31

புத்தர் (பௌத்தம்) 24
புத்துயிருட்டும் மருத்துவம் 99, 236
புரோஸேக் 229
புஷ், ஜார்ஜ் 223
பெட்ரா மருத்துவ மையம் 131-135, 140, 142, 149
பெட்ரினா, அட்ரியானா 207, 275
பொருளாதாரப் பிரச்சினைகள் 67-99
 இரத்தானம் தொடர்பாக 11
 உடற்பகுதிகளுக்கு எதிராக உறுப்புமாற்று சேவைகள் 12, 13
 சிறுநீரக தானம் தொடர்பாக 66-99
 பன்னாட்டுத் தத்தெடுப்புகள் 8, 9, 100, 104, 113, 114, 115
 மருத்துவச் சோதனைகள் தொடர்பாக 213
 சினைமுட்டை அறுவடை தொடர்பாக 126, 130, 142, 146
 முடி வணிகம் தொடர்பாக 254
 வாடகைத்தாய் தொடர்பாக 150, 152, 160, 161, 163, 164, 166, 167, 169, 170, 171, 172
மாக்கீ, க்லென் 130, 136, 151
மகாபாரதம் 252
மட்டாஸ், டேவிட் 91
மடோனா 107
மத்தியப் புலனாய்வுத் துறை 119
மர்ஃபி, கீத் 243-246
மரபணு மருத்துவம் 200, 20, 228, 236
மருத்துவ உழைப்பு 199-221
மருத்துவச் சோதனைகள் 201, 213, 217, 228
 அங்கீகரிக்கப்பட்ட வழிமுறை 210, 211
 இந்தியாவில் 189, 214, 215, 218
 இரட்டை நிலை 48
 இழப்பீடு 204
 மனிதச் சதையைச் சந்தைப் பொருளாக்குதல் 15
 சீனாவில் 189, 214, 215, 218
 பாதுகாப்புப் பிரச்சினைகள் 200-202, 210, 211
 லெவிட்ரா சோதனை 198, 202, 208, 209
மருத்துவப் பள்ளிகளும் கல்லறைத் திருட்டுகளும் 43, 50-60, 263
மலேசிய சமூக சேவைகள் 100
மன்டல், ரூபினா 159
மனித உடல்கள் 2, 5, 6, 17, 18, 19, 20, 21, 44, 98, 221, 234, 246, 264, 266, 268, 274
 எமிலி உடலின் கதை 22-41
 பண்டங்களாக 147
 மனித உடலின் பணமதிப்பு 1, 2, 5, 6
 மனிதனுக்கு எதிராக இறைச்சி 2, 5-9, 12, 15-17, 42, 47, 90, 139, 205, 263, 266, 268
மனித குளோனிங் 233
மனித வளர்ச்சி ஹார்மோன் 1, 20, 127, 128, 132-134, 141, 142, 144, 235-237
மனித வாழ்நாள் 1, 2, 6, 14, 84, 183, 221, 227, 231, 233, 246
மனோகரன், ஜி.பி. 103
முக்தி பிஸ்வாஸ் 46
முகம்மது முல்லா பக்ஷ் 49, 262
சினைமுட்டை அறுவடை 126, 130, 142, 146
 மேலும் பார்க்க: அறவியல் பிரச்சினைகள்
 இழப்பீட்டுக்கு எதிராக பணம் வழங்குதல் 204

பிறர்நலம் 17, 135, 166, 188, 206, 264
சினைமுட்டைகளுக்கான உலக ளாவிய தேவை 124
முடி அறுவடை 249-259
முத்துவேல், அருண் 163
யாதவ், பப்பு 176, 178, 179, 183, 184
யெங் பிரதர்ஸ் 48, 59-65
ராணா, சஞ்சு 171
ராவ், நாகேஷ்வர் 103, 104, 109 -111, 117, 118, 120, 121
ராஜ் இம்பெக்ஸ் 257, 258
ரெட்டி, கே.சி. 89
ரெமி முடி 250, 252, 256, 258
ரோடிகள், கிரிஸ்டியன் 62, 63
லாங் ஃபார் திஸ் வேள்ட் 227
லெட்ரொஸோல் 216, 218
லெவிட்ரா சோதனை 198, 202, 208,209
லைஃப் 260-262
வயர்ட் நியூஸ் 213, 239, 274
வயாக்ரா சோதனை 200, 201, 209, 211, 212
வாங், குவோகி 92, 97, 275
வாசிலியோ, ஆன்ட்ரோலா 136
வாரணாசி 18, 25
வால்ட்பை, கேதரின் 204, 230, 231, 271, 275
வின்ஃப்ரே, ஓப்ரா 153, 165
வெய்னர், ஜானதன் 227
வெர்லின்ஸ்கி, ஓலெக் 131, 132, 134
வெர்லின்ஸ்கி, யூரி 131
வையாக்ஸ் 229
வைரல் ஜெனெடிக்ஸ் 219
ஜில்லெட் 13
ஜிண்டால், சீமா 170-172
ஜெயகுமார், ரமணி 113
ஜெல்சிங்கர், ஜெஸ் 200
ஜீனென்டெக் 218, 235
ஜோர்டென், க்ரிஸ்டென் 169
ஸ்ரீவாஸ்தவ், விஷ்வஜீத் 178
ஸ்டெம் செல் ஆராய்ச்சி 130, 222-230, 233-247, 274
ஸ்ட்ரேன்ஞ் ஹார்வெஸ்ட் 81
ஸ்டேன்ஃபோர்ட் மருத்துவப் பள்ளி 57, 240
ஸ்பெயின், சினைமுட்டை அறு வடை 132
ஸ்மெர்டன், உஷா 167
ஸ்மோலின், டேவிட் 108, 109
ஸாவோஸ், பனயோடிஸ் மைக் கேல் 234
ஷ்ராஃப், கீதா 241, 242
ஷாட்ஸ்கி, ஓமர் 148-151
ஷார்ப், லெஸ்லி 81, 275
ஷெபர்-ஹியூஸ், நேன்சி 83, 84, 276
ஷெர், டேவிட் 148-150, 271
ஷெய்க், அப்துல் வாஹித் 87
ஹாடெஸ்டி, லொரெட்டா 260-269
ஹார்வர்ட் மருத்துவப் பள்ளி 58
ஹிரானந்தானி மருத்துவமனை 161
ஹெனான் மருந்து சோதனை 220
ஹேர், வில்லியம் 53
ஹைதி தத்தெடுப்பு அவதூறுகள் 107

ஃஃ

குறிப்புகள்

குறிப்புகள்

குறிப்புகள்

குறிப்புகள்